INSIGHT PUBLICA

INSIGHT PUBLICA®
Nadakkavu,Kozhikode,Kerala
Tel:0495–4020666
www.insightpublica.com
e-mail: insightpublica@gmail.com
Sathyavageeswaran
(Malayalam Novel)
Manoj
First Edition: December 2020

ISBN 978-93-90404-83-4

സത്യവാഗീശ്വരൻ

മനോജ്

INSIGHT PUBLICA®

1956 മെയ് 6ന് പാലക്കാട് ജില്ലയിൽ കഞ്ചിക്കോട്ടിൽ ജനിച്ചു. ആത്മാന്വേഷണത്തിന്റെയും സ്വത്വാന്വേഷണത്തിന്റെയും ഭാഗമായി കോളേജ് വിദ്യാഭ്യാസവും ജോലിയും ഉപേക്ഷിച്ചു. മിന്നാമിനുങ്ങുകൾ മെഴുകുതിരികൾ എന്ന നോവലിന് ദേശാഭിമാനി സ്റ്റഡി സർക്കിൾ അവാർഡ് ലഭിച്ചു. തുടർന്ന് ജീവിക്കുന്നവരുടെ ശ്മശാനം, കാട്ടാളൻ, കാലാവധി, വേദാരണ്യം, സത്യവാഗീശ്വരൻ, സമാന്തരയാത്രകൾ, രാക്ഷസകുലം, ദേഹവിയോഗം, ജ്ഞാനയോഗം, ജീവകാരുണ്യം, സുഖവാസികളുടെ ലോകം, ശരിയുത്തരങ്ങൾ, യാത്രയിൽ തനിയെ (ടി.പത്മനാഭനുമായുള്ള അഭിമുഖം) എന്നീ കൃതികൾ പ്രസിദ്ധീകരിച്ചു. കോയമ്പത്തൂർ കേരള കൾച്ചറൽ സെന്ററിന്റെ 2013-ലെ സാഹിത്യ അവാർഡ് ലഭിച്ചിട്ടുണ്ട്. വാക്കറിവ് മാസികയുടെ പത്രാധിപരാണ്. ഭാര്യ സുഖലത.

വിലാസം: 'ഗയ', പോസ്റ്റോഫീസിനു സമീപം,
കൊല്ലങ്കോട്-678 506, പാലക്കാട്.

ഫോൺ: 9446638940

മനോജ്

പ്രാരംഭം

വെളിച്ചത്തിനുവേണ്ടി ജിജ്ഞാസയോടെ നീങ്ങിയ എന്നെ പുനർജ്ജനിഗുഹ സ്ഥലകാലപരിധിയിൽ തളച്ചിടുന്നു. മുമ്പോട്ടുവെയ്ക്കുന്ന എന്റെ ഓരോ ചുവടുകളേയും ഗുഹ ദിശാബോധമില്ലാത്ത ചലനങ്ങളാക്കുന്നു. എന്റെ മനസ്സിന്റെ അഗാധതയിലെ തോന്നലുകളേയും ജൈവവാസനകളേയും പുനർജ്ജനിഗുഹ പിടിച്ചെടുക്കുന്നു. എന്നിലേയ്ക്ക് അസാധാരണ വ്യക്തിത്വവും നിർമ്മിച്ചെടുത്ത പെരുമാറ്റസംഹിതകളും ഗുഹ അടിച്ചേല്പിക്കുകയാണ്.

ഞാൻ രക്ഷപ്പെടാൻ വഴിതിരയുമ്പോൾ പുനർജ്ജനിഗുഹയുടെ കവാടം പ്രക്ഷുബ്ധമാകുന്നു. ശാന്തവും സ്വച്ഛവുമായ അന്തരീക്ഷം പ്രകോപനംകൊണ്ട് ക്ഷോഭിക്കുകയാണ്. അദൃശ്യമായ വിലക്കുകളിൽ കിടന്ന എനിക്ക് രക്ഷപ്പെടാനാകുന്നില്ല. ഞാൻ സഞ്ചാരപരിധി ലംഘിക്കുമ്പോൾ തടാകത്തിലെ നിശ്ചലത മുറിഞ്ഞ് വെള്ളം തിളച്ചുമറിയുന്നു. മജ്ജയെ വെന്തുരുക്കുന്ന ആവിയെ ഭേദിക്കാൻ കഴിയാതെ കാഴ്ചകൾ ഇരുണ്ട് ഞാൻ നിസ്സഹായതയോടെ പിൻവാങ്ങുന്നു.

രക്ഷപ്പെടാനുള്ള പരിശ്രമങ്ങൾ വിഫലമാകുന്നതോടെ എന്റെ മനസ്സിൽനിന്ന് വിമോചനത്തിന്റെ സാക്ഷാൽക്കാരങ്ങൾ അകലുന്നു. പുനർജ്ജനിഗുഹ അദൃശ്യമായ നിയോഗത്തിനു വഴങ്ങി നിശ്ചലതയിലേക്ക് മടങ്ങുകയുമാണ്. അപ്പോൾ ഗുഹയുടെ അപാരതയിൽനിന്ന് തെളിഞ്ഞുവരുന്ന അദൃശ്യരൂപങ്ങൾ മുഴങ്ങുന്ന ഒച്ചയോടെ എന്നെ നിയന്ത്രിക്കുന്നു.

'മകനെ, കാലമാകുന്നതുവരെ കാത്തിരിക്കുക. കാലം തികയുമ്പോൾ നിന്റെ മുമ്പിൽ പ്രയാണത്തിന്റെ മാർഗ്ഗങ്ങൾ തെളിയും. നിന്റെ ഉള്ളിലെ ഇരുട്ട് വെളിച്ചമാകും. കാലം നയിക്കുമ്പോൾ നിന്നെ ആർക്കും തടഞ്ഞുനിർത്താനാവില്ല.'

'പക്ഷെ എന്റെ യൗവ്വനവും ജീവിതവും?'

'നീ കാലത്തിന് അധീനനാണ്. എല്ലാം കാലത്തിന്റെ

നിശ്ചയങ്ങൾ. അവകാശിയെ അറിയാത്ത ഉടമസ്ഥനാണ് മനുഷ്യൻ.

പുകമറയിൽനിന്ന് ഉയരുന്ന ചിരി എന്റെ ബലഹീനതയേയും മനുഷ്യന്റെ വ്യാമോഹങ്ങളേയും വ്യക്തമാക്കുകയാണ്. പുകപടലങ്ങളുടെ സാന്നിദ്ധ്യത്തോടെ പ്രത്യക്ഷപ്പെടുന്ന അദൃശ്യാത്മാക്കളെ മുഖപരിചയങ്ങളോടെ എനിക്ക് തിരിച്ചറിയാനാകുന്നില്ല. അദൃശ്യരൂപികളായ അവർ കാലത്തിന്റെ നിശ്ചയങ്ങളെ അറിയിച്ച് സഫലമായ ജന്മങ്ങളെ എപ്പോഴും വർണ്ണിക്കുകയാണ്. അവരുടെ വ്യക്തിത്വങ്ങളേയും ജീവിതത്തേയും സമവാക്യങ്ങളിൽ ഒതുക്കാനുള്ള എന്റെ ശ്രമങ്ങൾ അനാവശ്യമായ അദ്ധ്വാനങ്ങളായിതീരുന്നു. പുകക്കൂട്ടങ്ങൾ ശരീരപ്രകൃതങ്ങളെ ഒളിപ്പിക്കുന്നെങ്കിലും സ്ഥലരാശിയിൽനിന്നും വേറിട്ട അവരുടെ ദിവ്യസിദ്ധികളെ എനിക്ക് തിരിച്ചറിയാനാകുന്നു. കാലത്തിന്റെ നിയോഗത്തെ കണ്ടെത്തി ജന്മത്തെ വിശുദ്ധമാക്കിയവരാണ് അവർ. സ്വാർത്ഥതയെ നിസ്വാർത്ഥതയും ഭോഗത്തെ വിരക്തിയും ആക്കിയ അവർ ജനനമരണങ്ങളെ മറികടന്നവരാണ്. അവർ ജീവിതത്തെ ആഘോഷവും അനുഭൂതിയും ആക്കുന്നില്ല. ആത്മാന്വേഷണത്തിന്റെ വെളുതുകലോടെ മനുഷ്യവംശത്തിനും സഹജീവികൾക്കുംവേണ്ടി അവർ എല്ലാം സമർപ്പിച്ചു.

'സ്വത്വമില്ലാത്ത ആൾക്കൂട്ടത്തിന് സ്വന്തമായ ചിന്തകൾപോലുമില്ല. എല്ലാം കാലത്തിന്റെ നിശ്ചയങ്ങളാണ്. അവകാശവാദങ്ങളെല്ലാം വ്യർത്ഥമായ ധാരണകളും വ്യാമോഹങ്ങളുമാണ്. ജനനം മുതൽ മരണംവരെയുള്ള മനുഷ്യന്റെ നടപടികളെ കാലം നിയന്ത്രിക്കുകയും നിർവ്വഹിക്കുകയുമാണ്. അവന്റെ ഋതുക്കൾ സഹജവാസനകളും ഇഷ്ടാനിഷ്ടങ്ങൾ വംശവർദ്ധനവിന്റെ ക്രമനിയമങ്ങളുമാണ്. കാലം പ്രപഞ്ചവും പ്രകൃതിയുമാണ്. പ്രകൃതി സമ്പൂർണ്ണവും മറ്റെല്ലാം അപൂർണ്ണവുമാണ്. കാലത്തോടാണ് നിനക്ക് സ്വത്വത്തിനും സർഗ്ഗാത്മകതക്കുംവേണ്ടി ഏറ്റുമുട്ടേണ്ടിവരുക. മഹത്തായ ജീവിതം കാലത്തെ ഭേദിക്കുന്നുവെന്നും നീ തിരിച്ചറിയുക.'

എന്റെ രക്ഷപ്പെടാനുള്ള വഴിതിരയലുകൾ ജന്മത്തേയും ജീവിതത്തേയും സംബന്ധിച്ച താത്വിക വിചാരണകളിൽ അവസാനിക്കുന്നു. എന്റെ കാഴ്ചകൾ വിരസവും ആവർത്തനവുമായി. മനോനില ക്രമം തെറ്റിയപ്പോൾ ഞാൻ അസഹ്യമായി നിലവിളിച്ചു. സാന്ത്വനത്തിന്റെ കാരുണ്യത്തോടെ പുകപടലങ്ങളുടെ നടുക്കുനിന്ന് വിരലുകൾ എന്റെ നേർക്ക് നീണ്ടുവന്നു. ഉള്ളങ്കൈ നെറുകയിൽ വിശ്രമിക്കുന്നെങ്കിലും സ്പർശനത്തിന്റെ സൗമ്യഭാവങ്ങളെ ഞാനറിയുന്നില്ല. അവയവത്തിന്റെ കനവും എനിക്ക് അന്യമാണ്.

'കാലത്തെ ധിക്കരിക്കുക ജ്ഞാനത്തിന്റെ മാർഗ്ഗമാണ്. നിന്റെ നിയോഗം മറ്റുള്ളവരുടേതല്ല. മഹത്വത്തിന്റെ ഇഴയും തരിയും

തേടാൻ വിധിക്കപ്പെട്ടവനാണ് നീ. മഹാത്മാവായ നിന്റെ അച്ഛന്റെ വരവിനുശേഷം നിനക്ക് വെളിച്ചത്തെ പ്രാപിക്കാൻ കഴിയും.'

'ജനനമരണങ്ങളില്ലാത്ത പുനർജ്ജനി സാധാരണ മനുഷ്യർക്ക് അന്യമാണ്. അവിടെ ജീവിക്കുന്ന നീ അസാധാരണ വ്യക്തിയാണെന്നും തിരിച്ചറിയുക'.

എന്റെ ചോദ്യാവലികൾ സങ്കീർണ്ണപ്രശ്നങ്ങളുമായി ഏറ്റുമുട്ടാതെ പിൻവാങ്ങി. അവരുടെ വിചാരധാരകളെ പിന്തുടരുന്ന ഞാൻ ശാന്തനാകുകയാണ്. രക്ഷപ്പെടാനും വെളിച്ചം കാണാനുമുള്ള എന്റെ ശ്രമങ്ങൾ കാലമാകുന്നതുവരെയുള്ള കാത്തിരിപ്പായി നീളുന്നു.

പിതൃത്വത്തിന്റെ ആശ്രയത്തോടെ നടന്ന എന്നെ പുനർജ്ജനി ഗുഹ ആവാഹിച്ച് അടുപ്പിച്ചു. പിന്നീട് ഗുഹ ദുരൂഹവും വിഭ്രാന്തവുമായ സാഹചര്യത്തിലേക്ക് എന്നെ അകപ്പെടുത്തുന്നു. പുകപടലങ്ങളുടെ മറവിലെ അദൃശ്യാത്മാക്കളിൽനിന്ന് ജന്മത്തിന്റെ ആദ്യാക്ഷരങ്ങളെ ഞാൻ പകർത്തി. അസാധാരണ സിദ്ധിയോടെ വാക്കുകളെ കണ്ടെടുത്ത ഞാൻ പുത്തൻ ലിപിവിന്യാസങ്ങളെ ശീലിക്കുകയുമാണ്. തടാകത്തിന്റെ മണൽത്തിട്ടയിൽ ആത്മാവിനെ തുറന്നുവെച്ച ഞാൻ വിരസമായ പകലുകളേയും ഉദാത്തമായ ഭാവനയേയും വാക്കുകളിൽ ബന്ധിപ്പിച്ചു.

അറിവും ഉൾക്കാഴ്ചയും ലഭിച്ച ഞാൻ അങ്ങനെ ജ്ഞാനത്തേയും അജ്ഞാനത്തേയും തിരിച്ചറിഞ്ഞു. അദൃശ്യാത്മാക്കളുടെ തത്വവിചാരങ്ങളെ ജീവിതത്തിലേക്കുള്ള ആത്മീയജ്ഞാനമായി ഞാൻ സ്വീകരിക്കുകയാണ്. അവർ കാലത്തിന്റെ അമാനുഷികതയേയും നിഗൂഢതാല്പര്യങ്ങളേയും വിവരിക്കുന്നു. കാലത്തെ ഭേദിക്കുകയാണ് മഹത്തായ ജീവിതമെന്നും അവർ വെളിപ്പെടുത്തുന്നു. അനുസരണയല്ല നിഷേധമാണ് ജീവിതത്തിന്റേയും ജ്ഞാനത്തിന്റേയും മാർഗ്ഗം.

വാക്കുകളുടെ പരിമിതികളേയും പ്രയോഗസൂചകങ്ങളേയും ഞാൻ അറിഞ്ഞു. സ്ഥലത്തിനും കാലത്തിനും അതീതമായ ഭാഷയേയും ചിഹ്നങ്ങളേയും ഞാൻ കണ്ടെത്തുകയാണ്. വനാന്തരങ്ങളും വൻമലകളും സമുദ്രങ്ങളും പ്രാചീനമായ പ്രതിസന്ധികളായി. അപരിചിതന്റെ ഭാഷയും ലിപികളും ശബ്ദപ്രളയവും വികൃതമായ വരകളുമായി. ലിപികളിലെ ജ്ഞാനസമുദ്രങ്ങൾ അപരിചിതന് ദുരൂഹമായ പകർപ്പെഴുതലുകളാണ്.

തടാകത്തിന്റെ മണൽത്തിട്ടയിൽ ധ്യാനിച്ചിരുന്ന ഞാൻ വ്യത്യസ്ത ഭാഷകളേയും ആശയങ്ങളേയും ഒരേ ലിപി സമ്പ്രദായത്തിൽ വായിച്ചെടുക്കുന്നു. വൻകരകളുടെയും ഗോത്രങ്ങളുടെയും ആത്മാവിലേയ്ക്ക് ഞാൻ ഇറങ്ങുകയാണ്. വാക്കുകളുടെയും ഭാവങ്ങളുടെയും

വസ്തുക്കളുടെയും പ്രതീകങ്ങളും ബിംബങ്ങളും എന്റെ മുമ്പിൽ വളരുന്നു. എന്റെ ലിപികളും ചിഹ്നങ്ങളും ആർക്കും ഉച്ചരിക്കാവുന്ന ഭാഷയായി വളരുന്നു.

വെളിച്ചത്തിന്റെ മാർഗ്ഗരേഖകൾ എന്നെ ആക്രമിക്കുന്നു. എന്റെ ദിവസങ്ങൾ ഗതിനിയന്ത്രണങ്ങളില്ലാതെ കടന്നുപോകുകയാണ്. ദേശത്തിന്റെയും കാലത്തിന്റെയും സ്ഥിതിവിശേഷങ്ങളെ ഭേദിക്കുന്ന ലിപിവിന്യാസങ്ങളെ ഞാൻ കണ്ടെത്തി. മനുഷ്യനെ പരിമിതികളിൽ നിന്നും അജ്ഞാനത്തിൽ നിന്നും സങ്കുചിതമായ ധാരണകളിൽനിന്നും ഞാൻ മോചിപ്പിക്കുകയാണ്.

ഇടത്തേക്ക് ചരിഞ്ഞ മൂന്നുവരകൾ ഭൂതകാലത്തിന്റേയും (ആയിരുന്നു) നിവർന്ന വര വർത്തമാനകാലത്തിന്റേയും (ആണ്) ചിഹ്നങ്ങളാണ്. വലത്തേക്ക് ചരിഞ്ഞ ഒറ്റവര വരുംകാലവും (ആകും). കറുത്ത കുത്ത് അവളുടെയും കുത്തിനു ചുറ്റുമുള്ള വളയം അവന്റെയും പ്രതീകങ്ങളാണ്. മരണം നീണ്ട വരയാകുന്നു. അങ്ങനെ വസ്തുക്കൾക്കും ഭാവങ്ങൾക്കും സമാനമായ പ്രതീകങ്ങളെ ഞാൻ കണ്ടെത്തുന്നു.

വാക്കുകളിലെ പ്രതീകങ്ങൾക്കും ചിഹ്നങ്ങൾക്കും വേണ്ടിയുള്ള അന്വേഷണം എന്നിലെ വിമോചനത്തിന്റെ സങ്കല്പങ്ങളെ അകറ്റുന്നു.

എന്റെ നെറുകയിൽ വിശ്രമിച്ച കൈ കാലത്തിന്റെ തൊട്ടുണർത്തലായി. ഭൂമിയുടെ ആർദ്രത എന്നിലേക്ക് പ്രവഹിക്കുകയാണ്. സ്പർശനത്തിന്റെ സൗഖ്യമറിയാത്ത എന്നോട് പുകപടലങ്ങളുടെ പരിവേഷത്തോടെ നിന്ന അയാൾ പറഞ്ഞു:

'ഞാൻ വന്നു മകനെ. ഇനി നിന്റെ കാലമാകുകയാണ്.'

രക്തബന്ധത്തിന്റേയും ജന്മബന്ധത്തിന്റേയും വേരുകളെ ഞാൻ തിരിച്ചറിയുന്നു. എങ്കിലും എനിക്ക് അച്ഛനെ കാണാനാകുന്നില്ല. പുകമറകളിൽ മുങ്ങുന്നതോടെ വ്യക്തിവിശേഷങ്ങളും മനുഷ്യ പ്രകൃതങ്ങളും ഇല്ലാതാകുകയാണ്. അനന്തതയിൽ നിന്നുവരുന്ന ഒച്ചയും വാക്കുകളും സ്ഥലകാലങ്ങളില്ലാതെ പരുഷവും മുഴക്കവുമാകുന്നു. അച്ഛൻ പുനർജ്ജനിഗുഹയിലെ അപാരതയെ പ്രാപിച്ചു. അപ്പോഴും ഞാൻ ഭാഷയിലെ ചിഹ്നവ്യവസ്ഥകളെ മാറ്റിപണിയുകയാണ്. പുനർജ്ജനിഗുഹ ശാന്തമായ നിശ്ചലതയിലേക്ക് മടങ്ങി. തടാകം വിചിത്രമായ പ്രതികരണത്തിനുവേണ്ടി കാത്തിരിക്കുകയുമാണ്. പുനർജ്ജനിഗുഹയുടെ കാലത്തെ ഭേദിക്കുന്ന ഇരുട്ടിൽ അദൃശ്യാത്മാക്കൾ ജന്മസാഫല്യത്തോടെ നിലനിൽക്കുന്നു.

ജന്മത്തിന്റേയും കർമ്മത്തിന്റേയും അജ്ഞാനത്തോടെ ജീവിച്ച ഞാൻ മയക്കത്തിനും ഉണർവ്വിനും നടുക്കുള്ള അബോധത്തിലൂടെ സഞ്ചരിക്കുകയാണ്. പിന്നീട് എന്റെ അറിവിൽ വെളിച്ചം വീഴുന്നു.

മരണത്തിന്റെ ശൂന്യത നിഷ്ക്രിയത്വവും നിശ്ചലതയും എനിക്കു നൽകി. വികാരങ്ങളും ഭാവങ്ങളും ഹൃദയപേശികളും അന്യമായ വ്യവഹാരകാലത്തിൽ ജനനമരണങ്ങൾ വംശവർദ്ധനവിന്റെ വേഴ്ചകളായി അവശേഷിക്കുകയാണ്.

പുകക്കൂട്ടങ്ങളിൽ നിന്നുവന്ന വിരലുകൾ സ്പർശനവും സാന്ത്വനവും അറിയിക്കാതെ എന്റെ നെറുകയിൽ ഇഴഞ്ഞു. വേർപിരിയലിന്റെ ഖേദങ്ങളില്ലാതെ വാക്കുകൾ മുഴങ്ങുന്നു.

'ഇനി നീ യാത്രപുറപ്പെടുക. നിന്റെ ജീവിതത്തിന്റെയും നിയോഗത്തിന്റേയും അർത്ഥങ്ങളെ അറിയുക. സത്യദർശനത്തെ വിളിച്ചുപറയുക നിന്റെ ലക്ഷ്യമാണ്. ആത്മാവോടേയും കാരുണ്യത്തോടേയും വസ്തുതകളെ തിരിച്ചറിയുക. കാലത്തിന്റെ നിയോഗമാണ് നിന്റെ ജന്മം, ഇപ്പോൾ നിന്റെ കാലമായിരിക്കുന്നു.'

സൂര്യപ്രകാശത്തേയും ഭൂമിയേയും അനുഭവിച്ചറിയുക എന്റെ ജന്മം മുഴുക്കെയുള്ള ആവേശമാണ്.

പുനർജ്ജനിഗുഹയുടെ കവാടം എന്നെ യാത്ര അയക്കുവാൻ നിശ്ചലമാകുന്നു. പുനർജ്ജനിപുഴ ശാന്തമായതോടെ വഴുതലുള്ള പാറകൾ പരുക്കനായി എന്റെ കാലടികളെ സ്വീകരിക്കുന്നു.

സൂര്യപ്രകാശത്തിന്റെ ചൂടും ഭൂമിയിലെ കാഴ്ചകളും എന്റെ ഉള്ളു തണുപ്പിച്ചു. പ്രപഞ്ചത്തിന്റെ നിയാമകരീതികളും ജന്മത്തിന്റെ നിഗൂഢതയും എന്റെ മുമ്പിൽ തെളിഞ്ഞുവരുകയാണ്. സത്യത്തിന്റെ ആത്മാവിനെ മറച്ച പാറക്കല്ലുകളെ തകർക്കാൻ നിയോഗിക്കപ്പെട്ട ഞാൻ അസത്യത്തിന്റെ മതിഭ്രമത്തെ നിഷേധിച്ച് സത്യദർശനത്തിന് വഴിഒരുക്കണം.

ആചാര്യസത്യവാഗീശ്വരന്റെ ജന്മത്തേയും ജീവിതത്തേയും അറിയുക എന്റെ നിയോഗമാണ്. അയാളുടെ ആത്മാന്വേഷണവും കണ്ടെത്തലുകളും വ്യാഖ്യാനങ്ങളും വളച്ചൊടിക്കലുകളില്ലാതെ ഞാൻ അവതരിപ്പിക്കണം. അയാളുടെ വിശുദ്ധമായ ചിന്തകളും നിസ്വാർത്ഥമായ കർമ്മങ്ങളും എന്റേതായിതീരണം.

അസാധാരണമായ പരിതസ്ഥിതിയിൽ വളർന്ന ഞാൻ മനുഷ്യരെക്കണ്ട് വിഭ്രാന്തിയോടെ നീങ്ങുന്നു. അവരുടെ അഹംഭാവങ്ങളും സ്വാർത്ഥഭരിതമായ മനസ്സുകളും എന്നെ അമ്പരപ്പിക്കുകയാണ്. കഠിനമായ തണുപ്പും കൊടുംചൂടും അവഗണിച്ച ഞാൻ ജന്മത്തിന്റെ ഉൾകാഴ്ചയോടെ നീങ്ങി. പൊടുന്നനെ മുമ്പിൽ പ്രത്യക്ഷപ്പെട്ട ആൾക്കൂട്ടത്തിൽ എത്താൻവേണ്ടി ഞാൻ ധൃതിവെയ്ക്കുന്നു.

ആചാര്യസത്യവാഗീശ്വരനെ നേരിൽക്കണ്ട ആൾക്കൂട്ടത്തിലെ കിഴവൻ അദ്ദേഹത്തിന്റെ ദിവ്യമായ പരിവേഷത്തിൽ മയങ്ങി കാലം

കഴിച്ചവനാണ്. മാറാവ്യാധികളേയും ആകുലമായ മനസ്സുകളേയും ആചാര്യൻ ശുശ്രൂഷിച്ചു. അയാൾ ദിവ്യസിദ്ധികളോടെ മരുഭൂമിയിൽ ഉറവയും തരിശ്ശിൽ ഹരിതാഭയും പണിയുന്നു. ആചാര്യസത്യവാഗീശ്വരന്റെ വാക്കുകൾ ജനിമൃതികളുടേയും പ്രപഞ്ചത്തിന്റേയും അജ്ഞാതരഹസ്യങ്ങളെ വെളിവാക്കുകയാണ്.

ശബ്ദമുഖരിതമായ ആൾക്കൂട്ടം പെട്ടെന്ന് ഭയഭക്തിയോടെ നിശ്ശബ്ദമായി വഴിഒതുങ്ങി നിൽക്കുന്നു. കിഴവന്റെ ഒച്ച ആൾക്കൂട്ടത്തിൽനിന്ന് വേറിടുന്നു.

'അദ്ദേഹം തന്നെ മറ്റൊരാളാണെന്ന് പറയാനാവില്ല. ആചാര്യസത്യവാഗീശ്വരനെ നേരിൽകണ്ടിട്ടുള്ള എനിക്ക് തീർച്ച പറയാൻ കഴിയും.'

മെതിയടിയിട്ട നീണ്ടുമെലിഞ്ഞ മനുഷ്യൻ. നഗ്നത മറയ്ക്കാൻ മാത്രം ഉപകരിക്കുന്ന വെളുത്ത പരുക്കൻ തുണി. ആൾക്കൂട്ടത്തെ കാണുമ്പോൾ തുറന്നമനസ്സോടെ അനുഗ്രഹിക്കുന്ന നീണ്ട കൈകൾ.

ആചാര്യസത്യവാഗീശ്വരന്റെ രൂപപ്രകൃതങ്ങളുടെ ശരിപ്പകർപ്പ് എന്റെ കാഴ്ചകളെ അപഹരിക്കുകയാണ്. ആൾക്കൂട്ടം അവതാരപുരുഷനെ കണ്ടതുപോലെ കാപട്യത്തേയും വേഷവിധാനത്തേയും ആദരിക്കുന്നു. അയാളുടെ നടപ്പാതയിൽ പൂക്കൾ വിതറിയ സ്ത്രീകൾ കുട്ടികളെ ദിവ്യാനുഗ്രഹത്തിനുവേണ്ടി നമസ്കരിപ്പിക്കുകയാണ്.

ആചാര്യസത്യവാഗീശ്വരനായി ഉയർത്തെണീറ്റ ഉന്മാദത്തോടെ അയാൾ ആൾക്കൂട്ടത്തിന്റെ നടുക്കു നിൽക്കുകയാണ്. കിഴവന്റെ മനസ്സിൽ ഓർമ്മകൾ സമ്മേളിക്കുമ്പോൾ ചെറുപ്പക്കാരുടെ സങ്കല്പങ്ങളിലെ ആചാര്യൻ ജീവിക്കുന്ന മനുഷ്യനായി തീരുകയാണ്.

വേഷവിധാനങ്ങളിൽനിന്നും മൂർത്തമായ വിശപ്പിൽനിന്നും രക്ഷപ്പെടാൻ അയാൾ വഴിതിരയുന്നു. പിന്നീട് അയാൾ പരിസരബോധമില്ലാതെ വേഷപ്പകർച്ചകളെ അഴിച്ചുതുടങ്ങുന്നു. തുടർന്ന് അയാൾ മുണ്ടിന്റെ അരുകുപാളികൾ കൂട്ടിപിടിച്ച് ഭിക്ഷാടനം നടത്തി. ഭൂതകാലസ്മൃതികളിൽ മയങ്ങിയ ആൾക്കൂട്ടം ഉറുപ്പികകളും നാണയങ്ങളും മുണ്ടിലേക്ക് എറിയുകയാണ്. ആളൊഴിയുന്നതോടെ മറ്റൊരു ദിക്കിലേക്ക് നാണയങ്ങൾക്കുവേണ്ടി അയാൾ യാത്ര ആരംഭിക്കുന്നു.

ആചാര്യസത്യവാഗീശ്വരന്റെ ആത്മാവുതേടുന്ന എനിക്ക് ഭൗതികമായ വ്യാമോഹങ്ങളിലും സങ്കല്പങ്ങളിലും അന്വേഷണങ്ങളെ അവസാനിപ്പിക്കാനാകുന്നില്ല. അവതാരപുരുഷനും ദിവ്യനുമായ ആചാര്യസത്യവാഗീശ്വരന്റെ വാക്കുകളും ചിന്തകളും ജന്മമുക്തി നൽകുന്ന ദർശനങ്ങളാണ്.

പൊതുസ്ഥലങ്ങളിൽ ആചാര്യസത്യവാഗീശ്വരന്റെ

ദിവ്യവചനങ്ങൾ വ്യാഖ്യാനങ്ങളോടെ കല്ലിൽകൊത്തിവെച്ചിരിക്കുന്നു.

'ജീവിതം അപൂർണ്ണമാണ്. പരിപൂർണ്ണമാക്കുകയാണ് മഹത്വം.'

വ്യാഖ്യാനം : മനുഷ്യജീവിതത്തിന്റെ പരിമിതികളെയാണ് ഇവിടെ ആചാര്യൻ എടുത്തുപറയുന്നത്. മനുഷ്യൻ മറ്റുജീവികളെപ്പോലെ ശാരീരികമായി സ്വയം പ്രാപ്തനല്ല. ഇരതേടാനും ദിനകൃത്യങ്ങൾക്കുംവേണ്ടി അവന് അന്യരെ ആശ്രയിക്കണം. മനുഷ്യൻ അപൂർണ്ണനാണെന്ന് ആചാര്യൻ വ്യക്തമാക്കുന്നു. അപൂർണ്ണതയെ പൂർണ്ണതയാക്കുന്നത് മനുഷ്യന്റെ ബുദ്ധിശക്തിയാണ്. ആധുനികയുഗത്തിൽ നവീനയന്ത്രങ്ങളും ഉപകരണങ്ങളും മനുഷ്യനെ പരിപൂർണ്ണനാക്കുന്നു.

'നിസ്വാർത്ഥതയാണ് മനുഷ്യത്വത്തിലേയ്ക്കുള്ള കവാടം.'

വ്യാഖ്യാനം : മാർഗ്ഗത്തെ അല്ല ലക്ഷ്യത്തെയാണ് ആചാര്യൻ ഇവിടെ സൂചിപ്പിക്കുന്നത്. സമ്പത്ത് വ്യക്തികളിൽ കേന്ദ്രീകരിക്കുമ്പോൾ അത് ഉപയോഗശൂന്യമായ മൂലധനമാണ്. നിസ്വാർത്ഥമായ വിനിയോഗമാണ് മഹത്വത്തിന്റെ ലക്ഷ്യം. മനുഷ്യനെ പരിപൂർണ്ണനാക്കാൻ ആധുനിക ഉപകരണങ്ങൾ വേണം. ഉപകരണങ്ങളുടെ നിർമ്മാണത്തിന് സമ്പത്തിന്റെ വിനിയോഗം പ്രധാനമാണ്. സമ്പത്തിന്റെ ശരിയായ വിനിയോഗത്തിലൂടെ ജനങ്ങൾക്ക് തൊഴിലും ജനജീവിതത്തിന് സുഖഭോഗത്തിന് വേണ്ട സാമഗ്രികളും ലഭിക്കുന്നു. ഇവിടെ സമ്പത്തിന്റെ നിസ്വാർത്ഥമായ വിനിയോഗമാണ് നടക്കുന്നത്.

'കണ്ണുള്ളവൻ കാണുന്നില്ല, കാതുള്ളവൻ കേൾക്കുന്നില്ല. അറിവുള്ളവൻ അറിയുന്നില്ല'.

വ്യാഖ്യാനം : മേൽപ്പറഞ്ഞ വസ്തുതകളെ കാണുകയും കേൾക്കുകയും അറിയുകയും വേണം. അതനുസരിച്ച് ജീവിതം നയിക്കാൻ ആചാര്യസത്യവാഗീശ്വരൻ നമ്മോട് ആവശ്യപ്പെടുന്നു.

ആൾക്കൂട്ടം പ്രകോപനങ്ങളെ അതിജീവിക്കാതേയും സുഖസൗകര്യങ്ങളെ ഉപേക്ഷിക്കാതേയും നീങ്ങുന്നു. അവർ പച്ചത്തഴപ്പുകൾക്കുവേണ്ടി എന്തിനും ലാഘവത്തോടെ വഴങ്ങുന്നു. എന്നിട്ട് വിധിയറിയാതെ ദുരന്തത്തിലേക്ക് പ്രവേശിക്കുകയും ഉത്തരവാദിത്തങ്ങളെ അദൃശ്യശക്തികളിൽ ആരോപിക്കുകയുമാണ്. പ്രവാചകന്മാരേയും അവരുടെ ദർശനങ്ങളേയും ആൾക്കൂട്ടം ബലിക്രിയ നടത്തുന്നു. അവരുടെ വാക്കുകളെ ഭൗതികസുഖത്തിനുവേണ്ടി ആൾക്കൂട്ടം നിരന്തരം ദുർവ്യാഖ്യാനിക്കുകയാണ്. ആൾക്കൂട്ടം ഒരേ താളത്തിൽ പാടുന്നവരും ഒരേ വിതാനത്തിൽ സഞ്ചരിക്കുന്നവരുമാണ്.

വ്യക്തിത്വവും വിവേകവും ഇല്ലാത്ത ആൾക്കൂട്ടം ജന്തുവാസനകളിലും ഗോത്രധാരണകളിലും പൈശാചികമായി നിലനിൽക്കുന്നു.

കാഴ്ച മറയ്ക്കുന്ന ഇരുട്ടിനേയും ദുർവ്യാഖ്യാനങ്ങളേയും പുറന്തള്ളിയ ഞാൻ വീണ്ടും മുമ്പോട്ടു നടക്കുന്നു. പുനർജ്ജനിഗുഹയുടെ നിർദ്ദേശങ്ങൾ എന്റെ ആത്മാവിൽ നിറയുന്നു. എന്റെ ജന്മത്തിന്റെ നിയോഗങ്ങൾ മായികഭ്രമങ്ങളിൽനിന്ന് വിടുതൽ നേടി സത്യദർശനത്തെ പ്രാപിക്കുകയാണ്.

കുറ്റിക്കാടിന്റെ ഇടമുറിച്ചു നടന്ന ഞാൻ അസാധാരണമായ ചുറ്റുപാടിൽ നിലമറന്നു നിൽക്കുന്നു. പരിസരം മുഴുക്കെ വരണ്ട മണ്ണാണെങ്കിലും എന്റെ വലതുകാൽ ചെളിയിൽ താഴ്ന്നിരിക്കുന്നു. കാലുയർത്താനുള്ള ശ്രമങ്ങൾ വിഫലമായതോടെ ഞാൻ ചെളിമാന്തിതുടങ്ങി. അസാധാരണമായ ഉൾപ്രേരണയോടെ ഞാൻ പണി തുടരുകയാണ്. മണ്ണിന്റെ നനവു മാറിയപ്പോൾ ലോഹപാത്രത്തിൽ എന്റെ വിരലുകൾ തടയുന്നു. നിറംമങ്ങിയ ചെമ്പുകുടത്തെ എടുത്ത ഞാൻ ആവേശത്തോടെ മൂടിതുറന്ന് ചെപ്പേടിനെ കണ്ടെത്തി.

ആചാര്യസത്യവാഗീശ്വരന്റെ ജീവിതത്തെ രേഖപ്പെടുത്തിയ ഒന്നാം ചെപ്പേടായിരുന്നു അത്. മറ്റു പതിനൊന്ന് ചെപ്പേടുകളെക്കുറിച്ചും അതിൽ വിവരിക്കുന്നു. സനാതനപുരത്തിന്റെ വിവിധ ഭാഗങ്ങളിൽ നിക്ഷേപിച്ച ചെപ്പേടുകളേയും അവയെ കണ്ടെത്താൻ വേണ്ട ദിശാസൂചകങ്ങളേയും വ്യക്തമായി രേഖപ്പെടുത്തുന്നു.

ജന്മത്തിന്റെ നിയോഗത്തെ തിരിച്ചറിഞ്ഞ ഞാൻ ആത്മത്യാഗത്തിനു തയ്യാറായി. അങ്ങനെ ഞാൻ ജനനമരണങ്ങളില്ലാത്ത ലോകത്തിലേക്ക് പ്രവേശിക്കാൻ സന്നദ്ധനാകുകയാണ്. ജീവിതം സ്വാഭാവികതയുടെ യാദൃച്ഛികതയാണെങ്കിലും അതിന്റെ നിഗൂഢതയെ കണ്ടെത്തുക ധന്യവും മഹത്വവുമാണ്.

സനാതനപുരം

ഒന്നാം ചെപ്പേട്

ആചാര്യസത്യവാഗീശ്വരൻ സനാതനപുരത്തിന്റെ വിധിയെ മാറ്റിയെഴുതി. അദ്ദേഹം ആധുനിക സനാതനപുരത്തിന്റെ പിതാവും സ്രഷ്ടാവുമാണ്.

സനാതനപുരത്തിലെ കർഷകകുടുംബത്തിൽ ആചാര്യ സത്യ വാഗീശ്വരൻ ജനിച്ചു. പാരമ്പര്യങ്ങളേയും സമ്പ്രദായങ്ങളേയും മുറപ്രകാരം അനുഷ്ഠിച്ച ദൈവമനസ്കനായ വിഭാവസുവിന്റെ രണ്ടാമത്തെ പുത്രനാണ് ആചാര്യസത്യവാഗീശ്വരൻ. അമ്മ ഹൈന്ദവ മതബോധങ്ങളോടെ ജീവിച്ച വ്രതനിഷ്ഠയായ വ്രത. വിഭാവസു സ്ഥാനപ്രകാരം രാജാവിന്റെ മന്ത്രിയാണ്. വെള്ളക്കാർ അധികാരം കയ്യടക്കിയപ്പോൾ രാജാവ് സ്ഥാനമഹിമയെ മാത്രം അലങ്കരിച്ചു. ദൈവവിശ്വാസിയും സ്വാതന്ത്ര്യേച്ഛുവായ വിഭാവസു കാർഷികജീവിതത്തിലേക്ക് തിരിഞ്ഞു.

സൂര്യനമസ്കാരത്തിനുശേഷം മാത്രം ജലപാനങ്ങൾ കഴിച്ചിരുന്ന വ്രത ഒരു മഴക്കാലത്ത് പ്രകാശത്തിനുവേണ്ടി കിഴക്കു നോക്കിനിന്നു. അവർക്ക് സൂര്യനെ കാണാൻ ഇരുപത്തിയൊന്ന് ദിവസങ്ങൾ പ്രഭാതം മുതൽ സന്ധ്യവരെ നിൽക്കേണ്ടിവന്നു. ഇരുപത്തിയൊന്നാം ദിവസം മഴതോർന്ന് സൂര്യൻ പ്രത്യക്ഷപ്പെട്ടു. അതോടെ നാലുദിക്കുകളിൽനിന്നും അശരീരികൾ മുഴങ്ങി.

'വ്രതേ നിന്റെ വ്രതപാലനം സായൂജ്യമടഞ്ഞിരിക്കുന്നു. നിന്റെ ഗർഭത്തിൽ സൂര്യന്റെ പ്രിയപ്പെട്ട പുത്രൻ ജന്മമെടുത്തിരിക്കുന്നു'.

അത് ആചാര്യസത്യവാഗീശ്വരന്റെ ജനനവിളംബരമായിരുന്നു.

ഒന്നാം അദ്ധ്യായം

വിഭാവസുവിന്റെ വീടിന്റെ രണ്ടാംനിലയുടെ മുകളിൽ സമയനിശ്ചയങ്ങളോടെ മയിൽ പറന്നുവന്നിരുന്നു. അതൊരു അപൂർവ്വ കാഴ്ചയായി ആൾക്കൂട്ടത്തെ വശീകരിക്കുകയാണ്. മഴമേഘങ്ങളുടെ പ്രകോപനങ്ങളില്ലാതെ വേനൽച്ചൂടിന്റെ വെണ്ണുരുക്കത്തിൽ പീലി വിടർത്തി മയിൽ ആടി. മയിൽപ്പീലികൾ സൂര്യരശ്മികളെ വർണ്ണവിഭജനങ്ങളാക്കി ദിക്കുകളിലേക്ക് വ്യാപിപ്പിക്കുന്നു. ദുരിതങ്ങളെ ഏറ്റുവാങ്ങി സങ്കല്പങ്ങളിലും വ്യാമോഹങ്ങളിലും സമൃദ്ധികളെ താലോലിച്ച സനാതനപുരത്തുകാർ നിറഭേദങ്ങളുടെ പ്രൗഢികണ്ട് അമ്പരക്കുന്നു. അവർ ദൈവീകമായ പ്രേരണയോടെ വീട്ടുവിട്ടിറങ്ങി. ദിക്കുകളെ ജ്വലിപ്പിച്ച വർണ്ണങ്ങളേയും അസാധാരണ അനുഭൂതിക്ക് കാരണമായ പരിസരത്തേയും അവർ തേടി. സ്വപ്നസഞ്ചാരികളായി അവർ ഇടവഴികളെ പിന്നിടുകയാണ്. വേനലിന്റെ അശാന്തമായ കൊട്ടുംച്ചൂടിലും ദിവ്യചലനങ്ങളോടെ മയിൽ ആടിത്തിമർക്കുകയാണ്.

സൃഷ്ടിയുടെ വേദന അറിയാതെ മുറിയിൽ അലസമായി വിഭാവസുവിന്റെ ഭാര്യ വ്രത നടന്നു. നാല്പതാം വയസ്സിലെ ഗർഭത്തെ അവൾ നിന്ദ്യവും അപമാനവുമായി കരുതിയതാണ്. അവിഹിതഗർഭം കുറ്റബോധമായി വളർന്നതോടെ അവൾക്ക് നിലവിളിക്കാനും പരിഭവിക്കാനും ആയില്ല. പിറവിയുടെ അപൂർവ്വതയെകാണാൻ മടിച്ച അവൾ മനുഷ്യരിൽനിന്ന് ഉൾവലിഞ്ഞു. വിഭാവസുവിന്റെ കലുഷമായ വാക്കുകളെ അപമാനഭാരത്തോടെ അവൾ ഏറ്റുവാങ്ങി.

വിഭാവസു സ്നേഹസൗഹാർദ്ദങ്ങളോടെ ഒരിക്കലും വ്രതയെ സമീപിക്കുന്നില്ല. അവഗണനയെ ലാഘവത്തോടെ വ്രത അംഗീകരിച്ചു. വിധിനിശ്ചയത്തിന്റെ ആസുരമുഖത്തോടെ ജീവിതത്തിന് അവൾ പരിധിനിശ്ചയിച്ചു. അവൾ മറ്റുള്ളവരിൽനിന്ന് രക്ഷപ്പെടാൻ സൗഹാർദ്ദത്തിന്റെ മുഖപരിചയങ്ങളെ സൂക്ഷിച്ചു. വിധേയത്വത്തിന്റെ നിശ്ശബ്ദതയെ ശീലിച്ച വ്രതയിൽനിന്ന് സ്വാഭാവികമായും വികാരങ്ങളും വിചാരങ്ങളും അകലുന്നു.

ആദിനെല്ലൂർ രാജാവിന്റെ മന്ത്രിയുടെ മകൾ പ്രതാപിയായ വിഭാവസുവിന്റെ ഭാര്യയാകേണ്ടവളാണ്. സനാതനപുരത്തിലേക്ക്

കൈമാറ്റവസ്തുവായി എത്തിയ അവളെ പ്രായത്തിന്റെ സ്വപ്നങ്ങളും വികാരങ്ങളും നിയന്ത്രിക്കുന്നു. ജീവിതത്തെ സ്വപ്നങ്ങളുടെ സാക്ഷാൽക്കാരമായി അവൾ കരുതി. ക്രമേണ അനുഭവങ്ങളുടെ ദുരന്തപരിവേഷത്തിൽനിന്ന് യാഥാർത്ഥ്യങ്ങളേയും മിഥ്യകളേയും അവൾ വേർതിരിച്ചെടുക്കുകയാണ്. ദുർനടപടികളെ ന്യായീകരിക്കുന്ന വിഭാവസു തന്റെ നിർദ്ദയമായ അന്യായങ്ങളെ അംഗീകരിക്കാൻ മറ്റുള്ളവരെ പ്രേരിപ്പിച്ചു. വിഭാവസുവിന്റെ കിടപ്പുമുറിയുടെ വാതിൽ വരവേല്പിന്റെ ആഹ്ളാദത്തോടെ കരിമ്പിൻതോട്ടത്തിലേക്ക് തുറക്കുന്നു. മാംസളവികാരങ്ങളിൽ സമനിലതെറ്റി സഞ്ചരിച്ച അയാൾ വിരളമായി വ്രതയെ സമീപിച്ചു. ജീവിതത്തെ സുഖഭോഗമായി കരുതിയ അയാൾ ഉചിതമായ വാദമുഖങ്ങളെ കണ്ടെത്തുകയാണ്.

അധികാരവും സമ്പത്തുമുള്ള വിഭാവസുവിന്റെ സുഹൃത്തുക്കളും ജീവിതത്തെ ആഘോഷമാക്കിത്തീർക്കുന്നു. നഗരത്തിലെ സുഖസൗകര്യങ്ങളെ അവർ ഗ്രാമത്തിൽ പ്രതിഷ്ഠിച്ചു. ലൗകികമായ നിലപാടുകളോടെ അവർ അർദ്ധരാത്രികളെ പ്രകാശമാനമാക്കുകയാണ്. ചെറുപ്പക്കാരുടെ ലഹരിയിൽ മുങ്ങിയ ചിരി സനാതനപുരത്തുകാരുടെ ഉറക്കംകെടുത്തുന്ന അനുഭവമാകുന്നു.

വിഭാവസുവിനോട് സമഭാവനയോടെ സംസാരിക്കാനോ പെരുമാറാനോ വ്രതക്ക് അവകാശമില്ല. അവൾ എന്തും സഹിക്കേണ്ടതാണ്. ഭർത്താവിന്റെ താല്പര്യങ്ങളെ നടപ്പിലാക്കേണ്ട അവൾ ശരിതെറ്റുകളെ കാണാതെ തീരുമാനങ്ങളെ അനുസരിക്കണം.

വ്രതയുടെ ലോകം ചുവരുകളിൽ ഒതുങ്ങി. അതോടെ അവളുടെ സമ്പന്നമായ സ്വപ്നങ്ങളും ചിന്തകളും വരണ്ടുണങ്ങുന്നു. വിഭാവസുവിന്റെ ആജ്ഞകളെ ദൈവയോഗമായി അവൾ അനുസരിച്ചു. ശാന്തതയെ അസ്വസ്ഥതയായും നിലവിളികളെ നിശ്ശബ്ദതയായും അവൾ സ്വീകരിക്കുകയാണ്.

ആസക്തികളുടെ ഭിന്നരുചികളിൽ മുഴുകിയ വിഭാവസു ന്യായീകരണങ്ങളോടെ വ്രതയോടു പറഞ്ഞു:

'നിനക്ക് വേണ്ടതെല്ലാം ഇവിടെ സുഭിക്ഷമായി കിട്ടുന്നുണ്ടല്ലോ. ഉണ്ണാനും ഉടുക്കാനും ഒരു കുറവുമില്ല. സമയം കളയാനും മാർഗ്ഗങ്ങളുണ്ട്.'

വിഭാവസുവിന്റെ ഭാര്യയെ വിശേഷ അവസരങ്ങളിലേക്ക് ക്ഷണിക്കുന്നവർ അവളെ ആദരവോടെ സ്വീകരിച്ച് അഭിമാനത്തോടെ പ്രദർശിപ്പിക്കുകയാണ്. അവരെല്ലാം വ്രതയുടെ സൗഭാഗ്യത്തേയും പരിഷ്കാരിയായ വിഭാവസുവിന്റെ നടപടികളേയും പുകഴ്ത്തുന്നു.

വിവേകവും വിചാരവുമില്ലാത്ത വിവാഹത്തിന്റെ

ആദ്യദിവസങ്ങളിൽ വ്രതയുടെ അടിച്ചമർത്തലുകൾക്ക് വിമുക്തി ലഭിച്ചു. അപ്പോൾ അവൾ ജീവിതത്തെ സ്വർഗ്ഗീയ അനുഭൂതിയായി കരുതിയതാണ്. രതിയുടെ ജ്വാല അടങ്ങി വ്യക്തിത്വങ്ങൾ പ്രകടമായപ്പോൾ വിഭാവസു ക്രൂരതയോടെ കടന്നുവന്നു. അയാൾ വിരസമായ ആവർത്തനങ്ങളെ ഒഴിവാക്കാൻ പുത്തൻ സുഖാലസ്യങ്ങളെ പ്രാപിക്കുകയാണ്. അവകാശബോധത്തോടെ വ്രതയിലേക്ക് ബലം പ്രയോഗിച്ച് അയാൾ ഇറങ്ങി. ആവേശത്തോടെ അയാൾ വീണ്ടും വിത്തിറക്കുന്നു.

വിഭാവസുവിന്റെ കരിമ്പിൻതോട്ടത്തിലേക്ക് തുറന്നുവെച്ച വാതിൽ പ്രായഭേദമന്യേ അനേകം യുവതികൾക്ക് വഴിതെളിക്കുന്നു. അവരുടെ സങ്കോചമില്ലാത്ത ഇടപഴകലുകൾ വ്രതയുടെ ജന്മശാപമായി. അലങ്കാരവസ്തുവും എഴുന്നള്ളിപ്പുവിഗ്രഹവുമായി തീർന്ന അവൾ ജന്മാന്തരങ്ങളിൽനിന്ന് വിധിഫലങ്ങളെ കണ്ടെടുക്കുകയാണ്. അവളുടെ അടഞ്ഞ മനസ്സ് പ്രതികരണങ്ങളും പ്രതിഷേധങ്ങളും ഇല്ലാതെ വികൃതമാകുന്നു.

സുഖസമൃദ്ധികളിൽ മുങ്ങിയ വിഭാവസു അസംതൃപ്തിയോടെ നിരന്തരം ഇരതേടുകയാണ്. ആസക്തിയുടെ ധിക്കാരം നവീനതയെ പിടിച്ചടക്കുന്നു. അടിമപ്പെട്ടവ പൊടുന്നനെ വിരസമാകുകയുമാണ്. ആധുനികവസ്തുക്കളും മുഖപരിചയമില്ലാത്ത യുവതികളും അയാളുടെ ആത്മാവിന്റെ ജ്വരമാകുന്നു. ആത്മാവില്ലാത്ത ലൗകികതയിൽ അലഞ്ഞ വിഭാവസു കാലത്തേയും ജന്മത്തേയും മനുഷ്യബന്ധങ്ങളുടെ സ്നേഹവായ്പിനേയും മറന്നു.

ഗർഭിണിയായി സങ്കോചത്തോടെ നിന്ന വ്രതയോട് വന്യമായ ആസക്തിയോടെ വിഭാവസു പറഞ്ഞു:

'ഇനി അതിനും പറ്റില്ല. അല്ലെങ്കിൽതന്നെ വല്ലപ്പോഴുമാണ്. എന്റെ കാര്യം സാരമില്ല. നിന്റെ അവസ്ഥയാണ് കഷ്ടം.'

ഗർഭാലസ്യത്തോടെ വ്രത ഛർദ്ദിച്ചു തുടങ്ങുമ്പോൾ വിഭാവസു അവളിൽനിന്നും വൃത്തികേടുകളിൽനിന്നും ഒഴിഞ്ഞുമാറുന്നു.

വിഭാവസുവിനെ കണ്ട് സ്വകാര്യാനുഭൂതികളെ പങ്കുവെയ്ക്കാൻ വ്രത അവസരം കാത്തിരുന്നതാണ്. ഭർത്താവിന്റെ സംതൃപ്തമായ നിറഭാവങ്ങളെ അവൾ പ്രതീക്ഷിച്ചതാണ്. അവളുടെ മനോഭാവങ്ങളിൽ അയാൾ തീയാളിക്കുകയാണ്.

വ്രതയുടെ ആത്മാവിൽ പടർന്ന കനലുകൾ പരിസരത്തിൽ മുഴുക്കെ വ്യാപിച്ചു. അതിന്റെ ചൂടിൽ വെന്തുരുകിയ വിഭാവസുവിന്റെ അച്ഛൻ മനസ്താപത്തോടെ അവളെ സമീപിച്ചു.

'എനിക്ക് എല്ലാം അറിയാം. ഒന്നും ചെയ്യാനാവാത്ത വിധം

നിസ്സഹായനുമാണ് ഞാൻ. യൗവ്വനം പരിസരബോധമില്ലാത്ത പ്രവാഹമാണ്. വാർദ്ധക്യത്തിലെ അത് ശാന്തമാകൂ. പുരുഷന്റെ വന്യമായ ആസക്തികൾ ഈ കുടുംബത്തിന്റെ ശാപമാണ്. ഇവിടെ പെൺകുട്ടികൾ ജനിക്കാറില്ല. പുരുഷൻമാർക്ക് ആത്മാവിന്റേയും ഹൃദയത്തിന്റേയും ഭാഷ അറിയില്ല. ഇവിടെ വരുന്ന സ്ത്രീകൾ അപഥസഞ്ചാരിയായ പുരുഷനുവേണ്ടി ജൻമശാപത്തെ സ്വീകരിക്കുകയാണ്.'

'എനിക്കും ചെറുപ്പമാണ്.....'

'നീ സ്ത്രീയാണ്. വംശത്തിന്റെ അഭിമാനവും മഹത്വവും സ്ത്രീയിലാണ് നിലനിൽക്കുന്നത്. വികാരങ്ങളേയും വിചാരങ്ങളേയും അടക്കി വംശരക്ഷ ചെയ്യുകയാണ് സ്ത്രീയുടെ ധർമ്മം.'

കർമ്മദോഷത്തിന്റേയും അപക്വമായ മനസ്സിന്റേയും ഓർമ്മകൾ പാപബോധമായി അയാളിൽ വളർന്നു വികസിക്കുന്നു.

'ശരിയായ മാർഗ്ഗത്തേയും ജീവിതത്തിന്റെ സത്യത്തേയും ഞങ്ങൾക്ക് അറിയില്ല. നന്മയേയും തിന്മയേയും ഞങ്ങൾ തിരിച്ചറിയുന്നില്ല. പിന്നെ കാലം കഴിയുമ്പോൾ ജീവിതസത്യമെന്തെന്ന് ഞങ്ങൾ തിരിച്ചറിയും. അപ്പോഴേക്കും എല്ലാം നാശത്തിന്റെ വക്കിലായിരിക്കും. കർമ്മദോഷത്തെക്കുറിച്ചുള്ള അറിവ് പാപബോധമായി മനസ്സിൽ നിറയുമെന്നുമാത്രം.'

ജീവിതത്തോടും മനുഷ്യബന്ധങ്ങളോടും അവകാശബോധത്തോടെ എതിരിട്ട് ആത്മാഭിമാനം ഉറപ്പിക്കാൻ വ്രത തയ്യാറാകുന്നില്ല. പാരമ്പര്യത്തിന്റെ ക്രമസംവിധാനങ്ങളുടെ നില തെറ്റിക്കാൻ അവൾക്കു കഴിഞ്ഞില്ല. പീഢാനുഭവങ്ങളെ ആത്മഭാവമാക്കി അവൾ ഉൾവലിയുന്നു. വിഭാവസുവിന്റെ നിർദ്ദയമായ മനോഭാവങ്ങളേയും ക്രൂരമായ അതിക്രമങ്ങളേയും വ്രത നിർവികാരയായി സഹിക്കുകയാണ്.

പ്രഭാവസുവിന്റെ ജനനം അവളുടെ വിരസമായ ജീവിതത്തെ മാറ്റിപണിയുന്നു. അമ്മയെ അനുസരിച്ച് ശീലങ്ങളെ പിന്തുടരുന്ന മകൻ അവളുടെ ആത്മനിർവൃതിയാകുകയാണ്. മകന്റെ ഇടപഴകലുകളിൽ വ്രത സ്വയം മറക്കുന്നു. അപ്പോഴും അവന്റെ ലോകത്തിൽ സ്വയം സമർപ്പിക്കാൻ അവൾ മടിക്കുന്നു. വംശശാപത്തിന്റെ മേദസ്സിനേയും ആത്മാവില്ലാത്ത ആസക്തികളേയും അവൾ മകനിൽ കണ്ടെത്തുന്നു. അതോടെ അവൾ വാത്സല്യത്തിന്റെ ദയവുകളിൽനിന്നും വിശ്വാസങ്ങളിൽനിന്നും മനസ്സിനെ വേർപെടുത്തുകയാണ്. എങ്കിലും അവളുടെ നിയന്ത്രണങ്ങളെ മാതൃത്വത്തിന്റെ ആഴങ്ങൾ പലപ്പോഴും കീഴടക്കി.

പ്രഭാവസുവിന്റെ വളർച്ച വംശശാപത്തിന്റെ ഓർമ്മയായി. നന്മനിറഞ്ഞ മകനുവേണ്ടി വ്രത ധ്യാനനിഷ്ഠകൾ ആരംഭിക്കുന്നു. അവളുടെ

ദിവസങ്ങളിൽ ഹരിനാമങ്ങളും ദേവീസ്തവങ്ങളും പരിഹാരക്രിയകളും നിറയുന്നു. വിഭാവസുവിന്റെ ആവശ്യങ്ങളെ കണ്ടറിഞ്ഞ് നിർവ്വഹിക്കുന്ന അവൾ വ്യത്യസ്തവും വിചിത്രവുമായ തന്റെ ലോകത്തിലേക്ക് ഉടനടി പിൻവാങ്ങുകയാണ്. ആത്മാവിന്റേയും ആസക്തിയുടേയും വിഭിന്നമായ മേഖലകളും സാത്വികമായ വിചാരങ്ങളും അവരെ അപരിചിതരാക്കി തീർക്കുകയാണ്.

ജീവിതത്തെ പൂർവ്വാർജ്ജിത കർമ്മമായും വിധിനിശ്ചയമായും വ്രത കരുതി. വിധിയോടും കാലത്തോടും അവസ്ഥയോടും അവൾ പൊരുത്തപ്പെടുന്നു. പൂർവ്വജന്മത്തിലെ കർമ്മഫലങ്ങൾ ജീവിത മാകുന്നതോടെ മുൻനിശ്ചയങ്ങളെ ആർക്കും ഒഴിവാക്കാനും മാറ്റിത്തീർക്കാനുമാവില്ല. മായയുടെ ആകർഷണവലയം പരിസരബോധത്തെ ഇല്ലാതാക്കുന്നു. അബദ്ധധാരണകൾ സത്യത്തിന്റേയും ആത്മാവിന്റേയും നിലപാടുകളെ ദുരൂഹമാക്കുകയുമാണ്.

മരണം കാത്തുകിടന്ന വിഭാവസുവിന്റെ അച്ഛൻ ചെയ്തദോഷത്തിന്റെ കുറ്റബോധത്തോടെ വെന്തുരുകി. വിഭാവസുവിനെ കാണുമ്പോൾ തിന്മയുടെ വരവുകണ്ട് അയാൾ മുഖംതിരിച്ചു. വ്രതയുടെ മുമ്പിൽ പരിഹാരങ്ങളില്ലാത്ത പശ്ചാത്താപത്തോടെ അയാൾ നിലവിളിക്കുകയാണ്. അവളുടെ ആത്മാവിന്റെ വേദനകളേയും അനാവശ്യമായ ജീവിതത്തേയും കിഴവൻ ഉൾക്കൊള്ളുന്നു. അച്ഛന്റെ ഉപദേശങ്ങളും നിർദ്ദേശങ്ങളും വിഭാവസുവിന് കാലം കഴിഞ്ഞവരുടെ നിരർത്ഥകമായ മതിഭ്രമങ്ങളാണ്. അവഗണിക്കപ്പെട്ട സ്ത്രീജന്മത്തെക്കുറിച്ചും വംശശാപത്തെക്കുറിച്ചും അച്ഛൻ പറഞ്ഞു. അതെല്ലാം വാർദ്ധക്യത്തിന്റെ സമനില തെറ്റിയ ദുർവ്യാഖ്യാനങ്ങളായി വിഭാവസു കരുതി.

അച്ഛന്റേയും മകന്റേയും മനോഭാവങ്ങളെ തൊട്ടറിഞ്ഞ വ്രത നിസ്സംഗയാകുന്നു. വംശാവലിയിലേക്ക് പടരുന്ന നിർദ്ദയമായ ആസക്തി അവളുടെ ആത്മഭാവങ്ങളെ ഉണർത്തി ദൈവസങ്കല്പങ്ങളെ വളർത്തുകയാണ്.

മരണം കാത്തുകിടന്ന വിഭാവസുവിന്റെ അച്ഛൻ പാപബോധത്തോടെ ജന്മമുക്തിക്കുവേണ്ടി നിരന്തരം പ്രാർത്ഥിക്കുന്നു. പാപക്രിയകളെ വിളിച്ചുപറഞ്ഞും മനസ്താപങ്ങളുടെ കെട്ടിറക്കിയും അയാൾ ആശ്വസിച്ചു. മരിച്ചുപിരിഞ്ഞ ഭാര്യയുടെ കാരുണ്യത്തിനുവേണ്ടി അയാൾ ദയനീയമായി യാചിക്കുകയാണ്.

മരിച്ചുകിടന്ന കിഴവന്റെ കണ്ണുകളിൽ പാപബോധത്തിന്റെ കാഴ്ചകൾ നിഴലിച്ചു. തുറന്ന വായിൽ ഉച്ചരിക്കാതെ വിട്ടുപോയ അധോലോകത്തിന്റെ വിധിനിർണ്ണയങ്ങളാണ്. വാർദ്ധക്യത്തെ പശ്ചാത്താപംകൊണ്ട് നിറച്ച അയാൾ ജീവിതത്തിന് പരിഹരിക്കാനാവാത്ത നിയമാവലികളാണ് ഉള്ളതെന്ന് തെളിയിക്കുന്നു.

മരണത്തെ ജീവിതത്തിന്റെ വികാസമായും അവസ്ഥാമാറ്റമായും വിഭാവസു വിശ്വസിച്ചു. രക്തബന്ധത്തിന്റെ ഉറവകളില്ലാതെ ശവത്തെ അയാൾ ഉടനടി മറവുചെയ്യുന്നു. വ്രതയുടെ കരച്ചിലിനും മോഹാലസ്യത്തിനും കാരണങ്ങളെ കണ്ടെത്താൻ അയാൾക്ക് കഴിഞ്ഞില്ല. മനുഷ്യബന്ധങ്ങളുടെ പേശീബലങ്ങൾ അയാൾക്ക് അന്യമാണ്. യൗവനത്തിന്റെ തീക്ഷ്ണശക്തിയെ ആസ്വദിക്കുന്നവൻ ജീവിതത്തെ അനുഭവിച്ചറിഞ്ഞ് അവസരങ്ങളെ ശക്തിയുക്തം ഉപയോഗിക്കുകയാണ്. നിസ്സഹായനും ഭീരുവും ധാർമ്മികതയുടെ വക്താക്കളാണ്. ജീവിതം ആസക്തിയുടെ ആഢംബരവും വിനിയോഗവുമാണ്. വിഭാവസുവിന്റെ ന്യായങ്ങളെ പുരുഷൻമാരെല്ലാം വംശശാപമായി യൗവനത്തിന്റെ നിറവുകളിൽ കണ്ടെത്തുന്നു. അയാളെപ്പോലെ അവരും വംശശാപത്തെ സ്വന്തം കാഴ്ചപ്പാടുകളും നിഗമനങ്ങളുമായി കരുതുന്നു.

പാപബോധത്തിന്റെ മഹാശൂന്യതയിൽ വ്രതയുടെ ജീവിതം കെട്ടുപിണഞ്ഞുകിടക്കുന്നു.

പ്രഭാവസുവിനോട് വാത്സല്യമില്ലാതെ കടമ ചെയ്യു അവൾ അവന്റെ വളർച്ചയെ ഭീതിയോടെ നിരീക്ഷിച്ചു. അണുക്കളുടെ നിഴലുകളിൽപോലും വംശത്തിന്റെ ദുരന്തം തൂങ്ങിനിന്നു. ജന്മവാസനകളിൽനിന്നും മൃഗീയതകളിൽനിന്നും വികസിക്കുന്ന അവന്റെ ചിന്തകൾ ക്രൗര്യത്തിന്റെ ദർശനത്തെ കണ്ടെത്തുന്നു. അവന്റെ ഭാര്യയായി ജന്മം ബലികഴിക്കുന്ന പെൺകുട്ടിയെ ഓർത്ത് അവൾ ആത്മാർത്ഥമായി സഹതപിക്കുന്നു.

ഭാര്യയേയും കുടുംബത്തേയും വിഭാവസു അവഗണിച്ചു. സാമൂഹ്യമാന്യതയും സാമ്പത്തികസ്ഥിതിയും പ്രദർശിപ്പിക്കാൻ അയാൾ പ്രഭാവസുവിനെ നഗരത്തിൽ താമസിപ്പിച്ച് പഠിപ്പിക്കുന്നു. കാലവും മാറ്റങ്ങളും വരുംതലമുറയുടേതാണെന്ന് അയാൾ നിർബന്ധിച്ച് പറയുന്നു. പ്രഭാവസു ബാരിസ്റ്ററാകുമെന്ന വിശ്വാസത്തോടെ അയാൾ കൈയ്യയച്ച് പണമിറക്കുകയാണ്.

നഗരത്തിൽ താമസിക്കുന്ന പ്രഭാവസു വംശശാപത്തിന് ഇരയായി ദുഷ്ടനും അസന്മാർഗ്ഗിയുമാകുമെന്ന് വ്രത കരുതി. അവന്റെ ആത്മാവിൽപോലും മാനുഷികതയുടെ ശേഷിപ്പുകളുണ്ടാകില്ല. മാറിയ കാലത്തിന്റെ വക്താവായിത്തീരുന്ന അവൻ പ്രയോജനവാദത്തോടെ മനുഷ്യരേയും ജീവിതത്തേയും സമീപിക്കും.

പ്രഭാവസുവിന് താഴെ മറ്റാരും ജനിക്കരുതെന്ന് വ്രത ഉള്ളഴിഞ്ഞ് പ്രാർത്ഥിച്ചതാണ്. മകന്റെ വേർപാടിൽ ദുഃഖിക്കാത്ത അവൾ ഋതുരാശികളുടെ ചുമപ്പിൽ അമിതമായി ആഹ്ലാദിക്കുന്നു. വംശശാപത്തെ ഏറ്റുവാങ്ങി മറ്റുള്ളവർക്ക് ദുരന്തം നൽകുന്നവർ വാർദ്ധക്യത്തിന്റെ വിവശതയിൽ കർമ്മദോഷങ്ങളെ പശ്ചാത്താപംകൊണ്ട് നിറയ്ക്കും.

വ്രതയുടെ സമാശ്വാസങ്ങൾ പൊള്ളുന്ന അനുഭവമായി പൊടുന്നനെ മാറുന്നു. നാല്പതാം വയസ്സിലെ ഗർഭലക്ഷണങ്ങൾ അപമാനവും ദു:ഖവുമായി അവളെ വേട്ടയാടുകയാണ്.

ബാഹ്യലോകത്തിൽനിന്ന് വേറിട്ട് മുറിയടച്ചിരുന്ന വ്രത ആൾക്കൂട്ടത്തേയും അസാധാരണ കാഴ്ചയായ മയിലിനേയും കുറിച്ച് അറിയുന്നു. അവളുടെ ഉള്ളിൽ സംതൃപ്തിനിറഞ്ഞു. അവളുടെ മനസ്സിലെ വംശനാശത്തിന്റെ ഓർമ്മകൾ ശാന്തിയുടെ പടവുകൾ ഇറങ്ങുകയാണ്. ഗർഭാലസ്യവും പങ്കുവെയ്പ്പിന്റെ തളർച്ചയും അവളിൽ നിന്നകലുന്നു.

സനാതനപുരത്തുകാരുടെ വാക്കുകൾ വ്രതയുടെ ചെവിയിൽ ആത്മാഭിമാനമായി വീണുതറച്ചു.

'അവതാരലക്ഷണങ്ങളാണ് ഇതെല്ലാം. വ്രത നമ്മുടെ എല്ലാം രക്ഷയ്ക്കുവേണ്ടി വേദന അനുഭവിക്കുകയാണ്.'

കാത്തിരിപ്പിന്റെ മടുപ്പോടെ പലരും പിരിഞ്ഞുപോയി. വിശേഷങ്ങളുടെ വാസ്തവങ്ങളെ കാണാൻ വീണ്ടും പലരും എത്തി അക്ഷമയോടെ നിന്നു. ആൾക്കൂട്ടത്തേയും ആൾക്കൂട്ടത്തിന്റെ വിസ്മയമായ മയിലിനേയും വിഭാവസു വെറുപ്പോടെ കണ്ടു. അയാൾ ജനശ്രദ്ധ അവസാനിപ്പിക്കാൻ വേണ്ട വഴികളെ തിരയുന്നു. സനാതനപുരത്തുകാരോട് വീടുകളിലേക്ക് മടങ്ങാൻ അയാൾ ആവശ്യപ്പെട്ടു. മയിലിനെ ഓടിക്കാൻ അയാൾ തുടരെ കല്ലെറിയുന്നു. അയാളുടെ പരിശ്രമങ്ങൾ വിഫലമായ അദ്ധ്വാനങ്ങളായി. മയിലും ആൾക്കൂട്ടവും വിഭാവസുവിന്റെ വീടിന്റെ പരിസരത്തിൽ അത്ഭുതമായി തുടരുകയാണ്. രണ്ടാം ദിവസം ആൾക്കൂട്ടം സ്വാഭാവികരീതികളെ വെടിഞ്ഞ് അസ്വസ്ഥതയോടെ നിലവിളിച്ചു. വെയിലും ചൂടും അവഗണിച്ചുനിന്ന അവർ ഭീതിയോടെ പിൻവാങ്ങുന്നു. വിഭാവസുവിന്റെ വീട്ടിലേക്ക് കമ്പിളിപ്പുഴുക്കൾ കൂട്ടത്തോടെ വന്നു. കമ്പിളിപ്പുഴുക്കളുടെ രോമംതട്ടി വിട്ടുമാറാത്ത ചൊറിച്ചിലോടെ ആൾക്കൂട്ടം ഓടുകയാണ്. കമ്പിളിപ്പുഴുക്കളെ അപശകുനമായി കരുതിയ വിഭാവസു കാഴ്ചകളിൽ നിന്ന് തലയൂരി മുറിയടച്ചിരിക്കുന്നു. കാറ്റുകടക്കാത്ത മുറികളിലും ചുവരിന്റെ സമനിരപ്പുകളിലും കമ്പിളിപ്പുഴുക്കൾ നിറഞ്ഞു. അതോടെ നിയോഗം പൂർത്തിയാക്കിയ മയിൽ ആകാശത്തിന്റെ വിതാനത്തിൽ അപ്രത്യക്ഷമാകുകയാണ്. കമ്പിളിപ്പുഴുക്കളെ പ്രതിയോഗിയായി കണ്ട വിഭാവസു ശത്രുപാളയത്തിലേക്ക് ആയുധങ്ങളോടെ ഇറങ്ങി. അവയെ അടിച്ചുകൂട്ടിയ അയാൾ മണ്ണെണ്ണ ഒഴിച്ച് ദഹനക്രിയ നടത്തി. വെന്ത മാംസത്തിന്റേയും കരിഞ്ഞ രോമത്തിന്റേയും മണം കാറ്റിൽ പടരുന്നു. തുടർന്ന് മൺതരികൾപ്പോലും കമ്പിളിപ്പുഴുക്കളായി ജീവൻ വെയ്ക്കുന്നു. നിരുപദ്രവമായി മുറികളിൽ ഇഴഞ്ഞുനടന്ന അവ ക്രമേണ ചുവരുകളിലേക്ക് പടർന്ന് തപസ്സിരിക്കുന്നു.

അനങ്ങാനും നടക്കാനും മടിച്ച് കട്ടിലിലേക്ക് ഉൾവലിഞ്ഞ വിഭാവസു വീട്ടുമുഴുക്കെ മുഴക്കമായി.

'അവതാരലക്ഷണങ്ങൾ കണ്ടു മടുത്തു. ഇനി ഏതു ജന്തുവാണോ ജനിക്കുക?'

കമ്പളിപ്പുഴുക്കൾ വ്രതയുടെ മുഖത്തും ശരീരം മുഴുക്കെയും ഇഴഞ്ഞതാണ്. നേർത്ത തലോടലിന്റെ സുഖാനുഭൂതി പ്രതിരോധത്തിന്റെ ചൊറിച്ചിലും പുകച്ചലുമില്ലാതെ അവളെ കീഴ്പ്പെടുത്തുന്നു. വാക്കുകൾക്കും വിവരണങ്ങൾക്കും അന്യമായ ലക്ഷണങ്ങളെ അവൾ ഭക്തിയോടെ സ്വീകരിക്കുകയാണ്.

കമ്പളിപ്പുഴുക്കളുടെ തപസ്സുകണ്ടുകിടന്ന വ്രത കാഴ്ചകളുടെ മായികഭ്രമത്തിൽനിന്ന് ഉറക്കത്തിലേക്ക് പ്രവേശിക്കുന്നു. മനസ്സിന്റേയും ജന്മത്തിന്റേയും വിഭ്രാന്തികൾ അവളിൽനിന്നൊഴിയുകയാണ്. അവളുടെ അരക്കെട്ടിലെ വേദന ജീവചലനത്തിന്റെ സുഖസാന്ദ്രമായ സങ്കോചവികാസങ്ങളായിത്തീരുകയാണ്.

പൊടുന്നനെ കമ്പളിപ്പുഴുക്കളുടെ തപസ്സു മുറിഞ്ഞു. വെളുത്തശലഭങ്ങളായി തീർന്ന അവ വീട്ടുമുഴുക്കെ പറന്നുനടന്നു. വീട്ടിൽനിന്ന് തുറസ്സുകളിലേക്ക് പറന്ന ശലഭങ്ങൾ ദിവ്യമായ പരിവേഷത്തോടെ സനാതനപുരത്തിൽ വ്യാപിക്കുന്നു.

കമ്പളിപ്പുഴുക്കൾ ശലഭങ്ങളായ അതേ നിമിഷത്തിൽ വ്രത ഉറക്കമുണരുന്നു. അവളുടെ അരയ്ക്കുതാഴെ ജനനത്തിന്റെ വേദന അറിയിക്കാതെ പിറന്ന കുഞ്ഞ് നിലവിളികളില്ലാതെ ലോകത്തെ നോക്കികാണുകയാണ്. അവളുടെ ശുശ്രൂഷയ്ക്കായിവന്ന വയറ്റാട്ടി പുത്തൻ പിറവിയുടെ പ്രളയം കാത്ത് ശാന്തയായി ഉറങ്ങുന്നു.

ജന്മത്തിന്റെ ചലനങ്ങളും സ്വരഭേദങ്ങളും കുഞ്ഞിൽനിന്നുയർന്ന് നാട്ടുവിശേഷങ്ങളായി പരന്നു. അതോടെ സനാതനപുരത്തിലെ നിശ്ചലത മുറിയുകയാണ്. അവന്റെ കണ്ണുകളിലെ കാരുണ്യവും അനുകമ്പയും വ്രതയിലേയ്ക്കും സനാതനപുരത്തിലെ ദുഃഖിതരായ മനുഷ്യാത്മാവുകളിലേക്കും ഒഴുകുന്നു.

ജന്മത്തിന്റെ വേദനയോ പുറപ്പാടോ അറിയിക്കാതെ മകൻ കടന്നുവന്നപ്പോൾ വ്രതയുടെ സംശയങ്ങളും അപമാനങ്ങളും വിട്ടുമാറുന്നു. അവൻ വംശശാപത്തിന് പ്രതിവിധിയാണെന്ന തോന്നൽ അവൾക്കുണ്ടായി. കാലത്തിന്റെ വിധിനിശ്ചയമായി പിറന്ന മകൻ ചുട്ടുപൊള്ളുന്ന ആത്മാവുകൾക്ക് ആശ്വാസമാകുമെന്നും വ്രത വിശ്വസിച്ചു.

അവതാരലക്ഷണങ്ങളോടെ ജനിച്ച അവൻ സനാതനപുരത്തുകാരെ അത്ഭുതപ്പെടുത്തി ദൈവത്തിന്റെ മഹത്വത്തെ വെളിപ്പെടുത്തി.

അന്നേവരെ സ്വാഭാവികതയോടെ പെറ്റുപെരുകിയ എലികൾ അവന്റെ ജനനക്കുറിൽ ഉന്മാദത്തോടെ വിരണ്ടുനടക്കുന്നു. എലികളുടെ അന്നത്തെ പ്രസവം അസഹ്യമായ വേദനയായി. ചുവന്ന എലിക്കുട്ടികൾ വംശത്തിന്റെ ദുരന്തചിഹ്നങ്ങളുമായി. എലികൾ മക്കളെ ഉയരങ്ങളിൽനിന്ന് താഴെയ്ക്കിട്ട് കൊല്ലുകയാണ്. മക്കൾ ചോരകിനിഞ്ഞ് ചാകുന്നത് കാണുമ്പോൾ വംശരക്ഷചെയ്ത സംതൃപ്തി എലികളുടെ മുഖത്തു തെളിയുന്നു.

സനാതനപുരത്തിലെ വീട്ടുകളിലെല്ലാം എലികൾ കൂട്ടത്തോടെ ചാകുകയാണ്.

എലിക്കുട്ടികളുടെ അകാലമരണത്തെക്കുറിച്ചുകേട്ട വിഭാവസു വരുംകാലത്തിന്റെ നന്മയ്ക്കുവേണ്ടി അപഹാരകാലത്തെ ഒഴിവാക്കാൻ ആവേശത്തോടെ തയ്യാറെടുക്കുന്നു. അപശകുനങ്ങളോടെ ജനിച്ച മകനും എലിക്കുട്ടികളുടെ അകാലമരണങ്ങളും ചേർത്തുവെയ്ക്കുമ്പോൾ ആസുരജന്മത്തിന്റെ പിറവിയെ അയാൾ കണ്ടെത്തി.

കഴിഞ്ഞ കുറേ ദിവസങ്ങളായി സുഹൃത്തുക്കളിൽനിന്നും വേണ്ടപ്പെട്ടവരിൽനിന്നും വിഭാവസു ഒറ്റതിരിഞ്ഞു. അയാൾ ഭീതിദമായ അന്തരീക്ഷത്തോടെ വിരസമായി ജീവിക്കുകയാണ്. ദുരന്തത്തിന്റെ വരവുകണ്ട് സുഹൃത്തുക്കൾ പിൻമാറി. ഉപയോഗിച്ചുമടുത്ത ചെറുപ്പക്കാരിയെ അയാൾ തിരഞ്ഞുപിടിക്കുന്നു. അവളുടെ പതിവുചലനങ്ങളിലും ഉത്തേജനങ്ങളിലും അയാൾ മുഴുകി. വിഭാവസുവിന്റെ മനസ്സിൽ അവ്യക്തമായ ഭീതിയും സങ്കീർണ്ണമായ അസ്വസ്ഥതകളും പെരുകുന്നു.

അശാന്തമായ പകലിനുശേഷം വിഭാവസുവിന്റെ രാത്രി എത്തുന്നു. മകനെ നോക്കാതെ മുഖം തിരിച്ച അയാൾ ദുരന്തങ്ങളെ ഒഴിവാക്കാൻ വഴിതിരിഞ്ഞു.

'ഇവൻ വംശത്തിന്റെ ശാപമായി ഇവിടെ വളരരുത്. നാല്പതാം വയസ്സിലെ സന്തതി കുലംമുടിയ്ക്കും. നമുക്ക് ഇവനെ ഉപേക്ഷിയ്ക്കാം.'

ജന്മത്തിന്റെ സാഫല്യത്തെ തിരിച്ചറിഞ്ഞ വ്രത പറഞ്ഞു.

'ഇവൻ ഈ കുടുംബത്തിന് ശാപമുക്തി നൽകും. ഇവന്റെ കാലത്തിനുശേഷം സ്ത്രീകളുടെ കണ്ണീർ ഇവിടെ വീഴില്ല.'

'നീയും അപശകുനങ്ങളെ കണ്ടതാണല്ലോ. നമുക്കിവനെ കയ്യൊഴിക്കാം. മറ്റൊരാൺകുട്ടിയെ വളർത്താം. ഇവൻ ഇവിടെയുണ്ടെങ്കിൽ എനിക്ക് സ്വസ്ഥതയുണ്ടാകില്ല.'

'ഞാൻ അമ്മയാണ്. ഇവനെ ഞാൻ ഉപേക്ഷിക്കില്ല.'

വ്രത ഉറച്ച നിലപാടുകളെ സ്വീകരിച്ചു. നിഗൂഢമായ വഴികളെ തിരഞ്ഞ് വിഭാവസു മടങ്ങുന്നു.

മാനുഷികതയും കാരുണ്യവുമില്ലാത്ത വിഭാവസു സ്വന്തം തീരുമാനങ്ങളെ നടപ്പിലാക്കാൻ വേണ്ടി ബലിക്രിയയ്ക്കുവരെ തയ്യാറാകുമെന്ന് വ്രത വിശ്വസിച്ചു. പരിസരബോധത്തോടെ കിടന്ന അവൾ ഇലയനക്കങ്ങൾ കേട്ട് ഞെട്ടി ഉണരുകയാണ്. നിഴലുകളെപോലും അവിശ്വസിച്ച അവൾ ശൈശവത്തിന്റെ നിസ്സഹായതയോടെ കിടന്ന മകനെ എപ്പോഴും അണച്ചുപിടിച്ച് രക്ഷചെയ്തു.

ഭീഷണികളില്ലാതെ വ്രതയുടെ ദിവസങ്ങൾ നീങ്ങി. വിഭാവസുവിന്റെ സൗഹൃദസന്ദർശനങ്ങൾ ലഹരിയുടെ മതിമയക്കത്തിലും പൊള്ളയായ വാക്കുകളിലും വംശശാപത്തെ ഇറക്കിവെയ്ക്കുന്നു. വിഭാവസുവിന്റെ കിടക്കയിലേക്ക് പുത്തൻ അഭിരുചികളുമായി അപരിചിതരായ യുവതികൾ വന്നുപോവുകയാണ്.

മകന് രക്ഷചെയ്ത് രാത്രിമുഴക്കെ ഉണർന്നിരുന്ന വ്രത ഉച്ചയോടെ ഉറങ്ങുന്നു. വിഭാവസുവിന്റെ നിർദ്ദയമായ വാക്കുകൾ അത്യാഹിതത്തിന്റെ സൂചനയായി അവളെ ആക്രമിക്കുകയാണ്.

ഉണർവിന്റേയും ഉറക്കത്തിന്റേയും നടുക്ക് വ്രത മയങ്ങിക്കിടന്നു. അർദ്ധരാത്രിയോടെ അവൾ അസാധാരണ രീതികളെ സ്വീകരിക്കാനായി എണീക്കുന്നു. മറ്റുള്ളവരുടെ സാധാരണരീതികൾ വിഭാവസുവിന്റെ വംശത്തിൽ അപൂർവ്വവും വംശാവലികളുടെ സമ്പ്രദായങ്ങളെ തെറ്റിക്കുന്നതുമാണ്. കിടക്കയുടെ മടക്കുകളിൽനിന്നും ചുവരിലെ വിള്ളലുകളിൽനിന്നും വരുന്ന മൂട്ടകൾ ആർത്തിയോടെ കുട്ടിയെ സമീപിക്കുകയാണ്. മൂട്ടകൾ ഇളം മാംസത്തിൽ ചുണ്ടുകൾ താഴ്ത്തി ചോരകുടിക്കുന്നു. കുട്ടിയുടെ ശരീരത്തിൽ ചുവന്ന തിണർപ്പുകൾ ശേഷിപ്പിക്കുന്ന മൂട്ടകൾ വിഭവസമൃദ്ധിയുടെ വലുപ്പത്തോടെ മടക്കയാത്ര നടത്തുന്നു.

വിഭാവസുവിന്റെ വംശത്തിൽ ഇത് അപൂർവ്വമായ കാഴ്ചയാണ്. അവിടെ ജനിക്കുന്നവരുടേയും ജീവിക്കുന്നവരുടേയും രക്തം മൂട്ടകൾക്ക് വിഷപാനീയമാണ്. മൂട്ടകളുടെ ധമനികളിൽ പ്രവേശിക്കുന്ന അവരുടെ രക്തം ഉറഞ്ഞുകൂടി കോശങ്ങളെ നിർജ്ജീവമാക്കുന്നു. മൂട്ടകൾ അവരുടെ മണം അറിഞ്ഞ് ദേഹരക്ഷയോടെ പിന്മാറുകയാണ് പതിവ്. വിഭാവസുവിന്റെ വീട്ടിലേക്ക് വരുന്ന പെണ്ണുങ്ങളെ പുരുഷൻ പ്രാപിക്കുന്നതോടെ അവരും മൂട്ടകളുടെ മരണത്തിന് കാരണക്കാരാകുന്നു.

വ്രതയുടെ നാല്പതാം വയസ്സിലെ മകൻ വംശത്തിന്റെ രീതികളെ മാറ്റിത്തീർക്കുന്നു. അവൻ മറ്റു മനുഷ്യരുടെ പൊതുസ്വഭാവത്തിന് വിധേയനാകുകയാണ്. മകന്റെ ചോരകുടിക്കാൻ എത്തുന്ന മൂട്ടകളെ വ്രത ആദരവോടെ നോക്കി. അവൾ അവയുടെ വരവുപോക്കുകൾക്ക് തടസ്സമാകുന്നില്ല.

മരണബോധം വിട്ട് ആഹാരത്തിന്റെ സമൃദ്ധികളിൽ മൂട്ടകൾ മുഴുകി. മൂട്ടയിട്ട് പെരുകിയ മൂട്ടകൾ അടുത്ത മുറികളിലെ വിള്ളലുകളിലേക്ക് കുടിയേറി. മരണഭീതിയില്ലാതെ വിഹരിക്കുന്ന മൂട്ടകളെ മറ്റൊരു ശകുനപ്പിഴയായി വിഭാവസു തിരിച്ചറിയുന്നു. മകൻ ചിന്തകളെ അലട്ടുന്ന സൈ്വരക്കേടായതോടെ വിഭാവസു വീണ്ടും വ്രതയെ സമീപിക്കുന്നു.

'ഇവൻ വംശത്തിന്റേയും നമ്മുടേയും ശാപമാണ്. ഇവനെ വളർത്തിയാൽ വംശം മുടിയും. ഇവൻ നമ്മുടെ രീതികളെ ഇപ്പോൾ തന്നെ ധിക്കരിക്കുന്നു. നിനക്ക് വീണ്ടും ഗർഭിണിയാകാം. അവൻ നമ്മുടെ വംശത്തെ രക്ഷിക്കും.'

'അവനും ഇവനെപ്പോലെയാണെങ്കിലോ?'

മകനിൽനിന്ന് ഭീതിയോടെ അകലുന്ന വിഭാവസുവിനെ കാണുമ്പോൾ വ്രതയുടെ മനസ്സ് തണുക്കുന്നു. അപ്പോൾ അവളിൽ പ്രതീക്ഷ നിറയുകയാണ്. അപഥസഞ്ചാരിയായ പുരുഷന്റെ വ്യഥയും വ്യാധിയും അവൾക്ക് ആശ്വാസമാകുന്നു.

ചുറ്റുപാടുകളെ സംശയത്തോടെ വീക്ഷിച്ച വ്രത സ്വാഭാവികമായും കരുതലോടെ നീങ്ങി. മകന്റെ ആഹാരസാധനങ്ങളിൽ വിഷാംശമുണ്ടോ എന്ന് അവൾ ആദ്യം രുചിച്ച് അറിഞ്ഞു. അവനെ മറ്റാർക്കും കൈമാറാതെ തന്റെ ദൃഷ്ടിയിൽത്തന്നെ അവൾ സൂക്ഷിക്കുകയാണ്.

വിഭാവസുവിന്റെ അച്ഛന്റെ പശ്ചാത്തപിക്കുന്ന വാക്കുകളും ലൗകികതയോടുള്ള മനസ്താപവും അവൾക്ക് ജന്മത്തിന്റെ മുന്നറിയിപ്പാകുന്നു. യാദൃച്ഛികമായി ലഭിക്കുന്ന ജീവിതത്തെ മലിനമാക്കുന്നവർക്ക് മറ്റൊരിക്കൽ അതിനെ വിശുദ്ധമാക്കി തീർക്കാനാവില്ല. കാരുണ്യത്തിന്റേയും സഹതാപത്തിന്റേയും മാർഗ്ഗങ്ങൾ മറ്റുള്ളവർക്ക് സാന്ത്വനവും മനുഷ്യവംശത്തിന് അഭിമാനവുമാണ്.

മരണം കാത്തുകിടന്ന വിഭാവസുവിന്റെ അച്ഛൻ ദുഃഖഭാരത്തോടെ വ്രതയോട് പറഞ്ഞു:

'കാലത്തിന്റെ രീതികൾ ഏകമുഖമാണ്. അത് ഒരേദിശയിൽത്തന്നെ സഞ്ചരിക്കുന്നു. സന്തോഷവും ദുഃഖവും; ദുഃഖവും സന്തോഷവും കാലത്തിന്റെ സഞ്ചാരനിയമങ്ങളാണ്. മഹത്തുക്കളെ ഇതൊന്നും സ്പർശിക്കാറില്ലെങ്കിലും നമ്മൾ സാധാരണമനുഷ്യർക്ക് കാലത്തിന്റെ രീതികളിൽനിന്ന് ഒഴിഞ്ഞുമാറാനാവില്ല.'

വ്രതയുടെ ധ്യാനവിശുദ്ധിയുടേയും നിഷ്ക്കളങ്കചിന്തയുടേയും ജീവരൂപമായി മകൻ ജനിക്കുന്നു. അവളുടെ വിശുദ്ധിയെ ഏറ്റുവാങ്ങി വളർന്ന അവൻ സനാതനപുരത്തിലെ തടംകെട്ടിയ നിശ്ചലതയെ ഭേദിക്കുകയാണ്. കുട്ടിയുടെ ചലനവിശേഷങ്ങൾ അവരുടെ വിറങ്ങലിച്ച ആത്മാവിൽ പ്രത്യാശകളെ പാകി. ദിവ്യസിദ്ധിയുള്ള

അവനെ കാണാൻ കാഴ്ചവസ്തുക്കളോടെ സനാതനപുരത്തുകാർ വന്നുകൊണ്ടിരുന്നു. വ്രതയും മകനും അവരുടെ ആദിമസങ്കല്പങ്ങളുടേയും ഭയവിഹ്വലമായ ഗോത്രവിചാരങ്ങളുടേയും പൂർണ്ണതയാകുന്നു.

അപശകുനങ്ങളുടെ കാലത്തിനുശേഷം വിഭാവസു അപൂർവ്വമായി മകനെ നേരിടുന്നു. സമ്പ്രദായങ്ങളെ മാറ്റിപ്പണിയാൻ തയ്യാറാകുന്നെങ്കിലും മകനെ വംശത്തിന്റെ പ്രൗഢിയോടെ വളർത്തണമെന്ന് അയാൾ കരുതി.

വംശരക്ഷകനായും പാപപരിഹാരമായും വ്രത മകനെ കണ്ടു. വിഭാവസു അവനെ വ്യത്യസ്തതകളിൽനിന്നും വ്യക്തിത്വത്തിൽനിന്നും അടർത്തി മാറ്റി വംശത്തിന്റെ പൊതുസ്വഭാവങ്ങളിൽ പ്രതിഷ്ഠിക്കാൻ ശ്രമിക്കുകയാണ്.

'നമുക്കിവനെ പഠിപ്പിക്കണം. ഇവനും വംശത്തിന്റെ മാന്യത കാക്കേണ്ടവനാണ്.'

'പഠിക്കാനും പരിശ്രമിക്കാനും ഇവനായിട്ടില്ല.'

'അത് ഞാൻ നിശ്ചയിക്കാം. ഇവനും പ്രഭാവസുവിനെപ്പോലെ പഠിച്ച് വലിയവനാകണം.'

വംശശാപത്തിന്റെ ഓർമ്മകളിൽ മുഴുകിയ വ്രത അന്യപെണ്ണുങ്ങളുടെ ആത്മവേദനങ്ങളെ കാണാൻ മടിച്ച് മകനെ പ്രതീക്ഷയോടെ നോക്കുന്നു. ചത്തുകിടന്ന ഉറുമ്പിനെ ജീവൻവെയ്പിക്കാൻ ശ്രമിച്ചുകൊണ്ടിരുന്ന അവൻ ഒച്ച ഉയർത്തി ചോദിച്ചു;

'എന്തു പഠിക്കണമച്ഛാ?'

'കണക്കും ശാസ്ത്രവും ഭാഷയും എല്ലാം'

അദൃശ്യാത്മാക്കളുടെ സൗമനസ്യത്തോടെ ഉണർന്ന അവൻ അസാധാരണസിദ്ധിയോടെ അറിവിന്റെ ശേഖരങ്ങളെ തുറന്നിടുകയാണ്. അദൃശ്യതയിൽനിന്നും അതീതശക്തികളിൽനിന്നും വാക്കുകളെ അവൻ ആവാഹിച്ചു. അവൻ കാണാപാഠങ്ങൾ ചൊല്ലിത്തുടങ്ങുന്നു. പാഠപുസ്തകങ്ങളിലെ പാഠ്യവിഷയങ്ങളെ അജ്ഞാതമായ അറിവുപാളികളിൽനിന്ന് അവൻ പുറത്തേക്ക് എടുക്കുന്നു. അവന് ഗണനമനനങ്ങളും ഗുണപാഠങ്ങളും ഭൂമിശാസ്ത്രങ്ങളും പരിചിതമേഖലയാണ്.

വിഭാവസു സംഭ്രമിച്ച് നിൽക്കുമ്പോൾ ദൈവീകസാന്നിദ്ധ്യത്തിന്റെ തിരിച്ചറിവോടെ വ്രത മകനെ ആദരിക്കുന്നു. മകന്റെ മുമ്പിൽ അവൾ വീണ് നമസ്കരിച്ചു. വിഭാവസു ഭീതിദമായ പരിതസ്ഥിതിയിൽനിന്ന് ഓടി രക്ഷപ്പെടുകയാണ്.

'എനിക്കെല്ലാം അറിയാം അമ്മേ. ആകാശത്തെക്കുറിച്ചും

ഭ്രമിയെക്കുറിച്ചും മനുഷ്യന്റെ ദുഃഖത്തെക്കുറിച്ചും എനിക്കറിയാം.'

'മകനെ, ഈ അമ്മ....'

ജന്മത്തിന്റെ സാഫല്യം അനുഭവിച്ച വ്രത മോഹാലസ്യത്തിലേക്കു വീണ് ആത്മനിർവൃതിയിൽ മുഴുകി. മകന്റെ തണുത്ത വിരലുകൾ തട്ടി അവൾ പരിസരബോധത്തിലേക്ക് മടങ്ങി.

'പുനർജ്ജനിപുഴയുടെ നെറുകയിൽ പുനർജ്ജനി ഗുഹയുണ്ട്. അവിടെനിന്ന് എന്റെ വഴികൾ ആരംഭിക്കുന്നു. ഒരു ദിവസം മുഴുവൻ നടന്നാൽ നമുക്ക് പുനർജ്ജനിപുഴയിൽ എത്താം.'

മകന്റെ വാക്കുകളെ ദൈവവചനങ്ങളായി കരുതിയ വ്രത അവനെ അനുസരിക്കാൻ തയ്യാറാകുന്നു.

സനാതനപുരത്തുകാരുടെ പൗരാണികജീവിതത്തിലും വർത്തമാനകാലത്തിലും ആത്മീയാനുഭവങ്ങളിലും പുനർജ്ജനിപുഴ സജീവമായി ഒഴുകുകയാണ്. അവരുടെ വിശുദ്ധചിന്തകളും ജന്മമുക്തികളും പുനർജ്ജനിപുഴയുമായി അഭേദ്യമായി ബന്ധപ്പെടുന്നു. പരേതാത്മാക്കൾക്കും പ്രേതാത്മാക്കൾക്കും മോക്ഷദായിനിയായ പുനർജ്ജനിപുഴ ജീവിക്കുന്നവരുടെ പാപങ്ങളേയും ജന്മശാപത്തേയും നശിപ്പിക്കുന്നു. ശാപങ്ങളേയും വിധിനിശ്ചയങ്ങളേയും പുനർജ്ജനിപുഴ നിസ്സംഗതയോടെ ഏറ്റുവാങ്ങുകയാണ്. അദൃശ്യശക്തികളുടെ ഉൾവിളിയോടെ മകൻ നടന്നപ്പോൾ വ്രതയും കൂട്ടുചേരുന്നു. അവരുടെ യാത്രകണ്ട് സനാതനപുരത്തുകാർ ആലസ്യത്തിൽ നിന്നുണർന്നു. അവതാരലക്ഷണങ്ങളും സ്വയംഭ്രവായ അറിവും ദൈവസാന്നിദ്ധ്യമാണെന്ന വിശ്വാസത്തോടെ അവർ അവനെ പിൻതുടരുകയാണ്.

വിശപ്പും വിയർപ്പുമറിയാതെ നടന്ന അവർ പ്രഭാതത്തോടെ പുനർജ്ജനിപുഴയുടെ തീരത്തെത്തുന്നു. പുഴയുടെ വിശുദ്ധിയിലേക്ക് എടുത്തുചാടിയ അവൻ ഒഴുക്കു മുറിച്ച് മുമ്പോട്ട് നടക്കുന്നു. അവന്റെ വരവുകണ്ട് ആഴങ്ങൾ നികന്നു; വഴുതലുള്ള പാറകൾ പരുക്കനായി, പ്രവാഹങ്ങൾ ശാന്തമായി.

ദിവ്യമായ കാഴ്ചകളെ കണ്ട് അതിശയിച്ച ആൾക്കൂട്ടം നിരന്തരം ദൈവനാമങ്ങളെ ഉച്ചരിക്കുന്നു. അവരുടെ അറിവിൽ പുനർജ്ജനി ഗുഹ കണ്ട് മടങ്ങുന്നവർ ആരുമില്ല. പുനർജ്ജനിഗുഹയിലേക്ക് പ്രവേശിക്കുന്നതോടെ ശരീരം അന്യമാകുന്നു. അതോടെ ആത്മാവിന് മോക്ഷം ലഭിക്കുകയാണ്. ജനനമരണങ്ങളിൽ നിന്ന് മുക്തിനൽകുന്ന പുനർജ്ജനിഗുഹ ഐതിഹ്യങ്ങളുടേയും ദൈവസങ്കേതങ്ങളുടേയും ഉറവയാണ്.

പുനർജ്ജനിഗുഹയുടെ നിഗൂഢതയേയും ആത്മാവിന്റെ സത്യത്തേയും കണ്ടെത്തുമെന്ന വാശിയോടെ പല ചെറുപ്പക്കാരും

പ്രവാഹത്തിലേക്ക് ഇറങ്ങുന്നു. അവരുടെ അന്വേഷണങ്ങൾ അകാല മരണങ്ങളായി അവസാനിച്ചു. പാറകളുടെ വഴുതലുകളും കുത്തൊഴുക്കും മനുഷ്യന്റെ അനാവശ്യ ഇടപെടലുകൾക്ക് താക്കീത് നൽകുകയാണ്.

വംശാവലികളിലേക്ക് അഭയകേന്ദ്രമായി ഒഴുകുന്ന പുനർജ്ജനി പുഴ സനാതനപുരത്തുകാരുടെ ആത്മാവിന്റെ പ്രതീക്ഷയാണ്.

പുനർജ്ജനിഗുഹ കണ്ട് മടങ്ങിയ സന്യാസി ദിവ്യസിദ്ധികളോടെ സനാതനപുരത്തുകാരുടെ പഴങ്കഥകളിൽ നിറഞ്ഞുനിന്നു. അവർക്ക് മഴയും വെയിലും നൽകിയ അയാൾ അവരുടെ ജീവിതത്തിന് ധർമ്മാർത്ഥങ്ങളേയും ദൈവനീതിയേയും വെളിപ്പെടുത്തുന്നു. സന്യാസിക്കുപോലും വീണ്ടും പുനർജ്ജനിഗുഹയിലേക്ക് പ്രവേശിക്കാനാകുന്നില്ല. പ്രസിദ്ധി ആഢംബരമായി തീർന്നതോടെ സന്യാസി വഴുതലുള്ള പാറയിൽ ചവിട്ടി വീഴുന്നു. പിന്നീട് അയാൾ പുനർജ്ജനിപുഴയുടെ മേൽപരപ്പിൽ ചുവപ്പുരാശിയായി പടരുകയുമാണ്.

പ്രാർത്ഥനയിൽനിന്ന് ധ്യാനത്തിലേക്ക് പ്രവേശിച്ച ആൾക്കൂട്ടം നിശ്ശബ്ദമായി ദൈവത്തെ സ്തുതിക്കുന്നു.

ദീർഘയാത്രയുടെ തളർച്ച അറിയാതെ അദൃശ്യശക്തികളുടെ പിൻബലത്തോടെ അവൻ തടസ്സങ്ങളെ ലാഘവമാക്കുകയാണ്. സമതലത്തിലെ ശാന്തത വെടിഞ്ഞ പുനർജ്ജനിപുഴ കുത്തനെ വീണ് അലറിത്തെറിക്കുന്നു. എങ്കിലും പുഴ അവന്റെ ഇളങ്കാലുകളെ തുണച്ച് സൗമ്യയായി വരവേൽക്കുന്നു.

മലയുടെ നെറുകയിൽനിന്ന് തൂങ്ങിക്കിടന്ന കാട്ടുവള്ളിയിൽ പിടിച്ച് അവൻ മുന്നേറുന്നു. ഒടുക്കം ഇടുങ്ങിയ ഗുഹാമുഖത്തിൽ പുനർജ്ജനിപുഴ അവസാനിക്കുകയാണ്. ഗുഹയിലേക്ക് കുനിഞ്ഞ് കയറിയ അവൻ ദിശാബോധവും വ്യവഹാരകാലവും നഷ്ടപ്പെട്ട് മണൽപ്പരപ്പിൽ നിൽക്കുന്നു. ചെറിയ തടാകത്തിനുശേഷം ഗുഹ വീണ്ടും അപാരതയിലേക്ക് നീളുകയാണ്.

യാത്രാ ക്ഷീണം തീർക്കാൻ അവൻ തടാകത്തിലെ വെള്ളത്തിൽ മുഖം കഴുകി. ജലസാന്ദ്രതയിൽ തെളിഞ്ഞ തന്റെ നഗ്നരൂപത്തെ കണ്ട് അവൻ തന്റെ ജന്മത്തിന്റെ ലക്ഷ്യത്തെ തിരിച്ചറിഞ്ഞു. എന്തിനേയും ആവാഹിക്കുന്ന തടാകം അശുദ്ധിയുടെ ഇടപഴകലുകളെ തടയാൻ തിളച്ചുമറിഞ്ഞ് ആവി പരത്തി. അതോടെ അനധികൃതമായി വന്നുപെട്ട എന്തും വെന്തുരുകും.

മനസ്സിന്റെ വിഭ്രാന്തിയായിരുന്ന പുനർജ്ജനിഗുഹയും പരിസരവും ഇടപഴകി പരിചയിച്ച സ്ഥലകാലങ്ങളായി അവന് അനുഭവപ്പെടുന്നു. അവന്റെ കണ്ണുകൾ പുനർജ്ജനിഗുഹയുടെ അപാരതയിലേക്ക് നീണ്ടു. അപ്പോൾ പുകപടലങ്ങൾ അന്തരീക്ഷത്തിൽ നിറയുന്നു. ഗുഹയുടെ

അപാരതയിൽ നിന്നെത്തിയ മുഴക്കം വ്യക്തവും സ്വച്ഛവുമായ ഉച്ചാരണങ്ങളായി.

'സത്യദർശനത്തിന് നിയോഗിക്കപ്പെട്ട നീ ഇവിടെ എത്തുമെന്ന് ഞങ്ങൾക്കറിയാം. സത്യത്തെ നിനക്കറിയാൻ കഴിയും. നിന്റെ ജന്മം സത്യത്തെ കണ്ടെത്താനുള്ള നിയോഗമാണ്. പ്രപഞ്ചത്തിന്റെ നീതിയും മനുഷ്യന്റെ നീതിയും നീ തിരിച്ചറിയും. മനുഷ്യജന്മത്തിന്റെ മഹത്വത്തെ ലോകത്തിന് ബോദ്ധ്യപ്പെടുത്തുന്ന നീ പ്രപഞ്ചത്തിന്റെ അചഞ്ചലമായ നീതിയെ കണ്ടെത്തും.'

'ഞാൻ ആരാണ്?'

'മനുഷ്യൻ. പ്രപഞ്ചത്തിലെ അനേകം ജീവികളിൽ നീയും ഒന്നുമാത്രം. പക്ഷെ നീ മനുഷ്യനാണ്. ഇന്ദ്രിയങ്ങളും തിരിച്ചറിവുമുള്ള മനുഷ്യൻ'.

'അപ്പോൾ നിങ്ങളോ?'

'ഞങ്ങളും മനുഷ്യരായിരുന്നു. സത്യത്തെ അറിയാൻ നിയോഗിക്കപ്പെട്ടവരാണ് ഞങ്ങളും. നിന്റെ ജീവിതത്തിൽ സത്യാന്വേഷണം ആത്മജ്ഞാനത്തിന്റെ മാർഗ്ഗമാണ്. നീ ആത്മാവിന്റെ പീഡാനുഭവങ്ങളെ ഏറ്റുവാങ്ങാൻ വിധിക്കപ്പെട്ടവനാണ്. ആത്മാവിന്റെ സത്യമാണ് നീ. ഇപ്പോൾ നിന്റെ മുമ്പിൽ യാതൊന്നുമില്ല. എല്ലാം നീ കണ്ടെത്തേണ്ടവയാണ്'.

'വഴിയും വെളിച്ചവുമില്ലാത്ത യാത്ര?'

'വഴിയും വെളിച്ചവും നീ തന്നെ കണ്ടെത്തണം. ജന്മത്തിന്റെ കാരണങ്ങളെ തിരിച്ചറിയുക മഹത്വമാണ്. അനുഗമിക്കുകയല്ല ശരിയായ ധർമ്മം. അത് മൃഗങ്ങളുടെ ക്രമനിയമമാണ്. ആത്മാവിന്റെ സത്യത്തെ കാണാൻ നിയോഗിക്കപ്പെട്ട നീ പ്രതിസന്ധികളെ ആത്മശക്തികൊണ്ട് നേരിടുക. നിന്റെ സത്യദർശനങ്ങൾ മനുഷ്യവംശത്തിന് ലഭിക്കുന്ന സത്യമാർഗ്ഗങ്ങളാണ്'.

അനുഗ്രഹങ്ങളുടെ സംതൃപ്തിയോടെ പുകപടലങ്ങൾ അകന്നു. ഇപ്പോൾ പുനർജ്ജനിഗുഹയിൽ പരിത്യാഗത്തിന്റെ ശാന്തതയാണ്. വാക്കുകളുടെ ഭ്രമിപ്പിക്കുന്ന വശ്യത അവന്റെ ബോധത്തിൽ ചുഴലികളായി. അവ അവന്റെ ജന്മത്തിന്റെ നിയോഗത്തെ വെളിപ്പെടുത്തുന്ന പ്രവാഹമായി പരിണമിച്ചു. വ്യർത്ഥമായ സമീപനങ്ങളിൽനിന്നും തലപൊള്ളയായ സംഘനീതികളിൽനിന്നും അവന് പിന്മാറണം. അവന് ജീവിതം സത്യവും കാരുണ്യവുമായി അനുഭവപ്പെടുകയാണ്.

പുനർജ്ജനിഗുഹയിലേക്ക് പ്രവേശിച്ച ലാഘവത്തോടെ തന്നെ അവൻ തിരിച്ച് പുഴയിലേക്കും ഇറങ്ങുന്നു. അവന്റെ ഇളംകാലുകളെ ആശ്വസിപ്പിച്ച് പ്രവാഹം ശാന്തമായി. വഴുതലുള്ള പാറകൾ

പരുക്കനുമായി. പുനർജ്ജനിപ്പുഴ തന്റെ പ്രിയപ്പെട്ട മകനെ കരുതലോടെ തീരത്തെത്തിക്കുന്നു.

ധ്യാനത്തിന്റെ ആദ്ധ്യാത്മികാനുഭൂതിയിൽ വിലയിച്ച സനാതനപുരത്തുകാർ അവന്റെ വരവുകണ്ട് ദൈവനാമങ്ങളെ സ്തുതിച്ചു. മണൽത്തിട്ടയിലേക്ക് കയറിയ അവന്റെ മുമ്പിൽ അവർ വീണ് നമസ്ക്കരിച്ചു. അവന്റെ ദിവ്യാനുഗ്രഹങ്ങൾക്കായി അവർ അവസരം കാത്തുനിൽക്കുന്നു.

രക്ഷിതാവിനേയും മാർഗ്ഗത്തേയും കണ്ടെത്തിയ അവർ ആശ്വാസത്തോടെ തിരിച്ചുപോക്കിന് ഒരുങ്ങുന്നു. ആൾക്കൂട്ടത്തിൽ നിന്ന് അപ്രത്യക്ഷരായ ചിലർ പെട്ടെന്ന് മഞ്ചലുമായെത്തി അവന്റെ മുമ്പിൽ തൊഴുത് നിൽക്കുകയാണ്.

'അങ്ങ് മഞ്ചലിൽ കയറണം. ഞങ്ങൾ ചുമക്കാം.'

മഞ്ചലിന്റെ ഇരുപ്പുപലകയിൽ ചായ്ഞ്ഞ അവൻ വ്രതയോട് പറഞ്ഞു:

'അമ്മയും മഞ്ചലിൽ കയറൂ'.

വ്രതയെ ദിവ്യമാതാവായി ആദരിച്ച അവർ അവളെ ഭയഭക്തിയോടെ മഞ്ചലിൽ ഇരുത്തുന്നു. മഞ്ചൽ നീങ്ങിത്തുടങ്ങിയപ്പോൾ സനാതനപുരത്തുകാർ ആവേശത്തോടെ വിളിച്ചുപറഞ്ഞു:

'ആചാര്യ ഉണ്ണികൾ...'

അവരുടെ തെറ്റുകുറ്റങ്ങളെ ക്ഷമിച്ച് അവൻ തിരുത്തി:

'ആചാര്യസത്യവാഗീശ്വരൻ...'

വിഭാവസുവിന്റെ മകൻ; ആചാര്യസത്യവാഗീശ്വരൻ സനാതനപുരത്തിലെ ദുഃഖങ്ങൾക്കും അടഞ്ഞ ജന്മങ്ങൾക്കും രക്ഷകനാകുകയാണ്. അവരുടെ അജ്ഞാനത്തിനും നിഷ്കളങ്കമായ പാപങ്ങൾക്കും അവൻ മുക്തിനൽകുന്നു.

തന്റെ ജന്മത്തിന്റെ സാഫല്യത്തെ കണ്ട് വ്രതയുടെ നെഞ്ച് നിറയുന്നു. വിഭാവസുവിന്റെ അച്ഛനേയും വംശശാപത്തേയും ഓർത്ത അവൾ കാരുണ്യത്തോടെ ജീവിതത്തെക്കുറിച്ച് ചിന്തിക്കുകയാണ്.

രണ്ടാം ചെപ്പേട്

ആചാര്യസത്യവാഗീശ്വരന്റെ പ്രാഥമികവിദ്യാഭ്യാസം പാരമ്പര്യപ്രകാരം വീട്ടിൽവെച്ച് നടന്നു. അച്ഛനും കളരി എഴുത്തച്ഛന്മാരുമാണ് അദ്ദേഹത്തിന്റെ ആദ്യകാലഗുരുക്കന്മാർ. ജ്ഞാനിയായ ആചാര്യൻ സർവ്വവിഷയങ്ങളിലും അസാമാന്യപണ്ഡിതനായിരുന്നു. പ്രാഥമിക വിദ്യാഭ്യാസത്തിനുശേഷം അദ്ദേഹം ഉപരിപഠനത്തിനായി നഗരത്തിൽ എത്തി. നഗരത്തിലെ ആസക്തി നിറഞ്ഞ ജീവിതവുമായി അദ്ദേഹത്തിന് പൊരുത്തപ്പെടാനായില്ല. വിദ്യാഭ്യാസം പൂർത്തിയാക്കുന്നെങ്കിലും അസ്വസ്ഥനായി അദ്ദേഹം സനാതനപുരത്തിലേക്ക് മടങ്ങി.
പിന്നീട് പാരമ്പര്യപ്രകാരം വിവാഹിതനായ ആചാര്യൻ അച്ഛന്റേയും അമ്മയുടേയും അഭീഷ്ടങ്ങളെ പ്രാവർത്തികമാക്കി. അങ്ങനെ ബ്രഹ്മചര്യത്തിൽനിന്ന് സാമാന്യജനങ്ങളുടെ ജീവിതത്തിലേക്ക് ആചാര്യൻ പ്രവേശിച്ചു.

രണ്ടാം അദ്ധ്യായം

അവതാരപുരുഷനും അമാനുഷികനുമായിത്തീർന്ന സത്യവാഗീശ്വരനോട് എല്ലാവരും ഔപചാരികതയോടെ യാന്ത്രികമായി പെരുമാറി. ആചാര്യസത്യവാഗീശ്വരനായ മകനോട് ആദരവോടെ വ്രത ഇടപഴകി. മാതൃത്വത്തിന്റെ വാത്സല്യങ്ങളും അവകാശങ്ങളുമില്ലാതെ അവൾ അകന്നുനിൽക്കുന്നു. അവന്റെ വാക്കുകളും ആംഗ്യങ്ങളും അവൾക്ക് ദിവ്യാനുഗ്രഹങ്ങളാണ്.

മറ്റാർക്കും അനധികൃതമായി പ്രവേശിക്കാനാവാത്ത പ്രത്യേകമുറിയും സജ്ജീകരണങ്ങളും സത്യവാഗീശ്വരനുവേണ്ടി തയ്യാറാകുന്നു. ഉടുക്കാനും പുതയ്ക്കാനും ദൈവലക്ഷണങ്ങളുള്ള മഞ്ഞപ്പട്ടുകളാണ്. അവൾ അവന്റെ ആഹാരം സാത്വികമാക്കുകയും ഇടപഴകലുകൾക്കും സ്വരഭേദങ്ങൾക്കും നിയന്ത്രണം ഏർപ്പെടുത്തുകയുമാണ്.

ദിവ്യപുരുഷന്റെ പരിവേഷം ലഭിച്ച സത്യവാഗീശ്വരനിൽനിന്ന് വ്രത വേറിട്ടു. ജീവിതത്തെ ദൈവനിശ്ചയത്തിന്റെ വരവായും പൂർവ്വാർജ്ജിതകർമ്മങ്ങളുടെ വിധിഫലമായും അവൾ കരുതുകയാണ്. പുനർജ്ജനിഗുഹയിൽ നിന്നുവന്ന സത്യവാഗീശ്വരനെക്കുറിച്ച് കേട്ടപ്പോൾ വിഭാവസുവിന്റെ അശാന്തമായ മനസ്സിൽ വീണ്ടും ഭീതി ഉയരുന്നു. അപശകുനങ്ങളുടെ ഓർമ്മകൾ അയാളുടെ ഉറക്കംകെടുത്തുന്ന അനുഭവമായി അനേകം രാത്രികൾ നീളുകയാണ്. ഒടുവിൽ അപായങ്ങളിൽനിന്നുള്ള രക്ഷപ്പെടലിനായും ഓർമ്മകളിൽനിന്നുള്ള മോചനത്തിനായും കരിമ്പിൻതോട്ടത്തിൽ മറ്റൊരു വീട് അയാൾ പണിതു. തന്റെ സൈ്വരവിഹാരത്തിനുവേണ്ട പുത്തൻ സങ്കേതം അയാൾ കണ്ടെത്തുകയാണ്. മകനെ അഭിമുഖീകരിക്കാതേയും അവന്റെ വാക്കുകൾ കേൾക്കാതേയും അയാൾ ഒഴിഞ്ഞുമാറുന്നു.

ആചാര്യനെ ലഭിച്ചതോടെ സനാതനപുരത്തുകാരുടെ അടഞ്ഞ ആത്മാവുകൾ ഉണർന്ന് നരകജീവിതത്തിന് പരിഹാരം കണ്ടെത്തുന്നു. അതെല്ലാം സത്യവാഗീശ്വരനെ കേന്ദ്രീകരിച്ച ദൈവത്തിന്റെ ഇടപെടലുകളാണ്. ആൾക്കൂട്ടത്തിന്റെ വിധിനിശ്ചയങ്ങളെ ഇനി ആചാര്യനാണ് മാറ്റിത്തീർക്കേണ്ടത്. പ്രഭാതങ്ങളിലും സന്ധ്യകളിലും അവർ കാഴ്ചവസ്തുക്കളുമായി എത്തി. വിരസതയും ക്ഷീണവുമറിയാതെ

അവർ അവന്റെ വാക്കുകളെ ദിവ്യവചനങ്ങളായി ഏറ്റുവാങ്ങുന്നു. സാമ്പ്രദായിക ചിന്തകളേയും ദുരിതമായ ജീവിതത്തേയും സത്യവാഗീശ്വരന്റെ കാൽച്ചുവട്ടിൽ സനാതനപുരത്തുകാർ ഇറക്കിവെച്ചു. കാറ്റുപകർച്ച ഏൽപിക്കാതെ അവർ അവനിൽനിന്ന് ഭയഭക്തിയോടെ വിട്ടുനിൽക്കുകയാണ്.

മാറാവ്യാധി ബാധിച്ച് മരണം കാത്തിരുന്നവരെ കട്ടിലുകളിലും മഞ്ചലുകളിലുമായി സത്യവാഗീശ്വരന്റെ മുമ്പിൽ സനാതനപുരത്തുകാർ എത്തിച്ചു. അവന്റെ ദർശനവും സ്പർശനവും അവരുടെ ജന്മാന്തര മുക്തിയാവുകയാണ്. ദിവ്യമാതാവായ വ്രതയുടെ കാലിൻചുവട്ടിലും അവർ അനുഗ്രഹത്തിനുവേണ്ടി നമസ്കരിക്കുന്നു.

കാഴ്ചകളുമായി വരുന്ന സനാതനപുരത്തുകാർ സത്യവാഗീശ്വരൻ തൊട്ട് വിശുദ്ധമാക്കിയ വെള്ളവും പാലുമായി മടങ്ങി. അവയെ മരണകാലത്തെ ദാഹജലമായും ജനിമൃതികളിൽനിന്നുള്ള മുക്തിയായും അവർ കരുതി. പണവും സൗകര്യവുമുള്ളവർ സത്യവാഗീശ്വരന്റെ സാമിപ്യത്തിനും അനുഗ്രഹത്തിനുംവേണ്ടി അവനെ അലങ്കാരങ്ങളോടെ എഴുന്നള്ളിച്ചു കൊണ്ടുപോകുന്നു. സത്യവാഗീശ്വരന്റെ വാക്കുകൾ സനാതനപുരത്തുകാർക്ക് ദൈവനിശ്ചയങ്ങളുടെ വെളിപാടുകളായി. അവന്റെ സാമിപ്യം അവർക്ക് ദിവ്യസിദ്ധികളുടെ ആൾരൂപവുമാണ്.

മാതൃത്വത്തിന്റെ വാത്സല്യവും സമപ്രായക്കാരുടെ സൗഹാർദ്ദവും കൊതിച്ച സത്യവാഗീശ്വരന് അതെല്ലാം അന്യമാകുന്നു. അവൻ ദിവ്യപുരുഷനും പ്രദർശനവസ്തുവുമായി തീർന്നു. അതോടെ സത്യവാഗീശ്വരനെ അസാധാരണത്വത്തിന്റെ ദുരന്തങ്ങൾ ആക്രമിക്കുന്നു. ദുഃഖങ്ങളും ദുരിതങ്ങളും ബലഹീനതകളും ഇല്ലാത്ത അവൻ മറ്റുള്ളവരുടെ ആശ്വാസവും വിശ്വാസവും ആകേണ്ടതാണ്. വികാരങ്ങളും വിചാരങ്ങളും സത്യവാഗീശ്വരന് അന്യമാണ്. അവന്റെ ഭാവങ്ങൾ നിസ്സംഗതയും അനുഭൂതികൾ വിരസതയും ആസക്തികൾ വിരക്തിയുമാണ്.

മകന്റെ അസാധാരണ സിദ്ധികളെക്കണ്ട് പിൻമാറിയ വിഭാവസു അനുഗ്രഹത്തിന്റേയും ശാപത്തിന്റേയും തലങ്ങളെ തിരിച്ചറിയുന്നു.

നഗരത്തിലെ പ്രമുഖവക്കീലായ പ്രഭാവസു അനുജന്റെ ദിവ്യസിദ്ധികളെ കാണാനും പരീക്ഷിച്ചറിയാനും നാട്ടിലെത്തി. അയാളുടെ യുക്തിഭദ്രമായ ചിന്തയിൽ അമാനുഷികത പ്രാചീനമായ വിഭ്രാന്തികളാണ്. കേട്ടുപതിഞ്ഞ അതിഭാവുകത്വത്തെ അയാൾ അവഗണിച്ചു. സത്യവാഗീശ്വരന്റെ രീതികളിലും പെരുമാറ്റങ്ങളിലും വാസ്തവവിരുദ്ധമായി അയാൾ യാതൊന്നും കാണുന്നില്ല. സനാതനപുരത്തുകാരുടെ അറിവുകേടിനേയും പ്രാകൃതമായ മതബോധത്തേയും

കാരണമാക്കിയ പ്രഭാവസു ആത്മനിയന്ത്രണത്തോടെ പറഞ്ഞു:

'ദിവ്യന്മാരെ ചുട്ടുകരിക്കണം. അവർ ജനനവും മരണവുമില്ലാത്തവരാണല്ലോ?'

വ്രതയെ തിരഞ്ഞുപിടിച്ച പ്രഭാവസു തുടർന്നു:

'ഇവിടെ താമസിച്ചാൽ ഞാനും ദിവ്യനാകും'

വിഭാവസുവിന്റെ പിൻഗാമിയായ അയാൾ കരിമ്പിൻതോട്ടത്തിലെ സങ്കേതത്തിലേക്ക് ആസക്തിയോടെ കടന്നുചെല്ലുന്നു. വംശശാപത്തെ പങ്കുവെച്ച അവർ ജീവിതത്തെ പ്രയോജനവാദത്തിലും വ്യവഹാരകാലത്തിലും ആത്മീയശൂന്യതയോടെ തളച്ചിടുന്നു. പ്രഭാവസുവിന്റേയും വിഭാവസുവിന്റേയും സുഹൃത്തുക്കൾ കൂടിച്ചേരുന്നതോടെ അവർ വെവ്വേറെ മുറികളിൽ ജീവിതത്തിന് അർത്ഥവും അനുഭൂതിയും കണ്ടെത്തുകയാണ്.

ദൈവീകസിദ്ധിയുള്ള സത്യവാഗീശ്വരനിൽനിന്ന് ആദരവോടേയും അവജ്ഞയോടേയും ആളുകൾ വേറിട്ടു. ബഹുമാനവും വെറുപ്പും ഒരുപോലെ അവന് അകൽച്ചയാകുകയാണ്.

രാത്രിയുടെ ദുരൂഹതയിൽ സനാതനപുരത്തുകാർ ശാന്തമായുറങ്ങി. അകമ്പടിയും ആൾക്കൂട്ടവുമില്ലാതെ സത്യവാഗീശ്വരൻ വീണ്ടും പുനർജ്ജനിഗുഹയിലേക്ക് നടക്കുന്നു. പുനർജ്ജനിഗുഹയിലെ പുകക്കൂട്ടങ്ങളെ തുളച്ച് മുഴക്കമുള്ള വാക്കുകൾ അലച്ചു.

'അന്വേഷണത്തിന്റെ മാർഗ്ഗങ്ങൾ ഒരിക്കലും സുഗമമല്ല. അത് തീക്ഷ്ണമായ ഭീകരാനുഭവങ്ങളാണ്. മുൻ നിശ്ചയങ്ങളില്ലാത്ത ആത്മാന്വേഷണം ജീവിതത്തിന്റേയും പ്രപഞ്ചത്തിന്റേയും സത്യത്തെ കണ്ടെത്തും. നീ ഇനിയും അറിയാനിരിക്കുന്നതേ ഉള്ളൂ.'

'ഞാൻ മനുഷ്യരിൽ നിന്നെല്ലാം അന്യനായി'.

'ഒരിക്കലുമല്ല. മറ്റുള്ളവരുടെ സാന്ത്വനമാകുന്നവൻ അവരുടെ ദുഃഖങ്ങളെ ഏറ്റുവാങ്ങി അവരിൽ ഒരാളായി തീരുന്നു'.

'ഞാൻ ഏകനും ഏകാന്തതകൊണ്ട് ദുഃഖിക്കുന്നവനുമാണ്''.

'നീ നിന്നേയും നിന്റെ ജന്മത്തിന്റെ കാരണങ്ങളേയും ലക്ഷ്യത്തേയും തിരിച്ചറിയുക.'

ജനനത്തിന്റേയും മരണത്തിന്റേയും നടുക്കുള്ള ജീവിതത്തെ സത്യവാഗീശ്വരൻ തിരഞ്ഞു. നിശ്ചിതമായ കാഴ്ചകളും അവബോധങ്ങളുമില്ലാതെ ആത്മാവിന്റെ അലോസരതകളുമായി അവൻ ഏറെ ദിവസം മുറിയടച്ചിരിക്കുന്നു. അവന്റെ അസ്വസ്ഥതകളെ ധ്യാനയോഗമായി വ്രത കരുതി. മൗനത്തിന്റെ ഇടമുറിയ്ക്കാൻ അവൾ മടിക്കുന്നു. രാത്രിയുടെ നിശ്ശബ്ദതയിലേയ്ക്ക് ഇറങ്ങുന്ന അവൻ പുനർജ്ജനിഗുഹയിൽനിന്ന്

ആത്മജ്ഞാനത്തെ ആവാഹിക്കുകയാണെന്ന് വ്രത വിശ്വസിച്ചു. ശാന്തമായുറങ്ങുന്ന അവൾ തന്റെ സംരക്ഷണവലയത്തെ ഭേദിക്കുന്ന അവനെ അദൃശ്യശക്തികൾ രക്ഷിക്കുമെന്ന് കരുതി. മനുഷ്യന്റെ പരിമിതമായ ശക്തിയും പിശാചിന്റെ അധമശക്തിയും അവന്റെ മുമ്പിൽ ബാലിശമാണ്.

മുറിയിലേക്ക് അനാവശ്യമായി ഒച്ചയിട്ടു കടന്നുവന്ന് സത്യവാഗീശ്വരന്റെ ധ്യാനയോഗത്തെ തകർക്കാൻ ആരും തയ്യാറാകുന്നില്ല. അവന്റെ അംഗചലനങ്ങൾപോലും ദിവ്യവും വിശുദ്ധവുമായി. അസാധാരണമായ വിധിയെ ഏറ്റുവാങ്ങിയ സത്യവാഗീശ്വരൻ സ്വാഭാവികതയ്ക്കും ജീവിതത്തിനുംവേണ്ടി മുറിയിൽ നിന്നിറങ്ങുന്നു.

വ്യക്തമായ തീരുമാനങ്ങളിൽ എത്തി ആത്മബലത്തോടെ നിന്ന സത്യവാഗീശ്വരനിൽനിന്ന് വ്രത എല്ലാം ഊഹിച്ചെടുക്കുകയാണ്. വ്രതക്ക് ആചാര്യസത്യവാഗീശ്വരന്റെ അകൽച്ച അസഹ്യമാകുകയാണ്. ലൗകികജീവിതത്തിന്റേയും ബന്ധങ്ങളുടേയും ന്യായങ്ങൾ കൊണ്ട് അവനെ തടയാൻ അവൾ അശക്തയാണ്. നിസ്സംഗയായി ജീവിതത്തെ സഹിച്ച വ്രത തന്നിലേക്കുതന്നെ ഉൾവലിയുന്നു.

'ഞാൻ വീണ്ടും വരും അമ്മേ. ഇനിയും എന്റെ കാലം ഈ വീടുമായി ബന്ധപ്പെട്ടിട്ടുണ്ട്. അമ്മ വിചാരിക്കുമ്പോൾ ഞാൻ തീർച്ചയായും വരും.'

ഭൂമിയുടെ ഉപരിതലത്തിൽ സമാധി കിടന്ന ഇരുട്ട് സത്യവാഗീശ്വരന്റെ കാലടികളെ കണ്ട് പിന്മാറുന്നു. അവ്യക്തതയിലെ ഇരുൾച്ച തെളിച്ചമാകുന്നു. ദിവ്യമായ ഏകാന്തതയിൽനിന്നും ദുഃഖങ്ങളുടെ അഭാവത്തിൽനിന്നും അവൻ രക്ഷപ്പെട്ടു. അമാനുഷികതയെ ഉപേക്ഷിച്ച അവൻ സാധാരണരീതികളെ ശീലിക്കുകയാണ്.

ഒറ്റതിരിഞ്ഞ് സഞ്ചരിച്ച അവനെ ആരും ആചാര്യസത്യവാഗീശ്വരനായി തിരിച്ചറിയുന്നില്ല. അവരുടെ അലംഭാവവും അവഗണനയും അവൻ ആശിച്ചതാണ്. സഞ്ചാരത്തിന്റെ ക്ഷീണവും വിശപ്പും മറന്ന അവൻ നഗരത്തെ ആവേശവും ആശ്വാസവുമായി കാണുന്നു.

നഗരത്തോട് അടുക്കവെ സത്യവാഗീശ്വരനിൽനിന്ന് ദിവ്യസിദ്ധികളും ജന്മനിയോഗത്തിന്റെ ആതമീയതയും പടിഇറങ്ങുന്നു. അവസരങ്ങളേയും ബന്ധങ്ങളേയും പ്രയോജനവാദത്തിൽ നിശ്ചയിക്കുന്ന സാധാരണക്കാരന്റെ ആസക്തികൾ അവനെ കീഴടക്കുകയാണ്.

നഗരത്തിന്റെ പ്രവേശനകവാടത്തിൽ കാത്തുനിന്ന രണ്ടുപേർ സത്യവാഗീശ്വരനെ ആവേശത്തോടെ സ്വീകരിക്കുന്നു. അന്വേഷകനെ കണ്ടെത്തിയ ആശ്വാസത്തോടെ അവർ സ്വയം പരിചയപ്പെടുത്തുന്നു. നഗരത്തിൽ പഠിക്കാൻ എത്തിയ സത്യവാഗീശ്വരന്റെ

സഹപാഠികളാണ്; അവർ. നഗരത്തിലെ നവീനതകളേയും പെരു മാറ്റങ്ങളേയും അവർ സത്യവാഗീശ്വരനെ ശീലിപ്പിക്കേണ്ടതാണ്.

അവശനായ അവൻ മുറിയിൽ എത്തി ആഹാരം കഴിക്കുന്നു. തുടർന്ന് ഉറക്കത്തിലേക്കും പരിസരബോധമില്ലാത്ത മയക്കത്തി ലേക്കും അവൻ വീഴുന്നു. ഓർമ്മകളുടെ പ്രവാഹമില്ലാത്ത അവനിൽ നിന്ന് വ്രതയും സനാതനപുരത്തുകാരും അകലുന്നു. വംശത്തിന്റെ മഹാപാപം അവന്റെ സ്മൃതികളിലേക്കുപോലും കടന്നുവരുന്നില്ല. പുനർജ്ജനിഗുഹയുടെ ദിവ്യസാന്നിദ്ധ്യം അവന് കാലഹരണപ്പെട്ട അനുഭവമാകുകയാണ്.

സത്യവാഗീശ്വരനെ ഏറ്റെടുത്ത സഹപാഠികൾ നഗരത്തിന്റെ ചതുരവടിവുകളിലേക്ക് അവനെ മാറ്റിപ്പണിയുകയാണ്. ആത്മഭാവ ങ്ങളില്ലാത്ത നഗരം ആസക്തികളിൽ ത്രസിച്ച് പ്രകോപനങ്ങളോടെ ആരേയും വശീകരിക്കുന്നു. എന്നിട്ട് മനുഷ്യനെ മരണമില്ലാത്ത ദുരൂഹസമാഹാരമാക്കി തീർക്കുകയാണ്. എപ്പോഴും ശബ്ദമുഖരിത മായ നഗരത്തിൽ രാത്രികളും പകലുകളും യൗവ്വനമേദസ്സിനുവേണ്ടി തുടിക്കുന്നു. നവീനമായതെല്ലാം പഴഞ്ചൻ ധാരണകളേയും സാമ്പ്രദാ യികരീതികളേയും ധിക്കരിക്കുകയാണ്.

രാത്രികളിലും പകലുകളിലും തെരുവുകളിൽ അലഞ്ഞ സത്യവാ ഗീശ്വരനെ നഗരം വശീകരിച്ച് അടിമയാക്കുന്നു.

പ്രാകൃതമായ രൂപഭാവങ്ങളെ ഉപേക്ഷിക്കാൻ തയ്യാറായ സത്യ വാഗീശ്വരൻ നവീനവസ്ത്രങ്ങളെ തിരഞ്ഞെടുത്തു. മുടിമുറിച്ച് കൊഴു പ്പുപുരട്ടിയ അവൻ അവയെ ഭംഗിയായി ചീകിവെച്ചു. പൗഡറും വാസനതൈലവും അവന്റെ ജീവിതത്തിന്റെ ഭാഗമാകുന്നു.

ആത്മാന്വേഷണങ്ങളില്ലാതെ മുന്നേറിയ സത്യവാഗീശ്വരൻ സാത്വികമായ ഭക്ഷണങ്ങളേയും ഒഴിവാക്കുകയാണ്. ജീവിതം ഭൂമിയുടെ സാന്നിദ്ധ്യമാണെന്നും വ്യവഹാരകാലത്തിന്റെ ഉല്പന്നമാ ണെന്നും അവൻ ന്യായീകരിക്കുകയാണ്.

സത്യവാഗീശ്വരന്റെ മാറ്റംവെയ്ക്കലുകളെ കണ്ട് സഹപാഠികൾ സന്തോഷിച്ചു. അവർ അവനെ സ്ഥലത്തിനും കാലത്തിനും വിധേയ നാക്കി. പിന്നീട് അവർ ആധുനിക സാഹചര്യങ്ങളെ അവനിലേക്ക് എത്തിക്കുന്നു. പ്രഭാതത്തിനും സായാഹ്നത്തിനും അവർ പ്രത്യേകം വസ്ത്രങ്ങളെ തിരഞ്ഞെടുത്തു. ജീവിതത്തിന്റെ വൈവിധ്യങ്ങളെ അവർ നിറവ്യത്യാസങ്ങളിൽ കേന്ദ്രീകരിക്കുന്നു. സദസ്സുകളും വ്യക്തികളും സംഭവങ്ങളും അഭിരുചികളുടേയും സമ്പ്രദായങ്ങളുടേയും കൂടിച്ചേരലും ആഘോഷങ്ങളുമാണ്.

നഗരത്തിലെ ആഭിജാത്യത്തിന്റെയും അപമാനത്തിന്റെയും

വ്യത്യസ്തത്തട്ടുകളെ പെട്ടെന്നുതന്നെ അവൻ പിടിച്ചെടുക്കുന്നു. അദ്ധ്വാനശീലരായ കുടിയേറ്റക്കാർ രണ്ടാന്തരക്കാരായി അപമാനിക്കപ്പെടുകയാണ്. നഗരത്തിൽ ജനിച്ചുവളർന്നവർ പ്രമുഖരായി ആദരിക്കപ്പെടുകയാണ്. അവർ രാഷ്ട്രീയക്കാരായും ഉന്നതാധികാരികളായും നാടിനെ നിയന്ത്രിക്കുന്നു. കുടിയേറ്റക്കാർ അവരെ അനുകരിക്കുകയും അപമാനത്തിന്റെ അവഗണനയിൽനിന്ന് രക്ഷനേടാൻ സമഭാവനയുടെ സങ്കല്പങ്ങളെ ആശ്രയിക്കുകയുമാണ്. നഗരത്തിൽ ജന്മബന്ധമുള്ളവരുടെ മാന്യതയും ഉന്നതമായ സ്ഥാനവും കുടിയേറ്റക്കാരന് അപ്രാപ്യമായ ലോകമാകുന്നു.

നവീനതയ്ക്കും ആസക്തിയ്ക്കും മുൻഗണന നല്കി സ്വയം പാകപ്പെടുന്ന സത്യവാഗീശ്വരൻ ആത്മീയമായ ശൂന്യതയെ വസ്തുക്കൾക്കൊണ്ടു നിറയ്ക്കുന്നു. സാത്വിക ആഹാരം ഉപേക്ഷിക്കുമ്പോൾ അവന്റെ മനസ്സിൽ പാപബോധം വളരുന്നു. മാംസചീളുകൾ അവന്റെ ദഹനേന്ദ്രിയങ്ങളെ പ്രകോപിപ്പിക്കുകയാണ്. നീണ്ട പരിശ്രമങ്ങൾ അവന്റെ ശരീരത്തേയും മനസ്സിനേയും മുൻധാരണകളില്ലാതെ പാകപ്പെടുത്തുന്നു.

നഗരത്തിന്റെ അംശമായ അവനെ സഹപാഠികൾ വിശേഷവസ്തുവായി ക്ലാസ്സുമുറിയിൽ പ്രദർശിപ്പിക്കുന്നു. പുസ്തകങ്ങളുടെ പൂർവ്വികമായ പരിചയഗന്ധം അവനെ അസ്വസ്ഥനാക്കുന്നു. അദ്ധ്യാപകൻ മനഃപാഠമാക്കി വിളമ്പുന്ന അറിവുകൾ പുത്തൻ കണ്ടെത്തലുകളില്ലാതെ അവനെ കടന്നുപോകുകയാണ്. അസാധാരണമായ ചിന്തകളോ പ്രയോഗങ്ങളോ അദ്ധ്യാപകരിൽനിന്ന് അവന് ലഭിക്കുന്നില്ല. എല്ലാം സത്യവാഗീശ്വരൻ അറിയുന്നതും അവന്റെ ആത്മാവിൽ അടഞ്ഞുകിടക്കുന്നതുമായ ചിന്തകളാണ്.

ക്ലാസ്സുമുറിയിലെ വിരസതയേയും പഠനത്തേയും സത്യവാഗീശ്വരൻ ഉപേക്ഷിച്ചു. അടഞ്ഞ മനസ്സിന്റെ ഉടമകളെ അവൻ നിസ്സംഗതയോടെ നോക്കിനിൽക്കുന്നു. പിന്നീട് സമ്പ്രദായങ്ങളെ ധിക്കരിക്കുന്ന അറിവിനും ചിന്തയ്ക്കുംവേണ്ടി പുറംവായനയേയും പൗരാണികനിക്ഷേപങ്ങളായ അക്ഷരങ്ങളേയും അവൻ ആശ്രയിക്കുകയാണ്. മനുഷ്യസ്പർശം ഏൽക്കാത്ത പുസ്തകങ്ങൾ അവന്റെ തുറന്നുവച്ച ചിന്തയുടെ മുമ്പിൽ ബാലിശമായി. മുന്നറിവുകളുടെ ശേഖരമായ അവന്റെ ബുദ്ധിയിലേക്ക് യാതൊന്നും അപരിചിതമായി കടന്നുവരുന്നില്ല. അനുഭവങ്ങളുടെ പാഠ്യക്രമങ്ങളും ജന്മാന്തരങ്ങളുടെ നിയോഗങ്ങളും അവനെ പരിപൂർണ്ണനാക്കുന്നു.

സഹപാഠി ആത്മാഭിമാനത്തോടെ വിളംബരം നടത്തി.

'സത്യവാഗീശ്വരൻ അറിയേണ്ടവനല്ല; അറിവിന്റെ ശേഖരമാണ്. ഞങ്ങളെപ്പോലെ അദ്ധ്യാപകൻ പകർന്ന ശ്വാസവുമായി

ജീവിക്കേണ്ടവനല്ല നിങ്ങൾ. അറിവിനെയല്ല അനുഭവങ്ങളുടെ വ്യത്യസ്തതയെയാണ് സത്യവാഗീശ്വരൻ ഉൾക്കൊള്ളേണ്ടത്'.

അവരുടെ സായാഹ്നങ്ങൾ പാർക്കിൽ ഇടത്താവളം കണ്ടെത്തിപുത്തൻ സൗഹൃദങ്ങളെ സ്ഥാപിക്കുന്നു. കുടിയേറ്റക്കാരായ സുഹൃത്തുക്കൾ ഒന്നാന്തരക്കാരുടെ ഉന്നതസ്ഥാനങ്ങളെ സാങ്കല്പികലോകമായി സ്വീകരിച്ചവരാണ്.

മഞ്ഞുകാലമായതോടെ വിലകൂടിയ ചൂടുപകരുന്ന രോമകുപ്പായങ്ങളെ സത്യവാഗീശ്വരൻ തിരഞ്ഞെടുക്കുന്നു. ആധുനികപ്രവണതയായ വക്കുമടക്കിയ തൊപ്പിവെച്ചും ആഢംബരത്തിന്റെ ചെങ്കോലായ കൊത്തുപണികളുള്ള വടിവീശിയും അവൻ എവിടേയും പ്രത്യക്ഷപ്പെടുകയാണ്.

അസാധാരണക്കാരനായ സത്യവാഗീശ്വരൻ ക്രമേണ നഗരത്തിലെ പ്രമുഖരുടെ ശ്രദ്ധാകേന്ദ്രമായി. അതോടെ അവന്റെ അലസമായ ജീവിതരീതികൾക്ക് മാറ്റംവെച്ചു തുടങ്ങുകയാണ്. അവന്റെ അഗാധവും നവീനവുമായ അറിവിനെ നാട്ടുകാർ ബഹുമാനിച്ചു. അപകർഷതാബോധമില്ലാത്ത ആ കുടിയേറ്റക്കാരനെ അവർ സ്വകാര്യസദസ്സുകളിലേക്ക് വിശിഷ്ടാഥിതിയായി ക്ഷണിക്കുന്നു. അവന്റെ ഉജ്ജ്വലവും മാന്യവുമായ പെരുമാറ്റവും പകർന്നുതീരാത്ത അറിവും നഗരത്തിൽ ജനിച്ചുവളർന്നവരുടെ ഇടയ്ക്ക് അവന് ഉന്നതമായ സ്ഥാനം നൽകുന്നു.

രണ്ടാന്തരക്കാരുടെ സഹവാസങ്ങളെ അപമാനമായി കരുതിയ സത്യവാഗീശ്വരൻ ഒന്നാന്തരക്കാരുടെ തെരുവിലേക്ക് താമസം മാറ്റുകയാണ്. ഗൃഹപ്രവേശത്തെ ഒന്നാന്തരക്കാരുടെ സമ്മേളനവും നവീനതയുടെ പ്രകടനവുമാക്കി അവൻ മാറ്റി. അതിനുവേണ്ടി യഥേഷ്ടം പണം അവൻ ഒഴുക്കുന്നു. വിരുന്നിന്റെ സമൃദ്ധികളിൽ മുഴുകിയ ഉന്നതന്മാർ സംശയങ്ങളും അന്വേഷണങ്ങളുമായി അവനെ സമീപിക്കുന്നു. ആത്മജ്ഞാനവും ലൗകിക വ്യവഹാരത്തിന്റെ വ്യാഖ്യാനങ്ങളും വിധിനിർണ്ണയങ്ങളായി അവനിൽനിന്ന് പ്രവഹിക്കുകയാണ്.

ആളും തിരക്കും ഒഴിയാൻവേണ്ടി കാത്തുനിന്ന പ്രമുഖ വ്യവസായികൾ സത്യവാഗീശ്വരനെ ഉപചാരങ്ങളോടെ സമീപിക്കുന്നു. അവരിൽ വാർദ്ധക്യം വേരോടിയ ഒരാൾ സത്യവാഗീശ്വരന്റെ സമ്മതത്തിനുവേണ്ടി അഭ്യർത്ഥിക്കുന്നു. പിന്നീട് അയാൾ സഹായത്തിനുവേണ്ടി അപേക്ഷിക്കുകയുമാണ്.

'താങ്കൾക്ക് ഞങ്ങളെ അറിയാമല്ലോ. ഞങ്ങളുടെ കമ്പനിയുടെ ഭാവിയെ അങ്ങയെ ഏല്പിക്കുകയാണ്. താങ്കളുടെ വിപുലമായ അറിവിനെ ഞങ്ങൾക്ക് നൽകുക. താങ്കൾ ഞങ്ങളുടെ ഔദാര്യത്തെ

സ്വീകരിക്കുക. സത്യവാഗീശ്വരൻ ഞങ്ങളുടെ കമ്പനിയുടെ ഉപദേഷ്ടാവായാൽ മതി. കമ്പനിയുടെ ഇടപാടുകളേയും വിനിയോഗക്രമങ്ങളേയും താങ്കളുടെ ഉപദേശം സമ്പന്നമാക്കും.'

ഒരു കുടിയേറ്റക്കാരന്റെ സങ്കല്പങ്ങൾക്ക് അതീതമായ സ്ഥാനമാണ് അവന് ലഭിക്കുന്നത്. മറ്റ് പല കമ്പനികളും അവന്റെ മികച്ച ബുദ്ധിയെ വിലക്കെടുത്ത് ഉപദേഷ്ടാവാക്കുകയാണ്. ദിവസങ്ങളെ മണിക്കൂറുകളാക്കി വിഭജിച്ച സത്യവാഗീശ്വരൻ അറിവിനെ കമ്പനികൾക്ക് സമർപ്പിച്ച് സമ്പത്തിന്റെ ഉല്പാദന വിപണന കേന്ദ്രമാകുന്നു.

നഗരത്തിലെ ഒന്നാന്തരക്കാരിൽ അംഗമായ അവനെ ജന്മസിദ്ധമായ പരിമിതികൾ ബലഹീനനാക്കുകയാണ്. ഡാൻസിന്റെ ക്രമബദ്ധമായ ചുവടുകളും ക്രിമോണിന്റെ വായനയും പ്രാപിക്കാനാവാത്ത മേഖലയായി സത്യവാഗീശ്വരന്റെ മുമ്പിൽ നിൽക്കുന്നു.

ബലഹീനതകൾക്ക് നിവാരണം കണ്ടെത്തിയ സത്യവാഗീശ്വരൻ ക്രിമോണിന്റെ സംഗീതപാഠങ്ങളും ചുവടുവെയ്പുകളിലെ താളക്രമങ്ങളും പരിശീലിക്കുന്നു. ക്രിമോണിനെ കീഴടക്കാൻ കഠിനമായി അവൻ പരിശ്രമിച്ചു. വിരലുകൾ പൊള്ളുംകുത്തുമ്പോഴും സ്വരഘടന അവന്റെ നിയന്ത്രണങ്ങൾക്ക് വഴങ്ങാതെ വിട്ടുനിൽക്കുകയുമാണ്. സംഗീതത്തിലെ പരാജയത്തെ ഡാൻസുകൊണ്ട് നേരിടാമെന്നുള്ള അവന്റെ വിശ്വാസവും ബാലിശമായിത്തീരുന്നു. ചുവടുകളും ആംഗ്യങ്ങളും സത്യവാഗീശ്വരനിലേക്ക് എത്തുമ്പോൾ വികലമായ അംഗചലനങ്ങളാകുന്നു. എങ്കിലും ഒരിക്കൽ മെച്ചപ്പെട്ട പ്രകടനം നടത്താമെന്ന വിശ്വാസത്തോടെ അവൻ പരിശീലനം തുടരുകയാണ്.

സത്യവാഗീശ്വരന്റെ ഉന്നതമായ അവസ്ഥയെ സഹപാഠികൾ അസൂയയോടെ വീക്ഷിച്ചു. അയാളുടെ ഔദാര്യം നൽകുന്ന മാന്യതയ്ക്കുവേണ്ടി അവർ സൗഹൃദങ്ങളെ പങ്കിടുന്നു. ആധുനികവിശേഷങ്ങളിലേക്കും ആസക്തിയിലേക്കും അയാളെ നടത്തിച്ച അവർ ഇപ്പോൾ താക്കീതു നൽകുകയാണ്. സമ്പത്തും അധികാരവും താല്ക്കാലികമാണെന്നും ഉയർച്ചയ്ക്ക് വീഴ്ചയുണ്ടെന്നും അവർ പ്രഖ്യാപിക്കുന്നു. ആത്മാവാണ് ജീവിതത്തിന്റെ സത്യമെന്ന് അവർ ഓർമ്മിപ്പിക്കുന്നു. അവസരങ്ങളെ യഥേഷ്ടം പ്രയോഗിക്കാൻ സത്യവാഗീശ്വരൻ നിശ്ചയിച്ചു. ബലഹീനരുടെ ഭീരുത്വമായും അടിമയുടെ അനുസരണയായും അയാൾ ധാർമ്മികതയെ തിരിച്ചറിയുകയാണ്.

സായാഹ്നങ്ങളിൽ വിശേഷവസ്ത്രങ്ങൾ ധരിച്ച് അലങ്കാരങ്ങളോടെ സത്യവാഗീശ്വരൻ ജനസാന്ദ്രതയിൽ മുങ്ങി. അങ്ങനെ ജീവിതത്തിന്റെ ബദ്ധപ്പാടുകളിൽ മുഴുകാൻ അയാൾ ആഗ്രഹിക്കുന്നു. നിരന്തരം ഒഴുകുന്ന ആൾക്കൂട്ടവും ശബ്ദമുഖരിതമായ നഗരവും അയാളുടെ പ്രിയപ്പെട്ട അനുഭവങ്ങളാകുകയാണ്.

സായാഹ്നസവാരിക്ക് ഇറങ്ങിയ അയാളെ പ്രലോഭനങ്ങളോടെ യുവതി സമീപിച്ചു. യൗവ്വനത്തിന്റെ മാംസളമായ വികാരങ്ങൾക്ക് സത്യവാഗീശ്വരൻ വഴങ്ങുന്നു. അവളുടെ ആകർഷകമായ രൂപവും കൊഴുത്ത അവയവങ്ങളും എന്തിനും വഴങ്ങുന്ന നിലപാടുകളും അയാളുടെ പൗരുഷത്തെ കീഴടക്കുന്നു. വിനോദസഞ്ചാരികളായി നഗരത്തിൽ അലഞ്ഞ അവർ വിജനതയെ കണ്ടെത്തി സ്വകാര്യ അനുഭൂതികളെ കൈമാറുന്നു. ആശ്ലേഷത്തിലും ചുംബനത്തിലും സഹജവാസനകളെ അവർ നിർവ്വഹിക്കുകയാണ്.

സന്ധ്യ ഇരുളുമ്പോൾ പരിഭ്രമത്തോടെ എണീറ്റ അവൾ പറഞ്ഞു:

'എനിക്കു പോണം. നമ്മുടെയെല്ലാം മണിക്കൂറുകൾ വിലപിടിച്ച താണല്ലോ.'

അയാൾ മണിക്കൂറുകളെ പണത്തിന്റെ ഗുണനപട്ടികയിൽ ഒതുക്കി. അവൾ എവിടെയും വരുമാനത്തിന്റെ സാദ്ധ്യതകളെ കണ്ടെത്തുകയാണ്. പ്രയോജനവാദത്തിലും ജീവിതത്തിന്റെ ആസ്വാദ്യതയിലുമാണ് ഇപ്പോൾ സത്യവാഗീശ്വരൻ വിശ്വസിക്കുന്നത്. വിവസ്ത്രയായ അവളിൽ മുങ്ങിതാഴാമെന്ന തീരുമാനത്തോടെ; അങ്ങനെ ചിലവഴിക്കലുകളെ മുതലാക്കാമെന്ന തോന്നലോടെ അയാൾ വീണ്ടും മുമ്പോട്ട് സഞ്ചരിക്കുന്നു.

സ്വകാര്യനിമിഷങ്ങളിലെ പങ്കുവെയ്പുകളെ അവൾ എപ്പോഴും ബുദ്ധിപൂർവ്വം ഒഴിവാക്കി. ആൾക്കൂട്ടത്തിന്റെ അംശമായി മറ്റുള്ളവർ കാണെ സത്യവാഗീശ്വരനോട് ഇടപഴകാൻ അവൾ അവസരം നോക്കി. അയാളുടെ കൈകോർത്ത് പിടിക്കാനും മുട്ടി ഉരുമ്മി നടക്കാനും അവൾ സന്നദ്ധയാണ്. അപ്പോഴും അവൾ അയാളുടെ സ്പർശനങ്ങൾക്ക് പരിധി നിശ്ചയിച്ചു. അയാൾ അതിരുകൾ ലംഘിക്കുമ്പോൾ അവൾ തന്ത്രപൂർവ്വം പിന്മാറുന്നു. അനാവൃതമാകുന്ന മുലത്തടത്തിലേക്ക് അയാൾക്ക് സ്വാതന്ത്ര്യത്തോടെ മുഖംതാഴ്ത്താം. ചുംബനങ്ങളെ ലാഘവത്തോടെ സ്വീകരിക്കുന്ന അവൾ മാംസത്തിന്റെ സംയോഗവിധികളെ നിരോധിക്കുന്നു.

അടുത്ത കൂടിക്കാഴ്ചയ്ക്കുവേണ്ടി പിരിയുന്ന അവൾ ധന്യനിമിഷങ്ങളുടെ വിലയായി പണം കൈക്കലാക്കുന്നു.

സത്യവാഗീശ്വരന്റെ പരിസരബോധങ്ങളെ അവളുടെ നഗ്നത വേട്ടയാടി. മുലകളുടെ മുഴപ്പും തുടകളുടെ മാർദ്ദവവും അയാളുടെ പുരുഷത്വത്തിന്റെ വെല്ലുവിളിയായി. അതിരുകളെ ലംഘിക്കാനുള്ള അയാളുടെ ശ്രമങ്ങൾ എപ്പോഴും വിഫലമായി. അയാളുടെ ഉള്ളിലെ കാട്ടുപോത്ത് വന്യമായ ആസക്തിയോടെ മുരളുന്നു. അവളിൽനിന്ന് പിന്തിരിഞ്ഞ അയാൾ നഗരത്തിലെ മറ്റൊരുത്തിയെ തുണയാക്കി.

അവളും പരിധികൾ കല്പിച്ച് സംഭോഗത്തിന് തയ്യാറാകാതെ ചൂടുപകരുകയാണ്.

അവരെല്ലാം വിശുദ്ധപ്രേമത്തിന്റെ വക്താക്കളും ആത്മീയമായ പങ്കുവെയ്പിനെ പ്രതീക്ഷിക്കുന്നവരുമാണ്. അവരുടെ സങ്കല്പത്തിൽ വിശ്വസ്തയായ ഭാര്യയും സംതൃപ്തമായ കുടുംബവും നിലനിൽക്കുന്നു.

സായാഹ്നം കഴിഞ്ഞ് ഇരുണ്ട മനസ്സോടെ എത്തിയ അയാളെ സഹപാഠികൾ കാത്തിരുന്ന് പിടികൂടുന്നു. വ്യാമോഹങ്ങളിലും വ്യർത്ഥമായ ഉത്തേജനങ്ങളിലും അവസാനിക്കുന്ന ഇടപഴകലുകളെക്കുറിച്ച് അവർ പറഞ്ഞു. പുരുഷനെ വശീകരിച്ച് ദരിദ്രനാക്കുന്ന സ്ത്രീകളെ അവർ അനുഭവിച്ചറിഞ്ഞതാണ്.

ഒന്നാന്തരക്കാരുടെ പ്രൗഢമായ ജീവിതത്തെ സ്വീകരിച്ച സത്യവാഗീശ്വരൻ അവരുടെ രഹസ്യനടപടികളെ അനുകരിക്കാൻ ഒരുങ്ങുന്നു. രുചിഭേദങ്ങളുടെ വൈവിധ്യങ്ങളെ അവർക്ക് നല്ലതുപോലെ അറിയാം. എങ്കിലും സംഘർഷങ്ങളേയും ജീവിതത്തിന്റെ കെട്ടുറപ്പിനേയും ഒഴിവാക്കാൻ അവർ നിശ്ശബ്ദരാകുകയാണ്. നഗരത്തിലെ രാത്രികൾ മാംസളമായ ആസക്തികളെ ആത്മസമർപ്പണത്തിന്റെ ആത്മീയത ഇല്ലാതെ പങ്കുവെയ്ക്കുന്നു.

ജീവിതം ഭൂമിയുടെ ഉപരിതലമാണെന്ന് സത്യവാഗീശ്വരൻ നെഞ്ചുറപ്പോടെ പ്രഖ്യാപിച്ചു. മാംസത്തിന്റേയും സഹജവാസനകളുടേയും സങ്കോചവികാസങ്ങളിലേക്ക് സഹപാഠികൾ അയാളെ എത്തിക്കുകയാണ്. സ്ത്രീകളുമായി ഇടപഴകി പരിചയിച്ച അവർ സ്വാഭാവികതയോടെ മുന്നേറി. അയാളുടെ ഉള്ളിൽ അകാരണമായി അശാന്തി പടരുന്നു. എന്നിട്ടും അയാൾ ഇരതേടാൻ നിർബന്ധിതനാകുന്നു.

അസാധാരണമായ ചുറ്റുപാടിലേക്ക് കടന്നുചെന്ന അവർ സ്വകാര്യാനുഭൂതികളുടെ സമാപനങ്ങളെ കണ്ടെത്താൻ ശ്രമിക്കുകയാണ്. വാചാലതയിൽനിന്ന് നിശ്ശബ്ദതയിലേക്കുവീണ സത്യവാഗീശ്വരൻ അനേകം മാറ്റങ്ങൾക്ക് വിധേയനായി. അവസാനം അയാൾ ജന്മവാസനകളുടെ ഫലശൂന്യതയെ തിരിച്ചറിയുന്നു.

വാക്കുകൾ അനാവശ്യമായ മാളികയിലേക്കു പ്രവേശിച്ച അവർ വഴികാട്ടികൾക്ക് വഴങ്ങി വെവ്വേറെ മുറികളിലേക്ക് കയറുന്നു. പിരിയുമ്പോൾ ആശംസകളെ കൈമാറാനും അവർ മറക്കുന്നില്ല.

സത്യവാഗീശ്വരന്റെ പരിഭ്രമങ്ങളെ ആശ്വസിപ്പിച്ച സഹപാഠി പറഞ്ഞു:

‘പരിഭ്രമിക്കാനൊന്നുമില്ല. നമുക്കറിയാത്ത പലതും പ്രായത്തിനറിയും. പുതിയ ആളാണെന്ന് ഞങ്ങൾ പ്രത്യേകം പറഞ്ഞിട്ടുണ്ട്.

ആരേയും വശീകരിക്കാൻ ഇവിടത്തെ പെണ്ണുങ്ങൾക്കറിയാം.'

അസാധാരണസന്ദർശകനെ ലാളനകൾകൊണ്ട് പ്രകോപിപ്പിക്കാൻ അവൾ പ്രത്യേകം ശ്രദ്ധിച്ചു. അപ്പോഴും അയാൾ വിമുഖനായി സങ്കോചത്തോടെ മുഖം കുനിക്കുകയാണ്. അയാളുടെ ആസക്തി വിരക്തിയും നിസ്സംഗതയുമായി തരംമാറി. സ്ത്രീയുടെ നഗ്നത ജന്മപാപത്തേയും വംശശാപത്തേയും വെളിപ്പെടുത്തി. മുലയുടെ മാർദ്ദവം അയാളുടെ ആത്മാവുതുളയ്ക്കുന്ന പീഢാനുഭവവുമായി. അവൾ അയാളെ ഉൾക്കൊള്ളാൻ സന്നദ്ധയായി മലർന്നുകിടന്നു. മുലകളുടേയും തുടകളുടേയും വശ്യതയിൽനിന്ന് അയാൾ ജന്മസുകൃതത്തോടെ രക്ഷപ്പെട്ടു. അപ്പോൾ അയാൾ വ്രതയുടെ വ്യസനിക്കുന്ന വാക്കുകളെ കേട്ടു.

'മകനെ; നീയും വംശത്തിന്റെ ദുരന്തത്തെ ഏറ്റുവാങ്ങുകയാണോ? അമ്മയുടെ ജന്മസാഫല്യത്തെ നീ മറന്നോ?'

വിഭാവസുവിന്റെ വംശത്തിലെ പുരുഷന്മാർ ആസക്തിയുടെ മോഹവലയത്തിൽ അകപ്പെട്ട് ആത്മശാന്തി ഇല്ലാതെ മരിച്ചുപിരിയുകയാണ്. ജന്മത്തിന്റെ നിയോഗവും വിധിഫലവും അനുഭവിച്ചുതീർക്കാൻ അവർ വീണ്ടും ജന്മാന്തരങ്ങളിലേക്ക് എത്തിച്ചേരാം.

ആത്മജ്ഞാനത്തിന്റേയും അന്വേഷണത്തിന്റേയും മനോഭാവങ്ങളിലേക്ക് സത്യവാഗീശ്വരൻ മടങ്ങി. നഗരം പിന്നിട്ട അയാൾ മതിഭ്രമങ്ങളുടേയും പരീക്ഷണങ്ങളുടേയും വിഭ്രാന്തികളിൽനിന്ന് രക്ഷപ്പെടുന്നു. ജന്മത്തിന്റെ വിശുദ്ധിയും പുനർജ്ജനിഗുഹയിലെ അദൃശ്യാത്മാക്കളും അയാളെ അനുഭവത്തിന്റെ വ്യത്യസ്തതകളെ അറിയിക്കുകയാണ്. അവസാനത്തെ പാകപ്പെടുത്തലിന് കീഴടങ്ങുന്ന അയാൾ ആസക്തിയുടെ വക്താവായി അധഃപതിക്കും. സത്യവാഗീശ്വരനും ആത്മാന്വേഷണത്തെ അപമാനമായികരുതി വംശശാപത്തെ ഏറ്റുവാങ്ങി പശ്ചാത്താപത്തോടെ മരിച്ചുപിരിയും.

സത്യവാഗീശ്വരന്റെ സാമിപ്യം അറിഞ്ഞ് ശാന്തയാകുന്ന പുനർജ്ജനിപുഴ പാറകളെ നടക്കല്ലുകളാക്കി അശാന്തമായ ആത്മാവിനെ സ്വീകരിക്കുന്നു. പുനർജ്ജനിഗുഹയിൽ എത്തി തടാകത്തിലെ വെള്ളം കുടിച്ച അയാൾ മോഹാലസ്യത്തിലേക്കു വീഴുകയാണ്. അവ്യക്തമായ ചിന്തകളും അപാരതയുടെ ആത്മീയമായ അറിവുകളും ജന്മനിയോഗത്തെ കാത്തുകിടന്ന സത്യവാഗീശ്വരനിലേക്ക് പ്രവേശിക്കുന്നു. വന്യമായ ആസക്തി നശീകരണമാണ്. അത് സഹജവാസനകളുടെ വ്യക്തിത്വമില്ലാത്ത ആൾക്കൂട്ടമാണ്. സ്വാർത്ഥതയെ പരിത്യജിക്കുക ദൈവീകമായ കണ്ടെത്തലുകളാണ്. അത് സഹജീവികളോടുള്ള കാരുണ്യവുമാണ്. അറിയുന്നവൻ മൃഗീയതയിലേക്ക് അധഃപതിക്കുന്നില്ല. അവന്റെ മാർഗ്ഗം മനുഷ്യത്വത്തിൽനിന്ന് ദൈവീകതയിലേക്കുള്ള വികാസമാണ്.

പുനർജ്ജനിഗുഹയുടെ അപാരതയിൽനിന്ന് നീണ്ടുവന്ന കൈകൾ സാന്ത്വനവും ആത്മജ്ഞാനവുമായി സത്യവാഗീശ്വരനെ തൊട്ടുണർത്തി. പുകപടലങ്ങളുടെ പരിവേഷത്തിൽനിന്ന് ആസക്തിയേയും കാലത്തേയും മരണത്തേയും കീഴടക്കിയ അമാനുഷിക വ്യക്തിത്വങ്ങളുടെ വാക്കുകൾ അയാളെ തേടിയെത്തി.

'നീ ക്ഷോഭിക്കാതിരിക്കൂ. ജ്ഞാനത്തിന്റെ മാർഗ്ഗം അസഹനീയവും ദുർഘടവുമാണ്. നിന്റെ യോഗത്തെ നീ അനുഭവിച്ചറിയണം'.

'അനുഭവങ്ങൾ എന്നെ അജ്ഞാനിയാക്കുകയാണ്.'

'അജ്ഞാനത്തിൽ നിന്നേ ജ്ഞാനമുണ്ടാകൂ. ആസക്തിയാണ് വിരക്തിക്ക് കാരണം. അനുഭവങ്ങൾ ആത്മജ്ഞാനത്തിന്റെ സത്യമാർഗ്ഗങ്ങളാണ്. അനുഭവങ്ങളെ നിരസിക്കുക സത്യത്തേയും ജീവിതത്തേയും ജ്ഞാനത്തേയും നിഷേധിക്കലാണ്. അനുഭവങ്ങളില്ലാത്ത ജ്ഞാനം വ്യർത്ഥമായ ഭാരമാകുന്നു'.

'ഞാൻ വല്ലാതെ പീഢിപ്പിക്കപ്പെടുന്നു. വംശത്തിന്റെ ദുരന്തം എന്നേയും വേട്ടയാടുകയാണ്''.

'പ്രവാഹത്തിൽ ലയിക്കുക സത്യവാഗീശ്വരന്റെ രീതിയല്ല. നിന്റെ ജന്മത്തിന്റെ നിയോഗം നിന്നെ നയിക്കാൻ പ്രാപ്തമാണ്. എങ്കിലും നിന്റെ വഴി നീ കണ്ടെത്തേണ്ടതാണ്''.

പുകക്കൂട്ടങ്ങൾ പുനർജ്ജനിഗുഹയുടെ അപാരതയിലേക്ക് ഉൾവലിയുന്നു. സത്യവാഗീശ്വരൻ മടക്കയാത്ര ആരംഭിക്കുന്നു. പുനർജ്ജനിപുഴയുടെ ശാന്തഭാവങ്ങളിൽ ഇറങ്ങിയ അയാളുടെ എതിരെ അസാധാരണ മുഖഭാവങ്ങളോടെ ചെറുപ്പക്കാരൻ കടന്നുവരുന്നു. അയാൾ നഗ്നനും അസ്വസ്ഥനുമായിരുന്നു. അയാളുടെ ആത്മാവിന്റെ ചൂട് തട്ടിയപ്പോൾ മരങ്ങളുടെ ഇലച്ചാർത്തുകൾ വെന്തുണങ്ങി വീഴുകയാണ്. ജീവിതത്തിന്റെ നിഗൂഢതകളേയും ദൈവനിശ്ചയത്തിന്റെ ആവശ്യങ്ങളേയും അയാൾ നിരന്തരം അന്വേഷിക്കുന്നു. അയാളും പുനർജ്ജനിഗുഹയിലെ സന്ദർശകനാണ്.

ആചാര്യനെ വീണ്ടെടുക്കാൻ ഒന്നിച്ച സനാതനപുരത്തുകാർ പുനർജ്ജനിപുഴയുടെ തീരത്തിൽ പ്രതീക്ഷയോടെ കാത്തുനിന്നു. സത്യവാഗീശ്വരൻ നഗരത്തിലേക്ക് പോയതോടെ അവർ വിധിവിശ്വാസങ്ങളിൽ വലഞ്ചുറ്റി. വിമോചന സങ്കല്പങ്ങളെ ഉപേക്ഷിച്ച അവർ സാമ്പ്രദായിക രീതികളിലേക്ക് പിൻമടങ്ങുന്നു. ജന്മശാപത്തിന്റെ വിധിഫലങ്ങളിലേക്ക് തിരിച്ചുപോയ അവരുടെ ഉള്ളിൽ രക്ഷകനായ ആചാര്യസത്യവാഗീശ്വരൻ ഗാഢമായി വേരുകൾ ഇറക്കുകയാണ്. ആചാര്യന്റെ ദൈവീകസിദ്ധികളും അവതാരലക്ഷ്യവും ഫലപ്രാപ്തി നേടുമെന്ന് അവർ കരുതിയതാണ്.

സത്യവാഗീശ്വരൻ വീണ്ടും മഞ്ഞപ്പട്ടിന്റെ ആവരണത്തിൽ അകപ്പെട്ടു. അയാളുടെ നിമിഷങ്ങൾ വീണ്ടും ദിവ്യദർശനങ്ങളായി. വാക്കുകൾ ആത്മജ്ഞാനത്തിന്റെ ദിവ്യവചനങ്ങളായി. ആഹാരക്രമങ്ങൾ വീണ്ടും സാത്വികമാകുന്നു.

സത്യവാഗീശ്വരനെ കണ്ട സനാതനപുരത്തുകാർ അയാളുടെ കാൽച്ചുവട്ടിൽ അപരാധങ്ങളേയും മനഃസ്താപങ്ങളേയും ഇറക്കിവെച്ച് നമസ്കരിക്കുന്നു. ഭയഭക്തിയോടെ നിന്ന അവർ ജീവിതത്തിൽനിന്നും ജന്മത്തിൽനിന്നുമുള്ള മുക്തിക്കായി പ്രാർത്ഥിക്കുകയാണ്.

മകനെ പ്രത്യാശയോടെ കാത്തിരുന്ന വ്രത ധന്യമായ മുഹൂർത്തങ്ങളിൽ കൂടുതൽ നിശ്ശബ്ദയാകുന്നു. അവളുടെ വികാരങ്ങളും ക്ഷോഭങ്ങളും അഭാവങ്ങളായി അദൃശ്യശക്തിയിൽ കേന്ദ്രീകരിക്കുന്നു.

സനാതനപുരത്തുകാർ ആചാര്യസത്യവാഗീശ്വരനേയും ദിവ്യമാതാവിനേയും മഞ്ചലുകളിൽ പ്രതിഷ്ഠിച്ചു. അയാളുടെ സാന്നിദ്ധ്യത്തെ ജന്മാന്തരമുക്തിയും പാപപരിഹാരവുമായി അവർ കരുതി. മഞ്ചലുകളെ അവർ ആവേശത്തോടെ ചുമന്നുനടന്നു.

ദിവ്യപുരുഷന്റെ ഭയാനകമായ ഏകാന്തത ഇല്ലാതെ സത്യവാഗീശ്വരൻ മഞ്ചലിൽ ഇരുന്നു. വംശശാപവും മനുഷ്യജന്മത്തിന്റെ വ്യാകുലതകളും പരാധീനതകളും അയാളുടെ മനസ്സിൽ നിറഞ്ഞു. വ്യവഹാരകാലത്തെ സ്വീകരിച്ച അയാൾ ആത്മാന്വേഷണത്തിന്റെ മറ്റൊരു മുഖത്തെ പ്രാപിക്കുകയുമാണ്. ഇരുട്ടിൽനിന്ന് ഇരുട്ടിലേക്കുള്ള സഞ്ചാരമല്ല ജീവിതം. അവസ്ഥയെ മാറ്റിപ്പണിത് പ്രകാശത്തിന്റെ കേന്ദ്രബിന്ദുവിൽ എത്തിച്ചേരണം.

കാടിന്റെ മറവുകളിൽനിന്ന് പൊടുന്നനെ കടന്നുവന്ന യുവതി അയാൾക്ക് തുണയാകുന്നു. വെളിച്ചത്തിന്റെ ആഴവും പാറക്കെട്ടിന്റെ ഉറപ്പുമുള്ള അവളെ കണ്ടപ്പോൾ സത്യവാഗീശ്വരൻ ജന്മത്തിന്റെ നിയോഗത്തെ തിരിച്ചറിയുകയാണ്. കാലത്തിന്റെ വിധിനിശ്ചയമായും ആത്മജ്ഞാനത്തിലേക്കുള്ള വഴിതിരിവായും അവൾ എത്തി. അവളെ അയാൾ മഞ്ചലിലേക്ക് പിടിച്ചുകയറ്റുന്നു.

മരവുരിയുടെ സ്ഥാനചലനങ്ങളെ ശരിപ്പെടുത്തിയ ആരണ്യ പറഞ്ഞു:

'അങ്ങയുടെ വരവ് കാലത്തിന്റെ നിശ്ചയവും എന്റെ ജീവിതത്തിന്റെ നിയോഗവുമാണ്. അങ്ങയെ പ്രതീക്ഷിച്ച് വളരെക്കാലമായി ഞാൻ കാത്തുനിൽക്കുന്നു'.

മൂന്നാം ചെപ്പേട്

ആചാര്യസത്യവാഗീശ്വരന്റെ ജീവിതത്തിൽ വിഭാവസു വിന്റെ മരണം കനത്ത ആഘാതമായി. പുത്രവത്സലനായ അച്ഛന്റെ വിടവ് ആചാര്യനെ തളർത്തി. അവശനായി കിടന്ന വിഭാവസുവിനെ ആചാര്യൻ ശുശ്രൂഷിച്ചു. ആചാര്യ സത്യവാഗീശ്വരന്റെ സാന്നിദ്ധ്യത്തിൽ വിഭാവസുവിന്റെ ആത്മാവ് പരമാത്മാവിൽ ലയിച്ചു. സനാതനപുരത്തിലെ സ്ത്രീത്വത്തിന്റെ പ്രതീകമായ വ്രത ഭർത്താവിനെ പരിചരിച്ചും അദ്ദേഹത്തിന്റെ ജീവനുവേണ്ടി കഠിനവ്രതങ്ങൾ അനുഷ്ഠി ച്ചും കാലം കഴിച്ചു. ആർക്കും വിധിയെ തടുക്കാനായില്ല. ആചാര്യസത്യവാഗീശ്വരൻ അച്ഛന്റെ മരണത്തോടെ വ്രതക്ക് ആത്മജ്ഞാനം നൽകി.
വിഭാവസുവിന്റെ മരണത്തോടെ ആചാര്യസത്യവാഗീശ്വ രന്റെ ജീവിതത്തിന്റെ ഒന്നാംഘട്ടം അവസാനിച്ചു. ആചാ ര്യനായ അദ്ദേഹം സനാതനപുരത്തുകാരുടെ ദുരിതങ്ങളെ ഏറ്റുവാങ്ങി വിമോചനത്തിന് വഴികാണിച്ചു.

മൂന്നാം അദ്ധ്യായം

പുരുഷന്റെ അതിക്രമങ്ങളേയും അപമാനങ്ങളേയും ആദ്യകാലങ്ങളിൽ വ്രത കണ്ണീരോടെ സഹിച്ചു. പിന്നീട് അവൾ നിസ്സംഗയായി സംഭവങ്ങളെ അഭിമുഖീകരിക്കുന്നു. അവളുടെ യൗവ്വനവും വികാരങ്ങളും മ്ലാനവും വിരസവുമായി. പുരുഷന്റെ അഭിരുചികളേയും ആസക്തികളേയും വംശശാപമായി അവൾ കരുതി. നല്ലവരായ വരുംതലമുറകൾക്കും കണ്ണീരുവീഴാത്ത സ്ത്രീജന്മങ്ങൾക്കും വേണ്ടി വ്രത പാപപരിഹാരങ്ങളെ അനുഷ്ഠിക്കുകയാണ്. കാലംകഴിഞ്ഞ പുരുഷന്മാരുടെ പശ്ചാത്താപങ്ങളെ വിലമതിക്കാത്ത അവൾ അവയെ അവഗണിക്കുന്നുമില്ല.

വിഭാവസുവിന്റെ മാംസളമായ ആസക്തികൾക്കും സൈ്വരവിഹാരങ്ങൾക്കും പൊടുന്നനെ തടവീഴുന്നു. സത്യവാഗീശ്വരൻ അപ്രത്യക്ഷനായപ്പോൾ പരേതാത്മാക്കളുടെ ബാധയും ദിവ്യസിദ്ധികളുടെ അപശകുനങ്ങളും ഒഴിഞ്ഞെന്ന വിചാരത്തോടെ അയാൾ ആഹ്ലാദിച്ചു. ഭീതികൂടാതെ അയാൾ ദിവസങ്ങളെ ആഘോഷമാക്കുകയാണ്. പ്രഭാവസുവിന്റെ വിഭവങ്ങളെ ആശീർവാദത്തോടെ ഏറ്റുവാങ്ങുന്ന വിഭാവസു പുത്തൻ ലഹരിയിൽ മുങ്ങിമയങ്ങുന്നു. നഗരത്തിലെ സ്ത്രീകൾ അവരുടെ സൗഹൃദവിരുന്നുകളെ കൂടുതൽ ഹൃദ്യമാക്കുകയാണ്.

വിശേഷങ്ങളെ കേട്ടറിയുന്ന വ്രത പ്രതികരണങ്ങളില്ലാതെ ഉൾവലിഞ്ഞു. അവൾ ദൈവവിചാരങ്ങളിൽ മനസ്സിനെ കൂടുതൽ ദൃഢമാക്കുകയാണ്. സ്നേഹത്തിന്റെ ശക്തിയിൽ വിശ്വസിച്ചിരുന്ന അവൾ വിഭാവസുവിനെ നല്ലവനാക്കാൻ ഏറെ ശ്രമിച്ചതാണ്. പിന്നീട് വംശശാപത്തെ അനുഭവിച്ചു തീർക്കുന്ന ദുരന്തജന്മമായി അയാളെ അവൾ കരുതി. അവളും ജന്മത്തിന്റെ വിധിനിശ്ചയങ്ങളിലേക്ക് പിൻവാങ്ങുന്നു.

കാലത്തേയും പ്രായത്തേയും മറന്ന വിഭാവസു പുത്തൻ ലഹരിയിലും അപരിചിതരായ യുവതികളിലും ജീവിതത്തിന്റെ ആഴങ്ങൾ അളക്കുന്നു. അയാളുടെ ഉള്ളിൽ അടങ്ങാതെ വിഹരിച്ച കാട്ടുപോത്ത് വന്യമായ ആസക്തിയോടെ മുരളുന്നു. മുടികൾ

കൊഴിഞ്ഞതും ചുളിവും നരയുമായി കാലം ആക്രമിച്ചതും വിഭാവസു അറിയുന്നില്ല. കാട്ടുപോത്തിന്റെ മേച്ചിൽപ്പുറങ്ങൾ ശാദ്വല ഭൂമികളിൽ വിഹരിക്കുകയാണ്.

വ്രതയുടെ ഉള്ളിൽ വിഭാവസുവിന്റെ അച്ഛന്റെ വാക്കുകൾ ആത്മാവിന്റെ തേജസ്സുള്ള മുഖമായി വീണ്ടു തറയ്ക്കുന്നു.

'മോക്ഷം ലഭിക്കാത്ത ആത്മാവുകളായതുകൊണ്ട് ദുരിതങ്ങളെ ഏറ്റുവാങ്ങാൻ നാം വീണ്ടും മനുഷ്യരായി ജനിക്കുന്നു. മനസ്സും ശരീരവും ഒരുപോലെ സംതൃപ്തമാകുക മഹാഭാഗ്യമാണ്. അവർക്ക് ഈ ജന്മംതന്നെയാണ് സ്വർഗ്ഗവും മോക്ഷവും. ആസക്തിയിൽ ജീവിക്കുന്ന നമുക്ക് ജീവിതം ഭൗതികമായ അനുഭവങ്ങളാണ്. ആത്മീയസുഖത്തിനുവേണ്ടി ഭൗതികതയെ ഒഴിവാക്കാൻ കഴിയണം. ആത്മീയത ഇല്ലാത്ത ഭൗതികജീവിതം മഹാദുരന്തമായി തീരും.'

വിഭാവസുവിന്റെ ദുർനടപ്പുകൾക്കും ആത്മാവില്ലാത്ത ജീവിതത്തിനും കാലം നിവാരണങ്ങൾ നിശ്ചയിക്കുമെന്നുകരുതി വ്രത കാത്തിരുന്നതാണ്. ദിവ്യമാതാവായി വിശുദ്ധിയോടെ ജീവിച്ച അവൾ സത്യവാഗീശ്വരൻ വംശശാപത്തിന് മുക്തിയും വംശാവലികൾക്ക് നന്മനിറഞ്ഞ മനസ്സും നൽകുമെന്ന് വിശ്വസിച്ചു.

പുത്തൻ ലഹരിയുടെ ജ്വാലയിൽ എരിഞ്ഞ വിഭാവസു കിടക്കയിൽ സന്നദ്ധയായി കിടന്ന യുവതിയുടെ നേർക്ക് തിരിയുന്നു. അയാളുടെ ഞരമ്പുകളിലെ ആവേശം ബലക്ഷയമാകുകയാണ്. അവളുടെ നഗ്നതയിൽ കമഴ്ന്നുകിടന്ന വിഭാവസുവിന് എണീക്കാനായില്ല. അയാളുടെ അരക്കെട്ടും കാലുകളും ഉപയോഗശൂന്യമാകുന്നു. രോഗത്തിന്റെ ഭീകരതയെ തിരിച്ചറിഞ്ഞ അവൾ അയാളെ കിടക്കയിലേക്ക് തള്ളിയിട്ട് ഇരുട്ടിലേക്ക് പടി ഇറങ്ങുകയാണ്.

വംശശാപത്തിൽ അകപ്പെട്ട വിഭാവസു ഭൂതകാലത്തേയും വരും കാലത്തേയും വിചാരണ ചെയ്തുതുടങ്ങുകയാണ്.

മഞ്ചലിൽ കൊണ്ടുവന്ന അയാളെ വ്രത പരിഭവിക്കാതെ ശുശ്രൂഷിക്കുന്നു. മരുന്നുകളെ അമിതമായി വിശ്വസിച്ച് രോഗശാന്തിയെക്കുറിച്ച് ചിന്തിച്ച വിഭാവസു ക്രമേണ കാലത്തിന്റെ വിധിനിശ്ചയങ്ങളെ തിരിച്ചറിഞ്ഞ് ശാന്തനാകുന്നു. കാലംകഴിഞ്ഞവരുടെ ശൂന്യമായ കണ്ണുകളും ലാഭവിഹിതത്തോടെ ഇറങ്ങിപ്പോയ യുവതികളുടെ മുഖങ്ങളും അയാളെ വേട്ടയാടി. ജീവിതത്തിന്റെ വൈവിധ്യങ്ങൾ നഷ്ടപ്പെട്ടതോടെ പശ്ചാത്താപത്തിന്റെ മനസ്താപങ്ങൾ അയാളുടെ മനസ്സിൽ നിറഞ്ഞു. നിസ്സംഗനും ആസക്തനും ഒരുപോലെ ജീവിതത്തെ ദുർവ്യാഖ്യാനിക്കുന്നു. അവർ അറിവിന്റെ പരിമിതികളെ ബോദ്ധ്യപ്പെടുത്തി ജന്മത്തിന്റെ മഹത്വത്തെ പ്രഖ്യാപിക്കുന്നു.

വ്യാഖ്യാനങ്ങൾക്കും വിവരണങ്ങൾക്കും അതീതമായ ജീവിതം ആർക്കും പൂർണ്ണമായി രഹസ്യങ്ങളെ വെളിപ്പെടുത്തുന്നില്ല.

വംശശാപത്തിൽനിന്നും ശരീരത്തിന്റെ ബലക്ഷയത്തിൽ നിന്നും വിഭാവസു ആത്മജ്ഞാനം നേടി. അയാൾ എപ്പോഴും ജീവിതത്തിന്റെ നിഗൂഢതകളെ തേടുകയാണ്. അപ്പോൾ അയാളുടെ ഉള്ളിലെ കാട്ടുപോത്ത് പുറമേക്ക് ഇറങ്ങി വീടിനെ വലംവെയ്ക്കുകയാണ്.

വിഭാവസുവിന്റെ അപകടനില അറിഞ്ഞ് പ്രഭാവസു എത്തി. വാർദ്ധക്യത്തേയും രോഗത്തേയും അയാൾ ലാഘവത്തോടെ കണ്ടു. യൗവ്വനത്തിന്റെ ആവേശങ്ങളിൽ മുങ്ങിയ അയാൾ വീണ്ടും പുത്തൻ ലഹരിയെ തേടുന്നു.

വംശശാപത്തെ തിരിച്ചറിഞ്ഞ വിഭാവസു കാലംകഴിഞ്ഞവരുടെ പശ്ചാത്താപങ്ങളെ ഏറ്റുവാങ്ങി. പ്രഭാവസു ആസക്തിയുടെ ന്യായങ്ങളെ കണ്ടെത്തുകയാണ്.

കിടക്കയിൽ ഉപയോഗശൂന്യമായി കിടന്ന വിഭാവസു വ്രതയുടെ പരിഭവങ്ങളില്ലാത്ത ശുശ്രൂഷകളെ ഏറ്റുവാങ്ങി. ആത്മവേദനയോടെ മുഖംതിരിച്ച അയാൾ വ്രതയോട് ഒച്ചതാഴ്ത്തി ചോദിച്ചു:

'നീ കുറേ സഹിച്ചു അല്ലേ? വംശശാപത്തിൽ മതിമറന്ന ഞാൻ സത്യത്തെ കാണാൻ പ്രാപ്തനായിരുന്നില്ല.'

അസാധാരണമായി യാതൊന്നും കേൾക്കാത്തതുപോലെ വ്രത പുഞ്ചിരിച്ചു.

'ഇത് ഞങ്ങളുടെ വംശത്തിന്റെ രീതിയാണ്. കാലംകഴിഞ്ഞ് ഉപയോഗശൂന്യമാകുമ്പോൾ നല്ലവരാകുക.'

വിഭാവസുവിന്റെ പശ്ചാത്താപങ്ങളും ഖേദങ്ങളും കേൾക്കാൻ വ്രത അവസരമുണ്ടാക്കുന്നില്ല. ഒരിക്കൽ അയാളുടെ അവ്യക്തമായ വാക്കുകളെ കേട്ട് അവൾ അമ്പരന്നു.

'അവൻ വരുമോ?'

'ആര്?'

'സത്യവാഗീശ്വരൻ'

'വരും. തീർച്ചയായും വരും.'

മാംസളമായ രതിഭാവനകളിൽനിന്നും വസ്തുക്കളുടെ ഉടമാവകാശങ്ങളിൽനിന്നും വിഭാവസു രക്ഷപ്പെട്ടു. ഇപ്പോൾ അയാൾ സത്യവാഗീശ്വരനെ ദിവ്യസിദ്ധികളോടെ ആദരിക്കുന്നു. ആചാര്യ സത്യവാഗീശ്വരന്റെ അമാനുഷികസിദ്ധികൾ തനിക്ക് ജന്മാന്തരപാപങ്ങളിൽനിന്ന് മുക്തി നൽകുമെന്ന് അയാൾ കരുതി. ജന്മത്തിന്റെ വിശുദ്ധിയെയും നന്മയേയും സ്നേഹിച്ചു തുടങ്ങിയ വിഭാവസു പശ്ചാത്താപത്തിന്റെ

പാപഭാരത്തോടെ നിശ്ശബ്ദതയിലേക്ക് ഉൾവലിയുന്നു.

ബീജപ്പകർച്ചയിലൂടെ വംശശാപത്തേയും മിഥ്യാധാരണകളേയും പ്രഭാവസു ഏറ്റുവാങ്ങി. ദുർമാർഗ്ഗിയായ മകനെ വിവാഹത്തിൽനിന്നും; അങ്ങനെ വംശവലികളിലേക്ക് നീളുന്ന മഹാപാപത്തിൽനിന്നും, പിന്തിരിപ്പിക്കാൻ വ്രത ശ്രമിച്ചതാണ്. സ്ത്രീയെ വിലമതിക്കാത്ത അവർ വ്രതയുടെ വാക്കുകളെ അവഗണിക്കുന്നു.

ആക്രമിക്കാൻ അവസരം നോക്കുന്ന കാട്ടുപോത്തിനെ കണ്ട വിഭാവസു മോക്ഷത്തിനുവേണ്ടി മകനെ ഓർക്കുന്നു. സനാതനപുരത്തിൽ മുഴുക്കെ സത്യവാഗീശ്വരനെ അവർ അന്വേഷിച്ചെങ്കിലും ദൈവീകസിദ്ധിയുള്ള ആരെക്കുറിച്ചും ഒന്നും കേൾക്കുന്നില്ല. അവർ നിരാശരായി മടങ്ങിഎത്തി. വിധിനിശ്ചയങ്ങളേയും ജന്മാന്തരങ്ങളിലെ കർമ്മഫലങ്ങളേയും അനുഭവിക്കാൻ വിഭാവസു തയ്യാറാകുകയാണ്.

ദൗർബല്യങ്ങളെ അവസരമാക്കിയ കാട്ടുപോത്ത് വിഭാവസുവിനെ പെട്ടെന്ന് ആക്രമിച്ചു. പ്രജ്ഞയറ്റ അയാൾ പ്രകാശം കാണാതെ മൂന്ന് ദിവസം കിടക്കുന്നു. ഇക്കാലത്താണ് പ്രഭാവസുവിന്റെ വിവാഹം നടക്കുന്നത്. വംശത്തിന്റെ ദുരന്തത്തെ ഏറ്റുവാങ്ങിയ പെൺകുട്ടിയെ വ്രത സഹതാപത്തോടെ സ്വീകരിച്ചു. അവളുടെ നല്ലകാലത്തിനുവേണ്ടി അവൾ പരിഹാരക്രിയകൾ നടത്തുകയുമാണ്.

കാദംബരിയോട് പറയാൻ വ്രത വാക്കുകളെ തിരഞ്ഞെടുത്തു.

'ധീരയാകൂ, ജീവിതത്തെ ആത്മധൈര്യത്തോടെ അഭിമുഖീകരിക്കൂ'

വളരെ വൈകാതെ കാദംബരിയുടെ ആത്മധൈര്യത്തേയും ആത്മാഭിമാനത്തേയും വ്രത തിരിച്ചറിയുകയാണ്. സാമ്പ്രദായികമായി വിരസതയിലേക്ക് വീണ പ്രഭാവസു കരിമ്പിൻതോട്ടത്തിൽ വിരുന്നൊരുക്കി ലഹരിയിൽ മുങ്ങി. കാദംബരി അയാളെ നിർബന്ധിച്ച് വീട്ടിലെത്തിക്കുന്നു. സ്ത്രീത്വത്തിന്റെ ആത്മാഭിമാനത്തിനുവേണ്ടി ദുരഭിമാനങ്ങളെ അവൾ വലിച്ചെറിഞ്ഞു. പരിസരബോധമില്ലാതെ കിടന്ന അയാളിലേക്ക് അവൾ ഇറങ്ങിച്ചെല്ലുന്നു. പരാജയത്തിന്റെ മാനഹാനിയോടെ ഉൾവലിയാൻ കാദംബരി മടിച്ചു. എതിർപ്പിന്റെ ആത്മനിർവൃതിയോടെ അവൾ മുന്നേറി. പ്രക്ഷോഭകാരിയായി തീർന്ന അവൾ അവസ്ഥയോട് പ്രതികരിക്കുകയാണ്.

നഗരത്തിലേക്കും കോടതിയിലേക്കും പ്രഭാവസു മടങ്ങി. കാദംബരി അയാളെ നിയന്ത്രണാധികാരത്തോടെ പിന്തുടരുന്നു. പശ്ചാത്താപത്തിന്റെ ആത്മവേദനകളെ അവഗണിച്ച വ്രത വിഭാവസുവിനെ നിഷ്കളങ്കമായി ശുശ്രൂഷിക്കുന്നു. വിഭാവസുവിന്റെ

ദൃഷ്ടിയിൽ വിഹരിച്ച കാട്ടുപോത്ത് അടുത്ത ആക്രമണത്തിനുവേണ്ടി തയ്യാറെടുക്കുകയാണ്.

സനാതനപുരത്തുകാരെപ്പോലെ ദിവ്യസങ്കല്പങ്ങളിൽ മുഴുകിയ വ്രത ജന്മത്തെ സാഫല്യമാക്കിയ ആചാര്യസത്യവാഗീശ്വരനുവേണ്ടി കാത്തിരുന്നു. രക്ഷകന്റെ ദിവ്യസിദ്ധികൾ വംശശാപത്തെ നശിപ്പിക്കുമെന്ന് അവൾ വിശ്വസിച്ചു. സത്യവാഗീശ്വരന്റെ കൂടെ ആരണ്യയും വന്നപ്പോൾ പ്രായത്തിന്റെ രീതികളെ കണ്ട് വ്രത പരിഭ്രമിച്ചു. അവളുടെ സംശയങ്ങൾ വംശാവലിയുടെ ദുരന്തത്തെ കാണുകയാണ്.

വ്രത വീണ്ടും സത്യവാഗീശ്വരനുവേണ്ടി മുറി അലങ്കരിക്കുന്നു. മഞ്ഞപ്പട്ടിലേക്കും ദിവ്യപുരുഷനിലേക്കും സത്യവാഗീശ്വരൻ മടങ്ങി. ആരണ്യയും അമാനുഷികയാകുന്നു. സാരിയുടുത്തും ആഭരണങ്ങൾ അണിഞ്ഞും നിന്ന അവൾ അപ്പോഴും വ്യത്യസ്തമായി തുടരുകയാണ്.

സത്യവാഗീശ്വരനെ സ്തുതിച്ച് നമസ്കരിക്കാൻ സനാതനപുരത്തുകാർ വീണ്ടും വന്നുതുടങ്ങി. ഭൗതികമായ ആവശ്യങ്ങളുമായി എത്തിയ അവർ അനുഗ്രഹത്തിനും കാര്യസിദ്ധിക്കും വേണ്ടി കാത്തുനിൽക്കുന്നു. സനാതനപുരത്തിലെ ഗർഭിണികൾ സുഖപ്രസവത്തിനും നല്ലവരായ മക്കൾക്കും വേണ്ടി സത്യവാഗീശ്വരനെ നമസ്കരിച്ചു. ഭാര്യമാരും അമ്മമാരും പുരുഷന്റെ സന്മനസ്സിനുവേണ്ടി അയാളെ ആശ്രയിക്കുകയാണ്.

സത്യവാഗീശ്വരന്റെ ദിവ്യസിദ്ധികൾ രോഗനിവാരണവും അത്ഭുതങ്ങളും സൃഷ്ടിക്കുമെന്ന് വിഭാവസു വിശ്വസിച്ചു. അയാൾ അനാവശ്യമായി ജീവിതത്തോട് പ്രത്യാശകളെ വെച്ചുപുലർത്തി. കുരുടന്റെ കാഴ്ചയും ഊമയുടെ സംസാരവും അയാൾ കേട്ടുപഴകിയ അവതാരലക്ഷണങ്ങളാണ്.

മാറ്റിപ്പണിയാനും തിരുത്താനും കഴിയാത്തതാണ് ജീവിതമെന്ന് സത്യവാഗീശ്വരൻ വിശ്വസിച്ചു. പശ്ചാത്താപവും പാപബോധവുംകൊണ്ട് നീറിയ വിഭാവസുവിൽനിന്ന് അയാൾ കരുതലോടെ വിട്ടുനിന്നു. രക്ഷകനും ദിവ്യപുരുഷനുമായ സത്യവാഗീശ്വരന്റെ അമാനുഷിക സിദ്ധികളെ കാണാൻ സനാതനപുരത്തുകാർ ഉറക്കമൊഴിച്ച് കാത്തിരുന്നു.

അദൃശ്യാത്മാക്കളുടെ നിർദ്ദേശങ്ങളെ അനുസരിച്ച സത്യവാഗീശ്വരൻ വിഭാവസുവിന്റെ വിവശമായ ഒച്ചകേട്ട് അടുത്തെത്തുന്നു. ഉപയോഗശൂന്യമായും ദയനീയമായും കിടന്ന അയാൾ മകന്റെ സാമിപ്യത്തെ മുക്തിയും മോക്ഷവുമായി കരുതി. കാലത്തിന്റെ നിർദ്ദയമായ നീതി നിഴലിച്ച വിഭാവസുവിന്റെ കണ്ണുകളിൽ ആസക്തിയോ അഹംഭാവമോ ഇല്ല. കർമ്മദോഷത്തിന്റെ ഓർമ്മകളും

പാപബോധവുമാണ്.

'എന്നോട് ക്ഷമിക്കൂ. അറിഞ്ഞുചെയ്യുന്ന തെറ്റുകൾ പാപമോക്ഷം അർഹിക്കാത്തതാണ്. ഞാൻ സത്യമറിയാതെ പലതും ചെയ്തു. അത് നമ്മുടെ വംശശാപമാണ്. ഇപ്പോൾ എനിക്ക് ആത്മസത്യത്തെ അറിയാനായി. പക്ഷെ വൈകിപ്പോയിരിക്കുന്നു.'

'അച്ഛൻ ശാന്തനായി കിടക്കൂ.'

'നമ്മുടെ വംശത്തിൽ ആരും ശാന്തിയോടെ മരിക്കുന്നില്ല. സത്യവാഗീശ്വരൻ വംശത്തിന്റെ രീതികളിൽനിന്നും വിഭിന്നനാണ്. നീ എനിക്ക് ആത്മശാന്തി നൽകണം.'

വിഭാവസുവിന്റെ നെറുകയിൽ കൈവെച്ച സത്യവാഗീശ്വരൻ ധ്യാനയോഗത്തിൽ ലയിച്ച് ലോകഭാവങ്ങളെ മറക്കുന്നു. അദൃശ്യാത്മാക്കളുടെ അനുഗ്രഹങ്ങളെ അയാൾ ആവാഹിക്കുകയാണ്. വിഭാവസുവിന്റെ കലുഷമായ മനസ്സ് ശാന്തമായി ഉന്നതങ്ങളിലെ സമഭാവനയെ അറിയുന്നു. ജന്മമുക്തി ലഭിച്ച അയാൾ അഗാധമായ സുഖാലസ്യത്തിലേക്കു വീണു. അങ്ങനെ നരകപാതാളങ്ങളുടെ ശിക്ഷാവിധികളിൽനിന്ന് വിഭാവസു രക്ഷപ്പെടുകയാണ്.

സനാതനപുരത്തുകാരുടെ ദിവ്യപുരുഷനായ സത്യവാഗീശ്വരൻ ആരണ്യ വന്നതോടെ അനേകം മാറ്റങ്ങൾക്ക് വിധേയനാകുന്നു. പ്രായത്തിന്റെ പ്രലോഭനങ്ങൾക്കും ഉൾവിളികൾക്കും അയാൾ കീഴ്പ്പെട്ടു. ആരണ്യയുടെ പച്ചത്തഴപ്പുകളിൽ ഭ്രമിച്ച് ദിവ്യവിചാരങ്ങളില്ലാതെ അയാൾ വികാരങ്ങളെ ആസ്വദിക്കുകയാണ്.

ഭർത്താവായ സത്യവാഗീശ്വരൻ സനാതനപുരത്തുകാരുടേയും വ്രതയുടേയും മുമ്പിൽ അപ്പോഴും ആചാര്യനായി ജീവിക്കുന്നു. ആരണ്യയുടെ ആകർഷകമായ രൂപം അയാളുടെ ബലഹീനതയാകുന്നു. ആത്മാന്വേഷണമില്ലാതെ അനുഭൂതികളിൽ മുഴുകിയ അയാൾ നിസ്സംഗതയ്ക്കും പരിത്യാഗത്തിനും പ്രായശ്ചിത്തമായി അവളെ അടുത്തുതന്നെ സൂക്ഷിക്കുകയാണ്. സംഭോഗം തീരാത്ത ആസക്തിയും സ്ത്രീ ജീവിതത്തിന്റെ പൂർണ്ണതയായും അയാൾ അനുഭവിച്ചു. അതോടെ അമാനുഷികതയുടെ ഔന്നത്യവും സത്യവാഗീശ്വരന്റെ മനഃക്ലേശങ്ങളാകുന്നു. അനുഭവങ്ങളിൽനിന്നും ആരണ്യയുടെ സമീപത്തിൽനിന്നും വേറിട്ട് ആത്മപരിശോധന നടത്താൻ സത്യവാഗീശ്വരൻ തയ്യാറായി. വ്യക്തമായ മാർഗ്ഗനിർദ്ദേശങ്ങൾ ഇല്ലാത്ത ജീവിതത്തെക്കണ്ട് അയാൾ അസ്വസ്ഥനായി. വീണ്ടും അയാൾ ആൾക്കൂട്ടത്തിൽനിന്ന് ഒറ്റതിരിഞ്ഞ് ആത്മാന്വേഷണം തുടരുകയാണ്.

ദിവ്യസിദ്ധികളെ ആസക്തി നിയന്ത്രിക്കുന്നത് കണ്ടപ്പോൾ വ്രത സത്യവാഗീശ്വരനോടു ചോദിച്ചു:

'നീയും എന്നെ ദു:ഖിപ്പിക്കുമോ മകനെ?'

ഇതെല്ലാം കാലത്തിന്റെ നിശ്ചയമാണെന്ന് വ്രതയ്ക്ക് അറിയാം. ജന്മത്തിന്റെ നിയോഗത്തെ തടുക്കാൻ സത്യവാഗീശ്വരന് കഴിയില്ലെന്നും അവൾക്ക് ബോദ്ധ്യമുണ്ട്. എല്ലാം അറിയുന്ന വ്രത ദൈവനിശ്ചയങ്ങളുടെ വരവിനുവേണ്ടി കാത്തിരിക്കുകയാണ്.

ഒരിക്കൽ ആരണ്യയുടെ അരക്കെട്ടിൽനിന്ന് ഭീതിയോടെ സത്യവാഗീശ്വരൻ എണീറ്റു. ജന്മത്തിന്റേയും പുനർജ്ജനിഗുഹയിലെ അദൃശ്യാത്മാക്കളുടേയും നിശ്ചയങ്ങൾക്ക് വഴങ്ങി അയാൾ ആത്മീയാന്വേഷണങ്ങളോടെ ജീവിതത്തിലേക്ക് ഇറങ്ങുന്നു. അയാളുടെ നിഴലുകളെ ആരണ്യ പിന്തുടരുന്നു. നിരാസത്തിന്റെ തീരുമാനങ്ങളും ബന്ധനത്തിന്റെ ഭാരവും ഒരുപോലെ അനാവശ്യങ്ങളാകുന്നു. പിന്നീട് അയാൾ കൂടുതൽ പിടിച്ചടക്കാനുള്ള ശ്രമങ്ങളും ആസക്തി തീർക്കാനുള്ള അദ്ധ്വാനങ്ങളും നടത്തി.

വിയർത്തു നനഞ്ഞ് രതിമൂർച്ഛയോടെ കിടന്ന ആരണ്യ സുഖാനുഭൂതിയെ പങ്കുവെയ്ക്കുന്നു.

'അനുഭവങ്ങളെ നിഷേധിക്കുകയല്ല, അനുഭവിച്ച് വേറിടുകയാണ് ആത്മാന്വേഷണത്തിന്റെ മാർഗ്ഗം. അങ്ങ് ജീവിതത്തിലേക്ക് ഇറങ്ങി ചെല്ലുക.'

സത്യവാഗീശ്വരന്റെ ആത്മാന്വേഷണത്തിന്റെ ജ്വാലകളെ ആരണ്യ കണ്ടെത്തി. അവൾ അയാൾക്ക് മാർഗ്ഗതടസ്സമാകുന്നില്ല. വസ്തുക്കൾക്ക് അപ്പുറത്തുള്ള സത്യത്തെ തേടുന്ന അയാൾ അനുഭൂതികളിൽ ലയിക്കാതെ കണ്ടെത്തലുകളെ നടത്തണം. വേറിടലിന്റെ ആത്മപീഢനം അനുഭവിച്ച ആരണ്യ ജന്മത്തിന്റെ നിയോഗമായി സത്യവാഗീശ്വരനെ പ്രാപിക്കുകയാണ്.

യൗവ്വനത്തിന്റെ പ്രസരിപ്പുകളിൽ സത്യവാഗീശ്വരൻ മുഴുകി ഒഴുകി. ക്ഷീണിച്ച ജീവവായുവോടെ വിഭാവസു കിടന്നു. അയാൾ അന്തരീക്ഷത്തിലേക്ക് ഉത്തരങ്ങളില്ലാത്ത ചോദ്യങ്ങളെ എറിയുന്നു. സൈ്വരവിഹാരത്തിന്റെ ദുഷ്ടതകളെ പശ്ചാത്താപത്തോടെ അയാൾ ഏറ്റുപറഞ്ഞു. ഇപ്പോൾ അയാൾ വംശശാപത്തിന് ഇരയായ പ്രഭാവസുവിനുവേണ്ടി മന:സ്താപത്തോടെ കരയുകയാണ്.

രോഗം ബാധിച്ച് അവശനായ വിഭാവസു ഇപ്പോൾ ആത്മശാന്തിയോടെ മരിക്കാൻ ആഗ്രഹിക്കുന്നു.

പൂജാമുറിയിലേക്ക് പൂക്കൾ പറിച്ചുകൊണ്ടിരുന്ന വ്രത അസാധാരണ കാഴ്ചകളെ കണ്ട് പരിഭ്രമിക്കുകയാണ്. അവൾ പറിക്കുന്ന നന്ത്യാർവട്ടങ്ങളെല്ലാം നിറഭേദങ്ങളോടെ ഉടനടി വാടിക്കരിയുന്നു. വെളിച്ചം പരന്നെങ്കിലും ചെമ്പരത്തിപ്പൂക്കൾ മുഖംവിടർത്താതെ

ളുങ്ങികിടക്കുന്നു. തൊട്ടാവാടികൾ ഉറക്കമുണരാത്ത അവസ്ഥയിലു മാണ്. വ്രത പറിക്കുന്ന പൂക്കളെല്ലാം അപശകുനങ്ങളായി കരിഞ്ഞു വാടുന്നു.

വെയിൽ ചായ്ഞ്ഞ് ചൂട് താഴുന്നതോടെ വ്രതയുടെ മനസ്സിൽ അവ്യക്തമായ ഭീതിയും ഒറ്റപ്പെടലിന്റെ വിരസതയും വളരുകയാണ്. കാലത്തിന്റെ വിധിനിശ്ചയങ്ങളേയും ജന്മത്തിന്റെ പരമശാന്തിയേയും അവൾ തിരിച്ചറിയുന്നു. സത്യവാഗീശ്വരന്റെ അടുത്ത് ആത്മബലത്തി നുവേണ്ടി വ്രത എത്തുന്നു. ജീവിതത്തോട്ടം പുരുഷന്റെ നികൃഷ്ടമായ നിലപാടുകളോട്ടും നിസ്സംഗയായി വ്രത ഇതുവരെ പ്രതികരിച്ചതാണ്. രക്ഷകനും അവതാരപുരുഷനുമായ മകൻ അടുത്തുണ്ടെങ്കിൽ അവൾ എപ്പോഴും ആശ്വാസത്തോടെ വിട്ടുനിൽക്കുന്നു.

സായാഹ്നത്തിലെ മങ്ങിയ ഇരുളിൽവെച്ച് അവസരംനോക്കി നടന്ന കാട്ടുപോത്ത് വിഭാവസുവിനെ ആക്രമിക്കുന്നു. രക്ഷപ്പെടാ നുള്ള അയാളുടെ ശ്രമങ്ങൾ അംഗചലനങ്ങളായി അധഃപതിക്കുക യാണ്. അയാളുടെ തൊണ്ടയിൽ അവ്യക്തമായ ശബ്ദങ്ങൾ മുഴങ്ങി. അയാളുടെ മനസ്സ് സജീവമായി അപ്പോഴും കർമ്മബന്ധങ്ങളുടെ കുരുക്കഴിക്കുകയാണ്. പശ്ചാത്താപത്തിന്റെ ഞരക്കവും മുക്തിയുടെ യാചനയും അയാളുടെ തൊണ്ടയിൽ സങ്കീർത്തനമായി തുടരെ ഉയരുന്നു.

ജീവന്റെ ശ്വാസപകർച്ചയോടെ വിഭാവസു കിടന്നു. വിവരമറിഞ്ഞ് എത്തിയ ബന്ധുക്കൾ വംശശാപത്തിന്റേയും കർമ്മദോഷത്തിന്റേയും ഭ്രുതക്കെട്ടുകളെ അഴിക്കുകയാണ്. അച്ഛന്റെ ദയനീയാവസ്ഥ കണ്ട് പ്രഭാവസു പതറി. കലുഷമായ മനസ്സിനെ അയാൾ ലഹരിയുടെ മതി ഭ്രമത്തിൽ ബന്ധിപ്പിക്കുന്നു. മരണത്തിനും ജീവിതത്തിനും നടുക്ക് ജലപാനങ്ങളില്ലാതെ വിഭാവസു കിടന്നു. വ്രതയുടെ മുഖത്തേയ്ക്ക് അയാൾ പാപമോചനത്തിനായി നോക്കിക്കൊണ്ടിരുന്നു. അയാളുടെ അശാന്തമായ മനസ്സിലേക്ക് കർമ്മദോഷങ്ങളുടെ പരമ്പരകളും അതിക്രമങ്ങളെ സഹിച്ച് ആത്മവേദനയോടെ പിടഞ്ഞ മനുഷ്യരും കടന്നുവരുകയാണ്.

വിഭാവസുവിന്റെ പ്രാണസഞ്ചാരങ്ങളെ തിരിച്ചറിഞ്ഞ സത്യവാ ഗീശ്വരൻ പാപയോഗങ്ങളെ ഉഴിഞ്ഞുവാങ്ങി ധ്യാനത്തിന്റെ ദിവ്യാ നുഭൂതികളിൽ ലയിക്കുന്നു. അപ്പോൾ വിഭാവസുവിന്റെ ആത്മാവ് ശാന്തവും സ്വച്ഛവുമാകുന്നു. ജീവന്റെ ശേഷിപ്പുകൾ ശ്വാസപകർച്ച യായി മാത്രം അയാളിൽ നിലനിൽക്കുകയാണ്.

ദേഹവിയോഗത്തിനു സന്നദ്ധനായി കിടക്കുന്ന ആചാര്യസത്യവാ ഗീശ്വരന്റെ അച്ഛനെക്കുറിച്ചുകേട്ട് സനാതനപുരത്തുകാർ കൂട്ടത്തോടെ വരുകയാണ്. നിശ്ശബ്ദരായി മരണക്കിടക്കയെ സമീപിക്കുന്ന അവർ

ആദരവോടെ ആചാര്യന്റെ അച്ഛനെ നമസ്കരിച്ച് പിന്മാറുന്നു.

വിഭാവസു ശ്വാസചലനങ്ങളോടെ ഏറെ ദിവസങ്ങൾ കിടന്നു. ബന്ധുക്കൾ കാത്തിരിപ്പിന്റെ മടുപ്പോടെ സ്വകാര്യതകളിലേക്ക് മടങ്ങി. സനാതനപുരത്തുകാർ മോചനമില്ലാത്ത ജീവിതത്തിന്റെ ജന്മശാപങ്ങളെ ആവർത്തിക്കുകയാണ്.

ഏഴാംദിവസം രാത്രി പണിക്കാരി വാതിലിൽ മുട്ടി സത്യവാഗീശ്വരനെ മരണം അറിയിക്കുന്നു. അയാൾക്ക് ഉടനടി വാതിൽ തുറക്കാനായില്ല. ആരണ്യയുടെ നഗ്നതയിൽ പ്രവേശിച്ചിരുന്ന അയാൾ താളഭംഗത്തിന്റെ വെറുപ്പോടെ എണീക്കുന്നു.

ഇടവേളകളില്ലാതെ വിഭാവസുവിനെ ആക്രമിച്ച കാട്ടുപോത്ത് മരണത്തിന്റെ വരവോടെ പിന്തിരിയുകയാണ്.

വിഭാവസുവിന്റെ മരണത്തിന് തൊട്ടുമുമ്പുവരെ ജന്മാന്തരമുക്തിയ്ക്കും ആത്മശാന്തിയ്ക്കും വേണ്ടി സത്യവാഗീശ്വരൻ ധ്യാനിച്ചിരുന്നു. ആരണ്യയുടെ നഗ്നതയുടെ രൂപത്തിന്റെ ഓർമ്മ കടന്നുവന്നതോടെ അയാൾ കട്ടിലിൽ നിന്നെണീക്കുകയാണ്. മാംസത്തിന്റെ പ്രബലശക്തിയ്ക്കും അദൃശ്യാത്മാക്കളുടെ നിയോഗത്തിനും വഴങ്ങിയ അയാൾ ആരണ്യയെ വിളിച്ചുണർത്തി സംഭോഗത്തിന് തയ്യാറാകുന്നു.

ആസക്തി പാപബോധമായി സത്യവാഗീശ്വരനെ കീഴടക്കി. ജന്മത്തിന്റെ വിധിന്യായങ്ങളേയും ജന്മാന്തരങ്ങളുടെ പ്രസക്തിയേയും തേടി അയാൾ ധ്യാനിച്ചിരുന്നു. വംശശാപത്തിൽ നിന്നും ഭോഗതൃഷ്ണമായ ഇന്ദ്രിയങ്ങളുടെ വശീകരണത്തിൽനിന്നും രക്ഷപ്പെടാൻ അയാൾ വഴികൾ തിരയുകയാണ്. പരിത്യാഗത്തിന്റേയും ആസക്തിയുടേയും നടുക്കപെട്ട അയാൾ വ്യക്തമായ ദിശാബോധമില്ലാതെ ജീവിതത്തിലേക്ക് ഇറങ്ങി. അയാളുടെ മനസ്സ് നിലപാടുകളില്ലാതെ സഞ്ചരിക്കുകയാണ്. അനുഭവങ്ങൾ ചിന്തയും അറിവുമായി വികസിച്ച് മാർഗ്ഗങ്ങളെ നിർദ്ദേശിക്കേണ്ടതാണ്. പാഠങ്ങൾ അനുഭവങ്ങളുടെ വ്യാഖ്യാനങ്ങൾക്കും കണ്ടെത്തലുകൾക്കുമുള്ള താത്വിക നിലപാടുകളാണ്.

സത്യവാഗീശ്വരൻ നീണ്ട പരീക്ഷണങ്ങൾക്കും നിരീക്ഷണങ്ങൾക്കും സ്വയം വിധേയനായി. തീവ്രമായ ധ്യാനത്തിൽ അമർന്ന അയാൾ ജന്മമുക്തി നൽകുന്ന കാട്ടുപോത്തിനെ അഭിമുഖീകരിക്കുന്നു. കാട്ടുപോത്തിൽ നിന്ന് രക്ഷപ്പെടാൻ അയാൾ ഒറ്റയടിപ്പാതയിലൂടെ ഓടുകയാണ്. ഇടംവലങ്ങളിൽ മുള്ളുകളെ കൂർപ്പിച്ച് വംശരക്ഷചെയ്യുന്ന കള്ളിച്ചെടികളാണ്. ജന്മവാസനകളോടെ ഓടിയ അയാൾ പെട്ടെന്ന് നിന്നു. എതിരെ പടംവിടർത്തി കൊത്താൻ തയ്യാറായി നിൽക്കുന്ന പാമ്പിനെ അയാൾ അഭിമുഖീകരിക്കുന്നു. പാമ്പും

കാട്ടുപോത്തും മരണമായി അയാളുടെ മുമ്പിൽ എത്തി. ജീവൻ രക്ഷി ക്കാൻ ഒരുങ്ങിയ അയാൾ കള്ളിച്ചെടികളുടെ കൂർത്തമുനകളിലേക്ക് എടുത്തുചാടുന്നു.

അസഹ്യമായി നിലവിളിച്ച സത്യവാഗീശ്വരൻ പരിസരബോ ധത്തിലേക്കു മടങ്ങി. അപ്പോൾ അയാൾ പുനർജ്ജനിഗുഹയിലെ മണൽത്തിട്ടയിൽ കിടക്കുകയാണ്.

ആത്മപീഢനത്തിന്റെ ദിവസങ്ങളിൽ ആചാര്യസത്യവാഗീശ്വ രന് പ്രജ്ഞയും പരിസരവും അന്യമാകുന്നു. ദിവ്യനും ആചാര്യനുമായ അയാളുടെ ധ്യാനനിഷ്ഠകളെ തെറ്റിക്കാൻ സനാതനപുരത്തുകാർ ഭയന്നു. അവർ വിഭാവസുവിന്റെ ശവസംസ്കാരവും ബലിക്രിയക ളും ആഘോഷങ്ങളില്ലാതെ നടത്തുന്നു. വേർപാടിന്റെ വേദനകളും മനുഷ്യബന്ധങ്ങളുടെ ബലഹീനതകളും ദിവ്യപുരുഷനായ സത്യവാ ഗീശ്വരനെ ബാധിക്കില്ലെന്ന് അവർ കരുതുകയാണ്.

വിഭാവസു മരിച്ചതോടെ സത്യവാഗീശ്വരൻ വീട് ഉപേക്ഷിക്കുന്നു. ആരണ്യയുമായി അയാൾ ഇരുട്ടിന്റെ വഴി മുറിക്കുന്നു.

സത്യവാഗീശ്വരന്റെ യോഗങ്ങളും വിയോഗങ്ങളും പുനർജ്ജനിഗു ഹയിൽ നിന്ന് ആരംഭിക്കുന്നു. അയാളുടെ വികാരങ്ങളേയും വിചാ രങ്ങളേയും പുനർജ്ജനിയിലെ പരേതാത്മാക്കൾ നിയന്ത്രിക്കുന്നു.

ആത്മാന്വേഷണത്തിന്റെ കാഠിന്യത്തിൽ സത്യവാഗീശ്വരന്റെ വിശപ്പും ദാഹവും മരവിച്ചു. ചോദ്യങ്ങൾ വളർന്ന് പാപബോധത്തിന്റെ ശാപവചനങ്ങളായി അയാളുടെ ആത്മാവിലേക്ക് ഇറങ്ങുകയാണ്.

പുനർജ്ജനിപുഴ ആരണ്യയേയും സത്യവാഗീശ്വരനേയും കണ്ട് ശാന്തമായി. പാറകൾ പരുക്കനായി അവരെ വരവേൽക്കുകയാണ്. പുഴയുടെ സൗമ്യഭാവങ്ങളെ കണ്ട അയാൾ ആരണ്യയുടെ പിടിവിട്ടുവി ച്ചു. പൊടുന്നനെ പ്രവാഹം പ്രക്ഷുബ്ധമായി അവളുടെ നിലതെറ്റിക്കുന്നു. സത്യവാഗീശ്വരൻ ആരണ്യയെ സ്പർശിക്കുമ്പോൾ പുനർജ്ജനിപുഴ കാലുഷ്യങ്ങളെ വെടിയുകയാണ്. സത്യവാഗീശ്വരന്റെ സാമിപ്യവും സ്പർശനവും ആരണ്യയേയും വിശുദ്ധയാക്കുന്നു.

സത്യവാഗീശ്വരൻ പൂർവ്വപരിചയങ്ങളിലൂടെ ആരണ്യയെ വഴി നടത്തുന്നു. പുനർജ്ജനിഗുഹയുടെ കവാടത്തിൽവെച്ച് അദൃശ്യാത്മാ ക്കളുടെ നിർബന്ധങ്ങൾക്കുവഴങ്ങിയ അയാൾ അവളുടെ കൈവിടു കയാണ്. ചൂടുകാറ്റ് ശക്തമായി ആക്രമിച്ചപ്പോൾ സത്യവാഗീശ്വരൻ വീണ്ടും ആരണ്യയെ രക്ഷിക്കുന്നു.

തടാകത്തിൽ ആരണ്യയുടെ നിഴൽ വീണപ്പോൾ ശാന്തമായിരുന്ന ജലോപരിതലം പ്രകോപനങ്ങളോടെ തിളച്ചുമറിയുന്നു. നീരാവിതട്ടി വെന്തുപൊള്ളിയ അവൾ ആത്മരക്ഷതേടി പുനർജ്ജനിപുഴയിലേക്ക്

എടുത്തുചാടി. അവൾ പോയപ്പോൾ തടാകത്തിന്റെ വിശുദ്ധിയിൽ സത്യവാഗീശ്വരന്റെ പ്രതിബിംബം തെളിയുന്നു.

വിശപ്പും ദാഹവും തീർക്കാൻ സത്യവാഗീശ്വരൻ തടാകത്തിലെ വെള്ളം കുടിച്ചു. പുനർജ്ജനിഗുഹയിലെ അപാരതയിൽനിന്നുള്ള സാന്ത്വനത്തിനും ആജ്ഞകൾക്കും വേണ്ടി അയാൾ കാത്തിരിക്കുന്നു.

നിശ്ചലവും ദുരൂഹവുമായി നീളുന്ന പുനർജ്ജനിഗുഹയിലേക്കുനോക്കി സത്യവാഗീശ്വരൻ പറഞ്ഞു.

'ഞാൻ; സത്യവാഗീശ്വരൻ വന്നിരിക്കുന്നു.'

നിശ്ശബ്ദതയിൽ അയാളുടെ ഒച്ച മറുവാക്കുകളായി അലയ്ക്കുകയാണ്.

പാപബോധത്തിന്റേയും വംശപാപത്തിന്റേയും നട്ടുക്കുപെട്ട സത്യവാഗീശ്വരന് അന്വേഷണത്തിന്റെ കണ്ടെത്തലുകൾ അന്യമാകുകയാണ്. വ്യക്തമായ ദർശനത്തിനും അപഥസഞ്ചാരങ്ങളില്ലാത്ത മാർഗ്ഗത്തിനും വേണ്ടി അയാൾ വഴിതിരഞ്ഞു. വ്യവഹാരകാലത്തിലും വസ്തുക്കളിലും തുറന്ന മനസ്സോടെ അയാൾ സഞ്ചരിച്ചു. സംശയങ്ങളുടെ നിവാരണത്തിനായി ആത്മാവിനെ അയാൾ പീഢിപ്പിക്കുകയാണ്. ജനനത്തിന്റേയും മരണത്തിന്റേയും അനന്തതകൾ അജ്ഞാനമായി തുടരുന്നു. അവ്യക്തതയിൽനിന്ന് വ്യക്തതയേയും ധ്വനിയിൽനിന്ന് സത്യത്തേയും വേർതിരിക്കാൻ സത്യവാഗീശ്വരൻ നിർബന്ധിതനാണ്.

സത്യവാഗീശ്വരൻ വീണ്ടും പുനർജ്ജനിയോടു ചോദിച്ചു;

'എന്താണ് ആത്മാവിന്റേയും ജീവിതത്തിന്റേയും ശരിയായ മാർഗ്ഗം?'

എവിടേയും തെറ്റായ മാർഗ്ഗങ്ങളും നിഗമനങ്ങളുമാണ്. വ്യവഹാര കാല ജീവിതം സർവ്വനാശത്തെ അറിയാത്ത വ്യാമോഹങ്ങളാണ്. ആർക്കും വ്യക്തമായ ദർശനങ്ങളും സമീപനങ്ങളുമില്ല. എല്ലാം ഭാഗികമായ ന്യായവിസ്താരങ്ങളും മിഥ്യാ ധാരണകളുമാണ്.

ജീവിതം ജന്മവാസനകളുടേയും ഇച്ഛകളുടേയും ഫലപ്രാപ്തിയാകാം. വ്യവഹാരകാലത്തിൽ നിലനിൽക്കുന്ന അത് വംശശാപത്തിന്റെ വ്യർത്ഥതയേയും ആൾക്കൂട്ടത്തിന്റെ ഇരുണ്ട മുഖങ്ങളേയും ഉൾക്കൊള്ളുന്നു. ഇച്ഛയെ മറികടക്കുക ആത്മത്യാഗത്തിന്റെ മാർഗ്ഗമാണ്. സ്വാർത്ഥതയുടെ നിരാസവും ജന്മം മുഴുക്കെ നീണ്ട യജ്ഞവുമാണ്, അത്.

സത്യവാഗീശ്വരന്റെ ചിന്തകൾ അറ്റംകാണാതെ നീളുന്നു. അയാളുടെ സാത്വിക മനസ്സിൽ അവ്യക്തമായ ധാരണകൾ ശേഷിക്കുകയാണ്. മനുഷ്യജന്മത്തിന്റെ നിസ്സഹായത ആത്മശാപമായി അയാളെ കെട്ടിവരിയുന്നു.

പുനർജ്ജനിഗുഹയിലെ അദൃശ്യാത്മാക്കളുടെ കല്പനകൾക്കുവേണ്ടി സത്യവാഗീശ്വരൻ കാത്തിരുന്നു. അയാളിൽനിന്ന് ഉറക്കവും പ്രജ്ഞയും അകലുന്നു. സംശയങ്ങളുടെ കനലുകൾ അയാളുടെ ആത്മാവിനേയും ശരീരത്തേയും ബാധിച്ചു. നെഞ്ചകത്തെ ജ്വാലകളുടെ തീക്ഷ്ണശക്തിയിൽ അയാളുടെ മനുഷ്യ പ്രകൃതങ്ങളാകെ വെന്തുരുകുകയാണ്.

ആത്മാന്വേഷണത്തിന്റെ ശരിയായ മാർഗ്ഗത്തിനും കണ്ടെത്തലിനും വേണ്ടി സത്യവാഗീശ്വരൻ ജീവത്യാഗത്തിന് ഒരുങ്ങുകയാണ്.

ധ്യാനത്തിന്റെ ജ്വാലകളേറ്റ് പുനർജ്ജനിഗുഹ പ്രകമ്പനംകൊണ്ടു. പുകപടലങ്ങളുടെ പരിവേഷത്തോടെ ശബ്ദങ്ങൾ ഇഴഞ്ഞെത്തി. സ്പർശനം അറിയിക്കാത്ത വിരലുകൾ സത്യവാഗീശ്വരന്റെ നെറുകയിൽ സാന്ത്വനത്തോടെ തഴുകി.

'വരൂ മകനെ-'

പുനർജ്ജനിഗുഹയുടെ വിശിഷ്ടമായ അനുഭൂതികൾ സത്യവാഗീശ്വരനെ ബോധശൂന്യനാക്കി. ശാന്തവും വിശുദ്ധവുമായ കാഴ്ചകളിൽ അയാൾ അകപ്പെട്ടു. അവ മനുഷ്യന്റെ പരിമിതികളേയും ആത്മതേജസ്സിന്റെ വ്യക്തിത്വത്തേയും വെളിപ്പെടുത്തുകയാണ്.

നിശ്ചലത മരണമാകുമ്പോൾ ചലനം ജീവിതവും വികാസവുമാകുന്നു. പ്രകൃതി സ്വയംപര്യാപ്തവും പരിപൂർണ്ണവും സമതുലനത്തിന്റേയും സമഭാവനയുടേയും പാരസ്പര്യവുമാണ്. പ്രകൃതിയുടെ പൂർണ്ണതയാണ് മനുഷ്യൻ. മനുഷ്യൻ അധമ വികാരങ്ങളേയും മൃഗീയ ആസക്തികളേയും നിയന്ത്രിച്ച് മഹത്വത്തിലേക്കും നിസ്വാർത്ഥമായ നന്മയിലേക്കും എത്തിച്ചേരണം. വിവേകിയും പരിസരബോധമുള്ളവനും കരുണാർദ്രനമായ ആത്മാന്വേഷകൻ മനുഷ്യത്വത്തിന്റേയും ദൈവീകതയുടേയും പ്രതീകമാണ്. ഇച്ഛയ്ക്കും ആസക്തികൾക്കും വിധേയനാകാതെ വ്യവഹാരകാലത്തെ നേരിടണം. നിശ്ചലത മരണമാകുമ്പോൾ തടംകെട്ടുന്നവ പ്രവാഹങ്ങളില്ലാതെ ജീർണ്ണിക്കും. ചലനം വികാസവും മാറ്റംവെയ്ക്കലുമാണ്. കർമ്മംചെയ്യുക പുരോഗമനവും പരിവർത്തനവുമാണ്. കായികാദ്ധ്വാനങ്ങൾ കടംകെട്ടലുകൾക്ക് പരിഹാരവും മേദസ്സിന്റെ വിനിയോഗവുമാണ്. അവ മനുഷ്യനെ പ്രകൃതിയുടെ ഭാഗമാക്കുകയാണ്. അദ്ധ്വാനിക്കാനുള്ള വിമുഖത തടംകെട്ടലായി; അകാലവിയോഗമായി മനുഷ്യനെ വേട്ടയാടുന്നു.

ജീവജാലങ്ങളുടേയും മനുഷ്യന്റേയും ജീവിതം കർമ്മദോഷത്തിന്റെ തിരിച്ചടിയായി വംശനാശത്തെ നേരിടുകയാണ്. ഗ്രാമങ്ങൾ അദ്ധ്വാനിക്കുന്നവരും സുഖസമൃദ്ധിയോടെ ജീവിക്കുന്നവരുമായി മനുഷ്യരെ വിഭജിക്കുന്നു. നഗരങ്ങൾ ഉടമസ്ഥരും തൊഴിലാളികളും അധികാരികളുമായി ഭാഗംപിരിക്കുന്നു. വൻകിടവ്യവസായങ്ങൾ മനുഷ്യനെ

യാന്ത്രികമാക്കുന്നു. അവ ഒരുക്കിവെച്ച പരിതസ്ഥിതികളെ ഉപയോഗിക്കാൻ മനുഷ്യരെ ശീലിപ്പിക്കുകയാണ്. മനുഷ്യന്റെ വിവേകത്തിനും വിചാരത്തിനും ബലക്ഷയമുണ്ടാകുമ്പോൾ അധീശത്വത്തിന്റെ നിർണ്ണയങ്ങൾ നടപ്പിലാക്കുകയാണ്.

വൻകിടവ്യവസായങ്ങൾ മനുഷ്യനെ നിയന്ത്രിക്കുന്ന യന്ത്രങ്ങളുടെ അധീശത്വമാണ്. അത് കുറച്ചുപേർക്ക് മാത്രമായി സുഖസമൃദ്ധികളേയും ജീവിതത്തേയും വീതിക്കുന്നു. തൊഴിലാളികളുടെ ജീവിതം യന്ത്രങ്ങളുടെ ചലനനിയമങ്ങളെ അനുസരിക്കുന്നു. യന്ത്രങ്ങൾ മനുഷ്യന്റെ വ്യക്തിത്വത്തെ നിഷേധിച്ച് യാന്ത്രിക സംവിധാനങ്ങളെ സ്ഥാപിക്കുകയാണ്. ഉടമസ്ഥനും യന്ത്രങ്ങളുടെ സംരക്ഷകനായി ജീവിതത്തെ സാമ്പ്രദായികമാക്കുന്നു. അധികാരികളും ഉടമസ്ഥരുടെ താല്പര്യങ്ങളെ സംരക്ഷിച്ച് യന്ത്രങ്ങളുടെ വക്താക്കളാകുന്നു. വ്യക്തിയും സമൂഹവും ഉടമസ്ഥതയെ അവകാശം വെയ്ക്കുമ്പോഴും മനുഷ്യവംശം യന്ത്രങ്ങളുടെ അധികാരത്തിന് അടിമപ്പെടുകയാണ്. അതോടെ കണ്ടെത്തലിന്റേയും ആത്മാന്വേഷണത്തിന്റേയും വഴി തടയുന്നു. വ്യക്തിയുടെ സർഗ്ഗാത്മതലങ്ങളും വ്യക്തിത്വവും ഇല്ലാതാകുന്നു. ആൾക്കൂട്ടത്തിന്റെ ഭാഗമാകുന്ന വ്യക്തി യന്ത്രങ്ങളുടെ യാന്ത്രികനീതിയെ സംരക്ഷിക്കുകയാണ്.

ബാല്യകൗമാരങ്ങളേയും യന്ത്രങ്ങളുടെ കിരാതരീതികൾ നിയന്ത്രിക്കുന്നു. യാന്ത്രികത വ്യത്യസ്തതകളില്ലാത്ത ആൾരൂപങ്ങളെ സൃഷ്ടിക്കുകയാണ്. ഉടമസ്ഥൻ പാരമ്പര്യങ്ങളെ പങ്കുവെച്ച് ആധിപത്യങ്ങളെ തലമുറകളിലേക്ക് വ്യാപിപ്പിക്കുന്നു. തൊഴിലാളികളുടെ ഗുണനിലവാരം കുറഞ്ഞ പരുക്കൻ തുണികൾ അധമമായ ചിന്തകളേയും അമിതാദ്ധ്വാനത്തിന്റെ നികൃഷ്ട ജീവിതത്തേയും പ്രതിഫലിപ്പിക്കുന്നു. വിലപിടിപ്പുള്ളതും ഗുണമേന്മയുള്ളതുമായ വസ്തുങ്ങളിൽനിന്ന് അധികാരികളുടേയും ഉടമകളുടേയും തലമുറകൾ ഉയർന്നുവരുകയാണ്.

മനുഷ്യന്റെ മുകളിൽ യന്ത്രങ്ങൾ ആധിപത്യം ഉറപ്പിക്കുമ്പോൾ എവിടേയും യാന്ത്രികമായ ക്രമപ്പെടുത്തലുകളാണ്. വ്യക്തിത്വങ്ങൾ സത്തയും ചൈതന്യവും ചോർന്ന പരേതാത്മാക്കളാണ്. സമചതുരങ്ങളിൽ ഒതുങ്ങിയ ചിന്തയും ഭാവനയും മനുഷ്യന്റെ വംശനാശം വിളംബരപ്പെടുത്തുന്നു.

ഗ്രാമക്കാർ അദ്ധ്വാനിക്കാൻ അവസരമില്ലാതെ അലസരും പ്രയോജന ശൂന്യരുമായി ജീവിക്കുന്നു. തടംകെട്ടലിന്റെ ജീർണ്ണത അവരുടെ ആയുസ്സിന്റെ പരിധികുറിക്കുന്നു. മണ്ണിനെ അവകാശംവെയ്ക്കുന്ന ചൂഷകന്മാർ ജനനംതൊട്ടേ പ്രകൃതിവിരുദ്ധരും സുഖസമൃദ്ധികളിൽ മുഴുകുന്നവരുമാണ്. ഗ്രാമവും നഗരവും മനുഷ്യന്റെ വംശരക്ഷചെയ്യാതെ വ്യക്തിത്വത്തേയും മാനുഷികതയേയും നശിപ്പിക്കുകയാണ്.

തടാകത്തിന്റെ മണൽത്തിട്ടയിൽ തിരിച്ചെത്തിയ

സത്യവാഗീശ്വരൻ ശരിയായ മനുഷ്യജീവിതത്തേയും മാർഗ്ഗത്തേയും അറിയുന്നു. തിരിച്ചറിവിന്റെ ശാന്തത കാരുണ്യവും ആർദ്രതയുമായി അയാളിൽ നിറയുകയാണ്.

പുകച്ചുരുളുകളുടെ അകമ്പടിയോടെ എത്തിയ മുഴക്കം പുനർജ്ജനി ഗുഹയിൽ പ്രതിധ്വനിച്ചു.

'നീ മനുഷ്യന്റെ സത്യത്തേയും ശരിയായ മാർഗ്ഗത്തേയും അറിഞ്ഞിരിക്കുന്നു. കാലത്തിന്റെ നിശ്ചയമായ നീ കാലത്തിന് അധീനനായി കർമ്മങ്ങളെ നിർവ്വഹിക്കണം. നിന്റെ കണ്ടെത്തലുകളേയും ശരിയായ മാർഗ്ഗത്തേയും മറ്റാരും അംഗീകരിക്കണമെന്നില്ല. നിന്റെ ആത്മജ്ഞാനത്തെ മനുഷ്യർക്ക് പ്രയോജനപ്പെടുന്ന രീതിയിൽ നീ പ്രയോഗിക്കണം. കാലം നിന്നെയാണ് മനുഷ്യവംശത്തിന്റെ രക്ഷകനാക്കുന്നത്''.

മനുഷ്യന്റെ ശക്തിയേയും പരിമിതികളേയും സത്യവാഗീശ്വരന് അറിയാനായി. ശരിയായ മാർഗ്ഗത്തെ കണ്ടെത്തിയ അയാൾ ആത്മനിർവൃതിയോടെ പുനർജ്ജനിപുഴയിലേക്ക് ഇറങ്ങുന്നു. പ്രക്ഷുബ്ധതയെ മയപ്പെടുത്തിയ പുനർജ്ജനിപുഴ സത്യവാഗീശ്വരനെ കരുതലോടെ നയിക്കുന്നു. ജലപ്രവാഹത്തിലൂടെ ഒഴുകിവന്ന മെതിയടികൾ അയാളുടെ കാലിൽ തടഞ്ഞു. കല്ലുകളേയും മുള്ളുകളേയും ഒഴിവാക്കി നടന്ന അയാൾ മണ്ണിന്റേയും മരത്തിന്റേയും പാരസ്പര്യങ്ങളെ അറിഞ്ഞ് യാത്ര തുടരുകയാണ്.

പതിവുപോലെ അയാൾക്ക് അഭിമുഖമായി നഗ്നനായ ചെറുപ്പക്കാരൻ വരുന്നു. അയാൾ സൗഹൃദത്തോടെ കൈകൾ വീശി ലാഘവത്തോടെ പുനർജ്ജനിഗുഹയിലേക്ക് പ്രവേശിച്ചു. അങ്ങനെ അയാൾ ജന്മത്തിന്റെ നിഗൂഢതയിലേക്കും പ്രവേശിക്കുകയാണ്.

പുനർജ്ജനിപുഴയുടെ കരയിൽ എത്തിയ സത്യവാഗീശ്വരൻ ദിവ്യമായ പരിവേഷത്തിൽനിന്ന് രക്ഷപ്പെട്ട് വിശന്നുതളർന്ന് വീഴുകയാണ്. അയാളുടെ വരണ്ട തൊണ്ടയിൽനിന്ന് കാരുണ്യത്തിന്റേയും വംശരക്ഷയുടേയും സത്യദർശനങ്ങൾ ഒഴുകുന്നു.

സ്പർശനത്തിന്റേയും തണുത്ത വെള്ളത്തിന്റേയും സൗമ്യഭാവങ്ങൾ സത്യവാഗീശ്വരനെ ഉണർത്തി. ആരണ്യയുടെ മടിയിൽനിന്ന് അയാൾ എണീക്കാൻ ശ്രമിക്കുന്നു. അയാളെ തടഞ്ഞ അവൾ ആത്മാന്വേഷകന്റെ ജന്മവിധികളെ തിരിച്ചറിഞ്ഞ് പറഞ്ഞു:

'അങ്ങ് വളരെ ക്ഷീണിച്ചിരിക്കുന്നു. ശാന്തനായി കിടക്കു. അങ്ങയെ കണ്ടിട്ട് വളരെ കാലമായി. മാസങ്ങൾ കഴിഞ്ഞിരിക്കുന്നു. ഞാനിതുവരെ അങ്ങയെ കാത്തിരിക്കുകയായിരുന്നു'.

ഗർഭിണിയായ അവൾ സത്യവാഗീശ്വരനുവേണ്ടി കാട്ടുകിഴങ്ങുകളും

പഴങ്ങളും കണ്ടെത്തി. അവളുടെ വിഭവങ്ങളെ അയാളുടെ വിശപ്പ് ആർത്തിയോടെ സംഹരിക്കുന്നു.

രാത്രിയിൽ അസാധാരണസ്വപ്നത്തെ കണ്ട് സനാതനപുരത്തുകാർ ഞെട്ടി ഉണർന്നു. അവർ കൂട്ടത്തോടെ പുനർജ്ജനിപുഴയുടെ തീരത്തെത്തി ആചാര്യസത്യവാഗീശ്വരനെ സ്തുതിക്കുകയാണ്. രോഗവും ബലഹീനതയുംകൊണ്ട് തളർന്നവരെ ചെറുപ്പക്കാർ മുളന്തൊട്ടിലുകളിൽ ചുമന്ന് എത്തിക്കുന്നു.

ആചാര്യസത്യവാഗീശ്വരനെ കണ്ട സനാതനപുരത്തുകാർ ദൈവവിചാരങ്ങളോടെ വീണു കുമ്പിട്ടു. കാലത്തേയും ജന്മാന്തരങ്ങളേയും കർമ്മഫലങ്ങളുടെ വിധിനിശ്ചയങ്ങളേയും അവർ രക്ഷകനായ അവതാരപുരുഷന്റെ കാല്ക്കൽ സമർപ്പിക്കുന്നു. മുടന്തനായ ചെറുപ്പക്കാരൻ സത്യവാഗീശ്വരന്റെ കാൽക്കൽ വീണ് ദയനീയമായി കരയുകയാണ്. ചെറുപ്പക്കാരനെ എഴുന്നേല്പിച്ച് സാന്ത്വനിപ്പിച്ച സത്യവാഗീശ്വരൻ പറഞ്ഞു.

'വിശ്വസിക്കുക; നിഷ്ഠയോടെ ജീവിക്കുക. എങ്കിൽ നിനക്ക് നടക്കാനും അദ്ധ്വാനിക്കാനും കഴിയും.'

മെതിയടിച്ചുവട്ടിലെ മണ്ണും കാട്ടുചെടിയുടെ നീരും സത്യവാഗീശ്വരൻ മുടന്തന്റെ കാൽമുട്ടിൽ വെച്ചുകെട്ടുന്നു. അസഹ്യമായ വേദനയോടെ പിടഞ്ഞ ചെറുപ്പക്കാരൻ ഉടനടി മോഹാലസ്യപ്പെട്ട് നിലത്തുവീഴുകയാണ്.

ദിവ്യാത്ഭുതത്തിന് സാക്ഷ്യംനിന്ന സനാതനപുരത്തുകാരുടെ മനസ്സിൽ ധ്യാനവചനങ്ങളും ദൈവസ്തുതികളും മുഴങ്ങുന്നു.

മോഹാലസ്യത്തിൽ നിന്നുണർന്ന ചെറുപ്പക്കാരൻ പേശീബലത്തോടെ എഴുന്നേറ്റുനിൽക്കുന്നു. അംഗവൈകല്യത്തിൽനിന്ന് സ്വാഭാവികതയിലേക്ക് അയാൾ എത്തി. സത്യവാഗീശ്വരന്റെ കാൽക്കീഴിൽ അയാൾ അഭയം തേടുകയാണ്.

ആചാര്യസത്യവാഗീശ്വരന്റെ ദിവ്യസിദ്ധികളുടെ കഥകൾ അനുഭവസ്ഥരുടെ വിവരണങ്ങളോടെ സനാതനപുരത്തിന്റെ വിശാലതയിലേക്ക് പരക്കുന്നു. ജന്മാന്തരങ്ങൾക്ക് മുക്തിയും ജീവിതത്തിന് വിമോചനവും നൽകുന്ന അയാളുടെ വാക്കുകളും സാമിപ്യവും സനാതനപുരത്തുകാരുടെ പ്രതീക്ഷയാണ്.

സനാതനപുരത്തുകാർ കൊണ്ടുവന്ന മഞ്ചലിൽ കയറാതെ മണ്ണിലേക്ക് സത്യവാഗീശ്വരൻ ഇറങ്ങിനടന്നു. അയാൾ ശരിയായ മാർഗ്ഗത്തേയും ജീവിതത്തേയും പ്രാപിക്കാൻ തയ്യാറെടുക്കുകയാണ്. ചിലർ വഴിപിരിയുന്നെങ്കിലും പലരും ആവേശത്തോടെ ആചാര്യസത്യവാഗീശ്വരനെ പിന്തുടർന്നു.

നാലാം ചെപ്പേട്

വിഭാവസുവിന്റെ മരണത്തോടെ ജനിമൃതികളുടെ ദുരൂഹതയെ തേടിയ ആചാര്യസത്യവാഗീശ്വരൻ സത്യജ്ഞാനത്തിനു വേണ്ടി ധ്യാനവും തപസ്സും അനുഷ്ഠിച്ചു. അവ്യക്തമായ ആ കാലഘട്ടത്തിൽ സത്യത്തേയും മനുഷ്യനേയുംക്കുറിച്ച് അദ്ദേഹത്തിന് ബോധോദയമുണ്ടായി. സനാതനപുരത്തുകാരുടെ വിമോചനത്തിനുവേണ്ടി ആചാര്യസത്യവാഗീശ്വരൻ തന്റെ ജന്മത്തെ അർപ്പിച്ചു. അലസരും നിരുത്സാഹികളുമായ സനാതനപുരത്തുകാരെ അവകാശബോധവും കർമ്മബോധവും കൊണ്ട് ആചാര്യൻ ശക്തരാക്കി. ആചാര്യസത്യവാഗീശ്വരൻ സനാതനപുരത്തുകാരുടെ ദുഃഖങ്ങളേയും ദുരിതങ്ങളേയും പരിചരിച്ചു. നഗ്നതമറയ്ക്കാൻ തുണിയില്ലാത്ത സനാതനപുരത്തുകാരിൽ ആചാര്യനും കൂട്ടുചേർന്നു. അദ്ദേഹം പരിമിതമായി വസ്ത്രം ധരിച്ചു. പട്ടിണിക്കാരായ സനാതനപുരത്തുകാരെ ഓർത്ത ആചാര്യൻ മിതമായി ഭക്ഷിച്ചു.

സത്യവാഗീശ്വരൻ കുടുംബബന്ധങ്ങളെ ത്യജിച്ച് സനാതനപുരത്തുകാരുടെ മുഴുവൻ ആചാര്യനായി.

നാലാം അദ്ധ്യായം

ഗ്രന്ഥവരികളും പൂർവ്വസങ്കേതങ്ങളുമല്ല സത്യവാഗീശ്വരന്റെ മാർഗ്ഗം. ജന്മത്തിന്റെ സങ്കീർണ്ണമായ അവസ്ഥയും അനുഭവങ്ങളുമാണ് അയാളെ ആത്മാന്വേഷകനാക്കുന്നത്. മറ്റുള്ളവരുടെ കണ്ടെത്തലുകളെ അയാൾ അസംസ്കൃതവിഭവങ്ങളായി സ്വീകരിച്ചു. അയാൾ അവസ്ഥയെ നിഷേധിക്കുകയും അന്വേഷകന്റെ മഹാദുരന്തത്തെ ഏറ്റുവാങ്ങുകയും ചെയ്തു. പിന്നീട് തിരിച്ചറിവിലേക്ക് അയാൾ എത്തിച്ചേരുന്നു. തുടർന്ന് അയാൾ അവസ്ഥയേയും മനുഷ്യജന്മത്തേയും മാറ്റിപ്പണിയാൻ തയ്യാറെടുക്കുകയാണ്.

ശരിയായ മാർഗ്ഗം കണ്ടെത്തിയ സത്യവാഗീശ്വരൻ വ്യക്തവും സുനിശ്ചിതവുമായ തീരുമാനങ്ങളെ സ്വീകരിക്കുന്നു. സനാതനപുരത്തുകാരുടെ സാമ്പ്രദായികചിന്തകളും അലസവും നിർവ്വികാരവുമായ ജീവിതവും അയാളുടെ അസ്വസ്ഥതയാകുന്നു. ആത്മാവിനേയും ജീവിതത്തേയും വിധി നിശ്ചയമാക്കിയ അവർ ദൈവീകതയെ തോന്നുമ്പടി വ്യാഖ്യാനിച്ച് ലാഘവത്തോടെ വ്യവഹാരകാലത്തിൽ ഇടപഴകുകയാണ്. അവർ ഒരിക്കലും ആത്മാന്വേഷണത്തിന്റെ കൊടുംയാതനകൾ അനുഭവിക്കുന്നില്ല. വികാസപരിണാമങ്ങളില്ലാത്ത അടഞ്ഞ മനസ്സുകൾ വംശാവലികളിലേക്ക് സാമ്പ്രദായികമായി ജീവിതത്തെ കൈമാറുന്നു. അവർ അദൃശ്യശക്തികളിൽ ആത്മാവിനേയും ആശ്വാസവചനങ്ങളേയും ബന്ധിപ്പിക്കുന്നു.

ആചാര്യസത്യവാഗീശ്വരൻ സനാതനപുരത്തുകാരുടെ പൗരാണികമായ നിസ്സംഗതയേയും പ്രതികരണശേഷി നഷ്ടപ്പെട്ട മനോഭാവങ്ങളേയും തിരിച്ചറിയുകയാണ്. അയാളുടെ ആത്മാന്വേഷണവും കണ്ടെത്തലുകളും ശരിയായ മാർഗ്ഗവും ജീവിതവുമായി. അത് ആൾക്കൂട്ടത്തിന്റെ സുരക്ഷിതവലയത്തിൽനിന്ന് വേറിട്ട് വ്യക്തിത്വത്തിന്റെ നിലപാടുകളാകുന്നു. ആൾക്കൂട്ടത്തിന് ആത്മാന്വേഷണം അന്യവും അനാവശ്യവുമാണ്. അവർ വ്യക്തവും ലളിതവുമായ മറുപടികളോടെ ജന്മത്തിന്റെ നിയന്ത്രണം അദൃശ്യശക്തികളെ ഏല്പിക്കുകയാണ്. മനുഷ്യർ ദൈവനിശ്ചയങ്ങൾക്കു വിധേയരായി ജീവിതത്തെ അനുഭവിച്ചു തീർക്കുകയാണ്.

സനാതനപുരത്തുകാരുടെ വ്യാമോഹങ്ങളുടേയും സങ്കല്പങ്ങളുടേയും ദൈവീകഅവതാരമായി ആചാര്യസത്യവാഗീശ്വരൻ വളർന്നു. അയാളുടെ ദിവ്യസിദ്ധികൾ അവർക്ക് മോക്ഷവും വിമോചനവും നൽകേണ്ടതാണ്.

വികലാംഗനായ ചെറുപ്പക്കാരൻ അനായാസം നടന്നതോടെ സത്യവാഗീശ്വരന്റെ അംഗചലനങ്ങളെല്ലാം ദിവ്യാത്ഭുതങ്ങളാകുന്നു. സനാതനപുരത്തിലെ മാറാരോഗികൾ സത്യവാഗീശ്വരനെ സമീപിച്ച് മെതിയടിച്ചുവട്ടിലെ മണ്ണും കാട്ടുചെടിയുടെ നീരും കഴിച്ച് ആരോഗ്യവാന്മാരാകുന്നു. ദിവ്യാത്ഭുതത്തിന് സാക്ഷികളായ സനാതനപുരത്തുകാർ ആചാര്യന്റെ കാലുകളിൽ വീണ് നമസ്കരിക്കുകയാണ്. ആചാര്യ സത്യവാഗീശ്വരനെ ചൂഴ്ന്നനിന്ന ദിവ്യസിദ്ധികൾ അവരുടെ വിമോചനത്തിന്റെ പ്രത്യാശയായി വളരുന്നു.

മേൽത്തട്ടിന്റെ ഉടമാവകാശങ്ങളേയും സുഖസമൃദ്ധികളേയും ആചാര്യസത്യവാഗീശ്വരൻ ത്യജിച്ചു. മഞ്ചലിനേയും കിടക്കയേയും ഏറെ വിഭവങ്ങളുള്ള ഭക്ഷണത്തേയും അയാൾ അനാവശ്യമായി കരുതി. സനാതനപുരത്തുകാരുടെ കഷ്ടപ്പാടുകളെ ഏറ്റുവാങ്ങിയ അയാൾ പറഞ്ഞു:

'ഞാൻ വസ്ത്രത്തിന്റെ ആർഭാടത്തേയും ത്യജിക്കുകയാണ്. സ്വാർത്ഥമായ എന്റെ കർമ്മങ്ങളേയും ജീവിതത്തേയും ഞാൻ ത്യജിക്കുന്നു'.

അതോടെ സത്യവാഗീശ്വരൻ സനാതനപുരത്തിലെ അടിത്തട്ടുകാരനായി രൂപാന്തരപ്പെട്ടു. അയാൾ അവരുടെ പരിമിതമായ ആവശ്യങ്ങളേയും സാഹചര്യങ്ങളേയും പകർത്തി തുടങ്ങുന്നു. ഭൂമിയുടെ അവകാശികളായ അപൂർവ്വം സനാതനപുരത്തുകാർ സുഭിക്ഷമായി ജീവിക്കുന്നുണ്ട്. മിക്കവരും കഠിനാദ്ധ്വാനത്തിന് പ്രതിഫലമില്ലാതെ ജീവിതത്തെ ക്ലേശഭരിതമാക്കുന്നു. വിളവിറക്കലും കൊയ്ത്തും കഴിഞ്ഞാൽ അലസരായി കാലംതള്ളുന്ന അവർ ശോഷിച്ചും ജീർണ്ണിച്ചും അകാലവിയോഗങ്ങളെ ഏറ്റുവാങ്ങുന്നു. അവരുടെ അമിതാദ്ധ്വാനങ്ങളിൽ സുഖിച്ചുരമിക്കുന്നവർ തങ്ങളുടെ അവസരങ്ങളെ ജന്മാവകാശങ്ങളിൽ ഉറപ്പിക്കുകയാണ്. പണിക്കാർ പങ്കുവെച്ച് പട്ടിണിയും കഷ്ടപ്പാടുകളുമായി അരവയറോടെ കാലംകഴിക്കുന്നു. അവർ കീറിയ തുണികളിൽ നഗ്നതയെ ഭാഗികമായി മറയ്ക്കുന്നു.

സനാതനപുരത്തുകാരുടെ നിർഭാഗ്യങ്ങളേയും ദൈന്യതകളേയും ആചാര്യസത്യവാഗീശ്വരൻ ഏറ്റുവാങ്ങി. അയാൾ തന്റെ നഗ്നതയെ അത്യാവശ്യത്തിന് മറച്ച് അവരിൽ ഒരാളാകുകയാണ്.

സമൃദ്ധമായ വിഭവങ്ങളോട് മുഖംതിരിച്ച സത്യവാഗീശ്വരൻ ആയുസ്സിന്റെ നിലനില്പിനു വേണ്ടവയെ ഭക്ഷിക്കുന്നു. രാവിലെ പഴങ്ങളും

ഉണക്കമുന്തിരി ചാലിച്ചവെള്ളവുമാണ്. മദ്ധ്യാഹ്നത്തിൽ കഞ്ഞിയും രാത്രിയിൽ ഒരു ഗ്ലാസ് പാലുമാണ്. അയാൾ സനാതനപുരത്തു കാരുടെ ശുഷ്കിച്ച ജീവിതത്തിന്റെ ഭാഗമായി. അങ്ങനെ സത്യ വാഗീശ്വരൻ ശരിയായ മാർഗ്ഗത്തിന്റെ താത്വിക നിലപാടുകളിൽ എത്തിച്ചേരുന്നു. അമിതമാകുന്നവ ആസക്തിയും സർവ്വനാശവുമായി തളംകെട്ടി ജീർണ്ണിക്കുകയാണ്. അത് താഴ്ത്തടികളെ നശിപ്പിക്കുകയു മാണ്. അമിതാദ്ധ്വാനവും പ്രയോജനപ്പെടാത്ത കായികശേഷിയും അകാലമരണത്തിന് കാരണമാണ്. അമിതാഹാരവും കുറഞ്ഞ അദ്ധ്വാനവും മേദസ്സും മാംസളതയുമായി തീർന്ന് ആയുസ്സിന്റെ പരിധി നിശ്ചയിക്കുന്നു.

തന്റെ നിഗമനങ്ങളെ അടഞ്ഞ മനസ്സുകൾക്കു മുമ്പിൽ തെളിയി ക്കാൻ ആചാര്യസത്യവാഗീശ്വരന് വശീകരണതന്ത്രം പ്രയോഗിക്കേ ണ്ടിവരികയാണ്. രക്ഷകനും അവതാരപുരുഷനും ആചാര്യനുമായ അയാൾ സനാതനപുരത്തുകാരോട് പറഞ്ഞു:

'നിങ്ങളുടെ അരവയറിനെപോലെ എന്റെ വയറും പാതി ഒഴിഞ്ഞു കിടക്കട്ടെ. നിങ്ങളുടെ എല്ലാ കഷ്ടപ്പാടുകളും എനിക്കും ഉണ്ടാകട്ടെ.'

സനാതനപുരത്തിന്റെ വിമോചനത്തിനും പരിവർത്തനത്തിനും വേണ്ടി സത്യവാഗീശ്വരൻ പ്രവർത്തിച്ചു തുടങ്ങി. സ്ഥിരവാസങ്ങളെ ഉപേക്ഷിച്ച് അയാൾ നിത്യ സഞ്ചാരിയാകുകയാണ്. അയാളുടെ ദിവ്യസിദ്ധികളും അപദാനങ്ങളും രോഗശാന്തിയും ആൾക്കൂട്ടത്തെ ആകർഷിക്കുന്നു. അതോടെ അനുയായികൾ പെരുകുന്നു. ആചാര്യ സത്യവാഗീശ്വരനെ ദൈവാവതാരമായി കരുതിയ അവർ ജന്മബന്ധ ങ്ങളെ വലിച്ചെറിഞ്ഞ് ആത്മസമർപ്പണത്തിനും ജീവത്യാഗത്തിനും തയ്യാറാകുകയാണ്.

ആയുസ്സ് നിലനിർത്താൻവേണ്ടി മാത്രം ഭക്ഷിച്ച സത്യവാ ഗീശ്വരൻ ഇച്ഛയുടെ വന്യമായ രീതികളെ നിരസിച്ചു. അയാൾ എവിടേയും ആത്മാവിന്റെ അധീശത്വത്തെ സ്ഥാപിക്കുകയാണ്. തന്റെ പരിമിതമായ ഭക്ഷണങ്ങളുടെ അടുത്ത് സമൃദ്ധവും രുചികരവു മായ വിഭവങ്ങളെ അയാൾ കാഴ്ചവസ്തുക്കളാക്കി. അങ്ങനെ അയാൾ ഇച്ഛയെ മറികടന്ന് രസനേന്ദ്രിയങ്ങളെ കീഴടക്കുന്നു. പരീക്ഷണ ങ്ങൾക്കുശേഷം സമൃദ്ധമായ വിഭവങ്ങളെ ഗ്രാമത്തിലെ ശുഷ്കിച്ച വയറുകൾക്ക് സത്യവാഗീശ്വരൻ നൽകുകയാണ്.

സനാതനപുരത്തിന്റെ ആത്മാവിനേയും വൈവിധ്യങ്ങളേ യും ആചാര്യസത്യവാഗീശ്വരൻ അന്വേഷിച്ചുകൊണ്ടിരുന്നു. അബദ്ധധാരണകളിൽനിന്നും അപമാനങ്ങളിൽനിന്നും ശരിയായ കാഴ്ചകളെ അയാൾ കണ്ടെത്തുന്നു. പരിവർത്തനങ്ങളും ചലനങ്ങളു മില്ലാത്ത സനാതനപുരം യുഗങ്ങളായി സാമ്പ്രദായിക ചിന്തകളിലും

ശീലങ്ങളിലും കാലംകഴിക്കുന്നു. പൗരാണികമായ സ്വപ്നങ്ങളിൽ ലയിച്ച അവർക്ക് രസങ്ങൾ നീരസങ്ങളും ആസക്തി വിരക്തിയുമാണ്. വിഭജനങ്ങളുടെ അടരുകളെ പരിശോധിക്കാത്ത അവർ നിസ്സഹായരായി വിധിനിശ്ചയങ്ങളിൽ സുരക്ഷിതരാകുന്നു. അവർക്ക് പരിവർത്തനങ്ങൾ മനുഷ്യൻ ഉണ്ടാക്കേണ്ടതല്ല ദൈവനിശ്ചയമായി സംഭവിക്കേണ്ടതാണ്.

നമസ്കരിച്ചെണീറ്റ് ആജ്ഞകൾക്ക് കാതോർത്തുനിന്ന സനാതനപുരത്തുകാരോട് ആചാര്യസത്യവാഗീശ്വരൻ പറഞ്ഞു:

'നിസ്സഹായതയും അലസതയും മരണത്തിന്റെ മാർഗ്ഗങ്ങളാണ്. മരണം സ്വാഭാവികമായതിനാൽ നമുക്ക് ശക്തരും ധീരരുമാകുക. പുനർജ്ജനിയുടെ സന്ദേശം നിങ്ങൾ അറിയുക. കാരുണ്യം ദയയാണ്. ദയ സ്നേഹമാണ്. സ്നേഹം അഹിംസയും ശാന്തിയുമാണ്. സ്നേഹം സത്യവും ഈശ്വരനുമാണ്.'

ആചാര്യസത്യവാഗീശ്വരന്റെ ദിവ്യവചനങ്ങളെ മന:പാഠമാക്കി സൂക്ഷിച്ച സനാതനപുരത്തുകാർ പുത്തൻ നിർദ്ദേശങ്ങളെ അനുസരിക്കാൻ കാത്തിരുന്നു.

സനാതനപുരത്തിന്റെ വൈവിധ്യങ്ങളും ജനജീവിതത്തിലെ തട്ടുകളും അധികാരവിഭജനങ്ങളും അറിഞ്ഞ സത്യവാഗീശ്വരൻ വീണ്ടും പുനർജ്ജനിപുഴയുടെ തീരത്തെത്തുകയാണ്. പച്ചത്തഴപ്പുകളും കാട്ടുപഴങ്ങളും കണ്ട അയാൾ അനുയായികളോടു പറഞ്ഞു:

'ഇവിടെ നിന്നാണ് നാം പ്രവർത്തിച്ചുതുടങ്ങേണ്ടത്. സനാതനപുരത്തിന്റെ പരിവർത്തനം ഇവിടെ നിന്ന് ആരംഭിക്കണം.'

സത്യവാഗീശ്വരൻ ചപ്പിലകളെ ഇരിപ്പിടമാക്കി ധ്യാനിച്ചിരുന്നു. അയാളുടെ മനസ്സിൽനിന്ന് മണ്ണും മനുഷ്യരും ഇന്ദ്രിയാനുഭൂതികളും ഭൂമിയിലെ നരകങ്ങളും അപ്രത്യക്ഷമാകുകയാണ്. ജീവചലനങ്ങളേയും പ്രപഞ്ചത്തേയും അയാളുടെ ആത്മാവിന്റെ അധീശത്വം കീഴടക്കുന്നു.

ദേശാടനകാലം മുഴുക്കെ ആരണ്യ സത്യവാഗീശ്വരനെ പരിചരിച്ചു. ശരിയായ മാർഗ്ഗത്തിലെ കാരുണ്യാംശങ്ങളെ അറിഞ്ഞ അവൾ വ്യവഹാര കാലത്തിന്റെ ആർത്തികളെ പ്രതിരോധിക്കുന്നു. ദീർഘയാത്രകളിൽ അവളുടെ കാലുകളിൽ ചോരകിനിഞ്ഞു. ഗർഭാലസ്യംകൊണ്ട് തളർന്നെങ്കിലും അവൾ പരിഭവിക്കാതെ അയാളെ പിന്തുടരുകയാണ്. അയാളുടെ വിശുദ്ധവും നിസ്വാർത്ഥവുമായ ആത്മാന്വേഷണം കാലത്തിന്റെ നിയോഗമാണെന്ന് ആരണ്യ അറിയുന്നു.

സ്ഥലകാലങ്ങളുടെ അധിവാസമില്ലാതെ സത്യവാഗീശ്വരൻ

ധ്യാനിച്ചിരുന്നു. ഉണർവിലേക്ക് മടങ്ങിയ ആചാര്യൻ തെളിഞ്ഞ അവബോധത്തോടെ സനാതനപുരത്തുകാരുടെ അടഞ്ഞ മനസ്സിനെ നേരിടുകയാണ്. അയാളുടെ വാക്കുകൾ അവർക്ക് ആത്മവിശ്വാസവും വിമോചനത്തിന്റെ മാർഗ്ഗവുമാകുന്നു.

ശരിയായ മാർഗ്ഗത്തേയും ജീവിതത്തേയും നടപ്പിലാക്കുന്നതിനു വേണ്ടി സത്യവാഗീശ്വരൻ അനുയായികളോടു പറഞ്ഞു:

'പുനർജ്ജനിപുഴയുടെ തീരത്തുനിന്നാകട്ടെ നമ്മുടെ തുടക്കം. നമുക്കിവിടെ സൗഹാർദ്ദത്തിന്റേയും കാരുണ്യത്തിന്റേയും കുടിലുകളെ പണിയാം. എന്നിട്ട് ശരിയായ ജീവിതത്തിലേക്ക് പ്രവേശിക്കാം.'

ദിവസങ്ങളോളം അദ്ധ്വാനിച്ച അവർ കാടിന്റെ വിജനതയെ മനുഷ്യസഹവാസംകൊണ്ട് ശബ്ദമുഖരിതമാക്കുന്നു. പനമ്പട്ടകളും മരക്കൊമ്പുകളും ശേഖരിച്ച അവർ ഒറ്റമുറിയുള്ള ചെറിയ കുടിലുകളുണ്ടാക്കി. സഹകരണത്തിന്റേയും പങ്കുവെയ്പ്പിന്റേയും പുത്തൻ ജീവിതം അവർ ആരംഭിക്കുന്നു. പുരുഷന്മാർ കുടിലുകൾ കെട്ടിയപ്പോൾ സ്ത്രീകൾ ഭക്ഷണം പാകംചെയ്യുന്നതിനുശേഷം മറപ്പുരയും കുളിപ്പുരയും ഉണ്ടാക്കുകയാണ്.

സനാതനപുരത്തുകാരെപ്പോലെ ആചാര്യസത്യവാഗീശ്വരനും കായികാദ്ധ്വാനങ്ങളിൽ മുഴുകി. അയാൾ അവരുടെ തടസ്സവാദങ്ങളെ അവഗണിച്ച് കൂട്ടത്തിൽ ഒരാളാകുന്നു. മനുഷ്യന്റെ ഇടപഴകലുകൾ അലോസരതയായി തീർന്നതോടെ ജന്തുക്കളും പക്ഷികളും ഭീതിയോടെ നിലവിളിച്ചു. അവ പുത്തൻ സങ്കേതം തേടുകയാണ്. മനുഷ്യന്റെ ജന്മവാസനകളെ അറിഞ്ഞ പാമ്പുകൾ ഭൂമിയുടെ സുഷിരങ്ങളിലേക്ക് ജീവഭയത്തോടെ ഇഴഞ്ഞിറങ്ങുന്നു. നിരുപദ്രവിയായി പാമ്പിനെ കൊല്ലാൻ ശ്രമിച്ച അനുയായിയോട് ആചാര്യസത്യവാഗീശ്വരൻ കാരുണ്യത്തോടെ പറഞ്ഞു:

'ജീവികളെ വെറുതെ വിടുക. ജീവൻ നൽകാൻ കഴിയാത്ത നമുക്ക് ജീവനെ അപഹരിക്കാൻ അവകാശമില്ല. അതിനെ വെറുതെ വിടുക'.

ആചാര്യന്റെ നീക്കങ്ങളിൽ ദിവ്യസിദ്ധികളെ കാണുന്ന അവർ സംഹാരത്തെ വെടിഞ്ഞ് സൃഷ്ടിക്കൊരുങ്ങുന്നു. സത്യവാഗീശ്വരന്റെ കാരുണ്യത്തിന്റെ സാന്ത്വനമേറ്റ് വന്യജീവികൾപോലും ഭീതിമാറി സ്വാഭാവികതയിലേക്ക് മടങ്ങുകയാണ്. കാട്ടുതാറാവുകളും കുരങ്ങുകളും കുടിലുകളിലെ സന്ദർശകരായി. ഇരതേടുന്ന പാമ്പുകൾ ജീവഭയമില്ലാതെ സ്വതന്ത്രരായി സഞ്ചരിക്കുകയുമാണ്. പുനർജ്ജനിപുഴയുടെ ജലാംശം ഭൂമിയുടെ ജീവരക്തമായി തളിർത്തു. കുടിലുകൾക്കുചുറ്റിലും ഫലവൃക്ഷങ്ങളും വാഴകളും പച്ചക്കറിത്തോട്ടങ്ങളുമുണ്ടാകുന്നു. വില്പനച്ചരക്കുകളെ ഉല്പാദിപ്പിക്കുന്ന അവർ ഭക്ഷണത്തിനുവേണ്ടവയെ

വിളയിച്ചു. അങ്ങനെ അവർ സ്വയം പര്യാപതരാകുകയാണ്.

സനാതനപുരത്തിലെ വിഭിന്നദിശകളിൽനിന്ന് അപ്പോഴും മാറാരോഗികൾ ആചാര്യസത്യവാഗീശ്വരനെ തേടി എത്തുന്നു. മണ്ണും പച്ചമരുന്നുകളും നല്കി അയാൾ രോഗം ശമിപ്പിച്ചു. ആചാര്യസത്യവാഗീശ്വരൻ ദിവ്യസിദ്ധികളോടെ ദൈവാവതാരമായി സനാതനപുരത്തുകാരെ വശീകരിക്കുകയാണ്.

ആചാര്യസത്യവാഗീശ്വരന്റെ ജീവിതം മനുഷ്യന് ജീവിക്കാൻ വേണ്ട മൗലികവും മിതവുമായ ആവശ്യങ്ങളെ പങ്കുവെയ്ക്കലാണ്. ഉണങ്ങിയ വേപ്പിലകൾ വിരിച്ച ചൂടിക്കട്ടിലും ചിരട്ടക്കയിലുകളും മൺപാത്രങ്ങളും എഴുത്തുപകരണങ്ങളും അയാളുടെ സമ്പന്നതയെ പ്രദർശിപ്പിക്കുന്നു. ജീവിതത്തിന്റെ ആർഭാടങ്ങളെ ത്യജിച്ച സത്യവാഗീശ്വരൻ അമിതഭാരങ്ങളില്ലാതെ ആഹ്ലാദിക്കുകയാണ്.

മറ്റൊരു നീണ്ട ധ്യാനത്തിന്റെ ഒടുവിൽ പുനർജ്ജനിപുഴയിലേക്ക് ആചാര്യസത്യവാഗീശ്വരൻ ഇറങ്ങി. അയാൾ ഗുഹയിൽ എത്തുന്നില്ല. തത്വത്തിന്റെ പ്രയോഗത്തെ തിരഞ്ഞ അയാൾ പ്രവാഹത്തിലൂടെ ഒഴുകിവന്ന ചർക്കയെ പ്രതീകമായി സ്വീകരിക്കുകയാണ്. ധ്യാനത്തിന്റെ അഗാധതയിൽ പൂർവ്വപരിചയമില്ലാത്ത ചർക്ക അയാളുടെ മനസ്സിൽ പൊന്തിവന്നതാണ്.

ചർക്കയെ പ്രവർത്തനമന്ത്രമാക്കി ആചാര്യസത്യവാഗീശ്വരൻ കുടിലിലേക്ക് മടങ്ങി എത്തി. സനാതനപുരത്തുകാർ ദിവ്യവും അപൂർവ്വവുമായ വസ്തുവായി ചർക്കയെ കാണുന്നു. അവരുടെ ഓർമ്മകളിലും കേട്ടുകേൾവികളിലും ചർക്ക അന്യമായിരുന്നു. ചർക്ക ലഭിച്ചെങ്കിലും അതിന്റെ പ്രവർത്തനവും സാങ്കേതികതയും അറിയാതെ സത്യവാഗീശ്വരൻ ദുഃഖിക്കുന്നു.

പണ്ട്; കൊയ്ത്തും മെതിയും കഴിഞ്ഞ് നിർജ്ജീവമായ സനാതനപുരത്തുകാരുടെ ദിവസങ്ങളെ ചർക്ക സജീവമാക്കി.അങ്ങനെ അവർ സ്വാശ്രയത്തിന്റെ വരുമാനം ഉറപ്പിക്കുകയാണ്. വെള്ളക്കാരുടെ ഭരണത്തോടെ പ്രിയപ്പെട്ട പലതിനേയും അവർ ഉപേക്ഷിച്ചു. അധികാരത്തിന്റെ നിർബന്ധങ്ങളെ ഭീതിയോടെ അവർ സ്വീകരിക്കുകയാണ്. അത്യാവശ്യവസ്തുക്കളെ മറക്കാനും അവയുടെ പ്രയോജനത്തെ തിരസ്കരിക്കാനും അവർക്കു കഴിഞ്ഞു. പുത്തൻ പ്രയോഗങ്ങളും ആർഭാടങ്ങളും അവരുടെ ജീവിതരീതിയായി തീർന്നിരിക്കുന്നു.

ശരിയായ മാർഗ്ഗത്തെ കണ്ടെത്തിയ ആചാര്യസത്യവാഗീശ്വരന്റെ മുമ്പിൽ പ്രയോഗരീതികൾ തെളിയുന്നു. ഇനി പരിവർത്തനത്തിന്റേയും സ്വാശ്രയത്തിന്റേയും നിർദ്ദേശങ്ങളല്ല; പ്രകടമായ മാറ്റിപണിയലുകളാണ് സംഭവിക്കുക.

നിശ്ചലത പ്രകൃതിവിരുദ്ധവും പ്രവർത്തനം പ്രകൃതിയുടെ സഹഭാവവുമാണ്. തടംകെട്ടൽ ജീർണ്ണതയും അകാലമരണവും സർവ്വനാശവുമാണ്. അവസരങ്ങളില്ലാതെ കർമ്മശേഷി തടംകെട്ടുന്നവരും അദ്ധ്വാനിക്കാതെ സർവ്വനാശത്തിലേക്ക് വീഴുന്നവരും ശരിയായ മാർഗ്ഗത്തെ അറിയുന്നില്ല. അവർ പ്രകൃതിയിൽനിന്നു വേറിട്ട് വംശനാശത്തിന് തയ്യാറെടുക്കുകയാണ്.

വെള്ളക്കാരുടെ അധികാരവും നടപടികളും സനാതനപുരത്തുകാരുടെ ഉല്പന്നങ്ങളുടെ വഴിതടഞ്ഞു. പുത്തൻ ചരക്കുകളുടെ വർണ്ണഭംഗികളും പ്രയോജനവും അവരെ വശീകരിക്കുന്നു. സനാതനപുരത്തിലെ വിഭവങ്ങളെ ശേഖരിച്ച് കൊണ്ടുപോയ വെള്ളക്കാർ അവയെ യന്ത്രസംവിധാനങ്ങളാക്കി വരുമാനത്തിന്റെ സാദ്ധ്യതകളെ ഇരട്ടിപ്പിക്കുകയാണ്. അധികാരത്തിന്റെ നിർബന്ധങ്ങളെ അനുസരിച്ച സനാതനപുരത്തുകാർ വഴിയടഞ്ഞ ജീവിതത്തെ അറിയുന്നില്ല.

സനാതനപുരത്തിന്റെ ആത്മീയവും ഭൗതികവുമായ അവസ്ഥകളെ ആചാര്യ സത്യവാഗീശ്വരൻ കണ്ടെത്തി. ശരിയായ മാർഗ്ഗത്തെ നടപ്പിലാക്കാൻ അയാൾ പ്രായോഗികമായ നിലപാടുകളെ ഉപയോഗിക്കുന്നു. ഭീരുക്കളും ദുരിതം നിറഞ്ഞവരുമായ അവർക്ക് ആത്മാന്വേഷണവും കണ്ടെത്തലുകളും അനാവശ്യമാണ്. അന്നന്നത്തെ ആവശ്യങ്ങൾക്ക് ബദ്ധപ്പെടുന്ന അവർ ജീവിതത്തെ വിധിനിശ്ചയമായും കർമ്മപരമ്പരകളായും അനുഭവിക്കുന്നു. മാറ്റംവെയ്ക്കലുകൾ ദൈവനിയോഗമാണെന്നും അത് ചെയ്യേണ്ടത് രക്ഷകനും അവതാരപുരുഷനുമാണെന്നും അവർ കരുതുകയാണ്.

നിസ്സഹായരായ സനാതനപുരത്തുകാരോട് കാരുണ്യത്തോടെ ആചാര്യ സത്യവാഗീശ്വരൻ പറഞ്ഞു:

'നമ്മുടെ സുവർണ്ണകാലത്തിന്റെ ചിഹ്നമാണ് ചർക്ക. ഈ ഉപകരണം നമ്മുടെ സ്വത്വത്തേയും വിമോചനത്തേയും സ്ഥാപിയ്ക്കും. ഇതിന്റെ പ്രവർത്തനം നമ്മുടെ ദുരിതങ്ങളെ എല്ലാം അവസാനിപ്പിക്കും. ചർക്കയെ ഉപേക്ഷിച്ച നമ്മൾ പ്രാചീനമായ സുഭിക്ഷതയെ അപമാനിച്ച് ദാരിദ്ര്യത്തെ സ്വീകരിച്ചു. നമ്മുടെ നല്ലകാലങ്ങൾക്കു വേണ്ടി ചർക്കയെ ജീവിതത്തിന്റെ ഭാഗമാക്കണം.'

ചർക്ക പണിയായുധമാകുന്നതോടെ വരുമാനത്തിന്റെ അവസരവും ആചാര്യസത്യവാഗീശ്വരന്റെ ആത്മദർശനവും പ്രയോഗത്തിൽ വരുകയാണ്. അതോടെ യന്ത്രങ്ങളുടെ അധീശത്വമുള്ള യാന്ത്രിക ജീവിതം പുറന്തള്ളപ്പെടുന്നു. വംശനാശത്തിന്റെ ഭീഷണിയും തടംകെട്ടലുമില്ലാതെ മനുഷ്യർ പുരോഗമിക്കുന്നു. ചർക്ക സനാതനപുരത്തുകാരുടെ ജീവിതത്തിന്റെ ഭാഗമാകുമ്പോൾ സ്വാശ്രയജീവിതമാണ് നടപ്പിലാകുക.

സത്യവാഗീശ്വരന്റെ ആത്മീയദർശനത്തെ അറിയാത്ത സനാതനപുരത്തുകാരെ പ്രയോജനവാദത്തിൽ ഊന്നി ആചാര്യൻ വഴിനടത്തുകയാണ്. കഷ്ടപ്പാടുകളും ആചാര്യന്റെ ദിവ്യമായ പരിവേഷവും അവരെ ആജ്ഞകളെ അനുസരിക്കാൻ പ്രേരിപ്പിക്കുന്നു.

ചർക്കയുടെ പരുക്കൻ തുണിയിലേക്കു മടങ്ങുന്ന സനാതനപുരത്തുകാർ യാന്ത്രികമായ ജീവിതത്തേയും വൻവ്യവസായശാലകളേയും തടകെട്ടുന്ന കർമ്മശേഷിയേയും നിഷേധിക്കുകയാണ്.

'നമുക്കാർക്കും ചർക്ക ഉപയോഗിക്കാൻ അറിയില്ല. ചർക്ക ഉപയോഗിക്കാൻ അറിയുന്ന ഒരേ ഒരാൾ ദേവാംഗപുരത്തെ കിഴവൻ അഭിമന്യുവാണ്.'

ആചാര്യസത്യവാഗീശ്വരൻ അനുയായികളിൽനിന്ന് രണ്ടുപേരെ തിരഞ്ഞെടുത്ത് അവരോടായി തുടർന്നു:

'നിങ്ങൾ അഭിമന്യുവിനെ കാണുക. ഞാൻ വിളിക്കുന്നെന്നു പറഞ്ഞാൽ അയാൾ വരും.'

ദേവാംഗപുരം വടക്ക് എവിടെയോ ആണെന്ന ഊഹത്തോടെ അവർ യാത്ര പുറപ്പെടുകയാണ്. ചർക്കയെ വിമോചനവസ്തുവായി സങ്കല്പിച്ച അനുയായികൾ അതിന്റെ മാന്ത്രികശക്തിക്കുവേണ്ടി കാത്തിരുപ്പ് തുടരുന്നു.

അടഞ്ഞ മനസ്സുകളെ ഉണർത്താനും നന്മനിറഞ്ഞ പരിവർത്തനത്തിനുംവേണ്ടി ആചാര്യ സത്യവാഗീശ്വരൻ ധ്യാനിച്ചിരുന്നു. നീണ്ട ധ്യാനത്തിനുശേഷം ആരണ്യ കൊണ്ടുവന്ന അത്യാവശ്യവിഭവങ്ങളെ അയാൾ ഭക്ഷിച്ചു. വീണ്ടും അയാൾ സംശയങ്ങളുമായി നിശ്ശബ്ദതയിലേക്ക് പിൻവാങ്ങുന്നു.

ധ്യാനത്തിന്റെ അഗാധതയിൽ സത്യവാഗീശ്വരന്റെ മുമ്പിൽ പുനർജ്ജനിഗുഹ തെളിയുകയാണ്. നിശ്ശബ്ദതയുടെ ആത്മശാന്തിയെ ഭേദിച്ച് വാക്കുകൾ മുഴങ്ങുന്നു.

'നിന്റെ മാർഗ്ഗത്തിന് ഞങ്ങൾ ശരിയായ വഴികൾ നിർദ്ദേശിക്കുന്നു. ആൾക്കൂട്ടം ആത്മാവില്ലാത്ത സഞ്ചയമാണ്. നിന്നെ പിന്തുടരുന്നവർ നിന്റെ ആചാരത്തെയാണ് നടപ്പിലാക്കുക.'

'എന്റെ ശരിയായ മാർഗ്ഗം എങ്ങനെ പ്രാവർത്തികമാകും?'

'അതിനുള്ള വഴി നീ കണ്ടെത്തണം. വിവേകത്തോടേയും കാരുണ്യത്തോടേയും ശരിയായ മാർഗ്ഗത്തെ പ്രാപിക്കുക'.

മൂന്നു പകലുകൾക്കുശേഷം ആത്മവിശ്വാസത്തിന്റെ രക്ഷാകേന്ദ്രവുമായി ദേവാംഗപുത്തേക്കു പോയവർ തിരിച്ചെത്തി. വാർദ്ധക്യത്തിന്റെ അവശതകളോടെ നമസ്കരിച്ച അഭിമന്യുവിനെ

ആചാര്യസത്യവാഗീശ്വരൻ നെറുകയിൽ കൈവച്ച് അനുഗ്രഹിച്ചു. ശിക്ഷണത്തിന്റെ ബാലപാഠങ്ങൾക്കായി അവർ തയ്യാറെടുക്കുകയാണ്.

'നീ ഞങ്ങളെ നൂൽനൂൽക്കാൻ പഠിപ്പിക്കുക. നിന്റെ മരണത്തോടെ വിമോചനത്തിന്റേയും സ്വാതന്ത്ര്യത്തിന്റേയും മാർഗ്ഗം അവസാനിക്കരുത്. അവ കാലത്തിന്റെ ആവശ്യമായി തുടരേണ്ടതാണ്'.

കിഴവൻ അഭിമന്യു ചർക്ക തിരിക്കുമ്പോൾ അന്തേവാസികൾ ജലപാനങ്ങളില്ലാതെ അയാളുടെ അംഗചലനങ്ങളെ നിരീക്ഷിക്കുന്നു. പിന്നീട് അവർ അയാളെ അനുസരിക്കുകയാണ്. കിഴവന്റെ കയ്യിലെ പഞ്ഞിക്കട്ടകൾ നൂലിഴകളായി തരംതിരിഞ്ഞു. നൂലിഴകൾ അവരുടെ ആത്മാവിൽ വിമോചനത്തിന്റേയും സ്വാശ്രയത്തിന്റേയും സമ്പന്നതയായി വളരുന്നു.

ചർക്കയുടെ പരുക്കൻ ഒച്ച സനാതനപുരത്തുകാരുടെ പൗരാണികമായ ജീവവായുവിനേയും ആത്മദർശനത്തേയും ഉണർത്തി. ചർക്കയുടെ ചലനശക്തിയും താളക്രമങ്ങളും സ്വാതന്ത്ര്യത്തിന്റെ സുഭിക്ഷതയായി അവരുടെ സങ്കല്പങ്ങളിൽ നിറയുന്നു.

ആചാര്യസത്യവാഗീശ്വരനെ ദർശിച്ച് അനുഗ്രഹം വാങ്ങാൻ എത്തുന്നവർ ഇപ്പോൾ പഞ്ഞിക്കട്ടകളുമായാണ് വരുന്നത്. അവർ കിഴവൻ അഭിമന്യുവിന്റെ കരവിരുതിനെ അനുകരിക്കുകയാണ്. അഭിമന്യുവിൽനിന്ന് കൈത്തഴക്കങ്ങളെ അന്തേവാസികൾ കൂട്ടത്തോടെ പരിശീലിച്ചു. അതോടെ ചർക്കകളുടെ ആവശ്യം വർദ്ധിച്ചു. അന്തേവാസിയായ ആശാരി മുഴക്കോലും ഉളികളുമായി പുത്തൻ ചർക്കകളെ ഉണ്ടാക്കുന്നു. വിമോചനത്തിന്റെ പ്രായോഗികതയിലേക്ക് കടന്ന അവർ ജന്മബന്ധത്തിന്റെ ഇഴകളെ നവീനകാലത്തിലേക്ക് ബന്ധിപ്പിക്കുകയാണ്.

കുടിലുകളിൽനിന്ന് ആത്മഗതമായി ചർക്കകളുടെ താളം പ്രവഹിച്ചുകൊണ്ടിരുന്നു. ആൾക്കൂട്ടത്തിന്റെ ആവേശങ്ങളിൽനിന്ന് തത്വത്തിന്റേയും പ്രയോഗത്തിന്റേയും സമാനതകളെ ആചാര്യസത്യവാഗീശ്വരൻ തിരിച്ചറിയുകയാണ്. ആത്മദർശനങ്ങളുടെ താത്വികതയല്ല ഭൗതികമായ ആവശ്യങ്ങളാണ് ആൾക്കൂട്ടത്തെ നയിക്കുക. വഴി അന്വേഷിക്കാത്തവർ വ്യക്തിയുടെ നിർദ്ദേശങ്ങളേയും കണ്ടെത്തലുകളേയും ഭൗതികമായി അനുസരിക്കുന്നു. അത് വ്യക്തിയുടെ മഹത്വവും ആൾക്കൂട്ടത്തിന്റെ ദയനീയതയുമാണ്.

നിർദ്ദേശങ്ങൾക്കും അനുഗ്രഹങ്ങൾക്കും വേണ്ടി കാത്തുനിന്ന അനുയായികളോട് ആചാര്യസത്യവാഗീശ്വരൻ പറഞ്ഞു:

'ഇത് നിങ്ങൾ മാത്രം ഉപയോഗിക്കേണ്ട ഉപകരണമല്ല. അദ്ധ്വാനിക്കാൻ അവസരമില്ലാത്തവരും കർമ്മശേഷി തടംകെട്ടിയവരും ചർക്ക ഉപയോഗിക്കണം. ചർക്ക വിമോചനത്തിന്റേയും സ്വാശ്രയത്തിന്റേയും ചിഹ്നമാണ്'.

കണ്ടെത്തലുകൾക്ക് പ്രവർത്തനമാർഗ്ഗവും അങ്ങനെ പരിവർത്തനത്തിന്റെ വഴിയും ആചാര്യ സത്യവാഗീശ്വരൻ നിശ്ചയിച്ചു. പത്തുപേരെ തിരഞ്ഞെടുത്ത അയാൾ പുത്തൻ പണിയായുധവുമായി അവരെ ഗ്രാമാന്തരങ്ങളിലേക്ക് നിയോഗിക്കുന്നു. അവർ കഷ്ടപ്പാടുകളിലും വിധിനിശ്ചയങ്ങളിലും മുഴുകിയ സനാതനപുരത്തുകാരെ ചർക്ക ഉപയോഗിക്കാൻ പരിശീലിപ്പിക്കേണ്ടതാണ്. ആശാരിയിൽനിന്ന് പണി പഠിച്ചവർ ചർക്ക ഉണ്ടാക്കി അവയെ സൗജന്യമായി സനാതനപുരത്തുകാർക്ക് വിതരണംചെയ്യണം.

അവനവനെ മാറ്റിപണിത ആചാര്യസത്യവാഗീശ്വരൻ വർണ്ണവൈവിധ്യങ്ങളില്ലാത്ത പരുത്തിത്തുണിയിൽ സ്വന്തം നഗ്നത മറയ്ക്കുന്നു. അയാൾ സനാതനപുരത്തിന്റെ ദുരിതങ്ങളെ കാരുണ്യത്തോടെ ഏറ്റുവാങ്ങുകയാണ്. അനുയായികളും അന്തേവാസികളും സ്വാഭാവികതയോടെ അയാളെ അനുസരിച്ചു.

ആചാര്യസത്യവാഗീശ്വരൻ ദിവ്യായുധമായി പ്രയോഗിച്ച ചർക്ക ഗ്രാമങ്ങളിലെ ഒഴിവുസമയങ്ങളെ ശബ്ദമുഖരിതമാക്കി. അവരുടെ വരുമാനത്തിന്റെ സാദ്ധ്യതയേറിയതോടെ അഭിമാനം രക്ഷിക്കാനുള്ള അവസരവുമുണ്ടാകുന്നു.

പ്രഭാതത്തിലെ ധ്യാനത്തിൽ മുഴുകിയ ആചാര്യസത്യവാഗീശ്വരനെ ഭൂവുടമയുടെ മകൻ നമസ്കരിക്കുന്നു. വീർത്തു തടംകെട്ടിയ കണ്ണുകളും ഭാരിച്ച വിശാല ശരീരവും അയാൾക്ക് കനത്ത ബാദ്ധ്യതയാകുകയാണ്. ശരീരം വിയർക്കാതെ സുഭിക്ഷമായി ജീവിച്ച അയാൾ ഇപ്പോൾ തിരിച്ചറിവിലേക്ക് എത്തിച്ചേർന്നിരിക്കുന്നു. കർമ്മശേഷിയെ ഉപയോഗശൂന്യമാക്കിയ അയാൾ തടംകെട്ടി ജീർണ്ണിച്ച രക്തധമനികളോടെ അകാലമരണത്തിന്റെ വരവുകാക്കുകയാണ്.

ആചാര്യന്റെ ദിവ്യസിദ്ധികളെ കേട്ടറിഞ്ഞ് അവതാരപുരുഷന്റെ അനുഗ്രഹം വാങ്ങാൻ അയാൾ എത്തിയതാണ്. ആർഭാടങ്ങളെ ത്യജിച്ച് കഷ്ടപ്പാടുകളെ ഏറ്റെടുത്ത സത്യവാഗീശ്വരനെ കണ്ട് കർമ്മദോഷത്തിന്റെ മന:സ്താപത്തിലേക്ക് അയാൾ വീഴുന്നു. സത്യവാഗീശ്വരന്റെ സൗമ്യഭാവങ്ങളും കാരുണ്യവും സഹജീവിസ്നേഹവും ദൈവീകമായ മാനുഷികതയായി അയാൾ തിരിച്ചറിയുകയാണ്.

സമ്പന്നതയുടെ ഭോഗാലസ്യത്തേയും വസ്തുക്കളുടെ മോഹവലയത്തേയും അയാൾ ഉപേക്ഷിച്ചു. ആത്മഭാവങ്ങളിലേക്കും

സഹജീവികളിലേക്കും അയാൾ എത്തിച്ചേരുകയാണ്. വന്യമായ ആസക്തികളിൽനിന്ന് പരിത്യാഗത്തിന്റെ നിസ്വാർത്ഥതയിലേക്ക് അയാൾ പ്രവേശിച്ചു. ആചാര്യസത്യവാഗീശ്വരന്റെ വിശ്വസ്ത അനുയായിയായ അയാൾ ചർക്കയുടെ പരുക്കൻ ഒച്ചയെ ദിവ്യസ്വരമായി സ്വീകരിക്കുന്നു. പഞ്ഞിയിൽനിന്ന് നൂലെടുക്കാനും ഇഴകളിൽനിന്ന് തുണിനെയ്യാനും അയാൾ പരിശീലിക്കുന്നു.

ആചാര്യനെ പരിചരിച്ച് ജന്മംകഴിക്കാൻ തയ്യാറായ അയാളോട് സത്യവാഗീശ്വരൻ പറഞ്ഞു:

'നിങ്ങൾ എന്നെയല്ല സേവിക്കേണ്ടത്; സനാതനപുരത്തുകാരെയാണ്. അവർക്കാണ് മറ്റുള്ളവരുടെ കാരുണ്യമാവശ്യം. എന്റെ ആത്മാവിനെ അറിഞ്ഞ നിങ്ങൾക്ക് മറ്റുള്ളവരെ ശരിയായ മാർഗ്ഗത്തിലേക്ക് എത്തിക്കാൻ കഴിയും. അതുകൊണ്ട് ഗ്രാമത്തിലേക്ക് തിരിച്ചുപോയി പ്രവർത്തനം ആരംഭിക്കുക.'

ആചാര്യസത്യവാഗീശ്വരന്റെ അനുഗ്രഹത്തിനുവേണ്ടി വരുന്നവർ മാറ്റത്തിന്റെ വക്താക്കളായി സനാതനപുരത്തിന്റെ വിവിധ ഭാഗങ്ങളിലേക്ക് മടങ്ങുന്നു. ആചാര്യന്റെ ആത്മാവിനേയും ദർശനത്തേയും ഉൾക്കൊണ്ട അവർ ശരിയായ മാർഗ്ഗത്തിന്റെ പ്രചാരകരും സംരക്ഷകരുമാകുകയാണ്.

സനാതനപുരത്തിന്റെ ഗ്രാമങ്ങളിൽ നിന്ന് ആചാര്യനെ ദർശിക്കാനും അനുഗ്രഹം വാങ്ങിക്കാനും ആൾക്കൂട്ടം വന്നുകൊണ്ടിരുന്നു. അവർ അഭിമാനത്തോടെ പരുത്തിത്തുണി ധരിച്ച് സത്യവാഗീശ്വരനെ നമസ്കരിക്കുന്നു. അദ്ധ്വാനിക്കാനും വരുമാനമുണ്ടാക്കാനും കഴിഞ്ഞ അവരുടെ മുഖത്ത് സംതൃപ്തിയുടെ മന:ശാന്തിയാണ്.

ചെറിയ കാലംകൊണ്ടുതന്നെ ഗ്രാമങ്ങളിൽ ചർക്ക ജീവിതത്തിന്റെ അവിഭാജ്യ ഘടകമായി. ആചാര്യസത്യവാഗീശ്വരൻ പുത്തൻ പ്രവർത്തനങ്ങൾക്കു വേണ്ട അവസരങ്ങളും വേദികളും തിരയുന്നു. വിശുദ്ധസങ്കല്പങ്ങൾ നിറഞ്ഞ പുനർജ്ജനിപുഴയെപ്പോലെ സനാതനപുരത്തുകാരുടെ ജീവിതത്തേയും അദൃശ്യശക്തികളുടെ നിയമാവലികൾ നിയന്ത്രിക്കുന്നു. അവരുടെ അടഞ്ഞ മനസ്സുകൾ ജന്മാന്തരങ്ങളിലേക്കും വിധിനിശ്ചയങ്ങളിലേക്കും കർമ്മപരമ്പരകളിലേക്കും നീളുന്നു. വ്യവഹാരകാലത്തെ ദൈവയോഗമായി സ്വീകരിച്ച അവർ മാറ്റിപണിയലുകളെ ദൈവാവതാരങ്ങൾക്ക് നൽകുകയാണ്.

ശരിയായ മാർഗ്ഗത്തെ അറിഞ്ഞ സത്യവാഗീശ്വരൻ തടസ്സങ്ങളെ അവഗണിച്ച് പുനർജ്ജനിപുഴയുടെ ഉറവെടുക്കലുകളിൽനിന്ന് പ്രവർത്തനം ആരംഭിക്കുന്നു. തടകെട്ടലുകൾ ജീർണ്ണതയും മരണവുമാണെന്ന് തിരിച്ചറിഞ്ഞ അയാൾ സുഖസൗകര്യങ്ങളിൽ മയങ്ങാതെ

ദേശസഞ്ചാരത്തിന് തയ്യാറാകുന്നു. ആചാര്യസത്യവാഗീശ്വരന്റെ തീരുമാനങ്ങളെ അന്തേവാസികളും അനുയായികളും അനുസരിക്കാൻ കാത്തിരുന്നു. അവർ ആചാര്യന്റെ ദിവ്യചലനങ്ങൾക്കും പ്രവർത്തനങ്ങൾക്കും വേണ്ടി തയ്യാറെടുത്തു.

അനുയായികളായ പത്തുപേരെ സത്യവാഗീശ്വരൻ ആശ്രമത്തിൽ സ്ഥിരമായി താമസിപ്പിച്ചു. കാരുണ്യത്തിന്റെ സ്നേഹാംശമുള്ള മാർഗ്ഗത്തേയും അയാൾ അവർക്ക് വെളിപ്പെടുത്തുന്നു. ആചാര്യന്റെ ശരിയായ മാർഗ്ഗത്തെ ചുറ്റുപാടുമുള്ള ഗ്രാമാന്തരങ്ങളിൽ അവരാണ് പ്രചരിപ്പിക്കേണ്ടത്. അവയെ നിസ്വാർത്ഥമായി സംരക്ഷിക്കേണ്ടതും അവരുടെ ചുമതലയാണ്. മറ്റുള്ളവരെ പത്തുപേരടങ്ങുന്ന സംഘങ്ങളാക്കി അയാൾ വിഭജിച്ചു. അവരുടെ പ്രവർത്തനകേന്ദ്രങ്ങളായി പുനർജ്ജനിപുഴയുടെ ഇരുകരകളിലുമുള്ള ഗ്രാമങ്ങളേയും നിശ്ചയിക്കുന്നു. സംഘങ്ങളുടേയും അനുയായികളുടേയും പ്രവർത്തനങ്ങളെ കർമ്മാശ്രമങ്ങൾ നിയന്ത്രിക്കേണ്ടതും നയിക്കേണ്ടതുമാണ്.

ആചാര്യസത്യവാഗീശ്വരന്റെ തയ്യാറെടുപ്പുകൾ സനാതനപുരത്തെ ഉണർത്തി. ദിവ്യാത്മാവിനെ നമസ്കരിക്കാനും അനുഗ്രഹം വാങ്ങിക്കാനും ആൾക്കൂട്ടം ബദ്ധപ്പെട്ടു. ആൾക്കൂട്ടത്തെ കാണുമ്പോൾ ജന്മത്തിന്റേയും ജീവിതത്തിന്റേയും ആഴത്തിലുള്ള അറിവുകൾ അയാളെ വേദനിപ്പിക്കുകയാണ്. ദുരന്തമായ ജീവിതവും പരിമിതമായ ആയുസ്സുമായി കഴിയുന്ന അവർ ജന്തുസഹജമായ വാസനകളെപ്പോലും ഉപേക്ഷിച്ച് നരകാനുഭവങ്ങളെ സ്വീകരിക്കുന്നു. അവരുടെ സങ്കല്പങ്ങളിൽ മാത്രമാണ് സ്വർഗ്ഗീയസമൃദ്ധികൾ ഉള്ളത്. പ്രഭാതത്തിലെ മങ്ങിയ ഇരുളിൽ പുനർജ്ജനിപുഴയുടെ ഓരംചേർന്ന് ആചാര്യസത്യവാഗീശ്വരൻ യാത്ര ആരംഭിക്കുന്നു. അനുയായികളായ പത്തുപേരും ആരണ്യയും അയാളെ പിന്തുടരുന്നു. തലേന്നുതന്നെ മറ്റുള്ളവരെ സംഘങ്ങളാക്കി അയാൾ ഗ്രാമാന്തരങ്ങളിലേക്ക് നിയോഗിച്ചിരുന്നു. അയാൾ അവരുടെ മനസ്സിൽ പ്രവർത്തനത്തിന്റേയും പരിവർത്തനത്തിന്റെയും പ്രത്യാശകളെ നിക്ഷേപിക്കുകയാണ്.

പ്രഭാതങ്ങളും സന്ധ്യകളും അവരുടെ സഞ്ചാരരേഖയിൽ ചുവന്നു വെളുക്കുന്നു. മനുഷ്യന്റെ ഇടപെടലുകളെ അറിഞ്ഞ വന്യജീവികൾ ആത്മരക്ഷയ്ക്കുവേണ്ടി ഒളിസങ്കേതങ്ങളെ കണ്ടെത്തുകയാണ്. കാട്ടിലെ പഴങ്ങളും കരുതിവെച്ച ഭക്ഷണവും അവരുടെ ആയുസ്സിനെ നിലനിർത്തി. വരുംകാലത്തിന്റെ സമൃദ്ധികൾക്കുവേണ്ടി അത്യാവശ്യങ്ങളെ ത്യജിക്കാൻ അവർക്ക് കഴിയുന്നു. പ്രലോഭനങ്ങളെ നിരസിച്ച് ആസക്തിയിൽനിന്ന് അനാസക്തിയിലേക്കും സ്വാർത്ഥതയിൽനിന്ന് ഉദാത്തമായ മനുഷ്യത്വത്തിലേക്കും ആചാര്യസത്യവാഗീശ്വരൻ എത്തിച്ചേർന്നു. അയാൾ അനുഭവങ്ങളെ ആത്മജ്ഞാനത്തിന്റെ

കണ്ടെത്തലുകളാക്കുകയാണ്.

ഗർഭത്തിന്റെ വളർച്ചയോടെ മാതൃത്വത്തിന്റെ സഹജവാസനകളും ശിശുവിനെ ചുറ്റിപ്പറ്റിയ മൃദുലഭാവനകളും ആരണ്യയെ കീഴടക്കുന്നു. സത്യവാഗീശ്വരന്റെ ശരിയായ മാർഗ്ഗത്തെ അവൾ നിസ്വാർത്ഥമായി അനുസരിച്ചു. ഇപ്പോൾ അവളുടെ മനസ്സിൽ അപരിചിതമായ ലോകവും വംശാവലികളുടെ ജനസഞ്ചയവുമാണ്.

അകാലമരണത്തിനും തടംകെട്ടലിനും സത്യവാഗീശ്വരൻ പരിഹാരം കണ്ടെത്തി. ജീവിതത്തെ സ്വാഭാവികമാക്കുമ്പോഴും ആചാര്യസത്യവാഗീശ്വരനെ പാപബോധവും മാംസത്തിന്റെ ഉൾവിളികളും വേട്ടയാടുകയാണ്. മാംസത്തിന്റെ അധീശത്വത്തേയും മനസ്സിന്റെ ബലഹീനതകളേയും അയാൾ അനുഭവിച്ചു. വിഭാവസുവിന്റെ മരണം മനുഷ്യന്റേയും പ്രപഞ്ചത്തിന്റേയും നിഗൂഢതകളെ അന്വേഷിക്കാൻ അയാളെ നിർബ്ബന്ധിക്കുന്നു. ആചാര്യസത്യവാഗീശ്വരന്റെ ആത്മാന്വേഷണം മാംസത്തിന്റെ പാപബോധത്തിൽനിന്നു വികസിച്ച് ഇച്ഛയേയും ആസക്തിയേയും മറികടക്കാനുള്ള തീവ്രശ്രമങ്ങളിൽ ഏർപ്പെട്ടു. എന്തെന്നും എന്തുകൊണ്ടെന്നും എന്തിനെന്നുമുള്ള ചോദ്യാവലികളെ അയാൾ നേരിടുകയാണ്.

വന്യമായ ഇച്ഛയെ മറികടക്കുക ചിന്തയുടേയും വിവേകത്തിന്റേയും മാർഗ്ഗമാകണം. അത് മനുഷ്യത്വത്തിന്റെ ലക്ഷ്യവുമാകണം. സുഖഭോഗങ്ങളിൽ മുഴുകി മരിച്ചവർ ചരിത്രത്തിന്റേയും മനുഷ്യത്വത്തിന്റേയും ദർശനങ്ങളുടേയും പ്രഭവകേന്ദ്രങ്ങളാകുന്നില്ല. അവ അടഞ്ഞ മനസ്സിന്റെ മരണസഞ്ചാരങ്ങളും മിഥ്യാധാരണകളുമാണ്. നിസ്വാർത്ഥനും നിരാസക്തനുമായവൻ മരണത്തെ അതിജീവിച്ച് ഭാവിയിലേക്ക് പ്രവേശിക്കുന്നു. അയാൾ കാലത്തിന്റെ ഇച്ഛയും നിയോഗവുമായി ഉയരുകയാണ്.

ആചാര്യസത്യവാഗീശ്വരന്റെ ധ്യാനയോഗങ്ങൾ ഇച്ഛയെ മറികടക്കാനുള്ള പരിശ്രമങ്ങളായി. അങ്ങനെ സഹജവാസനകളെ കീഴടക്കാനുള്ള യജ്ഞങ്ങളാകുന്നു. ആരണ്യയുമായുള്ള വേഴ്ച വിഭാവസുവിന്റെ മരണവുമായി ബന്ധപ്പെട്ട് ആത്മാന്വേഷണവും പാപബോധവുമായി അയാളിൽ വളരുകയാണ്.

ഗ്രാമങ്ങൾക്കു സമീപം പുനർജ്ജനിപുഴയുടെ തീരത്ത് അവർ വീണ്ടും കുടിലുകൾ കെട്ടുന്നു. യാത്രകളിലെ ഇടവേളകളിൽ മുഴുക്കെ അവർ ചർക്ക ഉപയോഗിച്ചു. അതിന്റെ പരുക്കൻ ഒച്ച അവരുടെ രക്ഷാമന്ത്രമാകുന്നു.

അവതാരപുരുഷന്റെ വരവിനെക്കുറിച്ചുകേട്ട ഗ്രാമക്കാർ കൂട്ടത്തോടെ അവരെ കാണാൻ എത്തി. ധ്യാനത്തിൽ ലയിച്ച

ആചാര്യസത്യവാഗീശ്വരന് തടസ്സമുണ്ടാക്കാതെ അവർ കാഴ്ചകളെ സമർപ്പിച്ച് നിശ്ശബ്ദരായി പിന്മാറുന്നു. ദിവ്യപുരുഷന്റെ സാന്നിദ്ധ്യവും സ്പർശനവും അവരെ ദൈവീകമായ അനുഭൂതികളിലേക്ക് എത്തിക്കു കയാണ്.

ആസക്തിയുടെ പാപബോധത്തിലും ഇച്ഛയെ മറികടക്കാനുള്ള തീവ്രശ്രമങ്ങളിലും ആചാര്യസത്യവാഗീശ്വരന്റെ ദിവസങ്ങൾ നീങ്ങുന്നു. സഹജവാസനകളുടെ ഉള്ളുതിരഞ്ഞ് ധ്യാനിച്ചിരുന്ന അയാളിലേക്ക് പുനർജ്ജനിഗുഹയിലെ അദൃശ്യാത്മാക്കൾ കടന്നു വരുകയാണ്.

കാമം അന്ധവും വന്യവുമാണെന്ന് സത്യവാഗീശ്വരൻ തിരിച്ച റിയുന്നു. അതിനെ ചിന്തയുടേയും വിവേകത്തിന്റേയും ആത്മാന്വേ ഷണത്തിന്റേയും മരണമായി അയാൾ കാണുന്നു. മൃഗീയതയിൽ രമിക്കുന്ന മനുഷ്യൻ താല്ക്കാലിക സുഖങ്ങളിൽ മുഴുകി ആത്മതേജ സ്സിനെ ഉപേക്ഷിക്കുന്നു. നാശത്തേയും സംരക്ഷണത്തേയും തിരി ച്ചറിയാത്ത അവൻ മരണത്തോടെ അവസാനിക്കുന്നു. അങ്ങനെ അവൻ ആത്മാവിന്റേയും ജ്ഞാനത്തിന്റേയും മാർഗ്ഗങ്ങളിൽനിന്ന് വേറിടുകയാണ്. ജഡമായ അവന് വ്യവഹാരകാലത്തെ ഭേദിക്കാനും മനുഷ്യവംശത്തിന്റെ മുകളിൽ തന്റെ വ്യക്തിത്വത്തെ സ്ഥാപിക്കാനും കഴിയില്ല. ഇച്ഛയെ മറികടക്കുക മനുഷ്യത്വത്തിന്റെ പൂർണ്ണതയാകുന്നു. ഭോഗത്തെ ത്യജിക്കുകയാണ് ശരിയായ മാർഗ്ഗം.

ആചാര്യസത്യവാഗീശ്വരൻ ജീവിത്തിലെ ആസക്തികളിൽ മുഴുകി സ്വത്വാഭിമാനത്തെ മറക്കേണ്ടവനല്ല. അയാളുടെ ജീവിതം ആത്മാന്വേഷണത്തിന്റെ കണ്ടെത്തലുകളും മനുഷ്യവംശത്തിന്റെ ശരിയായ മാർഗ്ഗവുമാണ്.

മാംസത്തിന്റെ ജീർണ്ണതയിൽനിന്നും പാപബോധത്തിൽനിന്നും അമാനുഷികമായ നിലപാടുകളിലേക്ക് സത്യവാഗീശ്വരൻ എത്തി ച്ചേർന്നു. അയാൾ ആരണ്യയോടു പറഞ്ഞു:

‘ഇന്നുമുതൽ ഞാൻ ബ്രഹ്മചര്യം അനുഷ്ഠിക്കുകയാണ്. ഭോഗാ സക്തിയെ ഞാൻ മറികടക്കും. ഭോഗാസക്തിയുടെ ജീർണ്ണതയെ നേരിടാൻ നമ്മൾ ഒത്തൊരുമിച്ച് നീങ്ങണം. ഭോഗം പാപവും മൃഗീ യവികാരവുമാണ്.’

സത്യവാഗീശ്വരന്റെ ആത്മീയസഞ്ചാരങ്ങളെ ആരണ്യ പിന്തു ടർന്നു. അവളുടെ ജന്മം പരിത്യാഗവും ആസക്തിയും അനുഭവിച്ച് ജീവിതത്തിന്റെ വെളിപ്പെടുത്തലുകളെ കണ്ടെത്തുകയാണ്.

നിലാവിന്റെ വന്യവും വശ്യവുമായ ആകർഷണീയതയോടെ ആരണ്യ ആചാര്യസത്യവാഗീശ്വരന്റെ കട്ടിലിനെ സമീപിക്കുന്നു.

മാംസത്തിന്റെ പ്രലോഭനങ്ങളെ പരീക്ഷിക്കാൻ തയ്യാറായ അവർ വിവസ്ത്രരായി കാമത്തിന്റെ പ്രക്ഷുബ്ധതകളില്ലാതെ കിടക്കുന്നു. നഗ്നതയിൽനിന്നും മാംസളതയിൽനിന്നും മോചനം നേടിയ ആചാര്യസത്യവാഗീശ്വരൻ ആത്മാവിന്റെ ഉയരങ്ങളിലേക്ക് പ്രവേശിക്കുകയാണ്. ആരണ്യ നഗ്നയായി ചേർന്നുകിടന്നപ്പോഴും ആചാര്യസത്യവാഗീശ്വരൻ മനഃക്ലേശങ്ങളും സഹജവാസനകളുമില്ലാതെ ശാന്തനാകുന്നു. അയാളുടെ പാപബോധം ആസക്തിയെ വിരക്തിയും കാമത്തെ നിസ്സംഗതയുമാക്കുന്നു. സ്ത്രീത്വത്തിന്റേയും പുരുഷത്വത്തിന്റേയും രതിമുഹൂർത്തങ്ങൾ ആത്മസാക്ഷാത്കാരത്തിന്റെ സംയോഗമായി അനുഭവിക്കുകയാണ്.

സ്ത്രീയുടെ ഉത്തേജനങ്ങളും ആസക്തിയുടെ പ്രളയവും ഇല്ലാതെ ശാന്തമായ മനസ്സോടെ ആചാര്യസത്യവാഗീശ്വരൻ കിടന്നു. സഹജവാസനകൾ അടങ്ങിയ ആരണ്യയുടെ വായിൽനിന്ന് കടുക്കയുടെ അസാധാരണമണം പരക്കുന്നു. ആചാര്യസത്യവാഗീശ്വരന്റെ കൂടെ ഭാവഭേദങ്ങളില്ലാതെ കിടക്കുമ്പോഴും അവളുടെ കണ്ണുകൾ നിറയുകയാണ്.

അടിവയർ കുത്തിപ്പിളരുന്ന വേദനയോടെ ഗാഢമായ ഉറക്കത്തിൽനിന്ന് സത്യവാഗീശ്വരൻ ഉണർന്നു. പരീക്ഷണ നിരീക്ഷണങ്ങളുടെ തുടർച്ചകളിൽ മുഴുക്കെ അയാൾ വേദന സഹിക്കുകയാണ്. ആരണ്യയുടെ നഗ്നത കാണുമ്പോൾ ആരംഭിക്കുന്ന വേദന അവൾ എണീറ്റുപോകുന്നതോടെ അവസാനിക്കുന്നു.

സഹജവാസനകളും പ്രായത്തിന്റെ ആവശ്യങ്ങളും അപൂർവ്വമായി സത്യവാഗീശ്വരന്റെ ഇച്ഛയെ മറികടക്കുകയാണ്.

പകൽ വെളിച്ചത്തിൽ ആചാര്യസത്യവാഗീശ്വരനെ പരീക്ഷിക്കാൻ ആരണ്യ തയ്യാറായി. അവൾ നഗ്നയായി നിന്നപ്പോൾ മാംസത്തിന്റെ ആകർഷണീയത സത്യവാഗീശ്വരന്റെ നിലതെറ്റിക്കുന്നു. മനസ്സിന്റെ നിയന്ത്രണങ്ങളിൽനിന്നും പുറത്തുചാടിയ അയാൾ പകലറിയെ ആരണ്യയെ പ്രാപിക്കുകയാണ്. അപ്പോൾ ആരണ്യയുടെ വായിൽനിന്ന് അസാധാരണമായ സുഗന്ധം പരക്കുന്നു.

ആചാര്യസത്യവാഗീശ്വരൻ ഇച്ഛയേയും ആസക്തിയേയും മറികടക്കാനുള്ള പരിശ്രമങ്ങളെ വീണ്ടും തുടരുന്നു. ആരണ്യയുടെ കൂടെ വസ്ത്രങ്ങളുടെ ആർഭാടങ്ങളില്ലാതെ അയാൾ പലതവണ കിടന്നു. വികാരങ്ങളെ വിചാരങ്ങൾ കീഴടക്കിയതോടെ അയാൾ ആത്മീയമായ നിസ്സംഗത വരിക്കുകയാണ്. വീണ്ടും സഹജഭാവങ്ങളെ നിയന്ത്രിക്കുന്ന അയാൾ തിങ്കളാഴ്ചകളെ മൗനംകൊണ്ട് ഭരിക്കുന്നു.

അവർ വീണ്ടും യാത്ര പുറപ്പെട്ടു. അനുയായികൾ

പരിവർത്തനത്തിന്റെ വക്താക്കളായി ഗ്രാമാന്തരങ്ങളിലേക്ക് പ്രവേശിച്ചുകൊണ്ടിരുന്നു. അവതാരപുരുഷന്റെ ദിവ്യസിദ്ധികൾ മുക്തിയും വിമോചനവും നൽകുമെന്ന് സനാതനപുരത്തുകാർ കരുതി. അവർ ദിവ്യന്റെ ശേഷിപ്പുകളെപ്പോലും ആദരവോടെ നമസ്കരിക്കുന്നു.

യാത്രതുടരവെ കാടിന്റെ പ്രശാന്തതയെ കണ്ടുനിന്ന ആരണ്യ കാലത്തിന്റെ നിശ്ചയങ്ങളെ ഏറ്റുവാങ്ങി. അവൾ ആചാര്യസത്യ വാഗീശ്വരനോട് പറഞ്ഞു:

'ഇപ്പോൾ ഞാൻ വേർപിരിയുകയാണ്. അങ്ങയുടെ മകനുമായി വീണ്ടും വരാം'.

ആരണ്യ പുനർജ്ജനിപുഴയിലേക്ക് ഇറങ്ങിയപ്പോൾ ജലപ്രവാഹം ശാന്തമായി.

ജന്മത്തിന്റേയും കാലത്തിന്റേയും നിയോഗത്തെ അനുസരിച്ച് അവൾ പുനർജ്ജനിപുഴയുടെ മറുകരയിലെ കാടിൽ അപ്രത്യക്ഷയാകുന്നു.

അഞ്ചാം ചെപ്പേട്

ആചാര്യസത്യവാഗീശ്വരൻ സനാതനപുരത്തുകാരുടെ വിമോചനത്തിനും സ്വാതന്ത്ര്യത്തിനും വേണ്ടി തയ്യാറെടുത്തു. പരിത്യാഗിയായ ആചാര്യൻ സനാതനപുരത്തുകാരുടെ ആർഷമായ ആത്മാവിനെ ഉണർത്തി. അലസരായ അവരെ സംഘടിപ്പിച്ച് കർമ്മനിരതരാക്കുന്ന ആചാര്യസത്യവാഗീശ്വരൻ സ്വജീവിതത്തെ മനുഷ്യസേവനത്തിനു മാതൃകയാക്കാനും ദാമ്പത്യബന്ധത്തിൽനിന്ന് മുക്തിനേടാനും ബ്രഹ്മചര്യം അനുഷ്ഠിച്ചു. സനാതനപുരത്തിലെ ഗ്രാമങ്ങളും സാധാരണക്കാരായ ജനങ്ങളും ആചാര്യസത്യവാഗീശ്വരന്റെ പ്രവർത്തനകേന്ദ്രങ്ങളായി.

കരുണാമയനായ ആചാര്യൻ ദീനരെ ശുശ്രൂഷിച്ചു. സമ്പന്നരേയും ദരിദ്രരേയും സ്വാതന്ത്ര്യത്തിലേക്കു നയിച്ചു. ആചാര്യസത്യവാഗീശ്വരൻ വെള്ളക്കാരോട് മുഖാമുഖം നിന്നു പൊരുതി. ആയുധങ്ങളെയല്ല ആത്മാവിന്റെ അധീശശക്തിയെയാണ് ആചാര്യൻ ശത്രുവിനുനേരെ പ്രയോഗിച്ചത്.

അഞ്ചാം അദ്ധ്യായം

പുനർജ്ജനിപുഴയുടെ അഴിമുഖത്ത് ആചാര്യസത്യവാഗീശ്വരന്റെ ദേശസഞ്ചാരം അവസാനിക്കുന്നു. അയാൾ മറ്റൊരു പ്രവർത്തന കേന്ദ്രത്തെ ഒരുക്കുകയാണ്. പുനർജ്ജനിപുഴയുടെ ഉറവപൊട്ടലിൽ നിന്ന് തന്റെ ശരിയായ മാർഗ്ഗവുമായി ആചാര്യസത്യവാഗീശ്വരൻ യാത്ര പുറപ്പെട്ടു. ദീർഘയാത്രയിൽ അവിശ്വസനീയമായ കാഴ്ചകളേയും അനുഭവങ്ങളേയും അയാൾ പങ്കുവെച്ചു. സനാതനപുരത്തുകാരുടെ പരിമിതികളേയും അവരുടെ ജീവിതത്തിന്റെ നിസ്സഹായതയേയും അയാൾ തിരിച്ചറിയുകയാണ്. ശരിയായ ജീവിതം സ്വാഭാവികവും സ്വതന്ത്രവും പരാശ്രയവുമില്ലാത്തതുമാണ്. അവിടെ അടിച്ചേൽപ്പിക്കലുകൾ അധികാരത്തിന്റെ നിർബന്ധങ്ങളും അതിക്രമവുമാണ്.

ആചാര്യസത്യവാഗീശ്വരന്റെ ധ്യാനയോഗങ്ങൾ ശരിയായ മാർഗ്ഗത്തേയും ജന്മത്തിന്റെ സ്വാഭാവികതയേയും വ്യക്തമാക്കുന്നു. ഇച്ഛയെ മറികടക്കാനുള്ള തിങ്കളാഴ്ചകളിലെ മൗനങ്ങൾ അയാളുടെ വിനിമയത്തിന്റെ സാദ്ധ്യതകളെ വർദ്ധിപ്പിച്ചു. അയാളുടെ ആത്മാവിനെ ദൃഢപ്പെടുത്തുകയും ചെയ്തു. ആസക്തിയെ പുറന്തള്ളാനുള്ള സത്യവാഗീശ്വരന്റെ ശ്രമങ്ങൾ പലപ്പോഴും മാംസത്തിന്റേയും ആത്മീയതയുടേയും ബലപരീക്ഷണങ്ങളാകുന്നു. അന്തേവാസികളായ യുവതികൾ യൗവ്വനത്തിന്റെ ജ്വലനശക്തിയോടെ അയാളുടെ ചൂടികട്ടിലിലേക്കുവന്നു. അവർ കൊട്ടുംതണുപ്പിന് ചൂടുപകരുന്നെങ്കിലും അധമചിന്തകളും മലിനവികാരങ്ങളുമില്ലാതെ അയാൾ കിടക്കുകയാണ്. അയാളുടെ പങ്കുപറ്റിയ യുവതികളിൽ നിന്നെല്ലാം കടുക്കയുടെ തീക്ഷ്ണ ഗന്ധം ഉയരുന്നു.

പരീക്ഷണങ്ങൾക്കും നിരീക്ഷണങ്ങൾക്കും വിധേയരായി സഹജവാസനകളില്ലാതെ യുവതികൾ ആചാര്യ സത്യവാഗീശ്വരന്റെ അടുത്തുകിടന്നു. അപ്പോൾ അയാളുടെ അടിവയറിൽ വേദന ചുഴിക്കുത്തുന്നു. യുവതികൾ എണീറ്റുപോകുമ്പോൾ അയാൾ ശാന്തനും സ്വസ്ഥനുമാകുന്നു. ആത്മവിശുദ്ധിയുടേയും പുത്തൻ കണ്ടെത്തലിന്റേയും സ്വകാര്യതകളിൽ ആചാര്യൻ മുഴുകി. അപ്പോഴും അയാൾ സനാതനപുരത്തുകാരുടെ അടഞ്ഞ ജീവിതത്തിന്റേയും ദുരന്തങ്ങളുടേയും

പ്രതീകമായി വളരുകയാണ്.

ആചാര്യസത്യവാഗീശ്വരന്റെ ശരിയായ മാർഗ്ഗത്തെ ഗ്രാമാന്തരങ്ങളിലേക്ക് അനുയായികൾ ആവേശത്തോടെ എത്തിച്ചു. സനാതനപുരത്തിന്റെ രൂപഭാവങ്ങൾക്കും ഇരുണ്ട മനോഭാവങ്ങൾക്കും പ്രകടമായ മാറ്റങ്ങളുണ്ടാകുന്നു. ചർക്കയുടെ പരുക്കൻ ഒച്ച സനാതനപുരത്തിന്റെ സവിശേഷസ്വരമാകുന്നു. പരുത്തിതുണി ആദരവിന്റേയും നിസ്വാർത്ഥതയുടേയും ചിഹ്നമായി. അവതാരപുരുഷന്റെ ദിവ്യസിദ്ധികളെക്കണ്ട് ഭ്രമിച്ച സനാതനപുരത്തുകാർ എന്തിനും തയ്യാറായി. ആലസ്യത്തിൽനിന്ന് കർമ്മശേഷിയിലേക്കും അങ്ങനെ കെട്ടുചീയലുകൾ ഇല്ലാത്ത ശരിയായ മാർഗ്ഗത്തിലേക്കും അവർ പ്രവേശിക്കുകയാണ്.

സനാതനപുരത്തുകാരുടെ ഭൗതികവും ആത്മീയവുമായ ഉയർച്ചതാഴ്ച്ചകളെ അറിഞ്ഞ് പ്രായോഗിക നിലപാടുകളെ ആചാര്യസത്യവാഗീശ്വരൻ സ്വീകരിച്ചു. ആചാര്യന്റെ പരിഹാരമാർഗ്ഗങ്ങൾ വംശവിളകളായി ഗ്രാമാന്തരങ്ങളിൽ പടരുന്നു. ദിവ്യപുരുഷന്റെ വാക്കുകൾ ദൈവഹിതങ്ങളും കർമ്മങ്ങൾ അവതാരലക്ഷ്യവുമായി സനാതനപുരത്തുകാരുടെ പ്രാചീനമനസ്സുകളെ നിയന്ത്രിക്കുന്നു.

ആചാര്യസത്യവാഗീശ്വരന്റെ പ്രവർത്തനങ്ങളും ആഹ്വാനങ്ങളും പുനർജ്ജനിപുഴയുടെ അഴിമുഖത്തിലെ കർമ്മാശ്രമത്തിൽനിന്ന് ആരംഭിച്ചു. സത്യവാഗീശ്വരനെ കാണാൻ മാസങ്ങളിലെ ആദ്യദിവസങ്ങളിൽ അനുയായികൾ വരുന്നു. അയാളുടെ ദിവ്യവചനങ്ങളെ ഏറ്റുവാങ്ങുന്ന അവർ പ്രവർത്തനങ്ങളെ കീഴ്ത്തട്ടുകളിലേക്ക് എത്തിക്കുന്നു. അങ്ങനെ അയാൾ നിസ്സഹായർക്ക് തുണയാകുകയാണ്. തടംകെട്ടിയ നിശ്ചലത കർമ്മശേഷിയിലേക്കും ജീവിതത്തിന്റെ സ്വാഭാവികതയിലേക്കും മടങ്ങുന്നു. എങ്കിലും ഇപ്പോഴും പലരും ജന്മാന്തര അവകാശങ്ങളോടെ ഉന്നതരും അദ്ധ്വാനിക്കാത്ത ഭാഗ്യവാന്മാരുമായി വിലസുന്നു. അവരുടെ ജീവിതം ഒരുക്കിവെച്ച പരിതസ്ഥിതികളോടുള്ള ഇടപഴകലുകളും ഗണനനിയമങ്ങളുടെ യാന്ത്രികതയുമാണ്. ഭാഗ്യവാന്മാരായ അവരുടെ ഞരമ്പുകളിൽ കർമ്മശേഷി മേദസ്സായി തടംകെട്ടുന്നു. തടംകെട്ടലുകൾ വംശനാശത്തിന്റെ ഭീഷണിയും അകാലമരണവുമായി പൊടുന്നനെ അവരെ ആക്രമിക്കുന്നു.

ആത്മദർശനങ്ങളെ തത്വവിചാരങ്ങളില്ലാതെ ആചാര്യസത്യവാഗീശ്വരൻ പ്രയോഗത്തിൽ എത്തിക്കുന്നു. അയാൾ ശരിയായ മാർഗ്ഗത്തെ കണ്ടെത്തി മനുഷ്യവംശത്തിന് രക്ഷചെയ്യുന്നു.

കച്ചവടത്തിനും കുടിയേറ്റത്തിനും ശേഷം വെള്ളക്കാർ ഭരണാധികാരികളായി സനാതനപുരത്തുകാരെ അടിച്ചമർത്തി. അവർ സർവ്വാധികാരികളായി എവിടേയും പിടിമുറുക്കുകയാണ്. സനാതനപുരത്തുകാരുടെ കൈത്തൊഴിലുകളെ അവർ ബലംപ്രയോഗിച്ച്

നശിപ്പിച്ചു. വൻകിടവ്യവസായങ്ങളുടെ വിറ്റുവരവുകളെ അവർ പ്രോത്സാഹിപ്പിക്കുന്നു. ചക്കുകളും ഉലകളും അപ്രസക്തമാക്കുകയാണ്. സനാതനപുരത്തിന്റെ വിസ്തൃതമായ പ്രകൃതിയും ജൈവശേഖരങ്ങളും വെള്ളക്കാരുടെ യന്ത്രങ്ങൾക്കുവേണ്ട അസംസ്കൃത വിഭവങ്ങളായിത്തീരുന്നു. വൻകിടവ്യവസായശാലകൾ വിവിധ നിറങ്ങളോടെ പലതരം തുണിത്തരങ്ങളെ ഉല്പാദിപ്പിക്കുന്നു. കർമ്മശേഷി തടംകെട്ടി ശോഷിച്ച നെയ്ത്തുകാർ അവസരങ്ങളില്ലാതെ അകാലമരണമടയുന്നു. വൻകിട യന്ത്രങ്ങളുടെ ഉല്പന്നങ്ങൾ സനാതനപുരത്തിലെ സമ്പന്നരെ വശീക്കരിക്കുന്നു. അവ അവരുടെ ജീവിതത്തെ ഭൗതികമായ ഉപഭോഗങ്ങളിൽ ഒതുക്കുകയാണ്. നാട്ടുകാർ സമ്പന്നരും അധികാരികളുമാണെങ്കിലും വെള്ളക്കാർ ഒന്നാന്തരക്കാരും സനാതനപുരത്തുകാർ രണ്ടാന്തരക്കാരുമായി വേർതിരിയുന്നു. സനാതനപുരത്തുകാരുടെ സഞ്ചാരസ്വതന്ത്ര്യവും ചലനങ്ങളും വെള്ളക്കാരുടെ ആജ്ഞകളെ അനുസരിക്കുകയാണ്.

ശരിയായ മാർഗ്ഗത്തിൽ എത്തിച്ചേർന്ന ആചാര്യസത്യവാഗീശ്വരന്റെ മുമ്പിൽ അടിയാളന്മാരായ സനാതനപുരത്തുകാരും ഭരണാധികരികളായ വെള്ളക്കാരുമില്ല. തടംകെട്ടി നിശ്ചലമാകുന്ന കർമ്മശേഷിയും മനുഷ്യജീവിതത്തെ യാന്ത്രികമാക്കുന്ന വൻകിടയന്ത്രങ്ങളുമാണ് ഉള്ളത്. യന്ത്രങ്ങളുടെ നിയമാവലികളിൽ വ്യക്തിത്വവും സർഗ്ഗാത്മകതയും അനാവശ്യമാണ്. മനുഷ്യനെ പ്രയോജനവാദത്തോടെ യന്ത്രങ്ങൾ വാർത്തെടുക്കുന്നു. യന്ത്രങ്ങൾ കാരുണ്യവും സ്നേഹസ്പർശവുമില്ലാതെ സഹജീവികൾക്ക് നാശം വിതയ്ക്കുന്നു.

ആചാര്യസത്യവാഗീശ്വരനെ സന്ദർശിക്കുന്ന ആൾക്കൂട്ടം മാറിയ അവസ്ഥയെ കണ്ട് എന്തിനും സന്നദ്ധരായി. ജീവിതം നിഷേധിക്കപ്പെട്ട അവർ ദുരിതങ്ങളെ ദിവ്യാത്മാവിന്റെ മുമ്പിൽ ഇറക്കിവെയ്ക്കുകയാണ്. അധികാരത്തിന്റെ ദുർനടപടികളുടെ ഇരയായ അവർ സ്വാതന്ത്ര്യത്തേയും സമ്പന്നമായ ഭാവിയേയും സ്വപ്നംകാണുന്നു. ലാഭവിഹിതങ്ങളിൽ ഊന്നിയ വെള്ളക്കാർ സ്വന്തം നാട്ടിൽ മുതലുകൂട്ടാൻ നികൃഷ്ടമായ നടപടികളെ പ്രയോഗിക്കുന്നു. രക്തത്തിന് നാണയവിനിമയം നിശ്ചയിക്കുന്ന അവർ കൈത്തൊഴിലുകാരെ നിരാധാരരാക്കി. നാട്ടിൽ വൻകിടവ്യവസായങ്ങളെ സ്ഥാപിച്ച് അവർ സനാതനപുരത്തിനെ കച്ചവടച്ചന്തയാക്കുന്നു. സനാതനപുരത്തിലെ സമ്പന്നർ വ്യവസായങ്ങൾ ആരംഭിക്കാൻ തയ്യാറായതാണ്. വെള്ളക്കാരുടെ ക്രമനിയമങ്ങൾ അവർക്ക് തടസ്സമാകുകയാണ്. വെള്ളക്കാരെ അനുകരിക്കുന്നവരും അവരുടെ നഗരങ്ങളിൽ പഠിച്ചുവന്നവരും രണ്ടാന്തരക്കാരായി അവഗണിക്കപ്പെടുന്നു. അവർ അധികാരങ്ങളില്ലാതെ അപമാനിക്കപ്പെടുകയാണ്. അധികാരങ്ങൾവെള്ളക്കാരിൽ

കേന്ദ്രീകരിച്ചതോടെ സനാതനപുരത്തിന്റെ സമൃദ്ധികൾ ഇരുണ്ടുതുടങ്ങുന്നു.

ആചാര്യസത്യവാഗീശ്വരന്റെ ആത്മീയദർശനങ്ങൾ സനാതനപുരത്തുകാരുടെ ജീവിതപ്രശ്നങ്ങളെ ഉപകരണമാക്കി മുന്നേറുകയാണ്.

സന്ധ്യകളിലെ ധ്യാനയോഗങ്ങളിൽ ആചാര്യസത്യവാഗീശ്വരൻ സ്വാതന്ത്ര്യം നൽകുന്ന ജീവിതത്തെക്കുറിച്ച് ആൾക്കൂട്ടത്തോട് സംസാരിച്ചു. വിമോചനത്തിന്റെ സാക്ഷാത്ക്കാരത്തെക്കുറിച്ചും അയാൾ പറഞ്ഞു.

സനാതനപുരത്തുകാരെ അവരറിയാതെ ശരിയായ മാർഗ്ഗത്തിലേക്ക് ആചാര്യസത്യവാഗീശ്വരൻ നയിക്കുന്നു മനുഷ്യനെ അടിമയും ഉടമയും യന്ത്രവുമാക്കുന്ന സംവിധാനങ്ങളെ എല്ലാം അയാൾ ധിക്കരിക്കുകയാണ്. സത്യവാഗീശ്വരൻ മാർഗ്ഗത്തേയും ലക്ഷ്യത്തേയും വിശുദ്ധമാക്കി. ഉദാത്തമായ മാനുഷികതയിലേക്ക് പ്രവേശിക്കുന്ന അയാൾ ധ്യാനത്തിന്റെ ആത്മബലത്തോടെ ജന്മത്തിന്റെ നിയോഗത്തെ പൂർത്തിയാക്കുകയാണ്.

സനാതനപുരത്തുകാരുടെ ജീവിതം വെള്ളക്കാരുടെ യാന്ത്രികവിഭവങ്ങളെ ആശ്രയിക്കുകയാണ്. അവരുടെ കർമ്മശേഷി തടംകെട്ടി സർഗ്ഗാത്മകതയും വ്യക്തിത്വവും മുരടിക്കുന്നു. അനുകരിക്കുന്ന ഭാഗ്യവാന്മാരും ദുർബലരായ മറ്റുള്ളവരും സ്വാഭാവികമായും പ്രകൃതിവിരുദ്ധരും മനുഷ്യത്വവിരുദ്ധരുമാണ്. യാന്ത്രികമായ ബലിഷ്ഠവാദങ്ങളും നികൃഷ്ടമായ അതിജീവനതന്ത്രങ്ങളും പ്രകൃതിയുടേതല്ല. പ്രകൃതി പാരസ്പര്യത്തിന്റെ പരിപൂർണ്ണതയാണ്. വ്യത്യസ്ത വ്യക്തിത്വങ്ങളെ ഉൾക്കൊള്ളുന്ന പ്രകൃതി ഒന്നിനെ മറ്റൊന്നാകാതെ നിലനിർത്തുന്നു.

അവതാരപുരുഷന്റെ അമാനുഷികതയെ ഉൾക്കൊണ്ട സനാതനപുരത്തുകാർ ബലിദാനത്തിനും ആത്മസമർപ്പണത്തിനും തയ്യാറാകുന്നു. സ്വാതന്ത്ര്യത്തിന്റേയും വിമോചനത്തിന്റേയും സങ്കല്പങ്ങളിൽ ലയിച്ച അവർ വരുംകാലങ്ങളെ സ്വപ്നങ്ങളിൽ സുഭിക്ഷമാക്കി.

ആചാര്യസത്യവാഗീശ്വരൻ സനാതനപുരത്തുകാരോട് പറഞ്ഞു:

'കാരുണ്യം ദയയാണ്. ദയ സ്നേഹമാണ്. സ്നേഹം അഹിംസയും ശാന്തിയുമാണ്. സ്നേഹം സത്യവും ഈശ്വരനുമാണ്. ഞാൻ മറ്റൊരു വാക്കുകൂടി ചേർക്കുകയാണ്. സ്നേഹം സ്വാതന്ത്ര്യമാണ്.'

സത്യവാഗീശ്വരന്റെ വാക്കുകൾ കേട്ട സനാതനപുരത്തുകാർ വിമോചനത്തിന്റേയും സ്വാതന്ത്ര്യത്തിന്റേയും നാളുകളെ സമ്പന്നമായി സ്വപ്നംകണ്ടു. അവസ്ഥയെ ധിക്കരിക്കാനും എന്തും സഹിക്കാനും അവർ തയ്യാറാകുന്നു. ആൾക്കൂട്ടത്തിന്റെ ആത്മാവിനെ

അറിയുന്ന അയാൾ ആത്മീയദർശനങ്ങളോടെ ശരിയായ മാർഗ്ഗത്തിലേക്ക് അവരെ വഴിനടത്തി. അയാളുടെ കണ്ടെത്തലുകൾ സനാതനപുരത്തുകാരുടെ ആവശ്യങ്ങളും ഭൗതികമായ നിലനില്പുമാകുന്നു.

ധ്യാനത്തിൽ ലയിച്ച ആചാര്യസത്യവാഗീസ്വരൻ വീണ്ടും പുനർജ്ജനിപുഴയിലേക്ക് ഇറങ്ങുന്നു. ശാന്തമായ പ്രവാഹവും പരുക്കൻ പാറകളും അയാളെ പുനർജ്ജനിഗുഹയിൽ എത്തിക്കുകയാണ്. ആത്മീയവും ഭൗതികവുമായ ഏറ്റുമുട്ടലിനു ആചാര്യസത്യവാഗീശ്വരൻ സന്നദ്ധനായി. അദൃശ്യശക്തികളുടെ അനുഗ്രഹത്തിനുവേണ്ടി അയാൾ മണൽത്തിട്ടയിൽ ധ്യാനിച്ചിരുന്നു.

പുനർജ്ജനിഗുഹയുടെ അപാരതയിൽ നിന്നെത്തുന്ന പുകപടലങ്ങൾ അയാൾക്ക് ജന്മത്തെപ്പോലെ രഹസ്യവും അവ്യക്തവുമാണ്. സങ്കീർണ്ണവും ദുരൂഹവുമായ ശബ്ദവിന്യാസങ്ങളിൽനിന്ന് ഒരിക്കലും മനുഷ്യരെ തിരിച്ചറിയാനാവുന്നില്ല.

ആൾരൂപങ്ങളെ തിരഞ്ഞ സത്യവാഗീശ്വരനോട് പുകക്കൂട്ടങ്ങളിൽനിന്ന് ചോദ്യമുയർന്നു.

'മകനേ; നീ ആരെയാണ് അന്വേഷിക്കുന്നത്?'

'നിങ്ങൾ ആരാണ്?'

അപ്പോൾ പുകപടലങ്ങളിൽനിന്ന് ഉയരുന്ന ചിരി നിരന്തരമുഴക്കമായി അന്തരീക്ഷത്തെ വലയം ചെയ്യുകയാണ്.

'ഞങ്ങളുടെ പരിവേഷത്തിലേക്ക് സൂക്ഷിച്ചുനോക്കുക'

ആചാര്യസത്യവാഗീശ്വരന്റെ കൺമുമ്പിലെ മായികദൃശ്യങ്ങൾ മറയുകയാണ്. അരൂപികളായ അദൃശ്യാത്മാക്കളിൽനിന്ന് മരണത്തെ നിസ്സാരമാക്കിയ ധൈഷണികരും ദാർശനികരും വസ്തുജ്ഞാനികളും അക്ഷരമൂർത്തികളും വ്യക്തിത്വത്തോടെ തെളിയുകയാണ്. നിസ്വാർത്ഥരും പരിത്യാഗികളുമായി ജീവിച്ച അവർ കാലത്തേയും മരണത്തേയും തോല്പിച്ച് അമാനുഷികരായി. യുഗങ്ങളിലേക്ക് പ്രവഹിക്കുന്ന അവർ കണ്ടെത്തലുകളെ അനന്തരതലമുറകൾക്ക് കൈമാറുകയാണ്.

'നിന്റെ ജന്മം ഇവിടെയാണ് എത്തിച്ചേരുക. കാലത്തേയും മരണത്തേയും ഭേദിക്കാൻ നീ ധീരനാകുക. നിന്റെ ശരിയായ മാർഗ്ഗത്തിലേക്ക് സനാതനപുരത്തുകാരെ നയിക്കുക. ഭീരു ജീവിക്കുകയല്ല നിരന്തരം മരിക്കുകയും ആത്മഹത്യ ചെയ്യുകയുമാണ്.'

ആചാര്യസത്യവാഗീശ്വരൻ യാത്രപുറപ്പെട്ടപ്പോൾ അദൃശ്യാത്മാക്കൾ അസാധാരണ നിർദ്ദേശം പുറപ്പെടുവിക്കുന്നു.

'നിന്റെ മകനെ പുനർജ്ജനിക്ക് നൽകുക. അവൻ നിന്നെ പിന്തുടരേണ്ടവനാണ്''.

പുനർജ്ജനിപുഴയിൽ എത്തിയ ആചാര്യസത്യവാഗീശ്വരനെ വെളുത്ത ശലഭങ്ങൾ അദൃശ്യമായ നിർദ്ദേശങ്ങളോടെ പിന്തുടരുന്നു. സനാതനപുരത്തുകാരുടെ സ്വപ്നത്തിൽ പുനർജ്ജനിഗുഹ മായിക ദൃശ്യങ്ങളോടെ തെളിഞ്ഞതാണ്. അതോടെ അവർ ആചാര്യന്റെ വരവുകാത്ത് പുഴക്കരയിൽ നിന്നു.

ആചാര്യസത്യവാഗീശ്വരനെ നമസ്കരിച്ച അവർ വരുംകാല ങ്ങളിലെ സമൃദ്ധികൾക്കും വിമോചനത്തിനും വേണ്ടി എന്തിനും തയ്യാറായി.

സമൂഹത്തിന്റെ അനുസരണശീലങ്ങൾക്കും നിയന്ത്രണങ്ങൾക്കും വഴങ്ങാത്ത കുട്ടിയുമായി കുറേപ്പേർ ആചാര്യസത്യവാഗീശ്വരന്റെ മുമ്പിൽ എത്തുന്നു. അവർ സത്യവാഗീശ്വരനെ നമസ്കരിക്കുന്നു. കുട്ടി ശീലങ്ങൾക്ക് മെരുങ്ങാതെ കുതറുകയാണ്.

'എന്റെ മകനെ രക്ഷിക്കണേ... അവനെ പിശാചുബാധിച്ചിരിക്കു കയാണ്. അങ്ങ് ബാധ ഒഴിവാക്കണം.'

മറ്റുകുട്ടികളെപ്പോലെ ജീവിച്ച അവൻ പ്രത്യേകിച്ച് കാരണങ്ങ ളില്ലാതെ ക്ഷോഭിക്കുകയാണ്. വന്യമായ കരുത്തോടെ അവൻ മറ്റുള്ളവരെ ആക്രമിക്കുകയുമാണ്. സാമ്പ്രദായിക രീതികൾക്കും ചിന്തകൾക്കും വഴങ്ങാത്ത അവൻ കുറ്റങ്ങളെ കണ്ടെത്തി ശിക്ഷാ വിധികളെ നടപ്പിലാക്കുന്നു. സമപ്രായക്കാരനായ സുഹൃത്തിനെ അവൻ ശിക്ഷിക്കുകയുണ്ടായി. സാധാരണക്കാരേയും നിസ്സഹായ രേയും അവൻ ശിക്ഷണാധികാരങ്ങളോടെ ആക്രമിച്ചു. അങ്ങനെ ദൈവത്തിന്റെ നീതി നടപ്പിലാക്കുകയാണെന്ന് അവൻ പ്രഖ്യാപിച്ചു.

ആഭിചാരങ്ങളും ഒഴിച്ചിറക്കലുകളും അവനെ ശാന്തനാക്കുന്നില്ല. അവനെ സ്വസ്ഥനാക്കാൻ അവർ ആചാര്യസത്യവാഗശ്വരന്റെ ദിവ്യ സിദ്ധികളുടെ മുമ്പിൽ എത്തിക്കുന്നു.

ആചാര്യസത്യവാഗീശ്വരൻ സ്പർശിക്കുമ്പോൾ അവൻ ശാന്തനായി. അയാൾ അകന്നു നിന്നപ്പോൾ അവൻ വീണ്ടും പ്രക്ഷു ബ്ധനാകുകയാണ്. കുട്ടിയുടെ ഭാവമാറ്റങ്ങളെ കണ്ട സത്യവാഗീശ്വരൻ അവന്റെ കാക്കിട്രൗസർ ഊരി എറിയുന്നു. വെച്ചുകെട്ടലുകളെ ഉപേ ക്ഷിച്ച അവൻ ബാല്യത്തിന്റെ നന്മയോടെ പരിസരബോധത്തിലേ ക്ക് മടങ്ങുകയാണ്.

മൈതാനത്തിൽ ഉണക്കാനിട്ട പോലീസുകാരന്റെ ട്രൗസറിനെ നിഷ്കളങ്കമായ കൗതുകത്തോടെ അവൻ ഇട്ടുനോക്കിയതാണ്.

വസ്ത്രത്തിന്റെ നിയമാവലികൾ അവന്റെ സമനില തെറ്റിച്ചു. അതോടെ മനുഷ്യത്വവിരുദ്ധമായ സംരക്ഷണനീതികൾ അവനിൽ പ്രവേശിക്കുകയാണ്.

ദിവ്യാത്ഭുതത്തിന് സാക്ഷികളായ സനാതനപുരത്തുകാർ ദൈവീകസിദ്ധികളെ കണ്ട് സ്വയം മറന്നു. തങ്ങളുടെ ജന്മാന്തരങ്ങളും ജീവിതവും രക്ഷപ്പെട്ടെന്ന വിശ്വാസത്തോടെ അവർ ആചാര്യസത്യവാഗീശ്വരനെ നമസ്കരിക്കുന്നു. ആചാര്യസത്യവാഗീശ്വരനെ തേടി വീണ്ടും കുട്ടി വരുന്നു. മുതിർന്നവരെപോലെ പെരുമാറുന്ന അവൻ ഇപ്പോൾ ദുർനടത്തക്കാരനായിരിക്കുന്നു. ആരുടേയോ അശ്ലീലവാക്കുകളും കയ്യേറ്റത്തിന്റെ ധിക്കാരങ്ങളും അവൻ പകർത്തുകയാണ്. ചിന്താഭാരങ്ങളില്ലാതെ ജീവിക്കുന്ന അവൻ അർദ്ധരാത്രിയോടെ വീടെത്തുന്നു. വാറ്റുചാരായത്തിന്റെ മയക്കത്തിൽ അകപ്പെട്ട അവൻ അനാവശ്യമായി ബഹളംവെയ്ക്കുന്നു. വേശ്യകളെ പ്രാപിക്കാനുള്ള അവന്റെ ശ്രമങ്ങൾ കുട്ടിത്തംകൊണ്ട് നടപ്പിലാക്കാനായില്ല.

ആചാര്യസത്യവാഗീശ്വരന്റെ ദയവിനും ദിവ്യാത്ഭുതത്തിനുംവേണ്ടി അവൻ വീണ്ടും കാത്തുനിൽക്കുന്നു. അയാൾ സ്പർശിക്കുമ്പോൾ അവൻ ശാന്തനാകുന്നു. അവൻ ബാല്യത്തിന്റെ നിഷ്കളങ്കമായ ഓർമ്മകളിലേക്ക് മടങ്ങുന്നു. ഇത്തവണ നീലട്രൗസറിനെ ആചാര്യൻ വലിച്ചെറിയുകയാണ്. കമ്പനിതൊഴിലാളിയുടെ ട്രൗസറിട്ടപ്പോൾ കുട്ടിയുടെ വ്യക്തിത്വം തരംമാറുന്നു. അടിത്തട്ടിന്റെ അജ്ഞാനവും ജന്തുസഹജമായ വികാരങ്ങളും അവനിൽ ആധിപത്യം ഉറപ്പിക്കുകയാണ്.

മൂന്നാംതവണ മാതൃത്വത്തിന്റേയും പിതൃത്വത്തിന്റേയും മനസ്താപങ്ങളോടെ കുട്ടിയുടെ അമ്മയും അച്ഛനും എത്തുന്നു. ഇപ്പോൾ അവൻ വെള്ളക്കാരുടെ ഭാഷ സംസാരിക്കുന്നു. അവരുടെ പെരുമാറ്റരീതികളേയും പരിഷ്കാരങ്ങളേയും അവൻ അനുകരിക്കുകയാണ്. അധികാരത്തിൽ പങ്കുപറ്റാനും സമനിലനേടാനും അവൻ പരിശ്രമിക്കുകയാണ്. വീട്ടുകാരേയും നാട്ടുകാരേയും അവൻ അപമാനമായി കരുതുന്നു. ജന്മത്തിന്റെ വഴികളെ മറന്ന് അവൻ മുന്നേറുന്നു. വംശാവലികളും രക്തബന്ധങ്ങളും ഇല്ലാത്ത അവന് സനാതനപുരത്തുകാർ നികൃഷ്ടരും അധമരും അപരിഷ്കൃതരുമാകുന്നു.

അവന്റെ വിദേശട്രൗസർ ആചാര്യസത്യവാഗീശ്വരൻ ഊരിയെറിഞ്ഞു. അയാൾ അവനെ പരുക്കൻ പരുത്തിതുണി ഉടുപ്പിക്കുന്നു. മനസ്സിന്റെ വിഭ്രാന്തികളിൽനിന്നും വ്യാമോഹങ്ങളിൽനിന്നും അങ്ങനെ അവൻ രക്ഷപ്പെടുന്നു. പരിസരബോധത്തിലേയ്ക്ക് മടങ്ങിയ അവൻ ആചാര്യന്റെ കാൽച്ചുവട്ടിൽ നമസ്കരിക്കുകയാണ്.

മനുഷ്യന്റെ വ്യക്തിത്വങ്ങളെ അവസ്ഥകൾ നിയന്ത്രിക്കുകയും മുൻനിശ്ചയങ്ങളോടെ ക്രമീകരിക്കുകയുമാണ്. വൻകിടയന്ത്രങ്ങളുടെ നീതി മനുഷ്യനെ കീഴടക്കുമ്പോൾ കാഴ്ചകളും ചിന്തകളും യാന്ത്രികവും മനുഷ്യത്വവിരുദ്ധവുമാകുന്നു. യന്ത്രങ്ങളുടെ ആത്മാവുകൾ

ഉടമകളേയും അധികാരികളേയും ഭരിക്കുന്നു. പണിക്കാരും മറ്റുള്ളവരും കാഠിന്യത്തോടെ നിർദ്ദയമായി ജീവിക്കുന്നു. യന്ത്രങ്ങളുടെ സംരക്ഷണനിയമങ്ങളാണ് എവിടേയും നടപ്പിലാകുന്നത്.

ആചാര്യസത്യവാഗീശ്വരൻ സ്വാതന്ത്ര്യത്തേയും വിമോചനത്തേയും വൻകിടയന്ത്രങ്ങളിൽ നിന്നുള്ള മോചനമായി കരുതി. മനുഷ്യന്റെ സ്വാതന്ത്ര്യം സ്വത്വത്തിലേക്കും ശരിയായ മാർഗ്ഗത്തിലേക്കുമുള്ള നീക്കങ്ങളായും അയാൾ കാണുന്നു. ഹ്രസ്വമായ മനുഷ്യജീവിതം വ്യക്തിത്വത്തിലൂടേയും സർഗ്ഗാത്മകതയിലൂടേയും പരിപൂർണ്ണമാകേണ്ടതാണ്. അധികാരവും വൻകിടയന്ത്രങ്ങളും അവനെ അടിമയാക്കി വ്യക്തിത്വത്തെ കള്ളികളിലേക്ക് ചുരുക്കുന്നു.

തന്റെ ജീവിതത്തിന്റെ നിയോഗത്തെ ആചാര്യസത്യവാഗീശ്വരൻ അറിയുന്നു. അയാൾ അവസരങ്ങൾക്കുവേണ്ടി കാത്തിരിക്കാതെ പ്രവർത്തിച്ചുതുടങ്ങുന്നു. അയാളുടെ ആഹ്വാനങ്ങൾ ദിവ്യ വചനങ്ങളായി സനാതനപുരത്തിൽ പരക്കുന്നു. കർമ്മാശ്രമങ്ങൾ വിമോചനത്തിന്റെ സ്വപ്നങ്ങളെ ഉൾക്കൊണ്ട് അധികാരികളോടും അധീശത്വത്തിന്റെ നിയമാവലികളോടും ഏറ്റുമുട്ടാൻ തയ്യാറാകുന്നു. അവതാരപുരുഷനായ സത്യവാഗീശ്വരൻ സനാതനപുരത്തുകാരുടെ പൗരാണിക വിശ്വാസങ്ങളെ ശരിയായമാർഗ്ഗവും ജീവിതവുമാക്കി മാറ്റിപ്പണിയുകയാണ്.

പ്രതിജ്ഞയ്ക്കും ആത്മസമർപ്പണത്തിനുമായി എത്തിയ സനാതനപുരത്തുകാരോട് ആചാര്യസത്യവാഗീശ്വരൻ പറഞ്ഞു:

'കാരുണ്യം സത്യവും സത്യം ഈശ്വരനും സ്വാതന്ത്ര്യവുമാണ്. സ്വാതന്ത്ര്യത്തിനും വിമോചനത്തിനും വേണ്ടി നമുക്ക് ജീവാർപ്പണം നടത്താം. നമുക്ക് ആരോടും വിദ്വേഷമില്ല; കാരുണ്യമേയുള്ളൂ. നമ്മെ ഭരിക്കുന്നവരും നേരിടുന്നവരും കാരുണ്യം അർഹിക്കുന്നു. അവരെ കാരുണ്യത്തോടെ സമീപിച്ച് സത്യത്തെ അറിയിക്കുകയും ജീവിക്കാനുള്ള അവകാശത്തെ നേടി എടുക്കുകയുമാണ് നമ്മുടെ ലക്ഷ്യം'.

ആചാര്യസത്യവാഗീശ്വരന്റെ ദിവ്യമായ പരിവേഷത്തിൽ അകപ്പെട്ട സനാതനപുരത്തുകാർ സ്വയം മറന്ന് ദിവ്യവചനങ്ങളെ നിഷ്ഠയോടെ പാലിക്കാൻ സന്നദ്ധരാകുന്നു. ആചാര്യനുവേണ്ടിയുള്ള ജീവത്യാഗവും ബലിദാനവും അവരുടെ മുക്തിയും വരുംകാലങ്ങളിലെ സമൃദ്ധിയുമാണ്.

വെള്ളക്കാരന്റെ അധികാരത്തോട് സനാതനപുരത്തുകാരുടെ ചെറുസംഘങ്ങൾ ആരംഭംതൊട്ടേ എതിരിട്ടതാണ്. സമാധാനക്കാർ വെള്ളക്കാരുടെ നയങ്ങളെ അംഗീകരിച്ച് അവരുടെ ദയവിനുവേണ്ടി കാത്തുനിന്നു. ചെറുപ്പക്കാരായ തീവ്രവാദികളുടെ നടപടികൾ രക്താഭിഷേകമാകുന്നു. വെള്ളക്കാരന്റെ അധീശത്വം ആയുധങ്ങളുടെ

പിൻബലമാണെന്ന് അവർ തിരിച്ചറിഞ്ഞു. അവർ അതെ ആയുധങ്ങൾ ഉപയോഗിച്ച് അധികാരം തിരിച്ചുപിടിക്കാൻ ശ്രമിക്കുകയാണ്. സമാധാനക്കാർ വെള്ളക്കാർ ദാക്ഷിണ്യത്തോടെ വലിച്ചെറിയുന്ന അവസരങ്ങളിൽ കയറിക്കൂടുന്നു.

അസംതൃപ്തികളുടെ നിവേദനങ്ങളെ വീണ്ടും വീണ്ടും സമാധാനക്കാർ എഴുതുകയാണ്.

സ്വാതന്ത്ര്യവും സമത്വവും ലക്ഷ്യമാക്കുന്ന ഇവരെല്ലാം സനാതനപുരത്തുകാരുടെ ആത്മാവറിയാതെ നീങ്ങുന്നു. ഒറ്റപ്പെട്ട സംഘട്ടനങ്ങളായും യാചനകളുടെ വിലാപങ്ങളായും അവരുടെ സ്വരം അടങ്ങുന്നു. ആയുധങ്ങൾ ഏറ്റുമുട്ടുമ്പോൾ നിരാധാരമായ കുടുംബങ്ങളും ജീവച്ഛവങ്ങളും പെരുകുകയാണ്.

സനാതനപുരത്തിന്റെ ആത്മാവിനെ ഉണർത്താൻ ആചാര്യ സത്യവാഗീശ്വരൻ മൂന്നുദിവസം നീണ്ട ധ്യാനയോഗം സംഘടിപ്പിക്കുന്നു. തുടർന്നുള്ള ബന്ദിൽ തെരുവുകളും സ്കൂളുകളും കമ്പനികളും വെള്ളക്കാരോട് പ്രതിഷേധിച്ച് നിശ്ചലമായിത്തീരും.

അനുയായികളോടും സനാതനപുരത്തുകാരോടുമായി ആചാര്യസത്യവാഗീശ്വരൻ പറഞ്ഞു:

'നമ്മൾ വെള്ളക്കാരുടെ അധികാരത്തോടും ഉടമസ്ഥതയോടും ഇതുവരെ സഹകരിക്കുകയായിരുന്നു. നിസ്സഹകരണവും ആത്മീയമായ നിഷേധവുമാണ് ശാന്തിയുടേയും വിമോചനത്തിന്റേയും സ്വാതന്ത്ര്യത്തിന്റേയും മാർഗ്ഗം. കാരുണ്യത്തോടെ എന്തും സഹിക്കാൻ തയ്യാറാകുക.'

അധികാരത്തിന്റെ അതിക്രമങ്ങളും ശക്തിയുടെ ഭാഷയും ആചാര്യ സത്യവാഗീശ്വരൻ തിരിച്ചറിയുന്നു. ആത്മബലത്തിനും മാർഗ്ഗത്തിന്റെ വിശുദ്ധിയ്ക്കും വേണ്ടി അയാൾ നിരന്തരം ധ്യാനിച്ചിരുന്നു. പിന്നീട് അയാൾ കർമ്മശേഷി വിനിയോഗിക്കാൻ ഇടവേളകളിൽ നൂൽനൂൽക്കുന്നു. ആചാര്യൻ സ്ഥാപിച്ച കർമ്മാശ്രമങ്ങളിലും ഗ്രാമാന്തരങ്ങളിലും പ്രതിഷേധത്തിന്റെ നൂൽനൂല്പുകളും ധ്യാനയോഗങ്ങളുമാണ്. ആചാര്യസത്യവാഗീശ്വരന്റെ ശരിയായ മാർഗ്ഗത്തെ സ്വയമറിയാതെ പ്രാപിച്ച സനാതനപുരത്തുകാർ ആത്മജ്ഞാനത്തിന്റെ വിശുദ്ധിയിലും സങ്കല്പങ്ങളിലും ജീവിതത്തെ സമർപ്പിക്കുന്നു.

ധ്യാനത്തിന്റെ അഗാധതയിൽ പുനർജ്ജനിഗുഹയുടെ അനുഭൂതികൾക്ക് സത്യവാഗീശ്വരൻ വിധേയനാകുന്നു. അയാളുടെ ആശങ്കകളേയും പ്രകമ്പനങ്ങളേയും അദൃശ്യശക്തികൾ സാന്ത്വനിപ്പിക്കുന്നു.

ബന്ദിന്റെ വരവോടെ സനാതനപുരത്തുകാരുടെ ജീവചലനങ്ങൾ പൊടുന്നനെ നിശ്ചലമാകുന്നു. വിജനമായ തെരുവുകളേയും

ഗ്രാമാന്തരങ്ങളേയും ധ്യാനയോഗത്തിന്റെ നിശ്ശബ്ദത കീഴടക്കുക യാണ്. ആചാര്യസത്യവാഗീശ്വരന്റെ നിർദ്ദേശങ്ങൾ സനാതനപുര ത്തുകാരുടെ ഓരോ നിമിഷങ്ങളേയും നിയന്ത്രിക്കുന്നു. അനുസരിക്കാ നും കയ്യേറ്റങ്ങളെ സഹിക്കാനും ശീലിച്ച അവർ അധികാരത്തേയും സ്വാതന്ത്ര്യത്തേയും കുറിച്ച് ബോധവാന്മാരാകുന്നു.

വെള്ളക്കാരുടെ പോലീസുകാർ നിഷേധികളേയും അക്രമികളേ യും നാട്ടുമുഴുക്കെ തിരഞ്ഞു. ധ്യാനജപങ്ങളിൽ മുഴുകിയ ജനക്കൂട്ടത്തെ അവർ നേരിടുകയാണ്. സംഘശക്തിയുടെ പ്രത്യാഘാതങ്ങളെ തിരിച്ചറിഞ്ഞ് വെള്ളക്കാർ എതിരാളികളെ നിഷ്ക്രിയരാക്കാൻ അധികാരത്തിന്റെ വഴികളെ ഉപയോഗിക്കുന്നു.

ബന്ദിന്റെ ശാന്തത സന്ധ്യയുടെ ചുവപ്പിൽ തകരുന്നു. കർമ്മാ ശ്രമത്തിലേക്ക് അതിക്രമിച്ചെത്തിയ പോലീസുകാർ നിർദ്ദയ മായ നടപടികൾ ആരംഭിക്കുകയാണ്. ധ്യാനയോഗത്തിൽ പരിസരം മറന്നിരുന്ന അന്തേവാസികളേയും അനുയായികളേയും പോലീസുകാർ കഠിനമായി മർദ്ദിക്കുന്നു. ലാത്തികളും ബൂട്ടുകളും പരുക്കൻ വെള്ളത്തുണികളിൽ ചുവന്ന നക്ഷത്രങ്ങളെ സൃഷ്ടിക്കുന്നു. ഭീകരമർദ്ദനങ്ങളെ ശാന്തരായി സഹിച്ച അവർ ആചാര്യസത്യവാ ഗീശ്വരന്റെ ദിവ്യവചനങ്ങളെ പ്രാബല്യത്തിൽ വരുത്തുകയാണ്. അവരുടെ മനസ്സിൽ ക്രോധത്തിന്റെ പകയല്ല ആത്മതേജസ്സിന്റെ ത്യാഗവും കാരുണ്യവുമാണ്.

ദുരിതങ്ങളേയും മർദ്ദനങ്ങളേയും സഹിച്ച അവർ ആത്മരക്ഷതേടി ആചാര്യസത്യവാഗീശ്വരനെ സമീപിക്കുന്നില്ല. വെള്ളക്കാരുടെ കിരാ തനടപടികളെ ഭീരുക്കളുടെ പരാക്രമങ്ങളായി അവർ കാണുകയാണ്.

ധ്യാനയോഗത്തിൽ എത്തിയ സനാതനപുരത്തുകാരോട് ആചാ ര്യസത്യവാഗീശ്വരൻ പറഞ്ഞു:

'അവർക്ക് രക്തം ആവശ്യമാണെങ്കിൽ നാമതു നൽകുക. മാംസം ആവശ്യമാണെങ്കിൽ അതും നൽകണം. സഹജീവികളായ മനുഷ്യ ന്റെ രക്തത്തേയും മാംസത്തേയും അവർ തിരിച്ചറിയണം.'

വാക്കുകളെ ആത്മാവിലേക്ക് ആവാഹിച്ച സനാതനപുരത്തുകാ രോട് അയാൾ തുടർന്നു:

'സ്വാതന്ത്ര്യവും വിമോചനവും ദുരിതങ്ങൾക്കുശേഷം ലഭിക്കേണ്ട മുന്തിരിക്കുലകളാണ്. നാം മുന്നോട്ടുതന്നെയാണ് സഞ്ചരിക്കുന്നത്. പിന്തിരിഞ്ഞു നടക്കുക ഭീരുത്വമാണ്. ധീരരും ശക്തരും കഠിനാനുഭ വങ്ങളിലൂടെ ലക്ഷ്യത്തിൽ എത്തിച്ചേരുന്നു.'

സമാധാനക്കാർ നിവേദനങ്ങളുമായി സംഘം ചേരുന്നു. തീവ്ര വാദികൾ ആയുധങ്ങൾകൊണ്ട് വിലപേശുന്നു. അപ്പോഴെല്ലാം

വെള്ളക്കാരുടെ അടിച്ചമർത്തലുകൾ വിജയിക്കുന്നു. അവരുടെ ആയുധങ്ങളും തൂക്കുമരങ്ങളും ജയിലുകളും സനാതനപുരത്തുകാരുടെ ഉച്ചാരണങ്ങളെ അവസാനിപ്പിക്കുന്നു. ആക്രമണത്തേയും ആയുധങ്ങളേയും യുദ്ധനൈപുണ്യത്തോടെ വെള്ളക്കാർ നേരിട്ടതാണ്. സനാതനപുരത്തുകാരുടെ സാത്വികതയേയും ആത്മീയതയേയും നേരിടാനാവാതെ അവർ അശക്തരാകുകയാണ്.

ആചാര്യസത്യവാഗീശ്വരൻ മനുഷ്യരെ ശത്രുവായി കരുതുന്നില്ല. അയാൾ വൻകിടയന്ത്രങ്ങളേയും അതിന്റെ യാന്ത്രികനീതികളേയും എതിർക്കുന്നു. ശരിയായ മാർഗ്ഗത്തിനും മനുഷ്യത്വത്തിന്റെ പൂർണ്ണതയ്ക്കും വേണ്ടി വൻകിട യന്ത്രങ്ങളുടെ ഉടമകളായ വെള്ളക്കാരോട് അയാൾ ഏറ്റുമുട്ടുകയാണ്. വെള്ളക്കാരുടെ വരവിനുമുമ്പ് കായികാദ്ധ്വാനങ്ങളിൽ സനാതനപുരത്തുകാർ ജീവിച്ചു. മുഖപടലങ്ങളില്ലാതെ ചിന്തിച്ച അവർ തടംകെട്ടലും അകാലമരണവുമില്ലാതെ കഴിഞ്ഞുവന്നതാണ്.

പ്രഭാതത്തിലെ അപൂർവ്വകാഴ്ചയായി സനാതനപുരത്തിലേക്ക് വെളുത്തശലഭങ്ങൾ ഇറങ്ങിവന്നു. ശലഭങ്ങളുടെ വരവിനെ ശുഭലക്ഷണമായി ആചാര്യസത്യവാഗീശ്വരൻ തിരിച്ചറിയുന്നു. അയാൾ ആത്മവിശ്വാസത്തോടെ സ്വന്തം കണ്ടെത്തലുകളിലും പ്രവർത്തനമാർഗ്ഗത്തിലും ഉറച്ചുനിൽക്കുന്നു.

നഗരത്തിലെ പാലം വെള്ളക്കാരുടെ അധികാരത്തിന്റെ പ്രതീകമാണ്. അത് സനാതനപുരത്തുകാരുടെ അടിമത്തത്തിന്റെ മുദ്രയായും തീർന്നിരിക്കുന്നു. വരൾച്ചയും ക്ഷാമവും പലപ്പോഴും സനാതനപുരത്തുകാരുടെ നട്ടെല്ലൊടിച്ചു. അപ്പോഴും വെള്ളക്കാർ അമിതമായി കരംപിരിച്ചു. അവർ മനസ്സിന്റെ അലോസരതകളില്ലാതെ നാട്ടുകാരുടെ മുതലുകളെ കണ്ടുകെട്ടി പലരേയും വഴിയാധാരമാക്കുകയാണ്. സമാധാനക്കാരുടെ യാചനായോഗത്തിലേക്ക് കടന്നുവന്ന പട്ടാളക്കാർ നിസ്സഹായരുടെ നേർക്ക് നിറയൊഴിച്ചു. അടിമകളുടെ മരണത്തെ കണ്ട് അവർ ആഹ്ലാദിച്ചു. അധികാരത്തിന്റെ പിൻബലം ആയുധങ്ങളാണെന്ന് അറിഞ്ഞ തീവ്രവാദികൾ ദേശാഭിമാനത്തിന്റെ രക്തപ്രസാദത്തോടെ വെള്ളക്കാർക്ക് മറുപടി നൽകുന്നു. നഗരത്തിലെ പാലത്തിൽവെച്ച് വെള്ളക്കാരൻ പട്ടാളക്കാരനെ അവർ വെടിവച്ചുകൊല്ലുകയാണ്.

തീവ്രവാദികളായ രണ്ടുപേരെ തൂക്കിലേറ്റി വെള്ളക്കാർ പ്രതികാരം ചെയ്തു. സനാതനപുരത്തുകാരെ മുഴുവൻ ബാധിക്കുന്ന ശിക്ഷയേയും അധികാരികൾ നടപ്പിലാക്കുന്നു. പാലത്തിൽ പ്രവേശിക്കുന്ന എല്ലാ സനാതനപുരത്തുകാരും പ്രായശ്ചിത്തമായി ഇഴഞ്ഞുനീങ്ങേണ്ടതാണ്. നിവർന്നു നടക്കുന്നവർ ധിക്കാരികളും ശിക്ഷാർഹരുമാണ്. ആത്മാഭിമാനത്തോടേയും ദേശഭക്തിയോടേയും ചിലർ പാലത്തിൽ

ക്കൂടെ നിവർന്നുനടക്കുന്നുണ്ട്. അവർ വെള്ളക്കാരുടെ ന്യായവിധിയെ സംരക്ഷിക്കാൻ കാവൽനിന്ന പോലീസുകാരുടെ അടിയേറ്റു തളരുന്നു.

ആചാര്യസത്യവാഗീശ്വരൻ അനുയായികളോട്ട പറഞ്ഞു:

'കാരുണ്യത്തേയും സത്യത്തേയും ഈശ്വരനേയും എപ്പോഴും ഓർക്കുക. നമ്മുടെ ദുരിതങ്ങൾ വിമോചനത്തിനും സ്വാതന്ത്ര്യത്തിനുംശേഷം അവസാനിക്കും. ആത്മാഭിമാനത്തോടെ നാം ജീവിക്കും. പാലം കടക്കുന്നതുവരെ ഇഴയുക അടിമത്തമാണ്. അതിനപ്പുറം ഇഴയുക ദൃഢനിശ്ചയവും വെള്ളക്കാരുടെ ഭരണത്തോടുള്ള പ്രതിഷേധവുമാണ്. വിമോചനത്തിന്റേയും സ്വാതന്ത്ര്യത്തിന്റേയും കാലംവരെ നാം സനാതനപുരത്തിൽ മുഴുക്കെ ഇഴഞ്ഞുകൊണ്ടിരിക്കും.'

ആചാര്യസത്യവാഗീശ്വരന്റെ ആഹ്വാനങ്ങൾ സനാതനപുരത്തുകാരുടെ ആത്മാവിന്റെ ജീവജ്വാലയായി. പ്രത്യാശയോടെ നീങ്ങിയ അവർ ജീവത്യാഗത്തിനും സന്നദ്ധരാകുന്നു. വെള്ളക്കാർ ലാഘവത്തോടെ പിന്മാറില്ലെന്ന് സത്യവാഗീശ്വരന് അറിയാം. അനേകം ദുർവിധികളും രക്തസാക്ഷിത്വവും നാട്ടുകാർ അനുഭവിച്ചുതീർക്കണം. അധികാരം ഒഴിയാൻ വിമുഖരായ വെള്ളക്കാർ ഏതു മാർഗ്ഗങ്ങളെ ആശ്രയിച്ചും ഉന്നതങ്ങളിൽ തുടരുന്നതാണ്.

ആചാര്യസത്യവാഗീശ്വരന്റെ ജീവത്യാഗവും ആത്മസമർപ്പണവും കാലത്തിന്റെ വിധിനിശ്ചയമായി തീരുന്നു. ആചാര്യന്റെ ദേഹവിയോഗം സനാതനപുരത്തുകാർക്ക് മുക്തിയും വിമോചനവും നൽകാം. കർമ്മാശ്രമങ്ങളും അനുയായികളും ആചാര്യന്റെ അഭാവത്തിലും സമരം തുടരും. ആചാര്യസത്യവാഗീശ്വരൻ പാലം കഴിഞ്ഞും ഇഴയുന്നതോടെ വിമോചനത്തിന്റെ പുത്തൻ സമരമുറ ആരംഭിക്കുകയാണ്.

പ്രഭാതത്തോടെ ആചാര്യസത്യവാഗീശ്വരൻ നഗരത്തിലേക്ക് പുറപ്പെട്ടു. അനുയായികളും സനാതനപുരത്തുകാരും അടങ്ങിയ വമ്പിച്ച ആൾക്കൂട്ടം ആചാര്യനെ പിന്തുടരുന്നു. സത്യവാഗീശ്വരന്റെ വരവറിഞ്ഞ് പോലീസുകാരും പട്ടാളക്കാരും മുൻകരുതലോടെ പാലത്തിലും റോഡുകളിലും കാവൽനിൽക്കുന്നു. പാലത്തിന്റെ തുടക്കത്തിൽ കാലൂന്നിയ ആചാര്യസത്യവാഗീശ്വരൻ പൊടുന്നനെ ഇഴഞ്ഞുതുടങ്ങുന്നു. അതോടെ മറ്റുള്ളവരും അയാളെ അനുകരിക്കുന്നു. അങ്ങനെ അവർ യുഗപ്പകർച്ചയായി കിട്ടിയ അടിമത്തത്തെ ധിക്കരിക്കുകയാണ്. കാൽമുട്ടുകളും കൈമുട്ടുകളും പരുക്കൻ റോഡിൽ ഊന്നിക്കൊണ്ടുള്ള ഇഴച്ചിൽ അവർക്ക് അസഹ്യമായ വേദനയായി. സ്വാതന്ത്ര്യത്തിന്റേയും വിമോചനത്തിന്റേയും ആത്മനിർവൃതി അവരെ നയിക്കുകയാണ്.

അസാധാരണ സമരമുറയുമായി മുന്നേറിയ സനാതനപുരത്തുകാർ ക്ലേശങ്ങൾ തീർക്കാൻ താൽക്കാലികമായി ഇഴച്ചിൽ നിർത്തുന്നു. അവർ വർദ്ധിച്ച ആത്മബലത്തോടെ വീണ്ടും മുന്നേറുന്നു. വെള്ളക്കാരുടെ ആസ്ഥാനത്തെ കേന്ദ്രമാക്കി ഇഴഞ്ഞ അവരുടെ മനസ്സിൽ കാലവും സ്ഥലവിസ്തൃതിയും ഇല്ലാതാകുകയാണ്.

ആചാര്യസത്യവാഗീശ്വരന്റെ അസാധാരണ സമരരീതിയെ കാണാൻ ആൾക്കൂട്ടം റോഡുവക്കിൽ തിക്കിത്തള്ളി. വിമോചനത്തിന് പിന്തുണ പ്രഖ്യാപിച്ച് കാഴ്ചക്കാരായിനിന്ന അവർ സുരക്ഷിതത്വത്തിന്റെ ആർഭാടങ്ങളെ കയ്യൊഴിച്ച് ഇഴച്ചലിൽ പങ്കുചേർന്നു. അവതാരപുരുഷന്റെ ദിവ്യസിദ്ധിയെ ആദരിച്ച പലരും തനിയേയും കൂട്ടംചേർന്നും പുത്തൻ സമരമുറയെ സ്വീകരിക്കുന്നു. വക്കീലന്മാരും വിദ്യാർത്ഥികളും ഹജ്ജൂർകച്ചേരിയിലെ ഗുമസ്ഥന്മാരും ആത്മബോധത്തോടെ ആചാര്യസത്യവാഗീശ്വരനെ പിന്തുടരുന്നു.

വ്രണങ്ങളേയും ചോരക്കിനിച്ചലുകളേയും അവർ നിസ്സാരമായി കരുതി. ഉള്ളുപതറാതെ ആത്മവിശ്വാസത്തോടെ അവർ യാത്ര തുടരുകയാണ്. പ്രഭാതത്തിൽ ആരംഭിക്കുന്ന ഇഴച്ചിൽ ഉച്ചയോടെ ഏതെങ്കിലുമൊരു കർമ്മാശ്രമത്തിൽ അവസാനിക്കുന്നു. പിന്നീട് ധ്യാനയോഗങ്ങളും നൂൽനൂൽപ്പും പ്രഭാഷണങ്ങളുമാണ്. സദസ്സുകളെ പൗരാണിക സ്വപ്നങ്ങൾകൊണ്ട് നിറയ്ക്കാൻ ആചാര്യസത്യവാഗീശ്വരൻ പ്രത്യേകം ശ്രദ്ധിച്ചു. അയാൾ അവരുടെ മനസ്സുറപ്പിനേയും ആത്മവീര്യത്തേയും പരീക്ഷിക്കുകയാണ്. അയാളുടെ അംഗചലനങ്ങളിൽ പോലും ദൈവീകതയെ ആരോപിച്ച സനാതനപുരത്തുകാർ നന്മനിറഞ്ഞവരായി. കാലത്തിനുവേണ്ടി കയ്യിലിരിപ്പുകളെ മുഴുവൻ ത്യജിക്കാനും അവർ തയ്യാറാകുന്നു.

ആചാര്യസത്യവാഗീശ്വരനേയും വമ്പിച്ച ജനാവലിയേയും നേരിടാൻ വെള്ളക്കാർ മടിച്ചു. അവർ ആചാര്യന്റെ അനുയായികളെ വേട്ടയാടുകയും അടിച്ചമർത്തുകയുമാണ്. കുതിരപ്പട്ടാളം കാഴ്ചമറച്ച് കടന്നുവരുമ്പോൾ വിമോചനത്തിന്റെ ദുരിതങ്ങൾ സഹിക്കാൻ സനാതനപുരത്തുകാർ തയ്യാറായി. അവർ ആത്മധൈര്യത്തോടെ റോഡിൽ കമിഴ്ന്നുകിടക്കുന്നു. കുതിരക്കുളമ്പടികളും ചാട്ടവാറുകളും പരുക്കേല്പിക്കുമ്പോഴും ആചാര്യസത്യവാഗീശ്വരന്റെ ശരിയായ മാർഗ്ഗത്തിൽ അവർ ഉറച്ചുനിന്നു. അവർ രക്തമൊഴുക്കിയും കാരുണ്യവാന്മാരായി തുടരുകയാണ്. വെള്ളക്കാരുടെ നിർദ്ദയമായ മർദ്ദനങ്ങൾക്ക് ശേഷവും ആൾക്കൂട്ടം സമരമുഖത്തിലേക്ക് വന്നുകൊണ്ടിരുന്നു. പ്രേതം ബാധിച്ചതുപോലെ സനാതനപുരം ഉയർത്തെണീറ്റ് മുന്നേറുകയുമാണ്.

ദിവസങ്ങളോളം നീണ്ട ഇഴച്ചലിനുശേഷം സമരക്കാരുടെ

അവയവങ്ങളിൽ ചോരയും നീരും വീർത്ത് തടംകെട്ടുന്നു. കർമ്മാശ്രമത്തിൽ തളർന്നിരുന്ന അവരെ ധ്യാനയോഗത്തിനുശേഷം ആചാര്യസത്യവാഗീശ്വരൻ ശുശ്രൂഷിക്കുകയാണ്. അവരുടെ അവശതകളെകണ്ട അയാൾ ആത്മവേദനയോടെ പറഞ്ഞു:

'ഓരോരുത്തരായി മുന്നോട്ടുവരുക'.

മെതിയടിച്ചുവട്ടിലെ മണ്ണും പച്ചമരുന്നും ധ്യാനയോഗവും അവർക്ക് രോഗശാന്തിനൽകുന്നു. വേദനയുടെ തീവ്രത കുറഞ്ഞതോടെ ആചാര്യസത്യവാഗീശ്വരന്റെ സ്പർശനം ദിവ്യാനുഭൂതിയായി അവരുടെ സ്മരണകളിലേക്ക് കുടിയേറുന്നു. പിന്നീട് ഉറക്കമുണർന്നതോടെ അവരുടെ മുറിപ്പാടുകൾ അപ്രത്യക്ഷമാകുന്നു. ആചാര്യന്റെ ദിവ്യസിദ്ധികൾ അവർക്ക് പ്രത്യക്ഷാനുഭവങ്ങളാകുകയാണ്.

ആചാര്യസത്യവാഗീശ്വരൻ ഇഴച്ചിൽ തുടരവെ കൈമുട്ടുകളും കാൽമുട്ടുകളും കൂടുതൽ മൃദുലമാകുന്നു. പുനർജ്ജനിഗുഹയിലെ അദൃശ്യാത്മാക്കളും ജന്മത്തിന്റെ നിയോഗവും അയാളെ വഴിനടത്തുകയാണ്.

ഇച്ഛയേയും ആസക്തിയേയും മറികടക്കാനുള്ള ശ്രമങ്ങൾ അപ്പോഴും ആചാര്യസത്യവാഗീശ്വരൻ തുടർന്നു. അയാളുടെ പാപബോധം രതിയും മരണവുമായി മുഖാമുഖം ഏറ്റുമുട്ടി ജന്മത്തിന്റെ ആത്മാന്വേഷണമായി വികസിക്കുകയാണ്.

ഉറക്കത്തിൽനിന്നും ഞെട്ടിയുണർന്ന സത്യവാഗീശ്വരൻ നഗ്നയായി ചുരുണ്ടുകിടക്കുന്ന ആരണ്യയെകണ്ട് അമ്പരക്കുന്നു. പുനർജ്ജനിപുഴയുടെ മറുകരയിലേക്ക് പോയ അവൾ കാലങ്ങൾ കഴിഞ്ഞ് ഒഴിഞ്ഞ വയറോടെ തിരിച്ചെത്തുന്നു. അസാധാരണ ചുറ്റുപാടുകളിലേക്കും ആൾക്കൂട്ടത്തിന്റെ നടുവിലേക്കുമാണ് അവൾ വരുന്നത്. പുത്തൻ സംഭവങ്ങളേയും സംഘടിതശ്രമങ്ങളേയും കാലത്തിന്റെ ആവശ്യമായി ആരണ്യ കാണുകയാണ്.

ആരണ്യയെ ഉണർത്തിയ ആചാര്യസത്യവാഗീശ്വരൻ ചോദിച്ചു:

'നമ്മുടെ മകനെവിടെ?'

'അവൻ അപ്പുറത്തുണ്ട്''

പുനർജ്ജനിഗുഹയുടെ നിർദ്ദേശത്തിന് വഴങ്ങി ആചാര്യസത്യവാഗീശ്വരൻ മകനെ തോളിൽക്കിടത്തി പുഴയിലേക്ക് ഇറങ്ങുകയാണ്. അതിവേഗത്തിൽ നടന്ന അയാൾക്ക് കനത്ത ഇരുട്ടിലും വഴിതെറ്റുന്നില്ല.

ആചാര്യസത്യവാഗീശ്വരന് എതിരെ വന്ന യുവാവ് പുഞ്ചിരിയോടെ പറഞ്ഞു: 'കർമ്മങ്ങൾ കർമ്മബന്ധങ്ങളെ ഉണ്ടാക്കുന്നു. കർമ്മബന്ധങ്ങൾ കർമ്മബന്ധനങ്ങളും ആകുന്നു. സത്യത്തെ തിരിച്ചറിയാനുള്ള ശ്രമം ആത്മാവിനേയും ശരീരത്തേയും പീഢിപ്പിക്കുന്നു.

സത്യാന്വേഷി ജീവിതത്തെ അനുഭവിക്കുകയല്ല അറിയുകയാണ്.'

പുനർജ്ജനിപുഴയുടെ മറുകരയിലെ കാട്ടിലേക്ക് ജന്മാന്തരങ്ങളുടെ രഹസ്യമായി യുവാവ് കയറിപ്പോകുകയാണ്.

പുനർജ്ജനിഗുഹയുടെ പ്രവേശനകവാടത്തിൽ എത്തിയ ആചാര്യസത്യവാഗീശ്വരന് വീണ്ടും മുമ്പോട്ടുനടക്കാനായില്ല. പ്രക്ഷുബ്ധമായ അന്തരീക്ഷവും അതിശക്തമായ കാറ്റും അയാളെ തടഞ്ഞു നിർത്തുകയാണ്. ആചാര്യസത്യവാഗീശ്വരന് തലോടലായി കാറ്റ് അനുഭവപ്പെട്ടു. അയാളുടെ മകൻ കൊട്ടുംചൂട്ടുംകൊണ്ട് വെന്തുരുകുകയാണ്. സാന്ത്വനങ്ങൾക്ക് വഴങ്ങാതെ കുതറി ഇറങ്ങിയ അവൻ പുനർജ്ജനിപുഴയിലേക്ക് എടുത്തുചാടി. അവൻ പ്രവാഹത്തിന്റെ ഒഴുക്കിൽ ഗതിയറിയാതെ നീങ്ങുകയാണ്. അവൻ കണ്ണിൽനിന്നു മറഞ്ഞപ്പോൾ ആചാര്യസത്യവാഗീശ്വരൻ പുനർജ്ജനിഗുഹയിലേക്ക് പ്രവേശിക്കുന്നു.

പുനർജ്ജനിഗുഹയിലെ അപാരതയിൽ നിന്നെത്തിയ പുകപടലങ്ങളോട് ആചാര്യസത്യവാഗീശ്വരൻ പറഞ്ഞു:

'ഞാൻ മകനെ കൊണ്ടുവന്നിരുന്നു'.

'ഞങ്ങൾ എല്ലാം അറിയുന്നു. ജ്ഞാനത്തിലേക്ക് പ്രവേശിക്കാൻ കഴിയാത്ത ഇവനെ ഞങ്ങൾക്ക് ആവശ്യമില്ല. നിന്റെ പിറക്കാനിരിക്കുന്ന മകനെയാണ് ഞങ്ങൾക്ക് വേണ്ടത്'.

'എന്നിൽ ഇപ്പോൾ ആസക്തിയും കാമവും ഇല്ലല്ലോ?'

'കാമത്തിന്റെ വിശുദ്ധിയേയും അർത്ഥത്തേയും നീയിനിയും അറിഞ്ഞിട്ടില്ല. അനുഭവങ്ങളും ജീവിതവും നിന്നെ പുതുതായി പലതും പഠിപ്പിക്കും. ജ്ഞാനം അജ്ഞാനമാകുന്ന അവസ്ഥയും അന്വേഷണത്തിന്റെ മാർഗ്ഗത്തിലുണ്ട്.'

'കാമം നിസ്സംഗതയും ആസക്തി വിരക്തിയുമായി ഞാൻ അനുഭവിക്കുന്നു'.

'നീ പോകൂ.... സനാതനപുരത്തുകാർ നിന്നെ കാത്തിരിക്കുന്നു'.

സനാതനപുരത്തുകാരുടെ സ്വാതന്ത്ര്യത്തിനും വിമോചനത്തിനും വേണ്ടി ആചാര്യസത്യവാഗീശ്വരൻ പുനർജ്ജനിപുഴയുടെ തീരത്തെത്തുന്നു. പുനർജ്ജനിഗുഹയുടെ സ്വപ്നദർശനത്തോടെ ഉണർന്ന സനാതനപുരത്തുകാർ ആചാര്യനെകണ്ട് നമസ്കരിച്ചു. അവർ ഇടമുറിഞ്ഞ പ്രവർത്തനങ്ങളെ വീണ്ടും ആവേശത്തോടെ കൊണ്ടുനടക്കുന്നു.

ആചാര്യസത്യവാഗീശ്വരന്റെ മനസ്സിൽ ആസക്തിയും പാപബോധവും ജന്മശാപമായി വളർന്നു. വിശുദ്ധവും പവിത്രവുമായ അയാളുടെ ആത്മാവിനു മുകളിൽ പ്രകാശത്തിന്റെ വഴിതടയുന്ന കരിനിഴലായി ആസക്തി വ്യാപിക്കുകയാണ്.

ആറാം ചെപ്പേട്

സനാതനപുരത്തുകാരുടെ ആത്മീയനേതാവും വിമോചകനുമായ ആചാര്യസത്യവാഗീശ്വരൻ സ്വാതന്ത്ര്യ പ്രാപ്തിക്കുവേണ്ട പുത്തൻരീതി കണ്ടെത്തി. വെള്ളക്കാരുടെ മർദ്ദനനിയമങ്ങളെ നിഷേധിച്ച ആചാര്യൻ അവരുടെ ഭരണത്തോടുള്ള സനാതനപുരത്തുകാരുടെ സഹകരണം അവസാനിപ്പിച്ചു. വൻകിടയന്ത്രങ്ങൾ ഉല്പാദിപ്പിച്ച വസ്തുക്കളെ ആചാര്യസത്യവാഗീശ്വർ നിരസിച്ചു. ആചാര്യന്റെ സ്വാതന്ത്ര്യത്തിനും വിമോചനത്തിനുമുള്ള മാർഗ്ഗത്തെ വെള്ളക്കാർ അടിച്ചമർത്താൻ ശ്രമിച്ചു. തന്റെ വിശ്വാസങ്ങളിൽനിന്നും പിന്തിരിയാത്ത ആചാര്യസത്യവാഗീശ്വരൻ സ്വാതന്ത്ര്യത്തെ സമത്വമായും ജീവിക്കാനുള്ള അവകാശമായും കണ്ടു.
വിമോചനത്തിന്റേയും സ്വാതന്ത്ര്യാഭിവാഞ്ഛയുടേയും രണ്ടാം ഘട്ടത്തിൽ ജനനീദാസൻ സനാതനപുരത്തുകാരെ സേവിക്കാനെത്തി. സമാധാനക്കാരുടെ അനിഷേധ്യനേതാവായ ജനനീദാസൻ ആചാര്യന്റെ പ്രിയപ്പെട്ട ശിഷ്യനുമായി. ആചാര്യസത്യവാഗീശ്വരനും ജനനീദാസനുമാണ് സനാതനപുരത്തിന്റെ സ്വാതന്ത്ര്യത്തിന്റേയും വിമോചനത്തിന്റേയും സ്രഷ്ടാക്കൾ.

ആറാം അദ്ധ്യായം

ആചാര്യസത്യവാഗീശ്വരന്റെ ദിവ്യമായ പരിവേഷത്തിൽ സനാതനപുരത്തുകാർ പരിസരബോധത്തിലേക്ക് എത്തിച്ചേരുകയാണ്. സ്വാതന്ത്ര്യത്തിനും വിമോചനത്തിനും വേണ്ടി അവർ ജീവത്യാഗത്തിന് തയ്യാറായി. അതോടെ അവർ ഏതു നരകയാതനകളേയും ലാഘവത്തോടെ സ്വീകരിക്കുന്നു. സ്വയം നിർണ്ണയാധികാരവും ജീവിക്കാനുള്ള അവകാശവും അവരുടെ പ്രബലശക്തിയാകുകയാണ്.

ആചാര്യസത്യവാഗീശ്വരന്റെ ദിവ്യസിദ്ധികളിൽ മതിമറന്ന സനാതനപുരത്തുകാർ സുരക്ഷിതത്വങ്ങളെ ഉപേക്ഷിച്ച് അത്യാസന്നനിലയിലേക്ക് എടുത്തുചാടുന്നു. അവശരും വൃദ്ധരും ചെറുപ്പക്കാരെ ആശീർവദിച്ച് യാത്രയാക്കുകയാണ്. അടിമത്തത്തിന്റെ സുരക്ഷിതത്വത്തിൽനിന്ന് സങ്കല്പങ്ങളുടെ സാക്ഷാൽക്കാരത്തിലേക്ക് അവർ നടന്നു. അവരുടെ വിഭാഗീയതകളും വർണ്ണവ്യത്യാസങ്ങളും സ്വാതന്ത്ര്യസ്വപ്നങ്ങളുടെ വരവോടെ ഇല്ലാതായി.

ഇഴച്ചിൽ സ്വാതന്ത്ര്യത്തിലേക്കുള്ള മാർഗ്ഗമാക്കിയ സനാതനപുരത്തുകാരെ വെള്ളക്കാർ നിർദ്ദയം പീഡിപ്പിക്കുന്നു. പീഢനങ്ങൾ ഗുരുതരമാകുമ്പോൾ സനാതനപുരത്തുകാരുടെ ആവേശവും സംഘബലവും വർദ്ധിക്കുകയാണ്. സ്വാതന്ത്ര്യവും വിമോചനവും പ്രാപിക്കാവുന്ന അവരുടെ സത്യമാകുകയുമാണ്.

തന്റെ പ്രവർത്തനങ്ങളേയും നീക്കങ്ങളേയും ആചാര്യസത്യവാഗീശ്വരൻ ക്രമപ്പെടുത്തി. വെള്ളക്കാരുടെ ആസ്ഥാനത്തെ ലക്ഷ്യമാക്കി അയാൾ എല്ലാ പ്രഭാതങ്ങളിലും ഇഴയുന്നു. അയാൾ കടന്നുപോകുമ്പോൾ കാഴ്ചക്കാരായി നിന്ന സനാതനപുരത്തുകാർ മായികമായ വശീകരണശക്തിക്ക് വഴങ്ങി ഇഴച്ചലിന്റെ ഭാഗമാകുകയാണ്.

തീവ്രമായ കായികക്ലേശങ്ങൾ സഹിച്ച ആചാര്യസത്യവാഗീശ്വരൻ രാവുപകലുകളുടെ സൗന്ദര്യങ്ങളെ മറന്നു. ശരിയായ മാർഗ്ഗത്തിൽ കൂടെ സഞ്ചരിച്ച അയാൾ ഇച്ഛയെ മറികടക്കാനുള്ള ശ്രമങ്ങളെ അപ്പോഴും തുടരുന്നു. ബാഹ്യമായ ഇടപെടലുകളിൽ മുഴുകുമ്പോഴും അയാൾ ആത്മീയമായ അന്വേഷണങ്ങൾ നടത്തിക്കൊണ്ടിരുന്നു.

പുനർജ്ജനിഗുഹയിലെ പുകപടലങ്ങൾ ആചാര്യനെ വഴിനടത്തി. ദിവ്യമായ ആ വാക്കുകൾ ജന്മത്തിന്റെ നിയോഗത്തേയും ജീവിതത്തിന്റെ പ്രസക്തിയേയും കുറിച്ച് ആചാര്യസത്യവാഗീശ്വരനെ ബോദ്ധ്യപ്പെടുത്തുന്നു.

ആൾക്കൂട്ടം സമ്പ്രദായങ്ങളെ അനുകരിക്കുകയും അവസ്ഥയുടെ സുരക്ഷിതത്വത്തിൽ നിലനിൽക്കുകയുമാണ്. ആൾക്കൂട്ടം വിവേകത്തിന്റേയും വിവേചനത്തിന്റേയും അഗ്നിപാളികളില്ലാതെ നിലവിലുള്ള സംവിധാനങ്ങളോട് സഹകരിക്കുന്നു. ആൾക്കൂട്ടം സംഹാരത്തിന്റെ ശബ്ദപ്രളയമാകുന്നു. ആൾക്കൂട്ടം വ്യക്തിയുടെ സ്വരഭേദങ്ങളെ തിരിച്ചറിയാനാവാത്ത അവസ്ഥയായി തീരുകയാണ്.

വെള്ളക്കാരുടെ കിരാതമർദ്ദനങ്ങൾ സനാതനപുരത്തുകാരെ തളർത്തുന്നില്ല. പ്രതിഷേധത്തെ കണ്ട് അമ്പരന്ന വെള്ളക്കാർ സമാധാനത്തിന്റെ നിർദ്ദേശങ്ങളുമായി ആചാര്യസത്യവാഗീശ്വരനെ സമീപിക്കുന്നു. പരിമിതമായ ആവശ്യങ്ങളുമായി ജീവിച്ച അയാൾ അതിഥികളെ ചൂടിക്കട്ടിലിൽ ഇരുത്തി സൽക്കരിക്കുന്നു. സനാതനപുരത്തുകാരെ അപമാനിക്കുന്ന ഇഴച്ചിൽ ശിക്ഷയെ അവസാനിപ്പിക്കാൻ അധികാരികൾ തയ്യാറാണ്. സനാതനപുരത്തുകാരുടെ വിമോചനത്തിന്റേയും സ്വാതന്ത്ര്യത്തിന്റേയും സങ്കല്പങ്ങളോട് അവർ അവജ്ഞയോടെ പ്രതികരിക്കുകയാണ്.

വെള്ളക്കാരുടെ പ്രതിനിധികൾ ആചാര്യസത്യവാഗീശ്വരനെ തേടി വീണ്ടും പലതവണ വരുന്നു. വാഗ്ദാനങ്ങളുടെ മറവിൽനിന്നു അവർ പ്രകടമായ നടപടികളിലേക്കു പ്രവേശിക്കുന്നില്ല. അതോടെ ചർച്ചകൾ വിരസവും സാമ്പ്രദായികവുമാകുന്നു.

വെള്ളക്കാരുടെ ഭരണാധികാരത്തെ നിഷേധിക്കുന്ന ആചാര്യസത്യവാഗീശ്വരൻ ശരിയായ മാർഗ്ഗത്തിലേക്ക് കൂടുതൽ അടുക്കുകയാണ്. അയാൾ ഒരിക്കലും താത്കാലിക പരിഹാരങ്ങളെ നിർദ്ദേശിക്കുന്നില്ല. അയാൾ സനാതനപുരത്തുകാരുടെ വ്യക്തിത്വത്തേയും വിവേകത്തേയും വികസിപ്പിക്കുന്നു. തടകെട്ടി നിശ്ചലമാകുന്ന അവരുടെ ജീവിതത്തെ അകാലമരണത്തിൽ നിന്ന് ആചാര്യൻ രക്ഷിക്കുകയാണ്.

വെള്ളക്കാരുടെ വരവിനുശേഷം സനാതനപുരം വില്പനച്ചന്തയായി. വൻകിടയന്ത്രങ്ങൾ വാർത്തെടുത്ത വിഭവങ്ങൾ ഗ്രാമങ്ങളിൽ പോലും സുലഭമായി വിറ്റഴിക്കുന്നു. അതോടെ അവർ സുഖസൗകര്യങ്ങളുടെ ഭൗതികാസക്തിയിൽ മയങ്ങുന്നു. തടംകെട്ടി നിശ്ചലമാകുന്ന കർമ്മശേഷിയേയും മേദസ്സുകൂടി സംഭവിക്കുന്ന അകാലമരണത്തേയും അവർ തിരിച്ചറിയുന്നില്ല. വൻകിടയന്ത്രങ്ങളുടെ അധീശത്വം മനുഷ്യത്വത്തേയും വ്യക്തിത്വത്തേയും നശിപ്പിക്കുന്നു. മനുഷ്യൻ

ഒരുക്കിവെച്ച പരിതസ്ഥിതികളോട് ഇടപഴകുന്ന ചിന്താശൂന്യനായ ജീവിയായി അധഃപതിക്കുന്നു. വെള്ളക്കാരെ നിഷേധിക്കുന്ന ആചാര്യസത്യവാഗീശ്വരൻ വ്യക്തിത്വവും വിവേകവും കർമ്മശേഷിയും പുനഃസ്ഥാപിക്കുന്നു. അയാൾ മേദസ്സിനെ വിനിയോഗത്തിന്റെ മാർഗ്ഗത്തിലേക്ക് എത്തിക്കുകയാണ്. അയാളുടെ സമീപനങ്ങളും പ്രവർത്തനങ്ങളും ശരിയായ മാർഗ്ഗത്തിൽ ഊന്നി വംശനാശത്തെ ഒഴിവാക്കുന്നു. അങ്ങനെ ആചാര്യൻ മനുഷ്യവംശത്തിനു രക്ഷ കണ്ടെത്തുകയാണ്.

പ്രായോഗികതയിൽ ഊന്നി പ്രവർത്തിച്ച ആചാര്യസത്യവാഗീശ്വരൻ തന്റെ ആത്മീയദർശനങ്ങളെ സനാതനപുരത്തുകാരുടെ ഭൗതികാവശ്യങ്ങളാക്കി തീർക്കുന്നു. അനുയായികളായ ആൾക്കൂട്ടത്തിൽനിന്ന് ആത്മാന്വേഷണത്തോടെ അയാൾ വേറിട്ടു. ദിവ്യനും അമാനുഷികനുമായ അയാൾ സനാതനപുരത്തുകാരുടെ വിമോചകനും സംരക്ഷകനുമാകുകയാണ്.

നീണ്ട ഇഴച്ചലിനുശേഷം കർമ്മാശ്രമത്തിൽ എത്തുന്ന ആചാര്യസത്യവാഗീശ്വരൻ ധ്യാനത്തിന്റെ അഗാധതയിൽ സ്വാതന്ത്ര്യത്തിന്റെ സ്വച്ഛതയെ കണ്ടെത്തുന്നു. പിടിച്ചുനില്പിന്റെ അവസാനത്തിൽ വെള്ളക്കാർ ശേഷിപ്പുകളില്ലാതെ പിൻമാറുകയാണ്. ശരിയായ മാർഗ്ഗത്തിലേക്ക് പ്രവേശിക്കുന്ന സനാതനപുരം മനുഷ്യരെ വിഭജനങ്ങളില്ലാതെ ആദരിക്കുന്നു.

പുനർജ്ജനിഗുഹ നൽകുന്ന മായികഭ്രമത്തിൽനിന്ന് വാസ്തവത്തിലേക്ക് ആചാര്യസത്യവാഗീശ്വരൻ തിരിച്ചെത്തി. സനാതനപുരത്തിന്റെ ദയനീയ സ്ഥിതി അയാളുടെ നെഞ്ചുരുക്കി.

വെള്ളക്കാരെ നിലനിർത്തുന്നതും സംരക്ഷിക്കുന്നതും സനാതനപുരത്തുകാർ തന്നെയാണ്. അവരുടെ ആകർഷകമായ വസ്തുക്കളിൽ അവർ സ്വയം മറക്കുകയാണ്. അനാവശ്യങ്ങളെ സ്വീകരിക്കുന്ന അവർ ദാരിദ്ര്യവും ദുരിതങ്ങളും അടിമത്തവും വെള്ളക്കാരിൽനിന്ന് ഏറ്റുവാങ്ങുന്നു.

വെള്ളക്കാരുടെ വസ്തുക്കളെ ഉപേക്ഷിക്കുന്ന സനാതനപുരത്തുകാർ വൻകിട യന്ത്രങ്ങളുടെ നീതിയെ ധിക്കരിക്കുകയാണ്.

ധ്യാനയോഗത്തിനുശേഷം ആചാര്യസത്യവാഗീശ്വരൻ സനാതനപുരത്തുകാരോട് പറഞ്ഞു:

'നമ്മുടെ ജീവിതത്തെ അടിമത്തമാക്കി തീർക്കുന്നത് വെള്ളക്കാരുടെ വസ്തുക്കളാണ്. അവയുടെ വശ്യതയിൽനിന്ന് നാം രക്ഷപ്പെടണം. വെള്ളക്കാരുടെ വസ്തുക്കളെ നിരസിക്കുന്നതും അവയെ ത്യജിക്കുന്നതും സ്വാതന്ത്ര്യത്തിലേക്കും വിമോചനത്തിലേക്കുമുള്ള

മാർഗ്ഗമാണ്.'

ശത്രുവിനെ നേരിടാൻ ആത്മാവിന്റെ ശാന്തിമന്ത്രങ്ങളുമായി ആചാര്യസത്യവാഗീശ്വരൻ മുമ്പോട്ടു നടന്നു. രക്തത്തിന്റെ വിലപേശലുകളില്ലാത്ത വിശുദ്ധമാർഗ്ഗങ്ങളെ അയാൾ സ്വീകരിച്ചു. സ്വാതന്ത്ര്യത്തിലേക്കും വിമോചനത്തിലേക്കുമുള്ള പാതകൾ സഹകരണത്തിന്റേതല്ല നിസ്സഹകരണത്തിന്റേതാണ്.

പ്രഭാതത്തോടെ മുമ്പോട്ടിഴഞ്ഞ ആചാര്യസത്യവാഗീശ്വരൻ ആൾക്കൂട്ടത്തിന്റെ ഉജ്ജ്വലമായ ആവേശം അനുഭവിക്കുകയാണ്. അവഗണനയുടെ മറവിൽ കിടന്ന പരുത്തിതുണി വിശുദ്ധചിഹ്നമായി ബഹുമാന്യത നേടുന്നു. ഇപ്പോൾ വെള്ളക്കാരുടെ വസ്തുക്കൾ അടിമത്തത്തിന്റെ ചിഹ്നമാണ്. അപമാനത്തെ തിരിച്ചറിഞ്ഞ സനാതനപുരത്തുകാർ സ്വാതന്ത്ര്യത്തിനുവേണ്ടി അവയുടെ വശ്യസൗന്ദര്യത്തിൽനിന്നും സുഖസൗകര്യങ്ങളിൽ നിന്നും മോചനം നേടുന്നു.

സനാതനപുരത്തിലെ പൊതുവഴികളിലും മൈതാനങ്ങളിലും പുത്തൻ അഗ്നികുണ്ഡങ്ങൾ ജ്വലിക്കുകയാണ്. വെള്ളക്കാരുടെ വൻകിട വ്യവസായശാലകൾ നിർമ്മിച്ച വിഭവങ്ങളെ അവർ അഗ്നിയിൽ ഹോമിച്ചു. നാട്ടുകാരുടെ ചെറുകിട ഉല്പന്നങ്ങൾ അവർക്ക് പ്രിയപ്പെട്ട വസ്തുക്കളായി തീർന്നിരിക്കുന്നു.

അഗ്നിയിൽ വെന്തുരുകുന്ന വിദേശവസ്തുക്കളെക്കണ്ട് സനാതനപുരത്തുകാർ ആത്മനിർവൃതി അനുഭവിച്ചു. വെള്ളക്കാർ അധികാരത്തിന്റെ ബലപ്രയോഗങ്ങളുമായി രംഗത്തിറങ്ങുന്നു. വെള്ളക്കാരുടെ കിരാതനടപടികളെ ആത്മീയമായ ദാക്ഷിണ്യത്തോടെ സനാതനപുരത്തുകാർ സഹിക്കുന്നു. അവർ പരിഭവിക്കാതെ ആചാര്യസത്യവാഗീശ്വരന്റെ ശരിയായ മാർഗ്ഗത്തിൽ ഉറച്ചുനിൽക്കുകയുമാണ്.

സനാതനപുരത്തുകാരുടെ അഗ്നികുണ്ഡം രാവുപകലുകളിൽ മുഴുക്കെ കത്തിക്കൊണ്ടിരുന്നു. വീടുകളിലെ അത്യാവശ്യവും അനാവശ്യവുമായ വിദേശവസ്തുക്കൾ അഗ്നിപ്രവേശം നടത്തുന്നു. ആത്മാഭിമാനത്തിന്റേയും സ്വത്വബോധത്തിന്റേയും വെളുത്ത പുക സനാതനപുരത്തിന്റെ മുകളിൽ ആത്മതേജസ്സായി തങ്ങിനിൽക്കുകയാണ്.

ആചാര്യസത്യവാഗീശ്വരന്റെ ധ്യാനയോഗങ്ങൾ വിദേശവസ്തുക്കളുടെ അഗ്നികുണ്ഡങ്ങളായി. തങ്ങളുടെ വിശിഷ്ടമായ വസ്തുക്കളെ സനാതനപുരത്തുകാർ ആത്മാഭിമാനത്തോടെ വലിച്ചെറിയുകയാണ്. കൈത്തൊഴിലുകാരന്റെ ഉല്പന്നങ്ങളിലേക്കും ദേശീയവിഭവങ്ങളിലേക്കും അവർ മടങ്ങിപ്പോകുകയാണ്.

ധ്യാനിച്ചിരുന്ന ആചാര്യസത്യവാഗീശ്വരനെ പോലീസുകാരൻ വിളിച്ചുണർത്തുന്നു. പോലീസുകാരൻ തടവറയുടെ ഇരുമ്പഴികളെ

ആചാര്യസത്യവാഗീശ്വരന്റെ മുമ്പിൽ തുറന്നുവെയ്ക്കുന്നു. വെള്ളക്കാരുടെ നിയമനിർവ്വഹണങ്ങൾ ആചാര്യസത്യവാഗീശ്വരനെ കുറ്റവാളിയാക്കി. അയാളുടെ ആത്മാന്വേഷണത്തിന്റെ കണ്ടെത്തലുകൾ ശിക്ഷണവിധികൾ ഏറ്റുവാങ്ങുകയാണ്.

നിയമലംഘനത്തിന്റെ വിധിന്യായങ്ങളെ നിശ്ചയിച്ച കോടതിയോട് ആചാര്യസത്യവാഗീശ്വരൻ പറഞ്ഞു:

'കർമ്മംചെയ്യാനും ജീവിക്കാനുമുള്ള സ്വാതന്ത്ര്യം ആവശ്യപ്പെടുക കുറ്റമാണെങ്കിൽ ഞാൻ ശിക്ഷാർഹനാണ്''.

തടവറയുടെ അതിരുകളിൽ ആചാര്യസത്യവാഗീശ്വരൻ സനാതനപുരത്തുകാർക്കുവേണ്ടി ധ്യാനിച്ചിരുന്നു. അപ്പോൾ സനാതനപുരത്തിലെ പൗരുഷമുള്ള ആത്മാവുകൾ സജീവമാകുന്നു. ആചാര്യന്റെ ശരിയായ മാർഗ്ഗത്തിൽ വിശ്വസിച്ച അവർ സ്വാതന്ത്ര്യത്തിനുവേണ്ടി നിരന്തരം ഇഴയുന്നു. വിമോചനത്തിനുവേണ്ടി അവർ അഗ്നിഹോമങ്ങൾ നടത്തുകയുമാണ്.

ഇപ്പോൾ ആരണ്യ ആചാര്യസത്യവാഗീശ്വരന്റെ പിൻഗാമിയായിരിക്കുന്നു. അവൾ തടസ്സങ്ങളെ ലാഘവത്തോടെ നേരിട്ട് സനാതനപുരത്തുകാരെ നയിക്കുന്നു.

മർദ്ദനത്തിന്റേയും അടിച്ചമർത്തലിന്റേയും കൊടുംഭീകരതകൾ സനാതനപുരത്തുകാരുടെ എല്ലുകളെപ്പോലും വേട്ടയാടുന്നു. കൂട്ടവിചാരണകളും കഠിനശിക്ഷകളും തടവറകളെ നിറച്ചു. ആത്മാഭിമാനത്തിന്റെ ആഴങ്ങളെ തിരിച്ചറിഞ്ഞ സനാതനപുരത്തുകാർ സ്വാതന്ത്ര്യത്തിനുവേണ്ടി വീടുപേക്ഷിച്ച് പുറംലോകത്തിലേക്ക് ഇറങ്ങുകയാണ്. ആചാര്യസത്യവാഗീശ്വരന്റെ വാക്കുകൾ ദിവ്യവചനങ്ങളായി ശക്തി സംഭരിക്കുകയാണ്.

പ്രഭാതത്തിൽ തടവറ തുറന്ന കാവൽക്കാർ കൂട്ടത്തോടെ വരുന്ന കമ്പളിപ്പുഴുക്കളെ കണ്ട് ഭീതിയോടെ നിന്നു. കമ്പളിപ്പുഴുക്കൾ അവരുടെ ശരീരത്തിലേക്ക് പടർന്നുകയറി. കമ്പളിപ്പുഴുക്കളുടെ ആക്രമണം സഹിക്കാതെ ചൊറിഞ്ഞുവീർത്ത കാവൽക്കാർ ജീവരക്ഷക്കുവേണ്ടി മൈതാനത്തിലേക്ക് ഓടുന്നു. തടവറ തുറന്നു കിടക്കുന്നതുകണ്ട് ആചാര്യസത്യവാഗീശ്വരന്റെ പുറമേയ്ക്ക് ഇറങ്ങി. കമ്പളിപ്പുഴുക്കൾ അയാളെ നടവഴി ഒരുക്കി ആദരിക്കുകയാണ്.

വെള്ളക്കാരുടെ ന്യായപീഠങ്ങൾ വീണ്ടും ആചാര്യസത്യവാഗീശ്വരനെ ശിക്ഷിക്കുന്നു. തടവറകളെ വീണ്ടും കമ്പളിപ്പുഴുക്കൾ ആക്രമിക്കുകയും അയാളെ മോചിപ്പിക്കുകയുമാണ്.

ദിവ്യസിദ്ധിയുടെ സുവിശേഷങ്ങളായി ആചാര്യസത്യവാഗീശ്വരന്റെ തടവറയിലെ മോചനം സനാതനപുരത്തിൽ അറിയപ്പെടുന്നു.

അദൃശ്യശക്തികളുടെ മഹത്വത്തെകണ്ട അവർ കൂടുതൽ ആത്മവിശ്വാസത്തോടെ അധികാരസ്ഥാപനങ്ങളോട് എതിരിടുകയാണ്.

ആചാര്യസത്യവാഗീശ്വരൻ സനാതനപുരത്തുകാരുടെ സ്വാതന്ത്ര്യത്തിനും വിമോചനത്തിനും വഴിതുറക്കുന്നു. അപ്പോഴും ദയാഹരജികളുടെ തണലിൽ സമാധാനക്കാർ നിലനിൽക്കുകയാണ്. മനുഷ്യന്റെ ബുദ്ധിശക്തിയിൽ വിശ്വസിച്ച അവർ അദൃശ്യശക്തികളെ നിരസിക്കുന്നു. എങ്കിലും അവർ ഒരിക്കലും അധികാരത്തോട് ഏറ്റുമുട്ടുന്നില്ല. ദയാഹരജികളുടെ പിൻബലത്തിൽ അവമതിക്കപ്പെട്ട സ്ഥാനങ്ങളോടെ അസംതൃപ്തരായി അവർ ജീവിക്കുന്നു. സമാധാനക്കാരുടെ ആവശ്യങ്ങളും അഭ്യർത്ഥനകളും കാലാകാലങ്ങളിലെ വിരസമായ ചടങ്ങുകളായി തീരുകയാണ്.

നഗരങ്ങളിൽനിന്നു പഠിച്ചെത്തിയ ചെറുപ്പക്കാർ പാരമ്പര്യനിഷേധികളായി. സനാതനപുരത്തിന്റെ പൗരാണികനന്മകളേയും ദിവ്യപുരുഷനായ ആചാര്യസത്യവാഗീശ്വരനേയും അവർ നിഷേധിക്കുന്നു. ഇന്ദ്രജാലത്തിന്റേയും കെട്ടുകഥയുടേയും ആൾരൂപമായി അവർ സത്യവാഗീശ്വരനെ വ്യാഖ്യാനിച്ചു. അവർ സനാതനപുരത്തുകാരെ ആദിമസങ്കല്പങ്ങളുടേയും പ്രാകൃതജീവിതത്തിന്റേയും കേന്ദ്രമായി കരുതുകയാണ്. വെള്ളക്കാരെപ്പോലെ പരിഷ്കാരികളും വിദ്യാസമ്പന്നരുമായ അവർ അർഹിക്കുന്ന സ്ഥാനം ലഭിക്കാതെ നിരാശരും അസംതൃപ്തരുമാകുന്നു.

സന്ധ്യയിലെ ധ്യാനയോഗത്തിനുശേഷം ആചാര്യസത്യവാഗീശ്വരനെ തേടി ജനനീദാസനും കൂട്ടരും വരുന്നു. അലസരും പ്രാകൃതരുമായ സനാതനപുരത്തുകാർ സ്വാതന്ത്ര്യത്തിന്റെ അവകാശവാദങ്ങളിലേക്ക് ഉയരുന്നതുകണ്ടപ്പോൾ അവരുടെ തെറ്റിദ്ധാരണകൾ മാറുകയാണ്. ഐക്യത്തിന്റെ ബാലപാഠങ്ങളെ സനാതനപുരത്തുകാരെ ശീലിപ്പിച്ച ആചാര്യസത്യവാഗീശ്വരൻ അവർക്ക് ആത്മവിശ്വാസവും പ്രത്യാശയും നൽകുന്നു. സനാതനപുരത്തുകാരുടെ ധീരമായ ആത്മാവ് അധികാരത്തിന്റെ കിരാതനടപടികളെ അവഗണിച്ച് ലക്ഷ്യത്തിലേക്ക് മുന്നേറുകയാണ്.

ആചാര്യസത്യവാഗീശ്വരനെ നമസ്കരിച്ച് എണീറ്റ ജനനീദാസൻ പറഞ്ഞു:

'ഞാൻ ശരിയായ മാർഗ്ഗത്തിലേക്ക് പ്രവേശിക്കുകയാണ്. ആചാര്യൻ എന്നെ കാരുണ്യത്തോടെ സ്വീകരിക്കണം'.

'സ്നേഹവും കാരുണ്യവും സത്യവും ഈശ്വരനും എല്ലാവരിലും നിലനിൽക്കട്ടേ. എല്ലാവരും വരുക; സ്വാതന്ത്ര്യത്തിലേക്കും വിമോചനത്തിലേക്കും ഒന്നിച്ചു മുന്നേറുക.'

'ഞങ്ങൾക്ക് സനാതനപുരത്തുകാരുടെ ആത്മാവിനേയും ആവശ്യങ്ങളേയും അറിയാനായിട്ടില്ല. അന്ധരായ ഞങ്ങൾ അന്ധകാരത്തിലേക്കാണ് അവരെ നയിച്ചത്. അങ്ങയുടെ ദിവ്യമായ പ്രഭയിൽ ഞങ്ങൾക്ക് ശരിയായ കാഴ്ച ലഭിച്ചിരിക്കുന്നു.'

'സത്യത്തേയും ശരിയായ മാർഗ്ഗത്തേയും തിരിച്ചറിഞ്ഞ നിങ്ങളെ ഞാൻ അഭിനന്ദിക്കുന്നു.'

ജനനീദാസന്റെ അച്ഛൻ പ്രിയദാസൻ അവരെ ആചാര്യസത്യവാഗീശ്വരന്റെ ശിഷ്യരാകാൻ നിർബന്ധിച്ച് അയച്ചതാണ്. വെള്ളക്കാരുടെ പ്രിയപ്പെട്ടവനായ പ്രിയദാസൻ അവരുടെ ഔപചാരികതകളേയും പെരുമാറ്റങ്ങളേയും ആദരവോടെ അനുസരിച്ചു. ബാരിസ്റ്ററായ അയാൾ വെള്ളക്കാരുടെ അടുത്ത് വീട്ടുപണിത് അപരിഷ്കൃതരായ നാട്ടുകാരിൽനിന്ന് വേറിട്ടുന്നു.

ദേശക്കാരെ അപമാനിച്ചും വെള്ളക്കാരെ ബഹുമാനിച്ചും പ്രിയദാസൻ ജീവിച്ചു. അപ്പോഴും അയാൾ രണ്ടാന്തരക്കാരന്റെ അപമാനങ്ങളെ സഹിക്കുകയാണ്. അയാൾക്ക് അർഹിക്കുന്ന അംഗീകാരം ലഭിച്ചില്ല. വെള്ളക്കാരുടെ ഉന്നതമായ പദവികളും അധികാരങ്ങളും അയാളുടെ സങ്കല്പങ്ങളിലെ അനുഭൂതിയാണ്. അതോടെ അയാൾ അസംതൃപ്തരായ അനേകം സനാതനപുരത്തുകാരെ സംഘടിപ്പിച്ചു. പ്രിയദാസൻ നിവേദനങ്ങളും സങ്കടഹരജികളുമായി വെള്ളക്കാരെ സമീപിക്കുന്നു. അവർ എപ്പോഴും വെള്ളക്കാരുടെ അധീശത്വത്തെ പുകഴ്ത്തി. കൂടുതൽ സുരക്ഷിതത്വത്തിനും ആർഭാടത്തിനും മാന്യതയ്ക്കും വേണ്ടി അവസ്ഥയോട് എതിരിടാതെ അവർ യാചിക്കുന്നു.

പ്രിയദാസന്റെ അച്ഛൻ രാജദാസൻ രാജസദസ്സിലെ കവിതിലകമായിരുന്നു. ഭൂപതിമംഗളം എഴുതിയ അയാൾ സന്ദേഹങ്ങളില്ലാതെ അധികാരത്തോട് പങ്കുചേരുകയാണ്. വെള്ളക്കാരുടെ പ്രതിനിധി രാജാവിനെ സന്ദർശിച്ചപ്പോൾ അധികാരത്തിന്റെ മാറ്റംവെയ്ക്കലുകളെ അയാൾ തിരിച്ചറിഞ്ഞു. തുടർന്ന് അയാൾ വെള്ളപ്പടയുടെ കീർത്തനം രചിക്കുകയും പുത്തൻ ഭരണാധിപൻമാരുടെ ആശ്രിതനായി നഗരത്തിൽ കുടിയേറുകയുമാണ്. നാട്ടുഭാഷ പഠിച്ചിരുന്ന മകനെ അയാൾ വെള്ളക്കാരുടെ ഭാഷ ശീലിപ്പിക്കുന്നു. അധികാരികളുടെ വിശ്വസ്ത ആശ്രിതനായ അയാൾ സൗജന്യങ്ങളും കരമൊഴിവാക്കിയ ഭൂമിയുടെ അവകാശവും നേടി എടുക്കുകയാണ്.

രാജദാസനിൽനിന്നു നീളുന്ന വംശാവലി ജനനീദാസനിൽ എത്തുമ്പോൾ വസ്തുവഹകൾകൊണ്ട് സമ്പന്നമാകുന്നു. എങ്കിലും അധികാരികളുടെ അവഹേളനങ്ങളെ അവർക്ക് സഹിക്കേണ്ടിവരുന്നു. പ്രിയദാസനെപ്പോലെ തികഞ്ഞ വെള്ളക്കാരനായാണ് ജനനീദാസൻ വളരുന്നത്. ബാരിസ്റ്റർ ആകുന്നെങ്കിലും കോടതികളിൽ അയാൾ

ദയനീയ പരാജയമായി. അച്ഛന്റെ അവശേഷിപ്പുകളിൽ കാലംകഴിച്ച അയാളെ തേടി അപൂർവ്വമായി മാത്രം കക്ഷികൾ വരുന്നു.

മകന്റെ പ്രവർത്തനങ്ങൾക്ക് അച്ഛൻ കാലസ്ഥിതി അറിഞ്ഞ് പുത്തൻരംഗം കണ്ടെത്തി. അവനെ യുവത്വത്തിന്റെ പ്രതീകമായും ചെറുപ്പക്കാരുടെ സ്വപ്നങ്ങളുടെ കേന്ദ്രമായും അയാൾ വളർത്തി. പിന്നീട് അയാൾ മകനെ സമാധാനക്കാരുടെ ഉന്നതങ്ങളിൽ എത്തിക്കുന്നു. സനാതനപുരത്തുകാരുടെ മാറ്റങ്ങളേയും അധീശത്വത്തിന്റെ ബലഹീനതകളേയും പൊടുന്നനെ പ്രിയദാസൻ ഉൾക്കൊണ്ടു. അയാൾ കാലത്തിന്റെ മാറ്റം വെല്ലുവിളികളേയും അറിയുകയാണ്. ജനാധിപത്യ ഭരണക്രമങ്ങൾ സിംഹാസനങ്ങളിലേക്ക് പിൻമടങ്ങില്ല. അവസരങ്ങളെ ശരിയായി ഉപയോഗിക്കുന്നവൻ അധികാരത്തിന്റെ ആത്മാവിനെ തിരിച്ചറിയുകയാണ്. ജനാധിപത്യത്തിന്റെ രീതികൾ വംശാവലികളെയല്ല നേതാക്കന്മാരെയാണ് അധികാരത്തിൽ ഇരുത്തുക.

അപരിഷ്കൃതവും നികൃഷ്ടരുമായ സനാതനപുരത്തുകാർ ആചാര്യസത്യവാഗീശ്വരന്റെ വഴി പിന്തുടരുമെന്ന് പ്രിയദാസൻ കരുതിയതല്ല. സംഘടിതശക്തികളുടെ പ്രതിഷേധങ്ങൾ ഭരണമാറ്റത്തിന് കാരണമാകുന്നതാണ്. ദിവ്യസിദ്ധികളെ നിഷേധിക്കുന്ന അയാൾ ആചാര്യസത്യവാഗീശ്വരനെ അംഗീകരിച്ച് സ്വന്തം താല്പര്യങ്ങളുടെ സംരക്ഷകനാകുകയാണ്.

ദയാഹരജികളോട് മുഖംതിരിച്ച പലരും സമാധാനക്കാരിൽ നിന്ന് വിട്ടുപോകുകയോ കർമ്മശൂന്യരായി പിൻമാറുകയോ ആണ്. ആചാര്യസത്യവാഗീശ്വരന്റെ വാക്കും വഴികളും ആൾക്കൂട്ടത്തെ ആകർഷിക്കുന്നു. അവർ കർമ്മാശ്രമത്തിന്റെ വിശുദ്ധിയിലേക്കു പോകാൻ തയ്യാറാകുന്നു. സംഘബലം കുറഞ്ഞ സമാധാനക്കാർ അപ്രസക്തമായി ചുരുങ്ങുന്നു. അതോടെ പ്രിയദാസന്റെ സ്വപ്നങ്ങൾ വ്യാമോഹങ്ങളാകുകയാണ്.

ജനനീദാസനെ വിളിച്ച പ്രിയദാസൻ പറഞ്ഞു:

'നീ സനാതനപുരത്തിന്റെ പുത്തൻ അവസ്ഥയെ കാണുന്നില്ലേ? ആചാര്യസത്യവാഗീശ്വരൻ സനാതനപുരത്തിന്റെ ആത്മാവും ചൈതന്യവുമായിരിക്കുന്നു. നീ അയാളെ അംഗീകരിക്കണം. നമ്മുടെ അവസ്ഥയെ മനസ്സിലാക്കണം'.

'സത്യവാഗീശ്വരൻ ഭൂതങ്ങളുടേയും പ്രേതങ്ങളുടേയും രാജാവാണ്. ബുദ്ധികൊണ്ടല്ല ഇല്ലാത്ത അദൃശ്യശക്തികളുടെ ജ്ഞാനംകൊണ്ടാണ് അയാൾ പ്രവർത്തിക്കുന്നത്. അവതാരപുരുഷന്മാരെ വിശ്വസിക്കാത്ത എനിക്ക് സത്യവാഗീശ്വരനെ അംഗീകരിക്കാനാവില്ല'.

'നീ കാലത്തേയും മനുഷ്യരേയും അറിയാതെ സംസാരിക്കുക യാണ്. ഭ്രതമോ പിശാചോ ആണെങ്കിലും ആചാര്യസത്യവാഗീ ശ്വരനാണ് ഇനി സനാതനപുരത്തിന്റെ വിധി നിർണ്ണയിക്കുന്നത്. സനാതനപുരത്തുകാർ സ്വാതന്ത്ര്യം നേടുക ആചാര്യസത്യവാഗീശ്വ രനിലൂടെയാണ്. അപ്പോൾ നീ പുറന്തള്ളപ്പെടരുത്. ഇതുവരെയുള്ള എന്റെ ശ്രമം അനാവശ്യമാകരുത്'.

അവസരങ്ങളെ സമർത്ഥമായി ഉപയോഗിക്കാൻ ജനനീദാസൻ തയ്യാറായി. പാരമ്പര്യത്തെ നിഷേധിച്ചിരുന്ന അയാൾ ഇപ്പോൾ തീവ്രമായ ആവേശത്തോടെ പൗരാണികതയുടെ വക്താവാകുക യാണ്. ചർക്കയെ പ്രാകൃതമായ ഉപകരണമായി കരുതിയ അയാൾ നൂൽനൂറ്റു തുടങ്ങുന്നു. ദിവ്യാത്ഭുതങ്ങളിൽ വിശ്വസിക്കാത്ത അയാൾ ആത്മാവിനേയും പരമാത്മാവിനേയും ആചാര്യസത്യവാഗീശ്വരനേ യും വിശ്വസിക്കുകയാണ്. ആചാര്യസത്യവാഗീശ്വരന്റെ വിശ്വസ്ത അനുയായിയായി മുൻനിരയിൽ എത്താനുള്ള ശ്രമങ്ങൾ അയാൾ നടത്തി. തന്റെ പ്രിയപ്പെട്ട വിദേശ വസ്തുക്കളെ അയാൾ ഉപേക്ഷിച്ചു. പരുത്തിത്തുണിയിൽ എവിടേയും അയാൾ പ്രത്യക്ഷപ്പെട്ടുകയാണ്. ആചാര്യസത്യവാഗീശ്വരന്റെ ശരിയായ മാർഗ്ഗത്ത അധഃപതനമായും അധോഗമനമായും അയാൾ കരുതിയതാണ്.

ആചാര്യസത്യവാഗീശ്വരന്റെ ശിഷ്യനാകുന്ന ജനനീദാസൻ കഠിനമായ ശിക്ഷണങ്ങൾക്കും ക്രമപ്പെടുത്തലുകൾക്കും വിധേയനായി. ഇതുവരെ ഭോഗത്തിലും ഉപഭോഗത്തിലുമാണ് അയാൾ ജീവിതത്തിന്റെ അന്തരാർത്ഥങ്ങൾ കണ്ടെത്തിയത്. ഇപ്പോൾ അയാൾക്ക് പരിത്യാഗത്തേയും നിസ്സംഗതയേയും അംഗീ കരിക്കേണ്ടിവരികയാണ്.

സമാധാനക്കാർ കൂട്ടത്തോടെ ആചാര്യസത്യവാഗീശ്വരന്റെ അനുയായികളായി. മുൻ ധാരണകളെ തിരുത്തി അവസരങ്ങളെ ഉപയോഗിക്കാൻ തയ്യാറായ അവർ വെള്ളക്കാരെ തള്ളിപറയുന്നു. സ്വന്തം ബുദ്ധിയെ പ്രകീർത്തിച്ച അവർ ഹൃദയത്തിന്റെ നിഷ്കളങ്ക തയെ മാറ്റിവെയ്ക്കുന്നു.

ആചാര്യസത്യവാഗീശ്വരന്റെ അനുയായിയായിത്തീർന്ന ജനനീ ദാസൻ കർമ്മാശ്രമത്തിലെ ജീവിതരീതികളുമായി പൊരുത്തപ്പെ ടുന്നു.

സമാധാനക്കാരും കൂട്ടംചേർന്നതോടെ സനാതനപുരത്തുകാരുടെ ആത്മവിശ്വാസവും പ്രത്യാശയും ഉല്ക്കടമായി വർദ്ധിച്ചു. അവർ കരം കൊടുക്കാതെ ഭരണാധികരികളോട് നിസ്സഹകരിച്ചു. വെള്ളക്കാരുടെ വസ്തുക്കളെ അഗ്നികുണ്ഡങ്ങളിൽ അദമ്യമായ നിർവൃതിയോടെ അവർ ഹോമിക്കുന്നു.

ആചാര്യസത്യവാഗീശ്വരന്റെ വിമോചനത്തിലേക്കുള്ള ഇഴച്ചിൽ വെള്ളക്കാരുടെ തലസ്ഥാനത്തോട് അടുക്കുന്നു. രണ്ട് കർമ്മാശ്രമങ്ങൾ കൂടി കഴിഞ്ഞാൽ തലസ്ഥാനത്തിലേക്ക് അവർ എത്തും. ഒരേസമയം അനുനയത്തേയും അടിച്ചമർത്തലിനേയും പ്രയോഗിച്ച വെള്ളക്കാർ തടവറയെ ഭേദിക്കുന്ന ആചാര്യസത്യവാഗീശ്വരനെ കണ്ട് വിസ്മയിക്കുന്നു. അവരും അദൃശ്യശക്തികളുടെ വക്താക്കളാകുകയാണ്. സനാതനപുരത്തുകാരെ ആയുധത്തുമ്പിൽ ഒതുക്കിനിർത്താമെന്ന അവരുടെ വിശ്വാസത്തിന് ബലക്ഷയം വരുന്നു. ആചാര്യസത്യവാഗീശ്വരന്റെ ശരിയായ മാർഗ്ഗത്തിൽ വിശ്വസിച്ച് ശാന്തരായി പ്രതിഷേധിക്കുന്ന ആൾക്കൂട്ടം ധാർമ്മികമായ ഉത്തേജനത്തോടെ പെരുകുകയാണ്.

ചർക്ക സനാതനപുരത്തുകാരുടെ കർമ്മശേഷിയുടെ ചാലകശക്തിയായി. അതോടെ കൈത്തൊഴിലുകൾ പുനരുദ്ധരിക്കുകയാണ്. സനാതനപുരത്തിൽ നിന്നുള്ള അസംസ്കൃതവസ്തുക്കളുടെ കയറ്റുമതി ചുരുങ്ങുന്നു. സനാതനപുരത്തുകാർ വിദേശവസ്തുക്കളെ ബഹിഷ്കരിച്ചതോടെ വെള്ളക്കാരുടെ നാട്ടിൽ തൊഴിൽ ഇല്ലായ്മ പെരുകി. വൻകിട വ്യവസായങ്ങൾ പലതും പൂട്ടിത്തുടങ്ങി. കരം ഒടുക്കാൻ സനാതനപുരത്തുകാർ വിസ്സമ്മതിക്കുമ്പോൾ ഭരണാധികാരികൾ അവസാനത്തെ പ്രതീക്ഷയും കൈവിടുകയാണ്.

ആചാര്യസത്യവാഗീശ്വരന്റെ ദിവ്യസിദ്ധികളെ കണ്ട് വെള്ളക്കാർ അമ്പരന്നു. അവർ നാട്ടുകാരായ പോലീസുകാരേയും പട്ടാളക്കാരേയും അവിശ്വസിക്കുന്നു. നാട്ടുപട്ടാളം ആയുധത്തിന്റെ ശവനീതിയോടെ ആചാര്യസത്യവാഗീശ്വരന്റെ അനുയായികളെ നേരിടാൻ പുറപ്പെട്ടതാണ്. സനാതനപുരത്തുകാരുടെ ആത്മത്യാഗത്തെ കണ്ട അവർ സ്വാതന്ത്ര്യത്തെക്കുറിച്ച് ബോധവാന്മാരായി. സ്വന്തം അവസരവാദത്തെ ഓർത്ത് ലജ്ജിച്ച നാട്ടുപട്ടാളക്കാർ ആയുധങ്ങളെ വലിച്ചെറിഞ്ഞ് ആചാര്യസത്യവാഗീശ്വരന്റെ ശരിയായ മാർഗ്ഗത്തിലേക്ക് പ്രവേശിക്കുന്നു. ആചാര്യന്റെ അനുയായികൾ എവിടേയും ബഹുമാന്യരായി. അവരെ അധിക്ഷേപിക്കുന്നതിനെ ദൈവനിന്ദയായി സനാതനപുരത്തുകാർ കരുതി. ജോലി കഴിഞ്ഞെത്തുന്ന വേണ്ടപ്പെട്ടവരെ അവർ ചാണകം തെളിച്ച് ശുദ്ധരും പാപമുക്തരുമാക്കുകയാണ്.

വെള്ളക്കാരുടെ തലസ്ഥാനത്തിലേക്ക് ആചാര്യസത്യവാഗീശ്വരനും സനാതനപുരത്തുകാരും അടുക്കുകയാണ്. പ്രതിരോധത്തിന്റെ പുത്തൻമാർഗ്ഗത്തിനുവേണ്ടി ജലപാനമില്ലാതെ അയാൾ ധ്യാനിച്ചിരുന്നു. ആയുധങ്ങൾ ബലഹീനങ്ങളാണെന്നും ആത്മാവിന്റെ ധാർമ്മികത അജയ്യമാണെന്നും അയാൾ തിരിച്ചറിയുകയാണ്.

ധ്യാനയോഗത്തിലെ ആൾക്കൂട്ടത്തോട്

ആചാര്യസത്യവാഗീശ്വരൻ പറഞ്ഞു:

'വിമോചനത്തിന്റേയും സ്വാതന്ത്ര്യത്തിന്റേയും നാളുകൾ അടുത്തു കഴിഞ്ഞു. കാരുണ്യവും സ്നേഹവും ആത്മത്യാഗവുമാണ് നമ്മുടെ കൈമുതലുകൾ. ജീവത്യാഗത്തിന്റെ പരീക്ഷണഘട്ടമാണ് ഇനി വരുന്നത്'.

'ആത്മാവിന്റെ ശക്തിയാണ് നമ്മുടെ ആയുധം. വിമോചനത്തിന്റേയും സ്വാതന്ത്ര്യത്തിന്റേയും കാലഘട്ടം ആത്മാവിനേയും വിശ്വാസങ്ങളേയും പരീക്ഷിക്കുക സ്വാഭാവികമാണ്'.

ധ്യാനയോഗത്തിന്റെ അവസാനത്തിൽ മാറാരോഗിയായ ഒരാൾ ആചാര്യസത്യവാഗീശ്വരന്റെ കാലുകളിൽ വീണു നമസ്കരിക്കുന്നു. അയാളുടെ തൊണ്ടയിലെ വ്രണം വാക്കുകളെ ശൂന്യമാക്കി വിനിമയരീതികളെ ആംഗ്യങ്ങളാക്കി തീർക്കുകയാണ്. ദുസ്സഹമായ വേദന സഹിച്ച അയാളുടെ കണ്ണുകളിൽനിന്ന് ജന്മശാപം ദുഃഖമായൊഴുകുകയാണ്.

ആചാര്യസത്യവാഗീശ്വരന്റെ സ്പർശനത്തോടെ അയാൾ ശാന്തനായി. മെതിയടിച്ചുവട്ടിലെ മണ്ണും വെള്ളവും സമംചേർത്ത് ആചാര്യൻ വ്രണം പൊതിഞ്ഞു. അയാളെ കർമ്മാശ്രമത്തിൽ താമസിപ്പിച്ച് ആചാര്യസത്യവാഗീശ്വരൻ ശുശ്രൂഷിക്കുന്നു.

പിന്നീട് അയാൾ പ്രഭാതത്തിലെ ഇഴച്ചിലുകളിൽ പങ്കെടുത്തു. അയാൾ ചർക്കയേയും കർമ്മാശ്രമത്തിലെ സാത്വികജീവിതത്തേയും ആത്മദർശനമാക്കുന്നു. മൂന്നാം ദിവസം ധ്യാനയോഗത്തിൽവെച്ച് അയാൾ അവിശ്വസനീയതയോടെ കഴുത്തുതടവിനോക്കി. ജന്മശാപത്തിൽനിന്ന് മുക്തനായ അയാൾ മരണകവാടത്തിലൂടെ ജീവിതത്തിലേക്ക് മടങ്ങിവരുകയാണ്. വ്രണത്തിന്റെ ശേഷിപ്പുകൾ ആർക്കും കണ്ടെത്താനാവില്ല. വാക്കുകൾ വീണ്ടുകിട്ടിയ ആശ്വാസത്തോടെ ആചാര്യസത്യവാഗീശ്വരനെ നമസ്കരിച്ച അയാൾ പറഞ്ഞു:

'എനിക്ക് സംസാരിക്കാൻ കഴിയുന്നുണ്ട്. അങ്ങയെക്കുറിച്ച് ലോകത്തോടുപറയാൻ എനിക്കും കഴിയും'.

ആരോഗ്യവാനായി തീർന്ന അയാൾ ആചാര്യസത്യവാഗീശ്വരന്റെ ശരിയായ മാർഗ്ഗത്തിൽ ശേഷകാലം കർമ്മാശ്രമത്തിൽ ജീവിക്കാൻ നിശ്ചയിച്ചു. രോഗം മൂർച്ഛിച്ചതോടെ ബന്ധുക്കൾ അയാളെ ഉപേക്ഷിച്ചു. ഭാര്യയും മകളും അയാളെ കാണുമ്പോൾ വാതിലുകൾ അടച്ചു. സമ്പന്നതയുടെ നടുക്ക് ജന്മത്തിന്റേയും ബന്ധങ്ങളുടേയും വിധിന്യായങ്ങളെ അന്വേഷിച്ച് അയാൾ മരണം കാത്തുകിടന്നതാണ്.

മരണത്തിൽനിന്ന് ജീവിതത്തിലേക്ക് തിരിച്ചുവന്ന അയാൾ

ജന്മത്തിന്റെ അർത്ഥത്തെ കണ്ടെത്തി. ആചാര്യസത്യവാഗീശ്വരന്റെ മുമ്പിൽ തന്റെ ഭൗതിക സമ്പത്തുകളെ സമർപ്പിക്കാൻ ഒരുങ്ങുകയാണ്.

സമ്പത്ത് അജ്ഞാനത്തിന്റെ ആസക്തിയാണെന്ന് ആചാര്യസത്യവാഗീശ്വരൻ വീണ്ടും പറഞ്ഞു. മരണബോധമില്ലാത്ത സമ്പന്നൻ അനന്തകാലംവരെ ജീവിക്കുമെന്ന വ്യാമോഹത്തിന്റെ അധിപനാണ്. സത്യവാഗീശ്വരൻ പരിത്യാഗത്തിലൂടെ ആചാര്യനാകുകയാണ്. ജന്മത്തിന്റെ വിട്ടുപിരിച്ചലും വസ്തുക്കളുടെ വിനാശവുമാണ് ആത്മാന്വേഷണത്തിന്റെ ചോദനകൾ. സംശയങ്ങളെ അഭിമുഖീകരിക്കുന്ന ആചാര്യസത്യവാഗീശ്വരൻ ധ്യാനത്തിൽനിന്ന് മറുപടി കണ്ടെത്താൻ ശ്രമിക്കുന്നു. രാത്രിയോടെ ആചാര്യൻ പുനർജ്ജനിപുഴയിലേക്ക് ഇറങ്ങി. ജലപ്രവാഹത്തിന്റെ ശാന്തത അയാളെ പുനർജ്ജനിഗുഹയിൽ എത്തിക്കുന്നു.

പുനർജ്ജനിഗുഹയുടെ അപാരതയിൽ നിന്നുവന്ന പുകപടലങ്ങളോട് ആചാര്യസത്യവാഗീശ്വരൻ ചോദിച്ചു:

'സംശയങ്ങളും കണ്ടെത്തലുകളുമാണ് എന്റെ ജീവിതം. സമ്പത്താണ് ഇപ്പോൾ എന്റെ പ്രശ്നം. എന്താണ് സമ്പത്ത്?'

'അത് വ്യക്തിത്വത്തിന്റെ മനോഭാവങ്ങളാണെന്ന് നിനക്ക് അറിയാമല്ലോ? സമ്പത്ത് എന്നതുണ്ടോ?'.

പുകക്കൂട്ടങ്ങളിൽനിന്ന് നീണ്ടുവന്ന കൈ സ്പർശനമറിയിക്കാതെ ആചാര്യസത്യവാഗീശ്വരനെ തലോടി. ചിന്നിചിതറിയ കാഴ്ചകളെ ഏകോപിപ്പിച്ച് സമഗ്രമായ നിലപാടുകളിലേക്ക് ആചാര്യസത്യവാഗീശ്വൻ എത്തിച്ചേരുകയാണ്.

ജീവികൾ ലോകത്തുനിന്ന് വിടപറയാൻ ബാദ്ധ്യസ്ഥരാണ്. ലോകം ഏറ്റക്കുറച്ചലുകൾ ഇല്ലാത്ത അനന്തതയിലേക്ക് നീളുകയാണ്. മനുഷ്യർ അവകാശത്തിനുവേണ്ടി രക്തപ്രളയം സൃഷ്ടിക്കാം. ലോകം അപ്പോഴും സ്ഥിരാവകാശത്തോടെ നിസ്സംഗത പാലിക്കുന്നു. പ്രപഞ്ചത്തിന് അവകാശികളും അധികാരികളുമില്ല. പാരസ്പര്യത്തിന്റെ സഹകരണങ്ങൾ ജീവികളുടെ അതിജീവനവും വംശരക്ഷയുമായി തീരുകയാണ്. പ്രത്യക്ഷത്തിലെ ഭ്രമങ്ങളെ വെടിയുമ്പോൾ ശരിയായ ജീവിതവും ശരിയായ മാർഗ്ഗവും തെളിയുകയാണ്. കാരുണ്യവും മനുഷ്യത്വവും അവകാശംവെയ്ക്കലുകളല്ല; പാരസ്പര്യത്തിന്റെ സഹകരണമാണ് ലക്ഷ്യമാക്കുന്നത്.

കർമ്മാശ്രമത്തിൽ തിരിച്ചെത്തിയ ആചാര്യസത്യവാഗീശ്വരൻ പറഞ്ഞു:

'നമ്മളെല്ലാം ഭൂമിയിൽ വന്നുപോകുന്നവരാണ്. നമ്മൾ

സമ്പത്തിന്റെ അവകാശികളല്ല; സംരക്ഷകരാണ്. പ്രപഞ്ചത്തെ അവകാശംവെയ്ക്കാനോ വീതിക്കാനോ ആർക്കും കഴിയില്ല. ശരിയായ മാർഗ്ഗത്തിൽ ശരിയായ വിനിമയമാണുള്ളത്. അതുകൊണ്ട് കർമ്മാശ്രമത്തിനുവേണ്ടി നിനക്കെന്തും ചെയ്യാം'.

ആസക്തിയെ കീഴടക്കാനും ഇച്ഛയെ മറികടക്കാനും ആചാര്യ സത്യവാഗീശ്വരൻ അപ്പോഴും കഠിനമായി പരിശ്രമിക്കുകയാണ്. അയാളുടെ തിങ്കളാഴ്ചകൾ നിശ്ശബ്ദമായിരുന്നു. വിഭവസമൃദ്ധികൾക്കു നടുക്കുള്ള പരിമിതമായ ഭക്ഷണം അയാളെ പ്രലോഭനങ്ങളിൽനിന്ന് മോചിപ്പിച്ചു. കടുക്കയുടെ മണമുള്ള യുവതികൾ നഗ്നരായി കിടക്കുമ്പോഴും ധ്യാനത്തിന്റെ അഗാധശാന്തത ആചാര്യസത്യവാഗീശ്വരൻ അനുഭവിക്കുകയാണ്.

പരിത്യാഗത്തിനും ആത്മത്യാഗത്തിനും ശേഷവും ജന്മവാസനകളുടെ പ്രബലശക്തി ആചാര്യസത്യവാഗീശ്വരനെ കീഴടക്കുകയാണ്. ആസക്തികൾക്ക് വിധേയനാകില്ലെന്ന വാശിയോടെ അയാൾ മാംസളതയോട് ഏറ്റുമുട്ടി. അയാൾ മനോഗതികളെ തുറന്നുവിടാതെ നിയന്ത്രിക്കുകയാണ്. യൗവ്വനത്തിന്റെ പ്രസരിപ്പുള്ള ആരണ്യയുടെ മനസ്സിൽ അയാളുടെ സാമിപ്യം വിത്തുകളും വിളകളും ഇല്ലാതാക്കുന്നു. ആചാര്യസത്യവാഗീശ്വരൻ അവളുടെ ജന്മം മുഴുക്കെയുള്ള സൗഹൃദമായി. അയാളുടെ പാപബോധം ജന്മവാസനകളെ നിരോധിച്ച് ഇച്ഛയെ മറികടക്കാനുള്ള തീവ്രശ്രമങ്ങളായി. സത്യമറിയാത്തവൻ അപഥ സഞ്ചാരങ്ങൾ നടത്തി സർവ്വനാശത്തിലേക്ക് മനസ്താപത്തോടെ പ്രവേശിക്കുന്നു. പ്രാകൃതമായ ഇച്ഛകളും ബാലിശമായ ധാരണകളും സത്യത്തിന്റെ വിയോഗമാണ്. അത് അജ്ഞാനത്തിന്റെ കേന്ദ്രവുമാണ്. ഇച്ഛയെ മറികടക്കുക നിസ്സാരതയിൽനിന്ന് മഹത്വത്തിലേക്കും മനുഷ്യത്വത്തിലേക്കുമുള്ള പ്രവേശനമാണ്. അവൻ സത്യമറിയുന്നവനും മനുഷ്യവംശത്തെ പുന:സൃഷ്ടിച്ച് ശരിയായ മാർഗ്ഗത്തിൽ എത്തിച്ചേരുന്നവനുമാണ്.

ഇച്ഛയെ നിയന്ത്രിച്ച് ജന്മത്തെ സ്വാർത്ഥമാക്കാനുള്ള ആചാര്യസത്യവാഗീശ്വരന്റെ ശ്രമങ്ങളെ പലപ്പോഴും സഹജവാസനകൾ ഭീഷണിപ്പെടുത്തി. വസ്ത്രങ്ങളുടെ ആർഭാടമില്ലാതെ ആരണ്യ വന്നപ്പോൾ സത്യവാഗീശ്വരൻ ജന്മവാസനകളിൽനിന്ന് മുഖം തിരിക്കുന്നു. അയാളുടെ ശാന്തമായ മനസ്സിൽ ആഘാതങ്ങളും പ്രത്യാഘാതങ്ങളുമുണ്ടാകുന്നു. ആരണ്യ തൊട്ടുകിടന്നപ്പോൾ അവളുടെ വായിൽനിന്ന് വശ്യമായ സുഗന്ധം പരക്കുന്നു. ആസക്തിയുടേയും വിരക്തിയുടേയും നടുക്കുപെട്ട് സത്യവാഗീശ്വരൻ പ്രാണസഞ്ചാരത്തോടെ പിടയുകയാണ്. അയാളിലേക്ക് പ്രവേശിക്കാൻ തയ്യാറായ ആരണ്യ പറഞ്ഞു:

'ഇച്ഛയെ മറികടക്കുക ബാലിശവും വിഡ്ഢിത്തവുമാണ്. ഇച്ഛയെ

നിയന്ത്രിക്കുകയും ശരിയായ മാർഗ്ഗത്തിലേക്ക് നയിക്കുകയുമാണ് വേണ്ടത്. നാം മനുഷ്യരാണ്. മനുഷ്യന്റെ വികാരങ്ങൾ മനുഷ്യത്വത്തിന്റെ വികാരങ്ങളാണ്''.

'എനിക്ക് അങ്ങയുടെ ചിന്തകളേയും അതിന്റെ മഹത്വത്തേയും അറിയാം. അങ്ങയുടെ നിശ്ചയങ്ങളെ സ്വീകരിക്കാൻ ഞാൻ തയ്യാറാണ്''.

ആരണ്യയുടെ മുലകളുടെ മാർദ്ദവത്തിലും അരക്കെട്ടിന്റെ ആവേശത്തിലും സത്യവാഗീശ്വരൻ ആവേശഭരിതനാകുന്നു. ആചാര്യസത്യവാഗീശ്വരൻ പാപബോധമില്ലാതെ ആരണ്യയെ പ്രാപിക്കുന്നു. വളരെകാലത്തിനുശേഷം അടിവയറിലെ വേദനയറിയാതെ അയാൾ ഒരു രാത്രി സുഖമായി ഉറങ്ങി.

പ്രഭാതത്തോടെ എഴുന്നേറ്റ ആരണ്യ പറഞ്ഞു:

'അങ്ങ് പലപ്പോഴും മനുഷ്യനെ മറക്കുകയാണ്''.

സഹജവാസനകൾക്ക് കീഴ്പ്പെട്ട് ആസക്തിയുടെ അടിമയാകുന്നെങ്കിലും ആചാര്യസത്യവാഗീശ്വരൻ വീണ്ടും ഇച്ഛയെ മറികടക്കാനുള്ള ശ്രമങ്ങൾ തുടരുന്നു. പാപബോധവും വംശത്തിന്റെ ദുരന്തവും അയാളെ വേട്ടയാടുകയാണ്.

മനുഷ്യനിലെ മൃഗീയതയെ മറികടക്കുക വിവേകത്തിന്റേയും മനുഷ്യത്വത്തിന്റേയും മാർഗ്ഗമാണ്. ആസക്തികൾ മൃഗീയവികാരങ്ങളും മനുഷ്യനിലെ മൃഗത്വത്തിന്റെ അധീശത്വവുമാണ്. ഭൗതികാസക്തികൾ ആത്മാന്വേഷണത്തിന്റെ അവസാനവും വിട്ടുവീഴ്ചകൾ താത്കാലിക സുഖസംതൃപ്തികളുമാണ്. ജീവിതത്തിന്റെ നിഗൂഢതലങ്ങളും ജന്മത്തിന്റെ ആത്മദർശനവും പൊടുന്നനെ തെളിയുന്ന കാഴ്ചകളല്ല. അത് യാതനകളുടെ സൃഷ്ടിയും അനുഭവങ്ങളുടെ തിരിച്ചറിവുമാണ്.

ഏഴാം ചെപ്പേട്

ആചാര്യസത്യവാഗീശ്വരന്റെ ആത്മീയദർശനത്തെ സ്വീകരിച്ച സനാതനപുരത്തുകാർ സ്വാതന്ത്ര്യത്തിന്റേയും വിമോചനത്തിന്റേയും നവയുഗത്തിലേക്ക പ്രവേശിച്ചു. രക്തം ചിന്താതെ കാരുണ്യവും മനുഷ്യസ്നേഹവുംകൊണ്ട് സനാതനപുരത്തുകാർ സ്വാതന്ത്ര്യം നേടി. സനാതനപുരത്തിന്റെ പൈതൃകത്തിന്റേയും സംസ്കാരത്തിന്റേയും പരിപൂർണ്ണതയാണ് ആചാര്യ സത്യവാഗീശ്വരൻ. ആചാര്യന്റെ ദർശനത്തേയും ജീവിതത്തേയും സനാതനപുരത്തുകാർ ജീവിതസമ്പ്രദായങ്ങളാക്കി സ്വീകരിച്ചു.

ജനനീദാസന്റേയും ആചാര്യസത്യവാഗീശ്വരന്റേയും കൂടിച്ചേരൽ അസാധാരണമായ രണ്ട് വ്യക്തിത്വങ്ങളുടെ ലയനമായി. പൈതൃകത്തിന്റേയും ആധുനികതയുടേയും സമന്വയം ജന്മത്തിന്റെ ലക്ഷ്യത്തെ പ്രാപിച്ച ആചാര്യസത്യവാഗീശ്വരൻ കർമ്മാശ്രമത്തിൽ ജീവിക്കാൻ ആഗ്രഹിച്ചു. സനാതനപുരത്തുകാരുടെ നിർബന്ധങ്ങൾക്കുവഴങ്ങിയ ആചാര്യസത്യവാഗീശ്വരൻ ഭരണസാരഥ്യം ഏറ്റെടുത്ത് ജനസേവനം തുടർന്നു.

ഏഴാം അദ്ധ്യായം

വെള്ളക്കാരുടെ തലസ്ഥാനത്തിലേക്ക് സനാതനപുരത്തിന്റെ ഗ്രാമാന്തരങ്ങളിൽ നിന്നുപോലും ആൾക്കൂട്ടം പ്രവഹിക്കുന്നു. ഇഴച്ചിൽ അടിമത്തത്തോടുള്ള പ്രതിഷേധമായി തീരുമ്പോൾ സ്വാതന്ത്ര്യത്തിന്റേയും വിമോചനത്തിന്റേയും ഉന്മാദം വളരുകയാണ്. ഇപ്പോൾ വെള്ളക്കാർ സനാതനപുരത്തുകാരെ മർദ്ദിക്കാതേയും കുറ്റവിചാരണ ചെയ്യാതേയും നിസ്സംഗരായി നിൽക്കുന്നു. അവരുടെ നേരിടലിന്റെ തന്ത്രങ്ങളും അടവുകളും വിഫലമായി. നിശ്ശബ്ദരായ അവരിൽ ഭയാനകമായ അശാന്തി വ്യാപിക്കുന്നു. ആചാര്യസത്യവാഗീശ്വരന്റെ കാരുണ്യവും അഹിംസയും അവരുടെ ജീവരക്ഷയായി തീരുകയാണ്.

തലസ്ഥാനത്തിലെ കർമ്മാശ്രമത്തിലെത്തിയ ആചാര്യസത്യവാഗീശ്വരൻ വിധിനിർണ്ണയമുഹൂർത്തങ്ങളെ നേരിടാൻ തയ്യാറായി. അയാൾ ധ്യാനത്തിന്റെ അഗാധതയിൽ ലയിക്കുന്നു. പ്രഭാതത്തോടെ ദിക്കുകളിൽ വ്യാപിച്ച വെളുത്ത ശലഭങ്ങളെ ആചാര്യൻ ശുഭലക്ഷണങ്ങളായി തിരിച്ചറിഞ്ഞതാണ്. കരിമേഘങ്ങൾ ഇല്ലാത്ത ആകാശവും പ്രശാന്തമായ അന്തരീക്ഷവും ആചാര്യസത്യവാഗീശ്വരന്റെ ആത്മാവിന് പ്രചോദനമാകുകയാണ്.

കർമ്മാശ്രമത്തിലും തലസ്ഥാനത്തെ മൈതാനത്തിലും സനാതനപുരത്തുകാർ തിങ്ങിനിറഞ്ഞു. അവർ ആചാര്യവാഗീശ്വരന്റെ അടുത്ത നടപടികൾക്കായി കാത്തിരുന്നു.

ആചാര്യസത്യവാഗീശ്വരൻ വീണ്ടും പുനർജ്ജനിഗുഹയെ അഭയം പ്രാപിക്കുകയാണ്. ആത്മദർശനത്തിനും ശരിയായ മാർഗ്ഗത്തിന്റെ സംരക്ഷണത്തിനും വേണ്ടി അയാൾ പുകപടലങ്ങളുടെ പരിവേഷത്തിലേക്ക് ചോദ്യങ്ങൾ എറിയുന്നു. സനാതനപുരത്തുകാരുടെ ജീവനും ജീവിതവും ആചാര്യസത്യവാഗീശ്വരന്റെ വിധികല്പനകളെ കാത്തിരിക്കുകയാണ്. കാരുണ്യത്തിന്റേയും ത്യാഗത്തിന്റേയും ശരിയായമാർഗ്ഗമാണ് അവരെ ഇതുവരെ നയിച്ചത്. ഇനി വെള്ളക്കാരുടെ സമനിലതെറ്റിയ നടപടികളാണ്. അധികാരത്തിന്റെ നിലനിൽപിനുവേണ്ടി അവർ അവസാനത്തെ ആയുധത്തെവരെ

ഉപയോഗിക്കും. ആത്മതേജസ്സിന്റെ പിൻബലത്തോടെ പ്രതിഷേധിക്കുന്നവർ വിവേകത്തെ ഉപേക്ഷിക്കാം. അപ്പോൾ സംഭവിക്കുന്ന കൂട്ടനരഹത്യയിൽനിന്ന് ആചാര്യസത്യവാഗീശ്വരന് ഒഴിഞ്ഞുമാറാനാവില്ല. സനാതനപുരത്തുകാർ ജന്തുവാസനകളിലേക്കു മടങ്ങുമ്പോൾ ആചാര്യസത്യവാഗീശ്വരന്റെ ശരിയായ മാർഗ്ഗം ഒരു ജന്മത്തിന്റെ ദുരന്തമായി തീരും.

ആത്മവിശ്വാസത്തിനും അനന്തരനടപടികൾക്കും വേണ്ടിനിന്ന ആചാര്യസത്യവാഗീശ്വരൻ പുകപടലങ്ങളെ ഭേദിക്കുന്ന മുഴക്കം കേട്ടു.

'സത്യത്തെ അറിയുന്ന നീ ചഞ്ചലനാവാതെ മുന്നോട്ടുനീങ്ങുക. അനാവശ്യമായ സംശയങ്ങളെ ഒഴിവാക്കുക. ജന്മത്തിന്റെ നിയോഗത്തിലേക്കാണ് ഇപ്പോൾ നീ പ്രവേശിക്കുന്നത്'.

ധ്യാനയോഗത്തിൽവെച്ച് ആചാര്യസത്യവാഗീശ്വരൻ സനാതനപുരത്തുകാരോട് പറഞ്ഞു:

'ദൈവത്തിനും സത്യത്തിനുംവേണ്ടി നമുക്കു ധീരരാവുക. നമ്മുടെ കാരുണ്യം ഭയരഹിതമാണ്. സ്വാതന്ത്ര്യത്തിനും വിമോചനത്തിനും വേണ്ടി ജീവൻ ത്യജിക്കാൻ സന്നദ്ധരാകുക'.

അയാളുടെ പ്രശാന്തമായ മനസ്സിലേക്ക് കാലപ്രവാഹം കടന്നുവരുന്നു. അപ്പോൾ വ്യർത്ഥമായ ആധിപത്യത്തിന്റെ രക്തപ്രളയത്തെ അയാൾ കാണുന്നു. പ്രപഞ്ചത്തിന്റെ സാത്വികനീതിയെ അറിഞ്ഞവർ മനുഷ്യവംശത്തിന്റെ രക്ഷകരും നക്ഷത്രങ്ങളുമായി തിളങ്ങുന്നു. സംഹാരത്തിന്റെ നീതികളെ പ്രപഞ്ചം വംശനാശമാക്കുന്നു. പ്രപഞ്ചം കാരുണ്യത്തേയും സംരക്ഷണത്തേയും വെളിപ്പെടുത്തുകയാണ്.

തലസ്ഥാനത്തിലെ കർമ്മാശ്രമത്തിൽ ദിവസങ്ങളോളം ആചാര്യസത്യവാഗീശ്വരൻ താമസിച്ചു. വ്രതനിഷ്ഠമായ ധ്യാനയോഗങ്ങൾ നടത്തിയ അയാൾ അവസാനത്തെ തയ്യാറെടുപ്പുകളും ആരംഭിച്ചു. കാരുണ്യവും അഹിംസയും സ്നേഹവായ്പുകളും അയാളുടെ ദിവ്യവചനങ്ങളിൽ നിറയുകയാണ്.

ആചാര്യസത്യവാഗീശ്വരനെ കാണാൻ വീണ്ടും വെള്ളക്കാരുടെ പ്രതിനിധികൾ വന്നു. അവർ പുത്തൻതന്ത്രങ്ങളെ അവതരിപ്പിക്കുകയാണ്. അപരിഷ്കൃതരായ സനാതനപുരത്തുകാരെ ആധുനികയുഗത്തിന്റെ നവീനതകളിലേക്ക് എത്തിക്കേണ്ടത് അവരുടെ ധാർമ്മികബാദ്ധ്യതയാകുന്നു. പട്ടാളവും പോലീസും തുടർന്നും അവരുടെ കീഴിൽ തുടരേണ്ടതാണ്. അവസാന തീരുമാനങ്ങൾ എടുക്കാനുള്ള അവകാശവും വെള്ളക്കാർക്ക് നൽകണം. എങ്കിൽ സനാതനപുരത്തുകാരുമായി അധികാരം പങ്കിടാൻ അവർ തയ്യാറാണ്.

തിങ്കളാഴ്ചകളിലെ നിശ്ശബ്ദത പാലിച്ച ആചാര്യസത്യവാഗീശ്വരൻ

കടലാസിൽ മറുകുറിപ്പെഴുതുന്നു.

'മരിക്കാനുള്ള അവകാശമല്ല ഞങ്ങൾക്കാവശ്യം. ജീവിക്കാനുള്ള അവകാശമാണ്, സ്വാതന്ത്ര്യമാണ്''.

അനുരഞ്ജന സംഭാഷണങ്ങൾ ആചാര്യസത്യവാഗീശ്വരന്റെ വിയോജനക്കുറിപ്പിൽ അവസാനിച്ചു. സ്വാതന്ത്ര്യം ലഭിക്കുമെന്ന പ്രതീക്ഷയോടെ സനാതനപുരത്തുകാർ ആവേശത്തോടെ ഉണർന്നു. അവരുടെ ഭാവനയിൽ സുഖസമൃദ്ധമായ വരുംകാലം തെളിയുകയാണ്.

വെളുത്ത ശലഭങ്ങൾ നൽകിയ ശുഭലക്ഷണങ്ങളോടെ ആചാര്യസത്യവാഗീശ്വരനും അനുയായികളും മൈതാനത്തിലേക്ക് പുറപ്പെടുന്നു. മൈതാനത്തിന് എതിരെയുള്ള അധികാരമന്ദിരങ്ങളെ ലക്ഷ്യമാക്കി അവർ ഇഴഞ്ഞു. ആചാര്യസത്യവാഗീശ്വരൻ മരിക്കാനും ജീവിക്കാനുമുള്ള അവകാശം ജനങ്ങൾക്ക് നൽകുകയാണ്.

വിധിനിർണ്ണയിക്കുന്ന മനുഷ്യപ്രളയമായി സനാതനപുരത്തുകാർ തലസ്ഥാനത്തിൽ നിറഞ്ഞു. വെള്ളക്കാർ മരണഭീതിയോടെ അടച്ചിട്ട മുറികളിൽ ജീവിക്കുന്നു. വിജനമായ തെരുവുകളും വാണിഭക്കാരില്ലാത്ത അടഞ്ഞ കടകളും തലസ്ഥാനത്തിലെ അപൂർവ്വകാഴ്ചയാണ്.

ആചാര്യസത്യവാഗീശ്വരനും അനുയായികളും നിരന്തരം ഇഴയുകയാണ്. ദിവ്യവചനങ്ങളും പ്രസ്താവനകളുമില്ലാത്ത ധ്യാനയോഗം അവരുടെ ലക്ഷ്യത്തെ വെളിപ്പെടുത്തി.

വെള്ളക്കാർ അവസാനത്തെ ബലപരീക്ഷണത്തിന് ഒരുങ്ങുമെന്നാണ് എല്ലാവരും കരുതിയത്. ആചാര്യസത്യവാഗീശ്വരൻ അത്യാസന്ന നിമിഷങ്ങളെ നേരിടാൻ തയ്യാറായി. സ്വാതന്ത്ര്യത്തിലേക്കും വിമോചനത്തിലേക്കുമുള്ള യാത്രയെ ആത്മത്യാഗമായി സനാതനപുരത്തുകാർ തിരിച്ചറിഞ്ഞു. ബലിദാനത്തിന്റെ സന്മനസ്സോടെ അവർ തലസ്ഥാനത്തെ സമീപിക്കുകയാണ്.

മൈതാനത്തിൽ തിങ്ങിയ സനാതനപുരത്തുകാർ ആചാര്യസത്യവാഗീശ്വരന്റെ ദിവ്യവചനത്തിനുവേണ്ടി കാത്തുനിന്നു. ആചാര്യന്റെ ദിവ്യസിദ്ധികൾ സ്വാതന്ത്ര്യവും വിമോചനവും നൽകുമെന്ന് കരുതിയ അവർ ജന്മത്തിന്റെ വേരുകളെപോലും മറക്കുന്നു.

അസാധാരണമായ ധ്യാനയോഗത്തിന് തയ്യാറെടുത്ത ആചാര്യസത്യവാഗീശ്വരൻ സനാതനപുരത്തുകാരോട് പറഞ്ഞു:

'കാരുണ്യവും സത്യവുമാണ് സ്വാതന്ത്ര്യത്തിലേക്കും വിമോചനത്തിലേക്കുമുള്ള പാത. നാം കാത്തുനിൽക്കുക. അവസരമുണ്ടാകുന്നതുവരെ കാത്തുനിൽക്കുക'.

വെള്ളക്കാരുടെ അധികാരമന്ദിരങ്ങളിൽ അപൂർവ്വമായ

നിശ്ചലതയാണ്. ആജ്ഞകളും ആജ്ഞാപാലകരും നിറഞ്ഞ അവിടം ഇപ്പോൾ നിശ്ശബ്ദമായി മയങ്ങിക്കിടക്കുകയാണ്.

വെയിലിന്റെ കാഠിന്യവും ഇഴച്ചലിന്റെ ക്ലേശവും അവഗണിച്ച് മൈതാനത്തിൽ സനാതനപുരത്തുകാർ തിങ്ങിനിന്നു. അവർ ആചാര്യസത്യവാഗീശ്വരന്റെ നിർദ്ദേശങ്ങൾക്ക് ചെകിടോർക്കുകയാണ്.

ആചാര്യസത്യവാഗീശ്വരനോട് ജനനീദാസൻ പറഞ്ഞു:

'നമുക്ക് അധികാരമന്ദിരങ്ങളെ പിടിച്ചടക്കാം'.

'അത് ശരിയായ മാർഗ്ഗത്തിന്റെ രീതിയല്ല. പിടിച്ചടക്കലിന്റെ മാർഗ്ഗം കാരുണ്യത്തിന്റേതല്ല. ചോരക്കറയില്ലാത്ത വിശുദ്ധമായ മാർഗ്ഗമാണ് നമ്മുടേത്. ആയുധങ്ങൾകൊണ്ടുള്ള ഭരണമല്ല നമ്മൾ ആഗ്രഹിക്കുന്നത്. ശാന്തിയും സമാധാനവുമാണ്'.

സ്വാതന്ത്ര്യത്തിന്റേയും വിമോചനത്തിന്റേയും സ്വപ്നങ്ങളുമായി ക്ഷമയോടെ മൈതാനത്തിൽ സനാതനപുരത്തുകാർ നിന്നു. കൊടുംവെയിലും രാത്രികളിലെ കൊടും തണുപ്പും അവരെ തളർത്തുന്നില്ല. മനുഷ്യത്വത്തിന്റെ ആധിപത്യത്തിനുവേണ്ടി എന്തും സഹിക്കാൻ അവർ തയ്യാറായി.

ഉച്ചവെയിലിന്റെ ഗാംഭീര്യത്തോടെ വന്ന പട്ടാളവണ്ടികൾ സനാതനപുരത്തുകാർക്ക് ഭീഷണിയായി. തോക്കുചൂണ്ടി വണ്ടികളിൽ നിന്നിറങ്ങിയ പട്ടാളക്കാർ മൈതാനത്തെ വലയത്തിൽ ഒതുക്കി. അവർ മുകളിൽ നിന്നുള്ള ആജ്ഞകൾക്ക് ചെകിടോർക്കുകയാണ്.

ആചാര്യസത്യവാഗീശ്വരൻ സനാതനപുരത്തുകാരോട് പറഞ്ഞു:

'നമുക്ക് ധ്യാനത്തിലേക്ക് പ്രവേശിക്കാം.'

അവർ ധ്യാനത്തിന്റെ മാന്ത്രികാനുഭൂതിയിൽ ലയിച്ചു. ഇരകളെ ഉന്നംവച്ച പട്ടാളക്കാർ അവിസ്മരണീയമായ ദൃശ്യങ്ങളെക്കണ്ട് അമ്പരക്കുകയാണ്. സനാതനപുരത്തുകാരുടെ നിശ്ചയദാർഢ്യവും ആത്മബലവും പട്ടാളക്കാരുടെ കൈകളെ തളർത്തി. നിരായുധരായ അവരെ ആയുധംകൊണ്ട് നേരിടാൻ അവർക്കു കഴിഞ്ഞില്ല.

വിശ്വാസത്തിന്റേയും ആത്മപരീക്ഷണത്തിന്റേയും ദിവസങ്ങൾ സനാതനപുരത്തുകാരെ മറികടന്നുപോകുന്നു. വിശപ്പ് അവരുടെ ശരീരത്തിന് അന്യമായി. അവരുടെ ജീവിതത്തേയും മരണത്തേയും സ്വാതന്ത്ര്യത്തിന്റേയും വിമോചനത്തിന്റേയും സങ്കല്പങ്ങൾ നിയന്ത്രിക്കുകയാണ്.

പട്ടാളക്കാർ ഉത്തരവുകൾക്കുവേണ്ടി രാവുപകലുകൾ മുഴുക്കെ കാത്തുനിന്നു. മേലധികാരികളുടെ കല്പനകൾ അവർക്ക് ലഭിക്കുന്നില്ല. ചലനങ്ങളും വാക്കുകളും മറന്ന അവർ മാംസപിണ്ഡങ്ങളായി നിൽപുതുടർന്നു.

പരിസരബോധത്തെ ഉപേക്ഷിച്ച ആചാര്യസത്യവാഗീശ്വരൻ ആത്മാവിന്റെ ദിവ്യവചനങ്ങൾക്കുവേണ്ടി ധ്യാനം തുടരുന്നു. സന്ധ്യ യ്ക്ക് ധ്യാനത്തിൽ നിന്നുണർന്ന ആചാര്യസത്യവാഗീശ്വരൻ പറഞ്ഞു:

'നിർഭയരാകുക. സ്നേഹവും കാരുണ്യവും ഉള്ളവരാകുക.'

വീണ്ടും വന്ന വെള്ളക്കാരുടെ പ്രതിനിധി ആചാര്യസത്യവാ ഗീശ്വരനോട് വാഗ്ദാനങ്ങളെ ആവർത്തിക്കുന്നു. അനാവശ്യമായ മനുഷ്യക്കുരുതിയിൽനിന്ന് പിന്മാറാൻ അയാൾ ആചാര്യനെ ഉപദേ ശിക്കുകയാണ്.

'ഞങ്ങൾ ജീവത്യാഗത്തിനും തയ്യാറായി വന്നിരിക്കുകയാണ്. സ്വാതന്ത്ര്യത്തോടെ ജീവിക്കുക ഞങ്ങളുടെ അവകാശമാണ്. നിങ്ങളുടെ മനുഷ്യത്വം എന്താണോ അത് സംഭവിക്കട്ടെ. മനുഷ്യ ജന്മം വിവേകത്തിന്റേയും വിശുദ്ധിയുടേയും പൂർണ്ണതയാണെന്ന് കരുതുന്നവരാണ് ഞങ്ങൾ'.

വെയിലിന്റെ കാഠിന്യവും തണുപ്പിന്റെ വിറങ്ങലിപ്പും സഹിച്ച പട്ടാളക്കാർ ഉത്തരവുകൾക്കുവേണ്ടി കാത്തുനിൽക്കുകയാണ്. ആവേശംനിറഞ്ഞ ഓർമ്മകളുമായി മൂന്നു പകലുകൾ സനാതനപുര ത്തുകാരെ കടന്നുപോകുന്നു.

മൂന്നാംദിവസം വിദൂരതയിൽനിന്ന് ഒഴുകിവന്ന വെളുത്ത മേഘങ്ങൾ താഴ്ന്ന് താഴ്ന്ന് മൈതാനത്തിന്റെ അടുത്തെത്തി. ഭൂമിയുടെ ഉപരിതലത്തിലേക്ക് ഇറങ്ങിയ വെളുത്ത ശലഭങ്ങൾ മണ്ണിൽ കാൽവെച്ചതോടെ കമ്പിളിപ്പുഴുക്കളാകുകയാണ്. അവ ഇടവിടാതെ പട്ടാളക്കാരെ ആക്രമിച്ചുകൊണ്ടിരുന്നു. വീണ്ടും വെളുത്ത മേഘങ്ങ ളുടെ വരവാണ്. പിന്നീട് ആകാശത്തിൽനിന്ന് കറുത്തമേഘങ്ങൾ ഊർന്നുവീണു. കറുത്ത മേഘങ്ങൾ പട്ടാളക്കാരുടേയും സനാതനപു രത്തുകാരുടേയും നടുക്ക് പുകമറ സൃഷ്ടിച്ച് കാഴ്ചകളെ മറയ്ക്കുന്നു.

കമ്പിളിപ്പുഴുക്കൾ പട്ടാളക്കാരുടെ വസ്ത്രങ്ങളുടെ രഹസ്യങ്ങളിലേ ക്ക് നുഴഞ്ഞുകയറി. അസഹനീയമായ ചൊറിച്ചിലോടെ പട്ടാളക്കാർ പിടഞ്ഞു. അപ്പോൾ അവരുടെ മേലധികാരി കല്പിച്ചു.

'ദേവന്മാർ അവരെ രക്ഷിക്കട്ടെ. ഒന്നിനേയും വെറുതെ വിടരുത്. സ്വാതന്ത്ര്യവും വിമോചനവും തുലയട്ടെ. തോക്കുകൾ നിശ്ശബ്ദമാകുന്ന തുവരെ വെടിവെയ്ക്കുക. ആരും രക്ഷപ്പെടരുത്'.

കമ്പിളിപ്പുഴുക്കളുടെ രഹസ്യത്തെ അറിഞ്ഞ പട്ടാളക്കാർ അദൃശ്യ ശക്തികളുടെ ദിവ്യത്വത്തെക്കണ്ട് മേലധികാരിയുടെ ഉത്തരവിനെ ലംഘിക്കുകയാണ്. ചിലർ വെടിവെച്ചെങ്കിലും കറുത്ത മേഘക്കൂ ട്ടങ്ങൾ ഉണ്ടാക്കിയ ഇരുൾച്ചയിൽ ഉണ്ടകൾ വിദൂരതയിൽചെന്ന് വീഴുന്നു.

അദൃശ്യശക്തിയോട് പോരാടുകയാണെന്നറിഞ്ഞ പട്ടാളക്കാർ തോക്കുകൾ വലിച്ചെറിഞ്ഞ് വിഭിന്ന ദിശകളിലേക്ക് ഓടിത്തുടങ്ങുകയാണ്. മൈതാനത്തിൽ പ്രവേശിച്ച ചില പട്ടാളക്കാർ പാപഭാരത്തോടെ സനാതനപുരത്തുകാരെ നമസ്കരിക്കുന്നു.

കമ്പിളിപ്പുഴുക്കൾ വെളുത്ത ശലഭങ്ങളായി ആകാശത്തിലേയ്ക്ക് പറന്നുയർന്നു. കറുത്ത മേഘങ്ങളുടെ മറ അന്തരീക്ഷത്തിൽ അലിഞ്ഞു. ദിവ്യാത്ഭുതത്തിന് സാക്ഷികളായ സനാതനപുരത്തുകാർ പരിസരബോധം മറന്നു നിന്നു. അവരുടെ മനസ്സിൽനിന്ന് സ്വാതന്ത്ര്യത്തിന്റേയും വിമോചനത്തിന്റേയും സങ്കല്പങ്ങൾ ഭൂമിയിലേക്ക് ഇറങ്ങുകയാണ്.

ജനനീദാസൻ ആവേശത്തോടെ പറഞ്ഞു:

'ഇനി നമുക്ക് അധികാരമന്ദിരങ്ങളെ കീഴടക്കാം.'

'സമയമായിട്ടില്ല'.

ആചാര്യസത്യവാഗീശ്വരനെ രക്ഷകനും അവതാരപുരുഷനുമായി കരുതിയ സനാതനപുരത്തുകാർ അയാളുടെ തീരുമാനങ്ങൾക്കുവേണ്ടി ക്ഷമയോടെ കാത്തിരിക്കുകയാണ്. അധികാര മന്ദിരങ്ങളെ പിടിച്ചടക്കാൻ തയ്യാറായ അവരെ ആചാര്യസത്യവാഗീശ്വരൻ ധ്യാനത്തിന്റെ ശാന്തതയിലേക്ക് നയിക്കുന്നു.

വ്യക്തവും അവിശ്വസനീയവുമായ കാഴ്ചയോടെ സനാതനപുരത്തുകാരുടെ പുതിയ പ്രഭാതം കടന്നുവരുകയാണ്. കയ്യിൽ കിട്ടിയ മുതലുകളെ ഭാണ്ഡങ്ങളിൽ ഒതുക്കി വെള്ളക്കാർ വിട്ടുപിരിയലിന്റെ മനസ്താപത്തോടെ രാജപാതയിലൂടെ കൂട്ടമായി കടന്നുപോകുന്നു. അവരുടെ നിശ്ശബ്ദതയും സാത്വിക പെരുമാറ്റങ്ങളും കാലത്തിന്റെ മാറ്റംവെയ്പുകളെ അറിയിക്കുന്നു.

ആചാര്യസത്യവാഗീശ്വരനെ കാണാൻ എത്തിയ വെള്ളക്കാരുടെ പ്രതിനിധി വിനീതമായി പറഞ്ഞു:

'ഞങ്ങളോട് കാരുണ്യമുള്ളവരാകുക. ഞങ്ങളുടെ നിർദ്ദയമായ പെരുമാറ്റങ്ങൾ അധികാരത്തിന്റെ രീതിയാണ്. ഇപ്പോൾ ഞങ്ങളും നിങ്ങളും ഒരുപോലെ സ്വാതന്ത്ര്യത്തിന്റെ വായുവാണ് ശ്വസിക്കുന്നത്'.

'നിങ്ങൾക്കു നന്ദി. കാരുണ്യവും സത്യവും മനുഷ്യന്റെ മഹത്വമാണെന്ന് തിരിച്ചറിയുക'.

വെള്ളക്കാർ സംഘമായി തുറമുഖത്തേക്കു നീങ്ങിക്കൊണ്ടിരുന്നു. അവരുടെ വരവുകാത്തുകിടന്ന കപ്പലുകൾ യാത്രയ്ക്കു തയ്യാറായി ചൂളം വിളിക്കുന്നു.

സനാതനപുരത്തുകാർ യാഥാർത്ഥ്യബോധത്തിലേക്ക് മടങ്ങി വന്നു. പൂർവ്വികരുടെ സ്വാതന്ത്ര്യസ്വപ്നങ്ങളെ അവർ വാസ്തവമായി സ്വീകരിക്കുന്നു. ആഹ്ലാദത്തിന്റെ നടുക്കപ്പെട്ട അവർ പരിസരങ്ങളെ പ്രകമ്പനംകൊള്ളിക്കുന്നു. ആചാര്യസത്യവാഗീശ്വരനെ ചുമലുക ളിലേക്ക് കൈമാറി തെരുവുകളെ അവർ സജീവമാക്കുകയാണ്. ഉന്മാദത്തിന്റെ പ്രകടനങ്ങൾ ശബ്ദപ്രളയമായി തലസ്ഥാനത്തേയും സനാതനപുരത്തേയും കീഴടക്കുകയാണ്.

നൂറ്റാണ്ടുകളിലെ ദുരിതങ്ങളും ശിക്ഷണങ്ങളും സനാതനപുരത്തു കാരുടെ ഓർമ്മകളിലേക്ക് കടന്നുവരുന്നില്ല. സ്വാതന്ത്ര്യത്തെ അഭിമു ഖീകരിച്ച അവർക്ക് സത്യത്തെ പൂർണ്ണമായി ഉൾക്കൊള്ളാനായില്ല.

അനുയായികളുടെ തോളിൽനിന്ന് ചാടി ഇറങ്ങിയ സത്യവാഗീ ശ്വരൻ അദൃശ്യതയുടെ വിളികേട്ട് മുമ്പോട്ടുനടന്നു. അയാളെ സനാത നപുരത്തുകാർ ആവേശത്തോടെ പിന്തുടരുകയാണ്.

ആചാര്യസത്യവാഗീശ്വരനെ ശാന്തമായി സ്വീകരിച്ച പുനർജ്ജ നിപുഴ അനുഗ്രഹങ്ങളോടെ വഴികാട്ടിയാകുന്നു. പുനർജ്ജനിഗുഹ യിൽ എത്തിയ അയാൾ മണൽത്തിട്ടയിൽ ധ്യാനിച്ചിരുന്നു. തന്റെ ജന്മത്തിന്റെ നിയോഗത്തെ കണ്ട് ആചാര്യസത്യവാഗീശ്വരൻ ചരിതാർത്ഥനാകുന്നു. പുനർജ്ജനിഗുഹയിലെ നിശ്ശബ്ദതയോട് ആചാര്യസത്യവാഗീശ്വരൻ ചോദിച്ചു:

'എന്റെ ജന്മത്തിന്റെ ദൗത്യം കഴിഞ്ഞില്ലേ?'

പുകപടലങ്ങളുടെ മായികപരിവേഷത്തിൽ നിന്ന് വാക്കുകൾ മുഴങ്ങി.

'നിന്റെ ജന്മം തന്നെ മഹാദൗത്യമാണ്. സത്യത്തെ അറിയാൻ വേണ്ടി കാലം നിന്നെ സൃഷ്ടിച്ചിരിക്കുന്നു. സത്യത്തെ കണ്ടെത്തുകയും പ്രായോഗികമാക്കുകയുമാണ് നിന്റെ നിയോഗം'.

'ഞാനിനി എന്തുചെയ്യാൻ?'

'എന്തുചെയ്യണമെന്ന് നിനക്കുതന്നെ അറിയാം. ജ്ഞാനത്തിന്റെ പ്രയോഗമാണ് ആവശ്യം. ശരിയായ മാർഗ്ഗം ശരിയായ മനുഷ്യജീ വിതമാണ്. എല്ലാം അറിയുന്ന നീ അനാവശ്യ ചോദ്യങ്ങളുമായി ഞങ്ങളെ സമീപിക്കുകയാണ്.

ആചാര്യസത്യവാഗീശ്വരൻ വീണ്ടും മടക്കയാത്ര ആരംഭിക്കുന്നു. പുനർജ്ജനിപുഴയിൽവെച്ച് അയാൾ വീണ്ടും യുവാവിനെ കാണുന്നു. നിശ്ശബ്ദതയെ വാചാലമാക്കുന്ന അയാൾ വസ്ത്രങ്ങളേയും ഭക്ഷണത്തേ യും ഉപേക്ഷിച്ചിരിക്കുന്നു. തളർച്ചയുണ്ടെങ്കിലും അയാളുടെ കണ്ണുക ളിൽ ആത്മജ്ഞാനത്തിന്റെ തിളക്കമാണ്.

പുനർജ്ജനിപുഴയുടെ തീരത്ത് എത്തിയ ആചാര്യസത്യവാഗീശ്വരനെ സനാതനപുരത്തുകാർ ശബ്ദഘോഷങ്ങളോടെ വരവേറ്റു. സ്വാതന്ത്ര്യത്തിന്റെ ലഹരിയിൽ മുങ്ങിയ അവർ ഊണും ഉറക്കവുമില്ലാതെ ഉല്ലസിക്കുന്നു. നൂറ്റാണ്ടുകളായി ചുമക്കുന്ന ഭാരവും ദുരിതങ്ങളും പൊടുന്നനെ അവരിൽനിന്ന് അപ്രത്യക്ഷമാകുകയാണ്.

ആചാര്യസത്യവാഗീശ്വരന്റെ നിർദ്ദേശത്തിനുവേണ്ടി സനാതനപുരത്തുകാർ പുനർജ്ജനിപുഴയുടെ തീരത്തിൽ ഒരു പകൽ മുഴുവൻ കാത്തുനിന്നതാണ്. ആചാര്യസത്യവാഗീശ്വരൻ താല്ക്കാലികമായി വിട്ടുപിരിയുമ്പോൾപ്പോലും അവർ അരക്ഷിതാവസ്ഥയിലേക്കും ഭയാനകമായ ശൂന്യതയിലേക്കും വീഴുന്നു. ദിവ്യശക്തികൾക്കും സങ്കല്പങ്ങൾക്കും അടിമപ്പെട്ട അവർക്ക് സ്വന്തം തീരുമാനങ്ങളിൽ എത്തിച്ചേരാനായില്ല.

സനാതനപുരത്തുകാർ ആത്മത്യാഗത്തോടെ ആചാര്യനെ ആശ്രയിച്ചു.

'അങ്ങാണ് ഞങ്ങളുടെ സംരക്ഷകൻ. ആചാര്യസത്യവാഗീശ്വരന്റെ ശരിയായ മാർഗ്ഗം സനാതനപുരത്തിന്റെ മാർഗ്ഗമാണ്. അങ്ങ് ഞങ്ങളെ നയിക്കുക'.

'സനാതനപുരത്തെ കാണാനും സത്യത്തെ അറിയാനും എനിക്കു കഴിയും. വരൂ; നമുക്ക് യാത്ര ആരംഭിക്കാം'.

മഞ്ചലിനെ നിരസിച്ച ആചാര്യസത്യവാഗീശ്വരൻ സനാതനപുരത്തുകാരുടെ കൂടെ നടന്നു. സ്വാതന്ത്ര്യത്തിന്റേയും വിമോചനത്തിന്റേയും മോഹാലസ്യത്തിൽ അകപ്പെട്ട സനാതനപുരത്തുകാർ ആത്മത്യാഗത്തേയും ദുരിതങ്ങളേയും ഉത്സവമാക്കുന്നു. അവരുടെ ജീവിതത്തിൽ പുത്തൻ പ്രത്യാശകളും പ്രവർത്തനങ്ങളും ഉണ്ടാകുകയാണ്.

ആചാര്യസത്യവാഗീശ്വരൻ ജീവിതത്തെ അനുഭവിച്ചറിഞ്ഞ് ജന്മത്തിന്റെ വിധിനിശ്ചയങ്ങളെ കണ്ടെത്തുകയാണ്. ശരിയായ മാർഗ്ഗത്തെ നിർദ്ദേശിക്കുകയല്ല അറിഞ്ഞതിനെ അനുഷ്ഠിക്കുകയാണ് അയാളുടെ ജീവിതം.

എട്ടാം ചെപ്പേട്

സനാതനപുരത്തിന്റെ സ്വാതന്ത്ര്യത്തിനും വിമോചനത്തിനും ശേഷം ആചാര്യസത്യവാഗീശ്വരൻ സംരക്ഷകനായി സ്ഥാനമേറ്റു. ആചാര്യനും ജനനീദാസനുമാണ് സനാതനപുരത്തിന്റെ നവോത്ഥാനനായകന്മാർ. അവരുടെ ദീർഘവീക്ഷണവും ജനസേവനതാല്പര്യവും സനാതനപുരത്തുകാരെ നവീനജീവിതത്തിലേക്ക് എത്തിച്ചു. ആചാര്യസത്യവാഗീശ്വരന്റെ ആത്മദർശനത്തെ ഉൾക്കൊണ്ട ജനനീദാസൻ ജനങ്ങളുടെ ജീവിതത്തെ പരിവർത്തനവിധേയമാക്കി. സനാതനപുരം അടിമത്തത്തിൽനിന്ന് സ്വാതന്ത്ര്യത്തിലേക്കും ദാരിദ്ര്യത്തിൽനിന്ന് സുഭിക്ഷതയിലേക്കും ചുവടുവെച്ചു. ആചാര്യസത്യവാഗീശ്വരന്റെ ദിവ്യചലനങ്ങളെ അനുസരിച്ച സനാതനപുരത്തുകാർ ഭൗതികാസക്തിയെ ത്യജിച്ച് ആത്മീയ ദർശനത്തിലേക്ക് പ്രവേശിച്ചു.

എട്ടാം അദ്ധ്യായം

സ്വാതന്ത്ര്യത്തെ ഭൗതികവും സാമ്പത്തികവുമായ പരിവർത്തനമായി സനാതനപുരത്തുകാർ കരുതി. ചുമതലകളെ മുഴുവൻ ആചാര്യസത്യവാഗീശ്വരനിൽ സമർപ്പിച്ച് അവർ നിസ്സംഗരായി നിൽക്കുന്നു. അവർക്ക് സുഭിക്ഷതയും സുരക്ഷിതത്വവും നൽകേണ്ടത് ആചാര്യസത്യവാഗീശ്വരനാണ്. സനാതനപുരത്തിലെ സാമ്പ്രദായിക രീതികൾ അവരുടെ പരിസരബോധത്തേയും പ്രതികരണശേഷിയേയും കാലാകാലങ്ങളായി നഷ്ടപ്പെടുത്തുകയാണ്. വിലക്കുകളെ അവർ വിധിനിശ്ചയമായി സ്വീകരിച്ചു. കർമ്മങ്ങളെ പൂർവ്വജന്മാർജ്ജിതമായി വ്യാഖ്യാനിച്ചു. ജീവിതത്തെ മായയാക്കി തീർത്ത അവർ പരിവർത്തനത്തെ ദൈവാവതാരങ്ങളുടെ നിശ്ചയമാക്കുകയാണ് അപ്പോൾ അവതാരപുരുഷനായ ആചാര്യസത്യവാഗീശ്വരന്റെ ദിവ്യസിദ്ധികൾ മാറ്റംവെയ്പ്പുകൾക്ക് കാരണമാകുകയാണ്.

ജ്ഞാനത്തെ ജീവിതത്തിലേക്ക് എത്തിയ്ക്കാൻവേണ്ടി ആചാര്യസത്യവാഗീശ്വരൻ വ്രതനിഷ്ഠമായ ധ്യാനം തുടർന്നു. അയാളുടെ അശുഭചിന്തകളും അവ്യക്തധാരണകളും ഇല്ലാതാകുന്നു. സുനിശ്ചിതമായ തീരുമാനങ്ങളിൽ അയാൾ എത്തിച്ചേരുകയാണ്. ഭാരിച്ച ബാദ്ധ്യതകളും നിരാലംബരായ സനാതനപുരത്തുകാരും ആചാര്യസത്യവാഗീശ്വരനെ രാവുപകലില്ലാതെ വേട്ടയാടുന്നു.

വെള്ളക്കാരുടെ പിൻമാറ്റം യാന്ത്രികനീതിയുടെ പരാജയമായി. സ്വാതന്ത്ര്യത്തെ ശരിയായ മാർഗ്ഗത്തിന്റെ വിജയമായി പലരും കരുതി. ശരിയായ മാർഗ്ഗത്തിൽ മനുഷ്യൻ പാരസ്പര്യത്തോടെ ഭൂമിയെ വിനിയോഗിക്കുന്നവനാണ്. അവിടെ മനുഷ്യൻ അതിശക്തനല്ല. മനുഷ്യന്റെ നീതികൾ പ്രപഞ്ചനീതിയുമല്ല. പാരസ്പര്യത്തിന്റെ ഭാഗംവെയ്പ്പുകളാണ് എവിടേയും.

സനാതനപുരത്തുകാരുടെ ഇനിയുള്ള ജീവിതം മേദസ്സും കർമ്മശേഷിയും തടംകെട്ടി നിശ്ചലമാകരുത്. അവിവേകിയും യാന്ത്രികനമാകുന്ന മനുഷ്യനെ അഹന്തയാണ് ഭരിക്കുക. അഹന്ത കാലത്തെ നിഷേധിച്ച് മനുഷ്യനെ മരണമില്ലാത്ത അതിമാനുഷനാക്കുന്നു. മിഥ്യാധാരണകൾ വംശത്തിന്റെ വേരുകളെ അറുത്ത് വ്യക്തിയെ

പ്രപഞ്ചത്തിന്റെ കേന്ദ്രമാക്കുകയാണ്. അഹന്തയെ പുറന്തള്ളുന്നവൻ ജന്മത്തിന്റേയും ജീവിതത്തിന്റേയും സത്യാത്മകതയെ തിരിച്ചറിയുകയാണ്.

അഹന്തയിൽനിന്നും ആസക്തികളിൽ നിന്നും ആചാര്യസത്യവാഗീശ്വരൻ വിമോചനം നേടി. അയാൾ സനാതനപുരത്തിൽ ആത്മജ്ഞാനത്തിന്റെ കാരുണ്യത്തെ സ്ഥാപിക്കാൻ തീവ്രമായി ആഗ്രഹിച്ചു.

സനാതനപുരത്തിൽ അധികാരം സ്ഥാപിച്ച വെള്ളക്കാർ നാട്ടുകാരെ പ്രാകൃതരും അടിമകളുമായി കരുതി. അവർ അവനവനെ ഉന്നതങ്ങളിൽ പ്രതിഷ്ഠിക്കുകയാണ്. അധീശത്വത്തിന്റെ സംവിധാനങ്ങളെ രക്ഷിക്കാൻ വെള്ളക്കാർ നാട്ടുകാരെ പാകപ്പെടുത്തി. അവർ സനാതനപുരത്തുകാരുടെ മസ്തിഷ്ക്കങ്ങളെ യാന്ത്രികമായ നവീന ധാരണകളെക്കൊണ്ടു നിറയ്ക്കുകയാണ്. അതോടെ പൈതൃകത്തിൽ നിന്നും ഭൂസ്പർശത്തിൽനിന്നും അവർ വേറിട്ടു. നഗരത്തിൽപോയി പഠിച്ച അവർ ആത്മജ്ഞാനമില്ലാതെ ജീവിതത്തെ സമീപിക്കുന്നു.

ചിന്തകൾക്കും കർമ്മങ്ങൾക്കും കാരുണ്യത്തിന്റെ വിശേഷവിധികളെ ആചാര്യസത്യവാഗീശ്വരൻ നിശ്ചയിച്ചു. ദേഹരക്ഷയ്ക്കും ആത്മരക്ഷയ്ക്കുംവേണ്ടി കാത്തുനിന്ന സനാതനപുരത്തുകാരെ ആത്മജ്ഞാനത്തിലേക്ക് നയിക്കാൻ അയാൾ തയ്യാറാവുന്നു.

ആചാര്യസത്യവാഗീശ്വരൻ സനാതനപുരത്തുകാരോട് പറഞ്ഞു:

'നാം സ്വാതന്ത്ര്യത്തിലേക്കും അങ്ങനെ ശരിയായ മാർഗ്ഗത്തിലേക്കും പ്രവേശിച്ചിരിക്കുകയാണ്. അടിമകളുടെ സ്വപ്നങ്ങളല്ല നമ്മൾ ഇപ്പോൾ കാണുന്നത്. ഇനി ശരിയായ മാർഗ്ഗം ശരിയായ ജീവിതമായി തീരേണ്ടതുണ്ട്. വ്യാമോഹങ്ങളെ ഉപേക്ഷിച്ച് യഥാർത്ഥങ്ങളുമായി നമ്മൾ പൊരുത്തപ്പെടണം. നിശ്ചലതയും വിനാശവും സ്വാതന്ത്ര്യത്തിന്റെ മാർഗ്ഗങ്ങളല്ല. സ്വാതന്ത്ര്യം സംരക്ഷണവും സൃഷ്ടിയുമാണ്, കാരുണ്യവും സത്യവുമാണ്.'

സനാതനപുരത്തുകാരുടെ അടഞ്ഞ ആത്മാവിനെ ആചാര്യസത്യവാഗീശ്വരൻ തിരിച്ചറിഞ്ഞു. അവരുടെ ശുഷ്കിച്ച ബുദ്ധിയിൽ എപ്പോഴും വിധിവിശ്വാസങ്ങൾ നിറഞ്ഞുനിന്നു. അന്വേഷണവും കണ്ടെത്തലുകളുമില്ലാത്ത അവർ അജ്ഞാനത്തെ അദൃശ്യശക്തികളുമായി ബന്ധിപ്പിക്കുന്നു. പരേതാത്മാക്കളും ദിവ്യാത്മാക്കളും അവരുടെ ജീവിതത്തിന്റെ ഭാഗധേയം കുറിക്കുന്നു.

ആചാര്യസത്യവാഗീശ്വരൻ വെള്ളക്കാരുടെ ഭരണസംവിധാനങ്ങളെ നിരസിച്ച് ശരിയായ മാർഗ്ഗത്തിന്റെ ധാർമ്മികനീതികളെ പ്രതിഷ്ഠിക്കുകയാണ്. ആയുധങ്ങളും അധീശത്വത്തിന്റെ

ന്യായാസനങ്ങളും വെള്ളക്കാരുടെ രക്ഷാകേന്ദ്രങ്ങളാണ്. അധികാരത്തിന്റേയും നിയമാവലികളുടേയും പിൻബലത്തോടെ അവർ സനാതനപുരത്തുകാരെ ചൂഷണംചെയ്തു. വസ്തുക്കളുടെ കൈമാറ്റത്തിലൂടെ വെള്ളക്കാർ നാടിനേയും നാട്ടുകാരേയും അധഃപതിപ്പിച്ചതാണ്.

കർമ്മാശ്രമങ്ങളിലെ വിശ്വസ്തരായ അനുയായികളെ തന്റെ ചിന്തകളുടെ പ്രവർത്തകരായി ആചാര്യസത്യവാഗീശ്വരൻ തിരഞ്ഞെടുത്തു. ശരിയായ മാർഗ്ഗത്തിന്റെ സംരക്ഷണഭാരത്തെ ആചാര്യൻ അവരെ ഏൽപ്പിക്കുകയാണ്. അയാൾ ശരിയായ മാർഗ്ഗത്തിന്റേയും സനാതനപുരത്തുകാരുടേയും സംരക്ഷകനായി വേറിട്ടുനിന്നു.

സനാതനപുരം കാർഷികവിളകളിലും പ്രകൃതിവിഭവങ്ങളിലും ജീവിക്കുന്നു. അവരുടെ ആത്മാവിൽപോലും മണ്ണിന്റെ നീതിധർമ്മങ്ങളാണ്. വിതരണ ക്രമീകരണത്തിനും ക്ഷാമങ്ങളെ നേരിടാനും കർഷകസേവകൻ ബാദ്ധ്യസ്ഥനാണ്.

സനാതനപുരത്തിൽ ശാന്തിയും സമാധാനവും നിലനിൽക്കുമ്പോൾ അവർക്ക് ഉന്നതമായ ലക്ഷ്യങ്ങളെ പ്രാപിക്കാനാകുന്നു. കർമ്മാശ്രമത്തിലെ നിസ്വാർത്ഥനായ ഒരാളെ ശാന്തിസേവകനായി ആചാര്യസത്യവാഗീശ്വരൻ തിരഞ്ഞെടുക്കുന്നു.

വെള്ളക്കാരുടെ ധർമ്മങ്ങളും നീതികളുമല്ല സനാതനപുരത്തുകാരുടേത്. പൈതൃകമായ ധാർമ്മികതയെ അവർ സത്യത്തിന്റെ വെളിപ്പെടുത്തലുകളായി സ്വീകരിക്കുന്നു. വെള്ളക്കാരുടെ നിയമാവലികൾ മുകളിൽനിന്ന് അടിച്ചേൽപ്പിക്കുകയാണ്. സനാതനപുരത്തിന്റെ ധാർമ്മിക നീതികൾ ഗ്രാമാന്തരങ്ങളിൽനിന്ന് ഉയരുകയാണ്. ആചാര്യസത്യവാഗീശ്വരൻ കർമ്മാശ്രമത്തിലെ അന്തേവാസിയെ ധർമ്മസേവകനാക്കുകയാണ്.

വൻകിടയന്ത്രങ്ങളുടെ നികൃഷ്ടമായ യാന്ത്രികത മനുഷ്യത്വത്തിന്റേയും വ്യക്തിത്വത്തിന്റേയും നാശമാണ് പ്രപഞ്ചത്തിന്റെ രക്ഷയെ തിരിച്ചറിഞ്ഞ ആചാര്യസത്യവാഗീശ്വരൻ കൈത്തൊഴിലാളികളേയും കുലത്തൊഴിലാളികളേയും പുനരുദ്ധരിക്കാൻ തയ്യാറാകുകയാണ്. അങ്ങനെ തടംകെട്ടി നിശ്ചലമാകുന്ന കർമ്മശേഷിയെ ആചാര്യൻ നിർമ്മാണാത്മകമാക്കുകയാണ്. കർമ്മസേവകൻ സനാതനപുരത്തിന്റെ ആവശ്യങ്ങളേയും പരിമിതികളേയും സാദ്ധ്യതകളേയും തിരിച്ചറിഞ്ഞ് പ്രവർത്തിക്കേണ്ടതാണ്.

മനുഷ്യന്റെ ബലഹീനതകളും ശാരീരിക ദൗർബല്യങ്ങളും പ്രകൃതിയുടെ നീതിയാണ്. അവ രോഗമായിത്തീർന്ന് സനാതനപുര്ത്തുകാരെ അവശരാക്കുന്നു. രോഗനിവാരണത്തിനും രോഗികളുടെ ശുശ്രൂഷയ്ക്കുംവേണ്ടി കാരുണ്യവാനായ രോഗസേവകനെ

ആചാര്യസത്യവാഗീശ്വരൻ കണ്ടെത്തുന്നു.

കരംപിരിവിനും ക്ഷേമൈശ്വര്യങ്ങളുടെ നടത്തിപ്പിനും ഉദ്യോഗസ്ഥന്മാർ അത്യാവശ്യമാണ്. പരിപാലസേവകന് ആചാര്യസത്യവാഗീശ്വരന്റെ ഭരണസംവിധാനത്തിൽ പ്രമുഖസ്ഥാനമാണുള്ളത്.

ശരിയായ മാർഗ്ഗത്തെ സംരക്ഷിക്കാൻ വേണ്ടവരെ കർമ്മാശ്രമങ്ങളിൽ നിന്ന് ആചാര്യസത്യവാഗീശ്വരൻ തിരഞ്ഞെടുക്കുന്നു. അവരുടെ സഹായികളായി സനാതനപുരത്തുകാരായ പ്രഗത്ഭരെ അയാൾ കണ്ടെത്തുകയാണ്.

സേവകന്മാരോടും സഹായികളോടും ദീർഘമായി സംസാരിച്ച ആചാര്യസത്യവാഗീശ്വരൻ കാലത്തിന്റെ വിധിനിശ്ചയമായ ശരിയായ മാർഗ്ഗത്തെ വെളിപ്പെടുത്തുന്നു. മനുഷ്യന്റെ പാരസ്പര്യം പ്രകൃതിയുടേയും സഹജീവികളുടേയും സംരക്ഷണത്തെയാണ് ലക്ഷ്യമാക്കുന്നത്.

'ശരിയായ മാർഗ്ഗം സനാതനപുരത്തുകാരുടെ ജീവിതമാകുന്നതിനു വേണ്ടി നാം പ്രവർത്തിച്ചുതുടങ്ങുകയാണ്. കാരുണ്യവും സ്നേഹവും ഈശ്വരനുമാണ് നമ്മുടെ അധിപതികൾ. നിസ്വാർത്ഥമായ വിശുദ്ധജീവിതമാണ് പൊതുപ്രവർത്തകന്റെ കൈമുതൽ. അവന്റെ ജീവിതവും മനസ്സും പരിശുദ്ധമായിരിക്കണം'.

ആചാര്യസത്യവാഗീശ്വരന്റെ ശരിയായമാർഗ്ഗത്തിൽ ആരും കർമ്മശേഷി ഉപയോഗിക്കാതെ അകാലത്തിൽ മരിക്കുന്നില്ല. കസേരകളിൽ ഒതുങ്ങാതെ കായികശേഷി പ്രയോഗിക്കാനും ഉദ്യോഗസ്ഥന്മാർ സമയം കണ്ടെത്തേണ്ടതാണ്. ചർക്കയെയോ കൃഷിപ്പണിയേയോ അവർക്ക് തിരഞ്ഞെടുക്കാവുന്നതാണ്.

എഴുതിവെച്ച ന്യായപ്രമാണങ്ങളുണ്ടെങ്കിലും ഗ്രാമാന്തരങ്ങളിലെ പ്രശ്നങ്ങളെ ദേശവാസികളുടെ സ്നേഹസംഘം നിയന്ത്രിക്കേണ്ടതാണ്. സ്നേഹസംഘത്തിന്റെ പ്രവർത്തനത്തിന് രണ്ടുവർഷത്തെ കാലാവധി ആചാര്യസത്യവാഗീശ്വരൻ നിശ്ചയിച്ചു. വിഭിന്ന പ്രായക്കാരെ അയാൾ സ്നേഹസംഘത്തിൽ ഉൾപ്പെടുത്തി. ഗ്രാമാന്തരങ്ങളിൽ മറ്റു സംഘങ്ങളും പ്രാബല്യത്തിൽ വരുകയാണ്. കർമ്മസേവകസംഘവും രോഗസേവസംഘവും പരിപാലകസംഘവും കർഷകസംഘവും ശാന്തിസേവാസംഘവും സനാതനപുരത്തുകാരുടെ വ്യത്യസ്തതലങ്ങളിലെ പരിവർത്തനത്തേയും വികാസത്തേയും ലക്ഷ്യമാക്കുന്നു.

ആചാര്യസത്യവാഗീശ്വരന്റെ ദിവ്യവചനങ്ങളും പ്രഭാഷണങ്ങളും സനാതനപുരത്തുകാർക്ക് ആത്മവിശ്വാസവും പ്രതീക്ഷയുമാകുകയാണ്. നിർദ്ദയമായ അനുഭവങ്ങളെ അവർ അപ്പോഴും

നേരിട്ടുകയാണ്. പണത്തിന്റേയും ജാതിയുടേയും വിഭജനരേഖകളും അന്ധവിശ്വാസങ്ങളും അവരുടെ സ്വയം നിർണ്ണയാധികാരത്തെ ബാലിശമാക്കുകയാണ്.

ആചാര്യസത്യവാഗീശ്വരനും കർമ്മാശ്രമത്തിലെ ഏഴുപേരും തലസ്ഥാനത്തിലെ ആശ്രമത്തിൽ താമസിക്കേണ്ടതാണ്. സഹായികളും പ്രധാനപ്പെട്ടവരും പ്രത്യേകപരിഗണനകളില്ലാതെ ആൾക്കൂട്ടത്തിന്റെ ഭാഗമായി ജീവിക്കണം.

വെള്ളക്കാരുടെ സ്ഥാനാരോഹണം അധികാരത്തിന്റെ പ്രൗഢിയെ വെളിപ്പെടുത്തുന്നതാണ്. ആചാരവെടികളും അകമ്പടിക്കാരും തലസ്ഥാനത്തെ പ്രകമ്പനംകൊള്ളിക്കും. അവരുടെ വർണ്ണശബളമായ അധികാരമന്ദിരങ്ങൾ ആധിപത്യത്തിന്റെ വശീകരണകേന്ദ്രങ്ങളാകുകയാണ്.

ആചാര്യസത്യവാഗീശ്വരനും അനുയായികളും ആഘോഷങ്ങളും ആഢംബരങ്ങളുമില്ലാതെ സഹവർത്തിത്ത മന്ദിരത്തിലേക്ക് പ്രവേശിക്കുന്നു. ധ്യാനയോഗത്തിനുശേഷം അവർ കാൽനടയായി കർമ്മാശ്രമത്തിൽനിന്ന് പുറപ്പെടുകയാണ്. വഴിവക്കിൽ അവരെ കാത്തുനിന്ന സനാതനപുരത്തുകാർ സ്തുതിവചനങ്ങളോടെ ആചാര്യസത്യവാഗീശ്വരനെ വരവേൽക്കുന്നു.

ആചാര്യനെ പിന്തുടർന്ന സനാതനപുരത്തുകാരായ സഹായികളുടെ മനസ്സിൽ അധികാരത്തിന്റെ പ്രൗഢചിഹ്നങ്ങൾ ശേഷിപ്പുകളാകുന്നു. അസാധാരണക്കാരായി സ്വയം കരുതിയ അവർ ഉന്നതമായ സ്ഥാനങ്ങളെ അലങ്കാരമായി കണ്ടതാണ്. ആൾക്കൂട്ടത്തിന്റെ ആവേശത്തിൽ ജനനീദാസനും പങ്കുചേർന്നു. വെള്ളക്കാരുടെ പ്രൗഢമായ സ്ഥാനാരോഹണത്തെ അയാൾ ശൈശവസ്മൃതിയായി കൊണ്ടുനടന്നു. മുത്തച്ഛന്റെ പ്രത്യേകാവകാശങ്ങൾ അവർക്ക് പല അപൂർവ്വമായ അവസരങ്ങളേയും നൽകുന്നു. വെള്ളക്കാരുടെ അധികാരമന്ദിരങ്ങളെ ജനനീദാസൻ ചെറുപ്പംതൊട്ടേ ആരാധിച്ചിരുന്നു.

ആചാര്യസത്യവാഗീശ്വരന്റെ ശരിയായ മാർഗ്ഗത്തെ ജനനീദാസൻ അവജ്ഞയോടെ കണ്ടു. എങ്കിലും അയാൾ മനോഭാവങ്ങളെ മറച്ചുപിടിച്ച് പെരുമാറുകയാണ്.

പ്രിയദാസനെ സ്വകാര്യമായി സന്ദർശിച്ച ജനനീദാസൻ ആത്മരോഷത്തോടെ പറഞ്ഞു:

'എനിക്ക് ഭ്രാന്തുപിടിക്കുമെന്ന തോന്നുന്നു. പ്രേതങ്ങളും ഭൂതങ്ങളുമാണ് സനാതനപുരത്തിന്റെ ഭരണാധികാരികളാകുന്നത്. ശാസ്ത്രത്തിന്റെ വികാസവും പരിണാമവുമറിയാത്ത മൂഢാത്മാക്കൾ പ്രാചീനയുഗത്തിലേക്ക് പിന്തിരിഞ്ഞു നടക്കുകയാണ്''.

ശത്രുവിന്റെ നിസ്സഹായതയേയും ബലഹീനതയേയും തിരഞ്ഞ പ്രിയദാസൻ പറഞ്ഞു:

'ഇപ്പോൾ ക്ഷമയാണാവശ്യം. സ്വാതന്ത്ര്യത്തിന്റെ ആവേശത്തിൽ സ്വയം മറന്ന സനാതനപുരത്തുകാർക്ക് ഇപ്പോൾ യാതൊന്നും തിരിച്ചറിയാനാവില്ല. അന്ധരായ അവർ നാശത്തിലേക്കാണ് നീങ്ങുന്നത്. അവസരമുണ്ടാകുമ്പോൾ ധീരനായി മുന്നോട്ടിറങ്ങണം. തീർച്ചയായും നിനക്ക് അവസരമുണ്ടാകും'.

വെള്ളക്കാരോട് തുല്യപരിഗണനക്കുവേണ്ടി വാദിച്ച പലരും ആചാര്യസത്യവാഗീശ്വരന്റെ ശരിയായ മാർഗ്ഗത്തെ ഉൾക്കാഴ്ചയോടെ സ്വീകരിക്കുന്നില്ല. അവതാരപുരുഷന്റെ പരിവേഷത്തേയും ദിവ്യസിദ്ധികളേയും സ്വാതന്ത്ര്യംനേടാനുള്ള അടവായി അവർ ഉപയോഗിക്കുകയാണ്. സ്വാതന്ത്ര്യത്തിനുശേഷം ആചാര്യസത്യവാഗീശ്വരനെ ഉപയോഗശൂന്യമാക്കി അധികാരത്തിന്റെ ഉന്നതങ്ങളിൽ വിലസാമെന്ന് അവർ കരുതിതാണ്. വെള്ളക്കാർ സനാതനപുരത്തെ കച്ചവടത്താവളമാക്കിയപ്പോൾ വൻകിടവ്യവസായങ്ങൾ ആരംഭിക്കാൻ നാട്ടുകാരായ സമ്പന്നർ മുന്നോട്ടുവന്നതാണ്. ചൂഷണത്തിന്റെ കുത്തകയെ അവകാശംവെച്ച വെള്ളക്കാർ അവർക്ക് അവസരം നിഷേധിക്കുന്നു. ആചാര്യസത്യവാഗീശ്വരന്റെ വക്താക്കളായി മാറിയ അവരും ഇപ്പോൾ നിരാശാഭരിതരാണ്.

സനാതനപുരം ആചാര്യസത്യവാഗീശ്വരന്റെ ദിവ്യമായ പരിവേഷത്തിൽ ലയിച്ച് പരിസരത്തെ മറന്നു. പരുത്തിത്തുണിയിൽ നിഗൂഢമായ ആഗ്രഹങ്ങളെ മറയ്ക്കുന്ന പലരും ശാന്തരും സാത്വികരുമായി പ്രത്യക്ഷപ്പെടുന്നു.

ആചാര്യസത്യവാഗീശ്വരൻ വെള്ളക്കാരുടെ അധികാരമന്ദിരങ്ങളെ ചരിത്രസ്മാരകമാക്കി. അയാൾ അധികാരത്തിന്റെ ആവരണങ്ങളില്ലാതെ കർമ്മാശ്രമത്തിൽ നിന്ന് സഹവർത്തിത്ത മന്ദിരത്തിലേക്ക് പുറപ്പെടുന്നു. അയാളുടെ യാത്ര സനാതനപുരത്തുകാർക്ക് ദിവ്യദർശനവും മാറാരോഗികൾക്ക് രോഗശാന്തിയുമാകുകയാണ്. ദിവ്യപുരുഷന്റെ സ്പർശനവും മെതിയടിച്ചുവട്ടിലെ മണ്ണും പച്ചമരുന്നുകളും പലർക്കും രോഗശാന്തിയാകുന്നു.

സഹവർത്തിത്തമന്ദിരത്തിലെ സദസ്സിനോട് ആചാര്യസത്യവാഗീ ശ്വരൻ പറഞ്ഞു:

'നമ്മുടെ മഹത്തായ പൈതൃകത്തെ സംരക്ഷിക്കേണ്ട ഭാരം കാലം നമ്മിൽ അർപ്പിച്ചിരിക്കുന്നു. വെള്ളക്കാർ നമ്മുടെ ജീവിതത്തെ മാത്രമല്ല ആത്മാവിനേയും നശിപ്പിച്ചു. നമ്മുടെ പൈതൃകവും ശാസ്ത്രവും അവഗണിക്കപ്പെട്ടു. മഹത്തായ പുനരുദ്ധാരണമാണ് നമുക്ക് നിർവ്വഹിക്കാനുള്ളത്.'

സനാതനപുരത്തിന്റെ പൗരാണികമായ ആത്മതേജസ്സിനെ ആചാര്യസത്യവാഗീശ്വരൻ തിരിച്ചറിയുകയാണ്. അവയെ സംരക്ഷിക്കാൻ അയാൾ പൈതൃകമന്ദിരത്തെ സ്ഥാപിക്കുകയാണ്. കാലത്തേയും ചരിത്രത്തേയും അറിയുന്ന പൈതൃകസംരക്ഷകനുമുണ്ടായി. സനാതനപുരത്തിന്റെ പൈതൃകം വെള്ളക്കാരുടെ വരവോടെ താളിയോലകളിൽ വിശ്രമിക്കുന്നു. ആയുർവ്വേദവും തന്ത്രസമുച്ചയവും നിർജ്ജീവമായ ഗ്രന്ഥവരികളാകുകയാണ്. പൈതൃകസംരക്ഷകൻ പ്രാചീന ധാരകളേയും ധാരണകളേയും പുനരുദ്ധരിക്കേണ്ടതുണ്ട്.

സംരക്ഷകന്റെ സ്ഥാനത്തെ ആചാര്യസത്യവാഗീശ്വരൻ അലങ്കാരമായി കാണുന്നില്ല. തന്റെ ചുവടുവെയ്പുകളെ ശരിയായ മാർഗ്ഗത്തിലേക്കുള്ള നിയോഗമായി അയാൾ അറിയുന്നു.

ഭരണകേന്ദ്രത്തിൽ കടലാസ്സുപണികളുമായി ആചാര്യസത്യവാഗീശ്വരൻ ചടഞ്ഞിരിക്കുന്നില്ല. മാസങ്ങളിലെ ആദ്യ ആഴ്ചകളിൽ അയാൾ സനാതനപുരത്തിലെ ഗ്രാമങ്ങൾ സന്ദർശിക്കുന്നു. സഹായികളും ആചാര്യന്റെ രീതികളെ പിന്തുടരുകയാണ്. അവരുടെ സന്ദർശനങ്ങളുടെ ഫലമായി അപേക്ഷകളുടെ സാങ്കേതിക തടസ്സങ്ങളും അനാവശ്യമായ കാലതാമസവും ഒഴിവാകുകയാണ്. സനാതനപുരത്തുകാർ ആചാര്യസത്യവാഗീശ്വരന്റെ യാത്രാനിശ്ചയങ്ങളെ അറിഞ്ഞ് വഴിവക്കിൽ എത്തുന്നു. അയാളുടെ യാത്രകൾ അവരുടെ ജീവിതക്ലേശങ്ങളെ അവസാനിപ്പിച്ചു. തരിശ്ശായ മനുഷ്യത്വത്തെ ഉണർത്തി. ജീവിക്കാൻവേണ്ടി ജീവിക്കുന്ന മനുഷ്യൻ ഭക്ഷണത്തിനുവേണ്ടി ദുരിതങ്ങളെ സഹിക്കുകയാണ്.

വിശ്രമവും മനഃശാന്തിയുമറിയാതെ ആചാര്യസത്യവാഗീശ്വരൻ പണിയെടുത്തു. അയാളുടെ മുമ്പിലേക്ക് മാർഗ്ഗതടസ്സങ്ങളില്ലാതെ സനാതനപുരത്തുകാർക്ക് കടന്നുവരാം. അവരുടെ സങ്കീർണ്ണപ്രശ്നങ്ങളെ കടലാസ്സുകളില്ലാതെ അയാൾ പരിഹരിക്കുന്നു.

പുത്തൻ ഉത്തരവാദിത്തങ്ങൾ ആത്മാന്വേഷണത്തിന്റേയും കണ്ടെത്തലിന്റേയും അന്ത്യവിധി നിശ്ചയിക്കുമെന്ന് ആചാര്യസത്യവാഗീശ്വരൻ കരുതി. സന്ദേഹത്തിന്റെ ചോദ്യചിഹ്നങ്ങളെ അയാൾ മനസ്സിൽ എപ്പോഴും സൂക്ഷിക്കുകയാണ്. ദാർശനികന്റെ വികാസ പരിണാമത്തേയും അവസ്ഥയിൽ മുങ്ങാത്ത ജീവിതത്തെയും അയാൾ അനുഭവിച്ചറിഞ്ഞതാണ്. ദാർശനികൻ എപ്പോഴും അവസ്ഥയോട് എതിരിടണം. വ്യവഹാരകാലത്തെ നിഷേധിക്കുന്ന അയാൾ പുത്തൻ കണ്ടെത്തലുകൾ നടത്തുന്നു. അവസ്ഥയെ മാറ്റിപ്പണിയുക ആത്മാന്വേഷണത്തിന്റെ ദിവ്യമുഹൂർത്തങ്ങളാണ്. വാക്കിന്റേയും ചിന്തയുടേയും ഒത്തൊരുമിയ്ക്കൽ കർമ്മത്തെ വിശുദ്ധമാക്കുന്നു. അപ്പോൾ ജീവിതം സാർത്ഥകമായി തീരുകയാണ്. സ്നേഹത്തിന്റെ

സ്വാർത്ഥതലങ്ങൾ പ്രപഞ്ചത്തോളം വളർന്ന് സഹജീവികളോടുള്ള അനുകമ്പയാകുന്നു. ഒന്നുമറിയാത്തവൻ ഒന്നുമാകാതെ മരിക്കുന്നു. എല്ലാമറിഞ്ഞവൻ കാലത്തെ ഭേദിച്ച് അനന്തതയിലേക്ക് പ്രവേശിക്കുകയാണ്.

ശരിയായ ജീവിതത്തിനുവേണ്ടി കഠിനമായി യജ്ഞിച്ച ആചാര്യസത്യവാഗീശ്വരന്റെ മുമ്പിൽ സനാതനപുരത്തുകാരുടെ വ്യാമോഹങ്ങളും ആസക്തികളും ചോദ്യചിഹ്നമാകുന്നു. ഇപ്പോൾ അവരുടെ സ്വാതന്ത്ര്യത്തിന്റേയും വിമോചനത്തിന്റേയും ആവേശം അടങ്ങിയിരിക്കുന്നു. സ്വകാര്യതാല്പര്യങ്ങളിൽ ഊന്നിയ അവർ സുഭിക്ഷതയ്ക്കും സംതൃപ്തിക്കും വേണ്ടി നിഷ്ക്രിയരായി കാത്തിരിക്കുകയാണ്. അവതാരപുരുഷനായ ആചാര്യൻ അവരെ ദുരിതങ്ങളിൽനിന്ന് ഉയർത്തി സ്വർഗ്ഗീയ സമൃദ്ധികളിലേക്ക് എത്തിക്കേണ്ടതാണ്. അയാളാണ് അവരുടെ വിധിനിശ്ചയങ്ങളെ മാറ്റിപ്പണിയേണ്ടത്.

സ്വാതന്ത്ര്യത്തിനുശേഷം കർമ്മാശ്രമങ്ങൾ സനാതനപുര ത്തുകാരിൽനിന്ന് ഭാഗികമായി വേറിട്ടുതുടങ്ങുന്നു. സൗഹൃദഭാവനകളും കുടുംബബന്ധങ്ങളുമില്ലാത്ത പരിത്യാഗികളുടെ ദൈവസങ്കേതങ്ങളായി അവ പരിണമിക്കുകയാണ്. ചർക്ക പ്രതീകവും നൂൽനൂല്പ് അനുഷ്ഠാനവും പരുത്തിത്തുണി വിശ്വാസപ്രകടനവു മായിത്തീരുകയാണ്.

ധ്യാനയോഗത്തിലെ അനുയായികളോട് ആചാര്യസത്യവാഗീശ്വരൻ പറഞ്ഞു:

'നിങ്ങൾ ശരിയായ മാർഗ്ഗത്തിൽനിന്നു പിന്മാറി സ്വാർത്ഥമായ മോക്ഷസങ്കല്പത്തിൽ എത്തിച്ചേരുകയാണ്. കാരുണ്യമില്ലാത്ത മനുഷ്യജീവിതം യാന്ത്രികവും കാപട്യവുമാണ്. അത് സ്വാർത്ഥതയാണ്. മഹത്തായ ജീവിതം മനുഷ്യത്വത്തിന്റേതാണ്''.

ആത്മരോഷത്തോടെ ആചാര്യസത്യവാഗീശ്വരൻ തുടർന്നു:

'ശരിയായ മാർഗ്ഗത്തിന്റെ സ്ഥാപനത്തിനാണ് കർമ്മാശ്രമങ്ങൾ. നിശ്ചലത യാന്ത്രികവും മരണവുമാണ്. സനാതനപുരത്തുകാരുടെ ദുഃഖങ്ങളെ ആശ്വസിപ്പിക്കുക നിങ്ങളുടെ കടമയാണ്''.

കാലവും ജീവിതവും തടംകെട്ടിയ സനാതനപുരത്തിൽ ജാതി, വർഗ്ഗ വിഭജനങ്ങൾ അധാർമ്മികതയായി തുടരുകയാണ്. ഭാഗ്യവാന്മാരുടെ ദാർഢ്യമുള്ള കോട്ടകൾ മറ്റുള്ളവരെ നികൃഷ്ടജന്തുക്കളാക്കുകയാണ്. ലോകത്തെ അവകാശംവെച്ച ഭാഗ്യവാന്മാർ ദൈവത്തിന്റെ പിന്തുണയോടെ മനുഷ്യരെ അടിയളന്ന് മാറ്റിനിർത്തുന്നു.

ആചാര്യസത്യവാഗീശ്വരന്റെ ശരിയായ മാർഗ്ഗത്തിലെ മനുഷ്യൻ ഹിംസയേയും മൃഗീയതയേയും മറികടന്ന മനുഷ്യത്വത്തിന്റെ പൂർണ്ണതയാണ്. ജന്മാവകാശങ്ങളുടെ തരംതിരിവുകളില്ലാത്ത അവിടെ

ജ്ഞാനവും കർമ്മവുമാണ് നിർണ്ണയശക്തി.

ആചാര്യന്റെ പ്രബോധനങ്ങൾ കർമ്മാശ്രമങ്ങളെ ഉണർത്തുന്നു. നീചജന്മങ്ങളുടെ ഉയർത്തെഴുന്നേല്പിനും അവനെ മനുഷ്യരാക്കാനും വേണ്ടി അവർ ഗ്രാമാന്തരങ്ങളിലേക്കു തിരിയുന്നു. അവരുടെ പരിശ്രമങ്ങൾ പലപ്പോഴും വിഫലമാകുകയാണ്. അറിവുകേട് ദൈവീകമായ വിഭജനങ്ങളിലും പാപനിഷ്ഠമായ ജന്മങ്ങളിലും വിധിന്യായം കണ്ടെത്തുകയാണ്. സത്യത്തെ കാണാനും നേരിടാനും അശക്തരായ അവർ അടിച്ചേൽപ്പിക്കപ്പെട്ട ധാരണകളിൽ മയങ്ങുകയാണ്.

സനാതനപുരത്തിന്റെ ആത്മാവിനെ തൊട്ടറിഞ്ഞ ആചാര്യസത്യവാഗീശ്വരൻ ഗ്രാമങ്ങളിൽ ശ്രദ്ധ ഊന്നി. അയാളുടെ സമീപനങ്ങൾ ഭാഗ്യവാന്മാരുടെ നികൃഷ്ടമനസ്സുകളിൽ കാരുണ്യത്തിന്റെ വീണ്ടുവിചാരങ്ങളാകുകയാണ്. അധഃകൃതന്റെ ബന്ധുജനമായി തീർന്ന അയാൾ നീചജന്മങ്ങളുടെ രക്ഷകനായി. മാനുഷികതയും ജീവിതവും നിഷേധിക്കപ്പെട്ട അവരെ പാപബോധത്തിന്റെ ജന്മാന്തരവേദനയുമായി ആചാര്യസത്യവാഗീശ്വരൻ ശുശ്രൂഷിക്കുന്നു. അയാളുടെ അനുയായികളും നീചജന്മങ്ങൾക്കുവേണ്ടി രാവുപകലുകളില്ലാതെ അദ്ധ്വാനിക്കുന്നു.

സനാതനപുരത്തിലെ ധർമ്മനീതികൾ ഭാഗ്യവാന്മാരുടെ സുഖസമൃദ്ധികൾക്ക് വേണ്ടിയുള്ളതാണ്. അവരുടെ വംശത്തിന്റെ എന്നെന്നുമുള്ള സുവർണ്ണകാലങ്ങളാണ് അതിന്റെ ലക്ഷ്യം. ആചാര്യസത്യവാഗീശ്വരൻ തടംകെട്ടി നിശ്ചലമാകുന്ന അകാലമരണത്തിൽ നിന്ന് ഭാഗ്യവാന്മാരെ രക്ഷിക്കുന്നു. എങ്കിലും മിക്ക ഭാഗ്യവാൻമാരും ജാതീയമായ അവകാശങ്ങളോടെ ചൂഷകരായി തുടരുകയാണ്.

ശരിയായ മാർഗ്ഗത്തിൽ ആരും സ്വത്തിനും പ്രകൃതിയ്ക്കും അവകാശികളാകുന്നില്ല. പാരസ്പര്യത്തിന്റെ പ്രയോജനസാദ്ധ്യതകളെ പ്രകൃതി സമഭാവനയോടെ തുറക്കുകയാണ്. അവകാശം വെയ്ക്കുന്നവർ സഹജീവിയുടെ അത്യാവശ്യങ്ങളെ കയ്യേറുന്നു. അങ്ങനെ പ്രപഞ്ചനീതിയെ ധിക്കരിക്കുകയാണ്. സമ്പത്തിന്റെ മാനുഷികമായ വിതരണവും വിനിയോഗവുമാണ് ശരിയായ ജീവിതം.

ധ്യാനത്തിന്റെ അഗാധതയിൽ ആചാര്യസത്യവാഗീശ്വരന്റെ മനസ്സിൽ കാലത്തിന്റെ വിധിനിശ്ചയങ്ങൾ തെളിയുകയാണ്. കർഷകരുടെ ദൈന്യമായ നിലവിളികൾ അന്തരീക്ഷത്തെ പ്രകമ്പനം കൊള്ളിക്കുന്നു. അവരുടെ അദ്ധ്വാനവും വിഭവങ്ങളും ആസ്വദിക്കുന്ന ഭാഗ്യവാന്മാർ പ്രപഞ്ചത്തിന്റെ അവകാശികളായി ഉന്മാദത്തോടെ ഉല്ലസിക്കുന്നു. വരൾച്ചയും വെള്ളപ്പൊക്കവും വിളനാശവും ഭാഗ്യവാന്മാരെ ബാധിക്കുന്ന യാഥാർത്ഥ്യങ്ങളല്ല.

സഹവർത്തിത്തമന്ദിരത്തിലേക്ക് നെഞ്ചുപൊള്ളലോടെ ആചാര്യസത്യവാഗീശ്വരൻ നടക്കുകയായിരുന്നു. ആചാര്യന്റെ കാലിഞ്ചോട്ടിൽ നമസ്കരിച്ച അയാൾ ദൈവാനുഗ്രഹത്തിനുവേണ്ടി ദയനീയമായി കരയുകയാണ്. അയാളുടെ ഏകമകന്റെ ജീവിതം വർണ്ണരഹിതമായ ഇരുളിലേക്കുവീണ് നിഴലുകളാകുന്നു. ഏഴാംവയസ്സിൽ മങ്ങിത്തുടങ്ങിയ അവന്റെ കാഴ്ച ഒമ്പതാംവയസ്സിൽ ഇരുൾ പടർപ്പാകുന്നു. പലതരം ചികിത്സകൾ നടത്തിയെങ്കിലും അവന്റെ കണ്ണ് അനാവശ്യവസ്തുവായി തുടരുകയാണ്.

'എന്റെ സമ്പത്തും ജീവനും ത്യജിക്കാൻ ഞാൻ തയ്യാറാണ്. എന്റെ മകന് കാഴ്ച തിരിച്ചുകിട്ടിയാൽ മതി.'

'നിന്റെ കർമ്മപാപത്തെ അന്ധതയായി മകൻ അനുഭവിക്കുകയാണ്. നിന്റെ സ്വാർത്ഥതയാണ് ദുരന്തങ്ങൾക്കെല്ലാം കാരണം. എങ്കിലും നീ കാരുണ്യം അർഹിക്കുന്നു'.

മെതിയടിച്ചുവട്ടിലെ മണ്ണും കാട്ടുചെടിയും അന്ധതയ്ക്ക് ഔഷധമായി. കുട്ടിയുടെ നെറുകയിൽ കൈവെച്ച ആചാര്യസത്യവാഗീശ്വരൻ പരിസരം മറന്ന് ധ്യാനിക്കുകയാണ്. പൊടുന്നനെ വർണ്ണവൈവിധ്യങ്ങളിലേക്കും വസ്തുക്കളിലേക്കും കുട്ടിയുടെ കാഴ്ച മടങ്ങിവരുന്നു. അച്ഛനും മകനും ആചാര്യസത്യവാഗീശ്വരനെ കൃതജ്ഞതയോടെ നമസ്കരിക്കുന്നു. ദിവ്യാനുഗ്രഹങ്ങളെ ഏറ്റുവാങ്ങി നിന്ന അവരോട് ആചാര്യസത്യവാഗീശ്വരൻ പറഞ്ഞു:

'ദൈവത്തിന്റെ കാരുണ്യംകൊണ്ട് നിന്റെ മകന് കാഴ്ച വീണ്ടുകിട്ടിയിരിക്കുന്നു. നീയും കാരുണ്യവാനായി ജീവിക്കുക. ഇനിയുള്ള നിന്റെ ജീവിതം സഹജീവിസ്നേഹം നിറഞ്ഞതാകട്ടെ. നിനക്ക് അദ്ധ്വാനിച്ച് പാലിക്കാൻ കഴിയുന്ന ഭൂമിയെ മാത്രം നീ സംരക്ഷിക്കുക. മറ്റുള്ളവയെ അദ്ധ്വാനിക്കുന്നവർക്കായി വീതിച്ചുനൽകുക. അധികസമ്പത്ത് പ്രകൃതിവിരുദ്ധവും മറ്റുള്ളവരുടെ ജീവിതത്തെ നിഷേധിക്കലുമാണ്''.

മകന് പ്രകാശം നൽകിയ ആചാര്യന്റെ തിരിച്ചറിവുകൾ അയാൾക്ക് ജന്മവും ജീവിതവുമാകുകയാണ്. ആചാര്യസത്യവാഗീശ്വരന്റെ സത്യമാർഗ്ഗങ്ങളെ ഏറ്റുവാങ്ങിയ അയാൾ കാരുണ്യത്തിന്റെ സഹാനുഭൂതിയോടെ ഗ്രാമങ്ങളിലേക്ക് പുറപ്പെടുന്നു.

കുറെ ദിവസങ്ങളായി ആചാര്യസത്യവാഗീശ്വരന്റെ ധ്യാനനിഷ്ഠകളെ സനാതനപുരത്തുകാരുടെ നെഞ്ചുപൊള്ളിയ നിലവിളികൾ അലോസരപ്പെടുത്തുകയാണ്. ശരിയായ മാർഗ്ഗം കാരുണ്യസ്പർശത്തോടെ ഗ്രാമാന്തരങ്ങളിലേക്ക് വ്യാപിച്ച് വ്യവസ്ഥിതിയുടെ വിഭജനങ്ങളെ അവസാനിപ്പിക്കേണ്ടതാണ്.

പ്രപഞ്ചത്തിന്റേയും ജീവിതത്തിന്റേയും നിയാമകസത്യത്തെ കണ്ട ആചാര്യസത്യവാഗീശ്വരൻ കർമ്മാശ്രമങ്ങളിലെ അനുയായികളെ സംഘങ്ങളാക്കി വേർതിരിക്കുന്നു. കാരുണ്യസംഘം നീചജന്മങ്ങളുടെ ഉയിർത്തെഴുന്നേല്പിന് ശ്രമിക്കണം. മാനുഷികസംഘം ഭാഗ്യവാന്മാരുടെ മാനസാന്തരത്തിന് ഊന്നൽ നൽകണം. സ്വാർത്ഥതയിൽനിന്ന് മാനുഷികതയിലേക്ക് എത്തുന്ന ഭാഗ്യവാന്മാർ കർമ്മശേഷി തടകെട്ടാതെ ആയുസ്സിനെ പൂർണ്ണമാക്കുന്നു.

ആചാര്യസത്യവാഗീശ്വരൻ ധ്യാനയോഗത്തിലെ അനുയായികളോട് പറഞ്ഞു:

'കാരുണ്യമാണ് സനാതനപുരത്തിന്റെ ആത്മാവ്. കാരുണ്യത്തെ അവഗണിച്ച നാം അജ്ഞരും അടിമകളുമായി. നമ്മുടെ സ്വാതന്ത്ര്യം ശരിയായ മാർഗ്ഗത്തെ പ്രാപിക്കുക കാരുണ്യത്തെ സ്വീകരിക്കുമ്പോഴാണ്. അദ്ധ്വാനിക്കാത്തവന് ജീവിക്കാൻ അവകാശമില്ല. സനാതനപുരം ജീവിക്കുന്നവരുടെ ജന്മഭൂമിയാണ്'.

മാനുഷികസംഘങ്ങളും കാരുണ്യസംഘങ്ങളും സനാതനപുരത്തിന്റെ അടഞ്ഞ ആത്മാവിൽ ഉണർവ്വുപാകുകയാണ്. അവരുടെ വിസ്മയിപ്പിക്കുന്ന വാക്കുകൾ പൗരാണികമായ അധാർമ്മികതയെ വിളിച്ചുപറയുന്നു. ഭാഗ്യവാന്മാരായ പലരും ആചാര്യസത്യവാഗീശ്വരന്റെ ദിവ്യമായ പരിവേഷത്തിൽ മയങ്ങി സന്മനസ്സുള്ളവരാകുകയാണ്. മേദസ്സിന്റെ ദുർവിനിയോഗത്തിൽ നിന്ന് കർമ്മശേഷിയിലേക്ക് അവർ തിരിഞ്ഞു. ആചാര്യസത്യവാഗീശ്വരന്റെ സാന്നിദ്ധ്യത്തിൽ അധികംവെയ്പുകളെ അവർ മറ്റുള്ളവർക്ക് വിതരണം ചെയ്യുന്നു.

വെള്ളക്കാർ പോയതോടെ അവരുടെ വിഭവങ്ങളും ഉല്പന്നങ്ങളും സനാതനപുരത്തിൽനിന്ന് അപ്രത്യക്ഷമാകുന്നു. ആചാര്യസത്യവാഗീശ്വരന്റെ ശരിയായ മാർഗ്ഗത്തിൽ വൻകിടയന്ത്രങ്ങളും യാന്ത്രികമനുഷ്യരുമില്ല. കർമ്മശേഷി ഉപയോഗിക്കാതെ കടന്നുവരുന്ന അകാലമരണവും മേദസ്സ് തടംകെട്ടിയ സർവ്വനാശവും അവിടെ അന്യമാണ്. സ്വാശ്രയത്തിലേക്കുതിരിഞ്ഞ സനാതനപുരത്തുകാർ കൈത്തൊഴിലിന്റെ വിലമതിപ്പുകളിലേക്ക് മടക്കയാത്ര നടത്തുകയാണ്. വൻകിടയന്ത്രങ്ങൾ അപൂർവ്വമായപ്പോൾ ചക്കാലകളും ചെമ്പോട്ടികളും സജീവമായി. അതോടെ ഗ്രാമാന്തരങ്ങളിലെ ശുഷ്കമായ ജീവിതങ്ങൾ പ്രസാദാത്മകമാകുന്നു.

കുലത്തൊഴിലുകളുടേയും കൈത്തൊഴിലുകളുടേയും പുനരുദ്ധാരണം സനാതനപുരത്തുകാരുടെ ശാപമാകുകയാണ്. അതോടെ പ്രാചീനമായ സമ്പ്രദായങ്ങളും വിഭജനങ്ങളും വീണ്ടും ബലംവെയ്ക്കുന്നു. അപ്പോൾ കാരുണ്യസംഘങ്ങളുടെ പ്രവർത്തനങ്ങൾ വിഫലമായ പരിശ്രമങ്ങളാകുകയാണ്. കാലാകാലങ്ങളായി പ്രത്യേക

അവകാശങ്ങളേയും അധീശത്വത്തേയും കുത്തകയാക്കിയ ഭാഗ്യവാന്മാർ ഉയർത്തെണീക്കുകയാണ്. അവർ കർമ്മങ്ങളെ വിഭജിച്ച് നീചജന്മങ്ങളിലേക്കുവരെ അവാന്തരവിഭാഗങ്ങളെ വ്യാപിപ്പിക്കുകയാണ്. കൈത്തൊഴിലുകളും കുലത്തൊഴിലുകളും വംശത്തിന്റെ അപമാനമായിതീരുന്നു.

ഭാഗ്യവാന്മാരുടെ പൂണൂൽ കുലചിഹ്നവും ജനനത്തിന്റെ മഹനീയതയുമാണ്. സനാതനപുരത്തിലെ ദൈവമനസ്സുകളായ യോഗികൾ നവോത്ഥാനത്തിനും പരിവർത്തനത്തിനും തുടക്കംകുറിച്ചു. അവർ ഭാഗ്യവാന്മാരെ പൂണൂലുകൾ പൊട്ടിച്ചെറിയാൻ പ്രേരിപ്പിച്ചതാണ്. ഉന്നതങ്ങളിൽനിന്ന് ചില ഭാഗ്യവാന്മാർ സമഭാവനയോടെ താഴേക്കിറങ്ങി. അപകർഷതാബോധത്തോടെ നീചജന്മങ്ങൾ അവരോട് അപ്പോഴും ഭയഭക്തിയോടെ പെരുമാറുന്നു. ഇപ്പോൾ നീചജന്മങ്ങളുടെ മനസ്സിനെ ബാധിച്ച ധാരണകൾ കൂടുതൽ ശക്തിനേടുകയാണ്. ഭാഗ്യവാന്മാർ ജന്മത്തിന്റെ പ്രത്യേക അവകാശങ്ങളിലേക്കും അധികാരങ്ങളിലേക്കും മടങ്ങുന്നു. നീചജന്മങ്ങൾ ദുരിതങ്ങളെ ജന്മാന്തരവിധിയും ദൈവനിശ്ചയവുമായി ഏറ്റുവാങ്ങുന്നു.

പരുത്തിനൂലുമായി എത്തിയ ആചാര്യൻ ധ്യാനയോഗത്തിനുശേഷം പറഞ്ഞു:

'ഇത് സനാതനപുരത്തുകാരുടെ പരിവർത്തനത്തിന്റേയും സമഭാവനയുടേയും ചിഹ്നമാണ്. നമ്മുടെ പൈതൃകത്തെ അറിയിക്കുന്ന ചിഹ്നമായി സനാതനപുരത്തുകാരെല്ലാം ഈ നൂലിനെ ധരിക്കേണ്ടതാണ്''.

അയാൾ വിതരണംചെയ്ത പൂണൂൽ ധ്യാനയോഗത്തിൽ കൂടിയ എല്ലാവരും ധരിക്കുന്നു. ഗ്രാമാന്തരങ്ങളിലേക്ക് ഇറങ്ങുന്ന കാരുണ്യസംഘങ്ങൾ നീചജന്മങ്ങളെ പൂണൂൽ ഇടുവിക്കുന്നു. അവരുടെ പാപബോധത്തേയും മനസ്താപത്തേയും അകറ്റാൻ ആചാര്യസത്യവാഗീശ്വരന്റെ ദിവ്യവചനങ്ങളേയും അവർ പ്രയോഗിക്കുകയാണ്.

സനാതനപുരത്തിന്റെ പൗരാണികമായ ദുഷിച്ചിലുകളോട് ഏറ്റുമുട്ടാൻ ആചാര്യസത്യവാഗീശ്വരൻ തയ്യാറായി. സനാതനപുരത്തുകാരുടെ ജീവിതത്തെ വിധിസങ്കല്പങ്ങളിൽ നിന്നും കർമ്മവിധികളിൽനിന്നും മായയിൽ നിന്നും അയാൾ വേർപെടുത്തുന്നു. ഭാഗ്യവാന്മാരുടെ ദുർവ്യാഖ്യാനങ്ങളെ അവർ ഇതുവരെ ദൈവവിധിയായി സ്വീകരിച്ചതാണ്. ആചാര്യസത്യവാഗീശ്വരന്റെ അമാനുഷികപരിവേഷം അവരുടെ സംശയങ്ങളുടെ നിവാരണമാകുന്നു.

സനാതനപുരത്തിലെ അധാർമ്മികമായ ആചാരങ്ങളെ മാറ്റിപ്പണിയാൻ മാനുഷികസംഘങ്ങൾ തയ്യാറായി. അവർ ഭാഗ്യവാന്മാരെ അദ്ധ്വാനശീലരും കാരുണ്യമുള്ളവരുമാക്കുന്നു.

വെള്ളക്കാരുടെ അധികാരത്തേയും അധീശത്വത്തേയും പോലീസു കാരുടേയും പട്ടാളക്കാരുടേയും ആയുധങ്ങളാണ് സംരക്ഷിച്ചിരുന്നത്. കിരാതവാഴ്ച നടത്തിയ ആയുധങ്ങളെ കാരുണ്യത്തിന്റെ മുദ്രയാക്കി ത്തീർക്കാൻ ആചാര്യസത്യവാഗീശ്വരന് കഴിഞ്ഞു. വ്യക്തിത്വങ്ങളെ നിർമ്മിക്കുന്ന വസ്തുസംവിധാനങ്ങളേയും അയാൾ നശിപ്പിക്കുന്നു.

ആസുരമായ ചിന്തകളോടെ വളർന്ന പട്ടാളക്കാരെ മാനുഷികമായ നേർവരമ്പുകളിലേക്ക് ആചാര്യസത്യവാഗീശ്വരൻ മാറ്റിപ്പണിയുന്നു. ഹിംസയുടെ ആയുധങ്ങൾ സംരക്ഷണത്തിന്റെ പ്രതീകങ്ങളാകുക യാണ്. ആത്മാവിലെ ഹിംസ്രജന്തുവിനെ തിരിച്ചറിഞ്ഞ പട്ടാളക്കാർ കരംപിരിവുകാരും ഭൂപരിധി നിർണ്ണയക്കാരുമായി ജനസാന്ദ്രതയി ലേക്ക് ഇറങ്ങുന്നു.

പരിവർത്തനത്തിന്റെ ദിവസങ്ങളിലും ആത്മസംഘർഷത്തോടെ ആചാര്യസത്യവാഗീശ്വരൻ പുനർജ്ജനിഗുഹയിൽ എത്തുന്നു. വ്യ ക്തമായ തീരുമാനങ്ങൾക്കുവേണ്ടി അയാൾ കാത്തുനിന്നു. അയാളുടെ മനസ്സിൽ അപ്പോഴും ആത്മപീഢനത്തിന്റെ ഏകാന്തതയാണ്.

‘നീ ഞങ്ങളാകാതിരിക്കുക. ശരിയായ മാർഗ്ഗത്തിൽ കൂടെ ഞങ്ങളിലേക്ക് പ്രവേശിക്കുക. ഞങ്ങൾ കാലത്തെ ഭേദിച്ചവരും കാലത്തിന്റെ വിധിനിർണ്ണയിച്ചവരുമാണ്. ഞങ്ങൾ മരണത്തിനും കാലത്തിനും അതീതരായ ശക്തികളാണ്.’

സങ്കീർണ്ണപ്രശ്നങ്ങൾക്കുള്ള പ്രതിവിധികളെ ആചാര്യസത്യവാ ഗീശ്വരൻ ധ്യാനത്തിൽനിന്ന് കണ്ടെത്തുകയാണ്.

സഹവർത്തിത്ത മന്ദിരത്തിലെ ലാളിത്യത്തിലേക്ക് അവജ്ഞ യോടെ നാലുപേർ കടന്നുവന്നു. വെള്ളക്കാരുടെ അടിച്ചമർത്തലിന്റെ അവശിഷ്ടങ്ങൾ ഇപ്പോഴും നിൽക്കുകയാണെന്ന് അവർ ആചാര്യസ ത്യവാഗീശ്വരനോട് വെളിപ്പെടുത്തുന്നു. സനാതനപുരത്തിന്റെ സ്വാത ന്ത്ര്യത്തിനുവേണ്ടി ത്യാഗങ്ങളും ദുരിതങ്ങളും സഹിച്ച അവർ ഇപ്പോൾ അവകാശവാദങ്ങളെ ഉന്നയിക്കുന്നു. നവീനധാരകളേയും ആധുനിക ചിന്തകളെയും ഉൾക്കൊണ്ട അവർക്ക് വെള്ളക്കാർ തടസ്സമായിരുന്നു. ആധുനികകാലത്തിന്റെ പരിവർത്തനശക്തി വൻകിട വ്യവസായങ്ങ ളാണെന്നു അവർ മനസ്സിലാക്കി. ദേശീയ വ്യവസായങ്ങൾക്കുവേണ്ടി പ്രവർത്തിച്ച അവരെ വെള്ളക്കാർ അവഗണിച്ചു. വൻകിട വ്യവസാ യങ്ങൾ സ്ഥാപിക്കാൻവേണ്ടി അവർ സനാതനപുരത്തിന്റെ സ്വാത ന്ത്ര്യത്തിനുവേണ്ടി പ്രവർത്തിച്ചു. അവർക്ക് ഇപ്പോഴും അവഗണനയും അവസരങ്ങളെ നിഷേധിക്കലുമാണ്.

ആധുനികവും പ്രാകൃതവുമായ സാഹചര്യങ്ങൾ ഒരുപോലെ മനു ഷ്യനിലെ വന്യമൃഗത്തെ പോഷിപ്പിക്കുകയാണ്. നീണ്ട നിശ്ശബ്ദതക്ക്

ശേഷം ആചാര്യസത്യവാഗീശ്വരൻ ചോദിച്ചു:

'നിങ്ങൾ എന്നിൽനിന്ന് എന്താണ് പ്രതീക്ഷിക്കുന്നത്?'

'ഞങ്ങൾക്കും അവസരങ്ങൾ വേണം. ഞങ്ങൾ സനാതനപുരത്തെ ആധുനികമാക്കാൻ ആഗ്രഹിക്കുന്നു. ആധുനികമായ ജീവിതം സൃഷ്ടിക്കാൻ ഞങ്ങൾ തയ്യാറാണ്'.

'എങ്ങനെ?'

'ഞങ്ങൾ വൻകിട വ്യവസായശാലകൾ സ്ഥാപിക്കും. ജനങ്ങൾക്ക് തൊഴിലും സുഖഭോഗത്തിനുവേണ്ട വസ്തുക്കളും നൽകും.'

കാരുണ്യത്തിന്റേയും സംയമനത്തിന്റേയും മന:ശാന്തിയോടെ ആചാര്യസത്യവാഗീശ്വരൻ ചോദിച്ചു:

'മനുഷ്യത്വത്തെ നശിപ്പിച്ച് മനുഷ്യനെ യന്ത്രങ്ങളാക്കാൻ ആഗ്രഹിക്കുന്നു അല്ലേ?'

പ്രാകൃതമായ ജനസ്സിനോട് ഏറ്റുമുട്ടുകയാണെന്ന തോന്നലോടെ അവർ എണീക്കുകയാണ്.

സനാതനപുരത്തുകാർക്കുവേണ്ടി ആചാര്യസത്യവാഗീശ്വരൻ രാത്രികളെ ആലോചനകൾ കൊണ്ടുനിറച്ചു. അപ്പോഴും ആചാര്യൻ അശാന്തനാകുന്നു. ശരിയായമാർഗ്ഗം മനുഷ്യത്വത്തിന്റെ പൂർണ്ണതയാണെന്ന് സനാതനപുരത്തുകാർ തിരിച്ചറിയുന്നില്ല. വെള്ളക്കാരുടെ സുഖസമൃദ്ധികളുടെ പ്രലോഭനങ്ങളെ ഇപ്പോഴും പലരും ആത്മാവിൽ സൂക്ഷിക്കുകയാണ്.

ധ്യാനത്തിന്റെ അഗാധതയിലെ അപൂർവ്വമായ കാഴ്ച സത്യവാഗീശ്വരനെ ഭീതിപ്പെടുത്തുകയാണ്. ഊൺമേശയുടെ കാഴ്ച അയാളുടെ മുമ്പിൽ തെളിയുകയാണ്. ശുഭ്രമായ ചോറ് പൊടുന്നനെ മഞ്ഞയും നീലയുമാകുന്നു. അവർ അപ്പോഴും നിറവ്യത്യാസങ്ങളെ അറിയാതെ ആസ്വദിച്ച് ഭക്ഷിക്കുകയാണ്. എവിടെ നിന്നോ കടന്നുവന്ന വെളുത്ത മുയലുകൾ സൗമ്യഭാവങ്ങളെ ഉപേക്ഷിച്ച് മനുഷ്യരെ ആക്രമിക്കുന്നു. മഹാവിപത്തിനെ നേരിട്ട് സംഭ്രമത്തോടെ ഓടിയ മുയലുകൾ ചത്തു വീഴുന്നു. മുയലുകളുടെ വെളുത്ത രോമങ്ങളും കൺതടങ്ങളും വിഷലിപ്തമായി നീലയാകുകയാണ്.

ഭക്ഷണസാധനങ്ങളും പരിസരവും മനുഷ്യരെ വിഷവാഹകരാക്കുകയാണ്. വംശനാശം അഭിമുഖീകരിക്കുന്ന അവന്റെ സന്തതികൾ ബലഹീനരും വികലാംഗരുമായി ജനിക്കുകയാണ്.

ആകാശത്തിന്റെ ശാന്തമായ പ്രവാഹങ്ങളിൽ ആത്മജ്ഞാനത്തിന്റെ സ്വച്ഛതയെ ആചാര്യസത്യവാഗീശ്വരൻ കണ്ടെത്തി. ധൃതിപ്പെട്ട് വന്ന ജനനിദാസൻ പറഞ്ഞു:

'ആചാര്യനോട് എനിക്കൊരു അപേക്ഷയുണ്ട്. ശാസ്ത്രമാണ് ആധുനികയുഗത്തെ സൃഷ്ടിച്ചത്. സനാതനപുരം പ്രാചീനതയെ സ്നേഹിച്ച് ലോകത്തിന്റെ പുരോഗതിയെ അവഗണിക്കരുത്'.

'ശാസ്ത്രത്തിന്റെ ആത്മീയത ഇന്ന് നഷ്ടപ്പെട്ടിരിക്കുന്നു. ശാസ്ത്രം ഇന്ന് മനുഷ്യവംശത്തിന്റെ അന്തകനാണ്. സനാതനപുരം പൈതൃകത്തിലേക്കും പ്രാകൃതാവസ്ഥയിലേക്കും തിരിച്ചുപോകുകയല്ല. അനാവശ്യങ്ങളെ ഒഴിവാക്കി യാന്ത്രികത ഇല്ലാതെ പുരോഗമിക്കുകയാണ്'.

പ്രാകൃതനും ഗുഹാവാസിയുമായ മനുഷ്യനോട് സംവദിക്കുകയാണെന്ന തോന്നലോടെ ജനനീദാസൻ പിന്തിരിയുകയാണ്. പൈതൃകത്തെ പുന:സ്ഥാപിക്കുമ്പോൾ ബലിക്രിയകളും പൈശാചികമായ മാരണങ്ങളും അംഗീകൃതരീതികളാകുകയാണ്. അതിജീവനത്തിനുവേണ്ടി പ്രകൃതിയോട് പോരാടിയവർ തങ്ങളുടെ അറിവുകേടിൽ പാമ്പിലും ഇടിമിന്നലിലും അദൃശ്യശക്തികളെ കണ്ടെത്തി. പ്രാകൃതമായ ധാരണകളെ വീണ്ടെടുക്കുക മനുഷ്യവംശത്തോടു ചെയ്യുന്ന അനീതിയാണ്.

ജനനീദാസനും മറ്റു പല ആധുനികർക്കും ആചാര്യസത്യവാഗീശ്വരന്റെ പരിഷ്കാരങ്ങളേയും പരിവർത്തനങ്ങളേയും ഉൾക്കൊള്ളാനായില്ല. മനുഷ്യജന്മത്തിന്റെ അന്തസത്തയെ അറിയാത്ത അവർ ജീവിതത്തെ പ്രയോജനവാദത്തിലും ഉപഭോഗതൃഷ്ണകളിലും അളക്കുകയാണ്. അവരുടെ ജീവിതം അന്വേഷണത്തിന്റെ പീഢനമേല്ക്കാതെ വ്യവഹാരകാലത്തിന്റെ പരിമിതികളിൽ സമ്പൂർണ്ണമാകുന്നു.

ആചാര്യസത്യവാഗീശ്വരന് മനുഷ്യജീവിതം ആത്മാന്വേഷണത്തിനും കണ്ടെത്തലിനുമുള്ള അവസരമാണ്. മരണത്തിന്റെ പരിസമാപ്തിയെ വ്യക്തിസത്തകൊണ്ടും സ്വത്വംകൊണ്ടും അയാൾ നേരിടുന്നു. കാലത്തിന്റെ രീതിയെ അനുസരിക്കുമ്പോഴും അയാൾ കാലത്തെ ധിക്കരിക്കുകയാണ്. സാമാന്യതയിൽനിന്ന് അസാമാന്യതയിലേക്ക് എത്തിച്ചേരുക കാലത്തിന്റെ നിശ്ചയങ്ങളെ മറികടക്കലാണ്. അയാൾ വസ്തുക്കളുടേയും മാംസത്തിന്റേയും ആകർഷണത്തെ ഭേദിക്കുന്നു. അനന്തതയുമായി ഏറ്റുമുട്ടി സ്വത്വം സ്ഥാപിക്കുന്ന അയാൾ കാലത്തിന്റെ നിശ്ചയങ്ങളെ ചരിത്രത്തിലേക്ക് നിക്ഷേപിക്കുകയാണ്.

പുനർജ്ജനിഗുഹ സ്ഥലകാലങ്ങളെ തിരിച്ചറിയിക്കുന്ന വ്യക്തിത്വങ്ങളുടെ സങ്കേതമാണ്. കാലത്തിന്റെ നിയോഗങ്ങളെ അനുസരിച്ച അവർ നിസ്വാർത്ഥരായിരുന്നു. അവസ്ഥയെ മാറ്റിപ്പണിത അവർ മനുഷ്യവംശത്തിന്റെ മാർഗ്ഗനിർദ്ദേശകരുമാണ്.

സനാതനപുരത്തുകാരുടെ ആത്മീയവും ഭൗതികവുമായ നിലപാടുകളെ ഉൾക്കൊള്ളാൻ ആചാര്യസത്യവാഗീശ്വരൻ ശ്രമിച്ചു.

ഗ്രാമങ്ങളിലും നഗരങ്ങളിലും അയാൾ നിരന്തരം സഞ്ചരിക്കുന്നു. ആചാര്യന്റെ സാമിപ്യം അവരുടെ ആത്മതേജസ്സായി. അയാളുടെ ദിവ്യപരിവേഷം അവരുടെ കഷ്ടങ്ങൾക്ക് നിവാരണമാകുകയാണ്.

ആചാര്യസത്യവാഗീശ്വരന്റെ യാത്രകളെ പിന്തുടർന്ന ആരണ്യ അത്യാവശ്യങ്ങളെ കണ്ടറിഞ്ഞ് നിറവേറ്റി. അനാവശ്യ കുടിക്കാഴ്ചകളെ അവർ ഒഴിവാക്കി. യാത്രകളെ ക്രമപ്പെടുത്തിയ അവൾ അയാൾക്ക് ധ്യാനയോഗത്തിനുവേണ്ട ശാന്തത ഉണ്ടാക്കുന്നു.

ആചാര്യസത്യവാഗീശ്വരന്റെ സഹജവാസന ആരണ്യയുടെ ഗർഭഭാരമായിത്തീരുകയാണ്. അപ്പോഴും അയാൾ ഇച്ഛയെ മറികടക്കാനുള്ള തീവ്രശ്രമങ്ങളിൽ ഏർപ്പെട്ടു. കടുക്കയുടെ മണവും അടിവയറിൽ ചുഴിക്കുത്തുന്ന വേദനയും ആചാര്യസത്യവാഗീശ്വരന്റെ രാത്രികളെ അശാന്തമാക്കുന്നു.

ധ്യാനയോഗത്തിലേക്ക് വന്ന യുവതി ആചാര്യസത്യവാഗീശ്വരന്റെ കാലുകളിൽ വീണു. അവളുടെ വിതുമ്പിയ ചുണ്ടുകളിൽ ആത്മബന്ധത്തിന്റെ വേദനയും വംശത്തിന്റെ ദുരന്തവും തേങ്ങലായി ഉയരുന്നു. കാഴ്ചകണ്ട് അതിശയിച്ച ആരണ്യ പറഞ്ഞു:

'കാദംബരി'

കാദംബരിയുടെ യുവത്വത്തിന്റെ പ്രസരിപ്പും ആകർഷകമായ രൂപവും നഷ്ടപ്പെട്ടിരിക്കുന്നു.

കാദംബരിയെ കണ്ട ആചാര്യസത്യവാഗീശ്വരൻ പാപബോധത്തിന്റേയും വംശദുരന്തത്തിന്റേയും ഓർമ്മകളിലേക്ക് പിൻവാങ്ങുന്നു. വിഭാവസുവിന്റെ വംശശാപത്തിൽനിന്ന് ആചാര്യസത്യവാഗീശ്വൻ അവതരിക്കുകയാണ്. അയാളുടെ പാപബോധം ആസക്തിയോടുള്ള വിരക്തിയും ആത്മാന്വേഷണവുമായി വളർന്നു. അതോടെ അയാൾ ജീവിതത്തിന്റെ അർത്ഥവ്യാപ്തിയേയും ശരിയായ മാർഗ്ഗത്തേയും കണ്ടെത്തുകയാണ്.

വിഭാവസുവിന്റെ കാലം കഴിച്ച കാട്ടുപോത്ത് പ്രഭാവസുവിലേക്ക് കുടിയേറി. അനിയന്ത്രിതമായ ജീവിതം തുടർന്ന അയാൾ നാഗരികമായ ആസക്തികളിൽ മുഴുകുകയാണ്. യുവത്വത്തിന്റെ നീതിയോടെ പെരുമാറുന്ന അയാൾ വാർദ്ധക്യത്തിൽ പശ്ചാത്തപിക്കാൻ വിധിക്കപ്പെട്ടവനാണ്.

വ്രതയെപ്പോലെ വിധിനിശ്ചയങ്ങളിലേക്ക് ഉൾവലിയാൻ കാദംബരിയ്ക്ക് കഴിഞ്ഞില്ല. അവൾ പ്രതികരണത്തിന്റെ പ്രതിരോധവുമായി ജീവിതത്തെ നേരിടുന്നു. നഗരത്തിലെ മികച്ച വക്കീലായ പ്രഭാവസു കോടതിപരിസരത്തുതന്നെ പുത്തൻ മാളിക പണിയുന്നു. പകലുകളിൽ വാശിയോടെ കേസ്സുകൾ വാദിച്ച അയാൾ രാത്രികളിൽ പല

സ്ത്രീകളുമായി ഇടപഴകുന്നു. പരിചയക്കാരും പരിചിതഗന്ധങ്ങളും വിരസമാകുക അവരുടെ വംശദുരന്തമാണ്. കാദംബരിയെ അപൂർവ്വമായി പ്രാപിച്ച് ഭർത്താവിന്റെ അവകാശങ്ങളേയും അയാൾ സ്ഥാപിക്കുകയാണ്. കാദംബരിയുടെ സാന്ത്വനത്തിന്റേയും സ്നേഹവായ്പിന്റേയും വഴികളെ പ്രഭാവസു ഭീരുത്വത്തിന്റെ മാർഗ്ഗമായി കരുതുന്നു.

അപൂർവ്വസന്ദർശകനായി എത്തുന്ന പ്രഭാവസുവിനോട് അവൾ പറഞ്ഞു:

'വികാരങ്ങൾ പുരുഷന്റെ പ്രത്യേകതയൊന്നുമല്ല. നിങ്ങൾക്ക് സ്ത്രീയെ വേണ്ടതുപോലെ എനിക്ക് പുരുഷനേയും വേണം'.

വംശദുരന്തത്തിന്റെ പ്രതീകമായ പ്രഭാവസു കാദംബരിയുടെ വിലക്കുകളെ ലംഘിച്ച് പുത്തൻ പ്രലോഭനങ്ങളിലേക്ക് ഇറങ്ങുകയാണ്. ത്യാഗവും അന്വേഷണവുമല്ല ആസ്വദിക്കലാണ് ജീവിതമെന്ന് അയാൾ പ്രഖ്യാപിക്കുകയാണ്. സാത്വികനായ ആചാര്യസത്യവാഗീശ്വരനെപ്പോലെ ബുദ്ധിശൂന്യനല്ല താനെന്നും പ്രഭാവസു ലോകത്തോട് പറയുന്നു.

മരണം മനുഷ്യന്റെ വിരാമചിഹ്നമാകുമ്പോൾ മറ്റെല്ലാം പ്രഭാവസുവിന് അപ്രസക്തമാണ്. യാദൃച്ഛികമായി ലഭിച്ച ജീവിതത്തെ ഭോഗതൃഷ്ണകളുടേയും യൗവ്വനത്തിന്റേയും ആഘോഷമാക്കണം. പരലോകവും ആത്മാന്വേഷണവും പാപചിന്തകളും പ്രഭാവസുവിന്റെ മനസ്സിലേക്ക് കടന്നുവരുന്നില്ല.

ഗർഭിണിയായ കാദംബരി ആൺകുട്ടിയുടെ കരച്ചിൽ കേട്ട് വംശശാപത്തെ തിരിച്ചറിയുകയാണ്. ശാപഗ്രസ്തമായ ആത്മാവുകളെ കണ്ട അവളിൽനിന്ന് മാതൃത്വവും വാത്സല്യവും വിട്ടൊഴിയുകയാണ്. നീചജന്മങ്ങളുടെ പരമ്പരകളും വിധിക്കു കീഴടങ്ങിയ സ്ത്രീകളും അവളുടെ ഉറക്കംകെടുത്തുന്ന അനുഭവങ്ങളായി തുടരുകയാണ്.

മറ്റുള്ളവരുടെ വേദനകളോട് മുഖംതിരിച്ച പ്രഭാവസു സ്വന്തം താല്പര്യങ്ങളെ മാത്രം മുമ്പിൽ കണ്ടു. കാദംബരിയും പവിത്രസങ്കല്പങ്ങളെ ഉപേക്ഷിക്കുന്നു. അവൾ മുൻകൈ എടുത്ത് പ്രഭാവസുവിന്റെ സുഹൃത്തിനെ പ്രാപിക്കുന്നു. ആദ്യകാലങ്ങളിൽ അവളുടെ വേഴ്ച്ചകൾ രഹസ്യനടപടികളായിരുന്നു. പിന്നീട് പക ഇറക്കലിന്റെ ആത്മസംതൃപ്തിയോടെ അവൾ എല്ലാം പ്രകടമായി നടത്തുകയാണ്. പ്രഭാവസുവിന്റെ മാനാപമാനങ്ങളേയും സാമൂഹ്യമാന്യതയേയും അവൾ വെല്ലുവിളിക്കുന്നു. നിഷേധിക്കപ്പെട്ട സ്ത്രീത്വത്തിന്റെ അവകാശങ്ങളെ പ്രതികാരത്തോടെ അവൾ സ്ഥാപിക്കുകയാണ്.

വ്രതയുടെ വിധിവിശ്വാസങ്ങൾ ജീവിതത്തെ ശാന്തമാക്കി. കാദംബരിയുടെ മനോഭാവം ജീവിതത്തെ ശബ്ദപ്രളയമാക്കി.

രണ്ടാമതായി പെൺകുട്ടി ഉണ്ടായപ്പോൾ വംശശാപത്തിൽനിന്ന് രക്ഷപ്പെട്ട ജന്മപരമ്പരകളെ കണ്ട് കാദംബരി ആശ്വസിച്ചു. വ്രതയെ കാണാൻ എത്തുന്ന അവൾ സ്ത്രീത്വത്തിന്റെ അഭിമാനത്തോടെ തന്റെ നടപടികളെക്കുറിച്ചു പറഞ്ഞു. വിധിയല്ല മനുഷ്യനാണ് ജീവിതത്തിന്റെ അവകാശി എന്ന് അവൾ ഉറച്ചു വിശ്വസിക്കുകയാണ്. വ്രതയുടെ അശാന്തമായ മനസ്സ് അപ്പോൾ ആചാര്യസത്യവാഗീശ്വരന്റെ സാത്വികഭാവങ്ങളെ നമസ്ക്കരിക്കും. തന്റെ സഫലമായ ജന്മത്തെക്കുറിച്ച് അവൾ ബോധവതിയായിരുന്നു. ആചാര്യസത്യവാഗീശ്വരൻ ഉപയോഗിച്ച മുറിയെ ദൈവസാന്നിദ്ധ്യത്തിന്റെ പവിത്രതയോടെ വ്രത സൂക്ഷിക്കുകയാണ്.

വംശത്തിന്റെ വിധിന്യായങ്ങളെ കാദംബരി തകർക്കുകയാണ്. എങ്കിലും അവൾക്ക് പ്രഭാവസുവിന്റെ ന്യായവിചാരങ്ങളോടെ ജീവിക്കാനായില്ല. സ്വകാര്യജീവിതത്തിലെ ദുർനടപ്പുകളിൽനിന്ന് ആത്മപരിശോധനയിലേക്ക് അവൾ എത്തിച്ചേർന്നു. തുടർന്ന് ലോകത്തിന്റെ വിശാലതയിലേക്ക് അവൾ ഇറങ്ങുകയാണ്.

കർമ്മാശ്രമത്തിലെ അന്തേവാസിയായ കാദംബരി മാംസമുക്തമായ ജീവിതത്തിലേക്കു തിരിയുന്നു. അവൾ സനാതനപുരത്തിന്റെ സ്വാതന്ത്ര്യത്തിനും വിമോചനത്തിനും വേണ്ടി പ്രയത്നിക്കുകയാണ്. മകനെ പ്രഭാവസുവിനു നൽകിയ അവൾ മകളെ വ്രതയെ ഏല്പിക്കുകയാണ്. കാദംബരിയുടെ നെറുകയിൽ കൈവെച്ച് ആത്മശാന്തിക്കുവേണ്ടി പ്രാർത്ഥിച്ച വ്രത പറഞ്ഞു:

‘ശാപങ്ങളെ ഏറ്റുവാങ്ങാതെ മരിക്കാൻ മകൾക്ക് ഭാഗ്യമുണ്ടാവട്ടെ. ആത്മാവിന്റെ വേദനകൾ ആർക്കും മോക്ഷം തരില്ല’.

വിഭാവസുവിന്റെ വീട്ടിലെ എല്ലാ ആണുങ്ങളും പ്രേതാത്മാക്കളായി അലയുകയാണ്.

പ്രഭാവസുവിൽനിന്ന് മുക്തിനേടിയ കാദംബരി മനുഷ്യജന്മത്തിന്റെ പ്രസക്തിയേയും സ്ത്രീകളുടെ ദുരിതങ്ങളേയും തിരിച്ചറിയുന്നു. ക്രമേണ അവൾ വിമോചന പ്രക്ഷോഭങ്ങളിൽനിന്ന് പിന്മാറി. നിർഭാഗ്യവതികളും പുരുഷന്റെ ഇരകളുമായ സ്ത്രീകളുടെ ദീനരോദനം അവൾ കേൾക്കുകയാണ്.

അനാചാരങ്ങളുടേയും പുരുഷാധിപത്യത്തിന്റേയും നടുക്കപെട്ട സനാതനപുരത്തിലെ സ്ത്രീകൾ നിരന്തരം ദുരിതങ്ങളെ ഏറ്റുവാങ്ങുകയാണ്. മതങ്ങളും വിധിസങ്കല്പങ്ങളും അവരെ നിസ്സഹായരാക്കുന്നു. സനാതനപുരത്തിന്റെ ആത്മാവിനെ തേടിയ ആചാര്യസത്യവാഗീശ്വരൻ വെന്തുരുകുന്ന സ്ത്രീജന്മത്തെ കണ്ട് പലപ്പോഴും ഞെട്ടിയുണർന്നതാണ്. വിധവകളും ഭാര്യമാരും അമ്മമാരും ഒരുപോലെ

നിർദ്ദയമായ പുരുഷാധിപത്യത്തെ സഹിച്ച് കഴിയുകയാണ്. വൃക്ഷത്തിന്റെ സമൃദ്ധി ഇലകളിലാണെന്ന് ബോദ്ധ്യപ്പെട്ട ആചാര്യസത്യവാഗീശ്വരൻ സനാതനപുരത്തുകാരോട് പറഞ്ഞു:

'അലസനും ഭോഗതല്പരനുമായ പുരുഷനെ മാലയിട്ട് സ്വീകരിക്കുന്ന സ്ത്രീ രാജ്യത്തിന്റെ സാംസ്കാരിക മഹത്വത്തെ പുനഃസൃഷ്ടിക്കുകയാണ്. പുരുഷനെ ശരിയായ മാർഗ്ഗത്തിലേക്കു നയിക്കുന്നത് സ്ത്രീയാണ്. പുരുഷന്റെ ജീവിതം ഭോഗമാണെങ്കിൽ സ്ത്രീ ആത്മസമർപ്പണത്തിന്റെ പാതയിലാണ്. സനാതനപുരത്തിലെ സ്ത്രീകൾ അശരണരോ ദുഃഖിതരോ ആകരുത്. അവൾ പുരുഷന്റെ ശക്തിയും വംശത്തിന്റെ രക്ഷകയുമാണ്''.

കർമ്മാശ്രമത്തിലെ സ്ത്രീകൾക്ക് വ്യക്തമായ മാർഗ്ഗനിർദ്ദേശം ആചാര്യസത്യവാഗീശ്വരൻ നൽകുന്നു. വിധികൽപനകളും ഉപകരണങ്ങളുമായി തീർന്ന സ്ത്രീജന്മങ്ങളെ പുനരുദ്ധരിക്കാൻ കർമ്മാശ്രമത്തിലെ സ്ത്രീകളെ അയാൾ നിയോഗിക്കുന്നു. വിധവകളും വേശ്യകളും സനാതനപുരത്തിന്റെ അപമാനങ്ങളാണ്. വെളിച്ചം കാണാത്ത കുടുംബിനികളേയും അലങ്കാരങ്ങളായ സ്ത്രീത്വത്തേയും ആത്മാഭിമാനത്തിന്റെ സമത്വത്തിലേക്ക് എത്തിക്കേണ്ടതുണ്ട്.

സമാദരണീയസംഘത്തെ സൃഷ്ടിച്ച ആചാര്യസത്യവാഗീശ്വരൻ അനുയായികളെ ഗ്രാമാന്തരങ്ങളിലേക്ക് പറഞ്ഞുവിടുന്നു.

അപമാനങ്ങളിൽനിന്നും അവഗണനകളിൽനിന്നും കാദംബരി രക്ഷപ്പെട്ടു. സനാതനപുരത്തിന്റെ പ്രാചീനമായ വിശ്വാസങ്ങളോട് ഏറ്റുമുട്ടാൻ അവൾ സന്നദ്ധയാകുന്നു.

ഒമ്പതാം ചെപ്പേട്

ആചാര്യസത്യവാഗീശ്വരൻ സനാതനപുരത്തുകാരെ ഭൗതികവും മാനസികവുമായ അടിമത്തത്തിൽനിന്ന് ഉണർത്തി ആധുനികലോകത്തിന്റെ ഭാഗമാക്കി. ഇക്കാലത്ത് ആചാര്യന്റെ അമ്മ ദിവംഗതയായി. അവരുടെ നിശ്ചലശരീരത്തെ കണ്ടവരില്ല. ദിവ്യമാതാവായ വ്രത ഉടലോടെ സ്വർഗ്ഗപ്രാപ്തയായി. സനാതനപുരത്തുകാർ ദിവ്യമാതാവിന്റെ വിയോഗദുഃഖം മൂന്നുദിവസം ആചരിച്ചു. ആചാര്യസത്യവാഗീശ്വൻ വ്യക്തിബന്ധങ്ങൾക്കും ക്ഷണികവികാരങ്ങൾക്കും അതീതനായിരുന്നു. സനാതന പുരത്തുകാരെ മുഴുവൻ ആചാര്യൻ സ്വന്തം മക്കളായി കണ്ടു. മകന്റെ മാർഗ്ഗഭ്രംശത്തെ ആചാര്യൻ ശിക്ഷിച്ചു. സനാതനപു രത്തുകാരുടെ സംതൃപ്തമായ ജീവിതത്തിനുവേണ്ടി യത്നിച്ച ആചാര്യസത്യവാഗീശ്വരൻ അവരുടെ ദുഃഖങ്ങളിൽ സ്വയം മറന്നു.

ഒമ്പതാം അദ്ധ്യായം

മനുഷ്യന്റെ വിഷബാധയേറ്റ് ചത്ത മുയലുകളുടെ ഓർമ്മ ആചാര്യ സത്യവാഗീശ്വരനെ നിരന്തരം പീഢിപ്പിക്കുകയാണ്. വംശനാശത്തിന്റെ നിമിത്തങ്ങളെ കണ്ട അയാൾ അതിജീവനത്തിനുവേണ്ടി ധ്യാനിച്ചിരുന്നു.

സനാതനപുരത്തിന്റെ കായികമികവുകളെ വെള്ളക്കാർ തുടച്ചു നീക്കിയതാണ്. അവർ ആകർഷകമായ വ്യവസായ വിഭവങ്ങളെ ഉല്ലാദിപ്പിച്ച് അവരെ വശീകരിക്കുകയാണ്. കാലവർഷത്തിന്റെ അനുഗ്രഹങ്ങളോടേയും ഭൂമിയെ ചൂഷണം ചെയ്യാതേയും അവർ വിളകൊയ്യുതാണ്. വെള്ളക്കാർ അവരുടെ പൗരാണികതയെ ശവകുടീരങ്ങളാക്കുകയാണ്. അതോടെ ഭൗതികതയിൽ മുഴുകുക സനാതനപുരത്തുകാരുടെ ജീവിതലക്ഷ്യമാകുന്നു. മാറ്റത്തിന്റേയും ആധുനികതയുടേയും വക്താക്കളായി വെള്ളക്കാർ എവിടേയും പ്രത്യക്ഷപ്പെട്ടു. ലാഭപ്രമാണങ്ങളെ നിശ്ചയിച്ച അവർ മിഥ്യാധാരണകളെ സൃഷ്ടിച്ച് രാസവളങ്ങളും കീടനാശിനികളുമായി കർഷകനെ വശീകരിക്കുന്നു. കീടങ്ങളും കടനാശിനികളുമായി സല്ലപിക്കുന്ന കൃഷിഭൂമി സ്വത്വം നഷ്ടപ്പെട്ട് വേരുകളെ താങ്ങുന്ന നിലങ്ങളാകുകയാണ്.

വിഷബാധയേയും വംശനാശത്തേയും ആചാര്യസത്യവാഗീശ്വരൻ തിരിച്ചറിഞ്ഞു. കാരുണ്യവും ആത്മാവുമില്ലാത്ത വൻകിടയന്ത്രങ്ങളോട് അയാൾ പ്രതികരിക്കുകയാണ്. യാന്ത്രികനായ മനുഷ്യൻ വിഷത്തിൽ മുങ്ങി തന്നേയും സഹജീവികളേയും നശിപ്പിക്കുന്നു. മനുഷ്യന്റെ അധീശത്വം ജീവജാലങ്ങളുടേയും പച്ചപ്പിന്റേയും പാരസ്പര്യത്തെ ഇല്ലാതാക്കുകയാണ്. അത് ഭൂമിയുടെ മരണവും ജീവന്റെ അവസാനവുമാണ്. പാടശേഖരങ്ങളിലെ ജൈവവൈവിധ്യം പ്രപഞ്ചത്തിന്റെ ആത്മീയ ശൃംഗലയാണ്.

പ്രഭാതത്തിലെ ധ്യാനയോഗത്തിനുശേഷം ആചാര്യസത്യവാഗീശ്വരൻ അനുയായികളുമായി കർമ്മാശ്രമത്തിലെ കൃഷിഭൂമിയിലേക്ക് ഇറങ്ങുന്നു. ഉഴുതമണ്ണിൽ ചാണകം വിതറിയ അയാൾ അതിനു മുകളിൽ വൈയ്ക്കോൽ വിതാനിക്കുന്നു. വീണ്ടും മേൽപ്പാളിയിൽ ചാണകവും പുതുമണ്ണും തുടർന്ന് നെൽവിത്തും പാകുന്നു.

ധ്യാനയോഗത്തിൽവെച്ച് സനാതനപുരത്തുകാരോട് ആചാര്യസത്യവാഗീശ്വരൻ പറഞ്ഞു:

'മനുഷ്യജന്മത്തിന്റെ സത്യത്തെ അറിയുന്ന നമ്മൾ മനുഷ്യവംശത്തിന്റെ രക്ഷകന്മാരായിത്തീരട്ടെ. മനുഷ്യൻ ലോകത്തിന്റെ രക്ഷകനാണ്. വിഷജീവിയായി വംശനാശം സൃഷ്ടിക്കേണ്ടവനല്ല'.

ഭൂമിയെ ദൈവസാന്നിദ്ധ്യമായി കാരുണ്യസംഘങ്ങൾ കരുതി. ജീവരക്ഷയും വംശരക്ഷയും ചെയ്യുന്ന പുത്തൻ കൃഷിരീതിയെ അവർ സനാതനപുരത്തിൽ പ്രചരിപ്പിക്കുന്നു.

രാസവളവും കീടനാശിനിയും അനാവശ്യമായതോടെ മണ്ണ് സ്വാഭാവികപോഷണത്തിലേക്കും പശിമയിലേക്കും മടങ്ങി. വേരുകളെ താങ്ങുന്ന അവസ്ഥയിൽനിന്ന് ജൈവപാരസ്പര്യത്തിലേക്ക് ഭൂമി പിന്മടങ്ങുകയാണ്.

സനാതനപുരത്തിലെ മിക്ക പുഴകളും വേനലിന്റെ കാഠിന്യത്തിൽ ജലസ്പർശമില്ലാതെ വരണ്ടുണങ്ങുകയാണ്. കുടിവെള്ളത്തിന് ബദ്ധപ്പെടുന്ന മനുഷ്യരും ജലാംശമില്ലാതെ പതിരുകളായ വിളകളും സാധാരണദൃശ്യങ്ങളാണ്.

മലകളെ കൂട്ടിഇണക്കുന്ന അണക്കെട്ടുകൾ അത്യാപത്തുകളായി തീരുകയാണ്. കാടുകൾ അന്യമാകുന്നതോടെ വിഭവസമൃദ്ധികൾക്കു പകരം മണ്ണിറങ്ങിയ തടാകവും മൊട്ടക്കുന്നുകളുമാണ് ശേഷിക്കുക. മഴ അപൂർവ്വമോ അല്ലെങ്കിൽ മലയുടെ ആത്മാവിനെ തകർത്തുപെയ്യുന്ന ഉരുൾപൊട്ടലോ ആകുന്നു. മനുഷ്യൻ പ്രപഞ്ചത്തിന്റെ അധിപതിയാകുന്നതോടെ പ്രകൃതി സംഹാരനിശ്ചയങ്ങളാണ് നടപ്പിലാക്കുക.

പുഴയുടെ നീണ്ട പ്രവാഹത്തിന് ഇടയ്ക്ക് തടയണകളാണ് ആവശ്യം. കെട്ടിക്കിടക്കുന്ന വെള്ളം ഭൂമിയുടെ ഉറവയും വിളഭൂമിയുടെ ആത്മാവുമാകുന്നു.

ഗ്രാമങ്ങളിലെ കർമ്മസംഘങ്ങൾ തടയണകൾ പണിയേണ്ടതാണ്. അതോടെ സനാതനപുരത്തിലെ ജലക്ഷാമത്തിന് പരിഹാരവുമാകുന്നു.

ആചാര്യസത്യവാഗീശ്വരൻ സഹായികളോട് പറഞ്ഞു:

'നമ്മുടെ ഭരണം ചൂഷണത്തിന്റെ മാർഗ്ഗമല്ല. ശരിയായ മാർഗ്ഗത്തെ സനാതനപുരത്തുകാരിലേക്ക് എത്തിക്കുകയാണ് നമ്മുടെ ലക്ഷ്യം. മനുഷ്യത്വത്തിന്റേയും കാരുണ്യത്തിന്റേയും സത്യത്തിന്റേയും സ്വരൂപമാണ് മനുഷ്യനെന്ന് നമുക്ക് ലോകത്തോടു വിളിച്ചുപറയണം.'

ഇപ്പോൾ വേനൽ സനാതനപുരത്തിലെ കൊടുംഭീകരതയാകാതെ കടന്നുപോകുന്നു. പുത്തൻകൃഷിരീതിയും ജലാംശവും ഭൂമിയെ വിളസമൃദ്ധമാക്കുകയാണ്.

ആചാര്യസത്യവാഗീശ്വരന്റെ ദിവ്യവചനങ്ങൾ സനാതനപുരത്തു കാരുടെ പ്രായോഗിക നടപടികളായി. രാജാക്കന്മാരും വെള്ളക്കാരും നല്കിയ അരക്ഷിതാവസ്ഥ അവരെ വിട്ടൊഴിയുന്നു. മാനുഷികസംഘ ങ്ങൾ നീചജന്മങ്ങളുടെ പുരോഗതിയ്ക്കായി പരിശ്രമിച്ചുകൊണ്ടിരുന്നു. അതോടെ ജന്മത്തിന്റെ അഭിമാനചിഹ്നമായ പൂണൂലിനെ എല്ലാവരും ധരിക്കുകയാണ്. തടംകെട്ടലിന്റെ മരണസാന്നിദ്ധ്യത്തെ തിരിച്ചറി ഞ്ഞ് പല ഭാഗ്യവാൻമാരും അദ്ധ്വാനിക്കാൻ തയ്യാറായി. വീതം കിട്ടിയ ഭൂമികളിൽ പണിയെടുത്ത മറ്റുള്ളവർ മിച്ചസമയങ്ങളിൽ നൂൽനൂറ്റ് വരുമാനത്തിന്റെ സാദ്ധ്യതകളെ വർദ്ധിപ്പിക്കുന്നു.

സനാതനപുരത്തെ ശരിയായ മാർഗ്ഗത്തിന്റെ മാനുഷികതയിലേ ക്ക് ആചാര്യസത്യവാഗീശ്വരൻ നയിച്ചു. അപ്പോഴും അയാൾ ഇച്ഛയെ മറികടക്കാനുള്ള തീവ്രശ്രമങ്ങളിൽ ഏർപ്പെടുന്നു. ഗർഭിണിയായ ആരണ്യ കാടിന്റെ നിഗൂഢതയിലേക്ക് പിൻവാങ്ങി. അയാളുടെ കട്ടിലിലേക്ക് നിസ്സംഗതയോടെ യുവതികൾ വന്നുപോയി. അവരുടെ നഗ്നതകണ്ട് ഭാവഭേദങ്ങളില്ലാതെ കിടന്ന അയാൾ അടിവയറിൽ അസഹ്യമായ വേദന അനുഭവിക്കുകയാണ്; കടുക്കയുടെ ദുസ്സഹമായ മണമേറ്റ് വീർപ്പുമുട്ടുകയുമാണ്.

പുനർജ്ജനിഗുഹയിലെ അദൃശ്യാത്മാക്കൾ ആചാര്യ സത്യ വാഗീശ്വരന്റെ മാർഗ്ഗദർശകരാകുന്നു. അവരുടെ വിശുദ്ധജീവിതം സാധാരണക്കാർക്ക് എത്തിച്ചേരാനാവാതെ ഉന്നതങ്ങളിൽ നില നിൽക്കുകയാണ്. നിസ്വാർത്ഥരായ അവർ ആൾക്കൂട്ടത്തിന്റെ സമീ പനങ്ങളിൽനിന്ന് വ്യത്യസ്തരായി. അവർ സ്വത്വവും വ്യക്തിത്വവും സ്ഥാപിച്ച് മരണവാഹിയായ കാലത്തെ നിസ്സാരമാക്കിയവരാണ്.

പുനർജ്ജനിപുഴയിൽ ഇറങ്ങി മറുകരയിലെ കാട്ടിലേക്ക് പുറപ്പെട്ട ആരണ്യയോട് ആചാര്യസത്യവാഗീശ്വരൻ ചോദിച്ചു:

'നീ എന്താണ് ചെയ്യുന്നത്? നിന്റെ വരവുപോക്കുകളുടെ അർത്ഥ ത്തെ എനിക്ക് ഗ്രഹിക്കാനാകുന്നില്ല'.

'അതറിഞ്ഞുവെങ്കിൽ എന്റെ ജന്മവും സഫലമായി. അന്വേഷക നായ അങ്ങ് എന്താണ് കണ്ടെത്തിയത്?'

ആചാര്യസത്യവാഗീശ്വരന്റെ ആത്മാന്വേഷണം കണ്ടെത്ത ലുകളുടെ തുടർച്ചയാണ്. അത് എവിടേയും തടഞ്ഞുനിൽക്കാതെ പ്രപഞ്ചത്തിലേക്കും മനുഷ്യനിലേക്കും വ്യാപിക്കുന്നു. ജന്മത്തിൽ നിന്ന് ജീവന്റേയും ജീവിതത്തിന്റേയും പ്രസക്തിയിലേക്ക് അയാൾ കടന്നുചെന്നു. ജീവജാലങ്ങളുടെ ജനനമരണങ്ങളിലേക്ക് അയാൾ എത്തിപ്പെട്ടു. ആസക്തിയും ഭോഗവും ആത്മാവും പരമാത്മാവും അയാളുടെ ചിന്താതലവുമാകുന്നു. ജനനമരണങ്ങളുടെ സ്വാഭാവിക

പരിണാമത്തിൽനിന്ന് അസാമാന്യജീവിതത്തെ അയാൾ കണ്ടെത്തുകയാണ്.

പ്രവാഹത്തിന്റെ ശാന്തതയിലേക്ക് ഇറങ്ങിയ ആരണ്യ പറഞ്ഞു:

'നമ്മുടെ തിരിച്ചറിവുകൾ പരിമിതമാണ്. അറിവിനെ അനുഭവമാക്കുക മഹത്വമാണ്. ജ്ഞാനത്തിന്റേയും കർമ്മത്തിന്റേയും സംയോഗമാണ് ശരിയായ ജീവിതം'.

സഹവർത്തിത്തമന്ദിരത്തിലേക്കുള്ള ആചാര്യസത്യവാഗീശ്വരന്റെ യാത്രകൾ ദിവ്യാത്ഭുതങ്ങളുടെ പരിവേഷമാകുന്നു. മാറാവ്യാധികൾ വിട്ടുമാറുന്നതോടെ അവതാരപുരുഷൻ സനാതനപുരത്തുകാരുടെ ആവേശമാകുന്നു. വിവേകത്തിന്റേയും ചിന്തയുടേയും തുണയില്ലാതെ സനാതനപുരത്തുകാർ അവതാരപുരുഷനെ അനുസരിക്കുകയാണ്. അങ്ങനെ അവർ ശരിയായ മാർഗ്ഗത്തിലേക്ക് പ്രവേശിക്കുകയാണ്.

ആചാര്യസത്യവാഗീശ്വരന്റെ ധ്യാനയോഗങ്ങൾ നിഷ്ക്രിയമായ പ്രബോധങ്ങളാകുന്നില്ല. അവർ സനാതനപുരത്തുകാരുടെ ആത്മീയവും ഭൗതികവുമായ ആവശ്യങ്ങളെ പരിഹരിക്കുകയാണ്. ധ്യാനയോഗത്തിലെ സനാതനപുരത്തുകാരോട് ആചാര്യസത്യവാഗീശ്വരൻ പറഞ്ഞു:

'സത്യത്തെ അറിയുന്നവൻ നരകത്തെ സ്വർഗ്ഗമാക്കാൻ ശക്തനാണ്. സ്വാർത്ഥ മോഹങ്ങളില്ലാത്ത അവൻ ആത്മജ്ഞാനത്തിനുവേണ്ടിയാണ് ജീവിക്കുന്നത്. അവന്റെ ജ്ഞാനം ഗ്രന്ഥവരികളല്ല പ്രായോഗികമാർഗ്ഗങ്ങളാണ്. ചിന്തിക്കുന്നതെന്തോ അത് ജീവിതമായി തീരട്ടെ. ചിന്തയുടേയും കർമ്മത്തിന്റേയും ഏകത്വമാണ് ശരിയായമാർഗ്ഗവും ജീവിതവും.'

ധ്യാനയോഗത്തിനുശേഷം കർമ്മാശ്രമത്തിലേക്കു പുറപ്പെട്ട ആചാര്യസത്യവാഗീശ്വരനെ ആൾക്കൂട്ടത്തിന്റെ അസാധാരണ നിലവിളികൾ തടയുന്നു. കുതറിമാറുന്ന ചെറുപ്പക്കാരനെ നാലുപേർ ബലംപ്രയോഗിച്ചു കൊണ്ടുവരുകയാണ്.

ചെറുപ്പക്കാരന്റെ കണ്ണുകളിലെ രക്തബന്ധത്തിന്റെ ഉറവിനെ ആചാര്യൻ തിരിച്ചറിഞ്ഞു.

നീചജന്മങ്ങളെ പുറന്തള്ളുന്ന പുനർജ്ജനിഗുഹയിൽനിന്ന് അവൻ തീപ്പൊള്ളലോടെ ഓടിമറഞ്ഞു. വൃദ്ധദമ്പതികളുടെ വളർത്തുമകനായി അവൻ വളർന്നതാണ്. മക്കളില്ലാത്ത വൃദ്ധദമ്പതികളുടെ ചാപല്യങ്ങളേയും അദ്ധ്വാനഫലങ്ങളേയും അവൻ ചൂഷണം ചെയ്തു. കർമ്മശേഷി വിനിയോഗിക്കാതെ അവൻ സുഭിക്ഷമായി ജീവിക്കുന്നു. അവനെ അദ്ധ്വാനശീലനും സൽസ്വഭാവിയുമാക്കാനുള്ള അവരുടെ ശ്രമങ്ങൾ

വ്യർത്ഥമായ നിലപാടുകളാകുന്നു. അവരുടെ അത്യാവശ്യങ്ങളും അവന്റെ ആർഭാടമായ അനാവശ്യങ്ങളും ഏറ്റുമുട്ടി. ഗതികെട്ടപ്പോൾ അവർ അവനെ പുറത്താക്കുകയാണ്.

താൻ ആചാര്യസത്യവാഗീശ്വരന്റെ മകനാണെന്ന അവകാശത്തോടെ അവൻ സനാതനപുരത്തുകാരുടെ ബലഹീനതകളെ ഉപയോഗിക്കുകയാണ്. അവൻ അവരുടെ ബഹുമാന്യ അതിഥിയായി വീടുകളിൽ താമസിച്ചു. അവന്റെ കർമ്മശേഷി തടംകെട്ടി മേദസ്സോടെ വളരുന്നു.

ആചാര്യസത്യവാഗീശ്വരനെ മുഖ്യശത്രുവായും ശരിയായ മാർഗ്ഗത്തെ ഉന്മാദത്തിന്റെ വ്യാഖ്യാനമായും അവൻ കരുതി. അവൻ അച്ഛന്റെ മഹത്വത്തെ സമൃദ്ധമായി ജീവിക്കാനുള്ള മാർഗ്ഗമാക്കുകയാണ്.

ചൂഷകനും സുഖലോലുപനുമായ അവനെ ജനനീദാസന്റെ സുഹൃത്തുക്കൾ കണ്ടെത്തി. അവർ അവനെ ആചാര്യസത്യവാഗീശ്വരനെ നേരിടാനുള്ള ആയുധമാക്കുകയാണ്.

'ഇവൻ ശരിയായ മാർഗ്ഗത്തിനും സനാതനപുരത്തിന്റെ ധാർമ്മിക നീതികൾക്കും വിരുദ്ധനായി ജീവിക്കുകയാണ്. അങ്ങയുടെ ന്യായ ദീക്ഷയാണ് ഇനി തെളിയിക്കേണ്ടത്'.

ആത്മവേദനയോടേയും പശ്ചാത്താപത്തോടേയും ആചാര്യസത്യവാഗീശ്വരൻ മകന്റെ നെറുകയിൽ കൈവെച്ചു. അവൻ തീപ്പൊള്ളലേറ്റതുപോലെ ഉടനടി പിൻവാങ്ങുന്നു. എങ്കിലും അവനെ കർമ്മാശ്രമത്തിലെ അന്തേവാസിയാക്കാൻ അയാൾ നിശ്ചയിച്ചു. അവന്റെ പ്രാകൃതമായ ഇച്ഛകളെ സാത്വികമാക്കാനും ആചാര്യൻ തയ്യാറാകുന്നു. അവന്റെ മൃഗീയവാസനകളും ഇരുണ്ട ആത്മാവും കർമ്മാശ്രമത്തിന്റെ വിശുദ്ധിയെ അലോസരപ്പെടുത്തുകയാണ്. പരുത്തിത്തുണിയെ വെറുത്ത അവൻ ചർക്കയുടെ ഒച്ചകേൾക്കുമ്പോൾ അസ്വസ്ഥതയോടെ നിലവിളിക്കുകയാണ്.

കർമ്മാശ്രമത്തിലെ കൃഷിഭൂമിയിലേക്ക് ചെന്ന ആചാര്യസത്യവാഗീശ്വരൻ പ്രബോധനങ്ങളും വിവരണങ്ങളും നൽകി മകനെ അദ്ധ്വാനശീലനാക്കാൻ ശ്രമിക്കുന്നു. മെരുങ്ങാത്ത അവൻ നിശ്ശബ്ദനായ കാഴ്ചക്കാരനായി നിൽക്കുന്നു. അവനെ മാറ്റിപ്പണിയാനും ശരിയായ മാർഗ്ഗത്തിലേക്ക് എത്തിക്കാനുമുള്ള അയാളുടെ ശ്രമങ്ങൾ വെറുതെ സമയം കളയലാകുകയാണ്.

നിർബന്ധങ്ങൾക്കും ക്രമപ്പെടുത്തലുകൾക്കും അവൻ വഴങ്ങുന്നില്ല. കർമ്മാശ്രമത്തിൽനിന്ന് രക്ഷപ്പെട്ട അവൻ അച്ഛന്റെ മഹത്വത്തെ ഉപയോഗിച്ച് സുഭിക്ഷമായി ജീവിക്കുകയാണ്.

അവനെ വീണ്ടും ധ്യാനയോഗത്തിലേക്ക് കൊണ്ടുവന്ന ചെറുപ്പക്കാർ ആഹ്ലാദത്തോടെ പറഞ്ഞു:

'സനാതനപുരത്തുകാരെ ശരിയായ മാർഗ്ഗത്തിലേക്ക് നയിക്കുന്ന ആചാര്യൻ മകന്റെ മുമ്പിൽ പരാജയപ്പെടുകയാണ്''.

പുത്തൻ പരീക്ഷണത്തിന് തയ്യാറായ ആചാര്യസത്യവാഗീശ്വരൻ മകനെ കൈത്തൊഴിലുകാരുടെ സഹായിയാക്കുകയാണ്. അദ്ധ്വാനിക്കാതെ ജീവിക്കാൻ വഴിനോക്കിയ അവൻ കൊല്ലന്റെ ആലയിൽനിന്നും രക്താഭമായ ഇരുമ്പുകളിൽനിന്നും രക്ഷപ്പെടുന്നു. ജനനത്തിന്റെ മഹത്വത്തോടെ അവൻ എവിടേയും ആദരണീയനാകുന്നു.

ആചാര്യസത്യവാഗീശ്വരന്റെ ധ്യാനയോഗത്തിലേക്ക് വീണ്ടും അവൻ വരുന്നു. ചെറുപ്പക്കാർ വർദ്ധിച്ച ആഹ്ലാദത്തോടെ പറഞ്ഞു:

'ആചാര്യൻ പരാജയപ്പെട്ടുവെന്ന് സമ്മതിക്കണം. ഇനി മറ്റൊന്നും ചെയ്യാനില്ലല്ലോ?'

മകനുമായി പുനർജ്ജനിപുഴയിലേക്ക് ആചാര്യസത്യവാഗീശ്വരൻ ഇറങ്ങി. അവനെ പ്രകൃതിയുടെ അതിജീവനതന്ത്രത്തിലേക്ക് ഉപേക്ഷിച്ച് അയാൾ കർമ്മാശ്രമത്തിൽ തിരിച്ചെത്തുന്നു. കാടിന്റെ നിഗൂഢത അവനെ ശരിയായ മാർഗ്ഗത്തിലെത്തിക്കുമെന്ന് ആചാര്യസത്യവാഗീശ്വരൻ കരുതിയതാണ്. വീണ്ടും അവൻ ചെറുപ്പക്കാരുടെ നടുക്ക് ശാന്തനും സ്വസ്ഥനുമായി നിന്നു. അവൻ അയാളുടെ ആത്മീയമായ കണ്ടെത്തലുകളെ അപമാനിക്കുകയാണ്.

'അദ്ധ്വാനിക്കാതെയും കർമ്മശേഷി വിനിയോഗിക്കാതെയും ജീവിക്കുന്നവൻ ശിക്ഷാർഹനാണ്. ഇവൻ സനാതനപുരത്തുകാർക്ക് പാഠമാകണം'.

ആചാര്യസത്യവാഗീശ്വരന്റെ ശരിയായ മാർഗ്ഗത്തിൽ ശിക്ഷിക്കുക പ്രതികാരവും മൃഗീയതയുമാണ്. വ്യക്തിയിലെ തിന്മയെ ഉന്മൂലനം ചെയ്യുകയാണ് ആവശ്യം. അപ്പോൾ കാരുണ്യവും മാനുഷികതയുമാണ് നിലനിൽക്കുക. വ്യക്തിയല്ല അവനിലെ അധമത്വമാണ് ശിക്ഷാർഹമാകേണ്ടത്.

സനാതനപുരത്തിന്റെ അതിരുകളായ കടലിൽ വിഭവസമൃദ്ധമായ ദ്വീപുകളുണ്ട്. നിരാശ്രയനായി ദ്വീപിൽ അകപ്പെടുന്നവൻ സ്വയം ഇരതേടാൻ നിർബന്ധിതനാകുന്നു. ആചാര്യസത്യവാഗീശ്വരൻ ചെറുപ്പക്കാരോടു പറഞ്ഞു:

'ഒരു തോണി തയ്യാറാക്കുക. മൂന്നുമാസം ഭക്ഷിക്കാൻ വേണ്ട വിഭവങ്ങളും വേണം. വിത്തുകളും പണിയായുധങ്ങളും അത്യാവശ്യമാണ്''.

ദ്വീപിലെ വിജനതയിൽ മകനെ ഉപേക്ഷിച്ച് തുഴക്കാർ മടങ്ങിവരുന്നു. ആചാര്യസത്യവാഗീശ്വരൻ ആത്മശാന്തിയോടെ ധ്യാനിച്ചിരുന്നു.

കടലിന്റെ അതിരുകളിൽ ഒതുങ്ങുന്ന അവൻ നിലനില്പിന്റെ ന്യായങ്ങളോടെ ശരിയായ മാർഗ്ഗത്തിലേക്ക് എത്തിച്ചേരും. തടംകെട്ടാത്ത കർമ്മശേഷി വിത്തും വിളകളുമായി വ്യാപിക്കുന്നതാണ്.

ധ്യാനിച്ചിരുന്ന ആചാര്യസത്യവാഗീശ്വരൻ സ്ഥലകാലങ്ങളെ മറന്ന് ആത്മീയാനുഭൂതിയിൽ ലയിക്കുന്നു. പുനർജ്ജനിഗുഹയിലെ അലൗകികശാന്തി അയാൾ ഏറ്റുവാങ്ങി. പെട്ടെന്ന് അയാൾ ജന്മബന്ധത്തിന്റെ ഉൾവിളിയോടെ എണീറ്റുനടന്നു.

വ്രതയുടെ പരിക്ഷീണമായ സ്വരം ആചാര്യസത്യവാഗീശ്വരനെ ആവാഹിക്കുകയാണ്.

സനാതനപുരത്തുകാരുടെ ദിവ്യമാതാവായ വ്രത വംശദുരന്തത്തിൽ നിന്ന് മുക്തിനേടാൻ മരണം കാത്തുകിടന്നു. വിഭാവസുവിന്റെ മരണത്തോടെ വ്രത ജീവിതത്തോട് വിരക്തയായി. അവൾ ആചാര്യസത്യവാഗീശ്വരന്റെ മുറിയിൽ ദൈവസാമിപ്യത്തിനും ജന്മാന്തരമോക്ഷത്തിനും വേണ്ടി ധ്യാനിച്ചിരുന്നു. പവിത്രമായ സ്മരണകൾ നിറഞ്ഞ ആ മുറി അവളുടെ ആത്മീയാനുഭവമാകുകയാണ്.

ദിവ്യമാതാവായ വ്രതയെ കാണാൻ സനാതനപുരത്തിന്റെ പല ഭാഗങ്ങളിൽനിന്നും ആളുകൾ വന്നുകൊണ്ടിരുന്നു. അവർ അവളുടെ അനുഗ്രഹത്തിനും നന്മനിറഞ്ഞ മക്കൾക്കും വേണ്ടി പ്രാർത്ഥിച്ചു. ജന്മബന്ധങ്ങളെ പരിത്യജിച്ച ആചാര്യസത്യവാഗീശ്വരൻ സനാതനപുരത്തുകാരുടെ അവതാരപുരുഷനായി. വ്രത അവരുടെ ദിവ്യമാതാവുമായി. എങ്കിലും വിഭാവസുവിന്റെ വംശപരമ്പരകളിലെ ആണുങ്ങളുടെ പ്രേതാത്മാക്കൾ പാപബോധത്തോടെ അവളുടെ ചുറ്റിലും അലയുകയാണ്.

മരണം മുമ്പിലെത്തിയപ്പോൾ പശ്ചാത്താപംകൊണ്ട് വിവശനായ വിഭാവസു വ്രതയോടു പറഞ്ഞു:

'വംശത്തിന്റെ ദുരന്തത്തിന് ഞാനും ഇരയായിത്തീർന്നു. ഇവിടെ ജനിക്കുന്ന ആണുങ്ങളുടെ ദുരന്തമാണിത്. സത്യത്തേയും ജന്മത്തിന്റെ അർത്ഥത്തേയും അറിയാൻ എനിക്കായില്ല. നീ എന്നോടു ക്ഷമിക്കണം.'

'വിധിയെയാണ് നമ്മൾ അനുഭവിക്കുന്നത്. ഇവിടെ മനുഷ്യൻ നിസ്സഹായനാണ്. ക്ഷമിച്ചതുകൊണ്ടും പശ്ചാത്തപിച്ചതുകൊണ്ടും കാര്യമൊന്നുമില്ല'.

സഹതാപങ്ങളും ദുഃഖങ്ങളുമില്ലാത്ത വ്രതയുടെ മനസ്സ് നിസ്സംഗതയിലേക്ക് പ്രവേശിക്കുകയാണ്. പുരുഷന്റെ നിന്ദ്യമായ പെരുമാറ്റങ്ങൾ അവളെ ജന്മത്തിന്റെ വിധിനിശ്ചയങ്ങളിലേക്കും ജന്മാന്തരമുക്തിയിലേക്കും എത്തിക്കുന്നു. മോഹങ്ങളേയും വ്യാമോഹങ്ങളേയും

തിരിച്ചറിഞ്ഞ വ്രത ജീവിതത്തെ ആത്മസമർപ്പണമാക്കിത്തീർക്കുകയാണ്.

അപൂർവ്വമായി അമ്മയെ കാണാൻ എത്തുന്ന പ്രഭാവസുവിനോട് വ്രത അകലംവെച്ചു പെരുമാറി. അയാളുടെ മകനോടും അവൾ ദൂരം പാലിക്കുകയാണ്. സനാതനപുരത്തിലെ സ്ത്രീജന്മങ്ങളുടെ രക്ഷയ്ക്കു വേണ്ടി പ്രവർത്തിച്ച കാദംബരിയും വല്ലപ്പോഴും വ്രതയെ കാണാൻ എത്തി. വ്രതയുടെ അനുഗ്രഹത്തിനായി നമസ്കരിച്ച കാദംബരിക്ക് ജന്മബന്ധങ്ങളുടെ വേരുകളെ മുറിച്ചുമാറ്റാനായില്ല. മാതൃത്വത്തിന്റെ വേദനയോടെ മക്കളെ അന്വേഷിച്ച കാദംബരി പ്രഭാവസുവിനെ അപരിചിതനും അന്യനുമായി കരുതുന്നു.

വിഭാവസു മരിച്ചതോടെ കരിമ്പിൻതോട്ടവും കൃഷിഭൂമിയും പ്രഭാവസുവിന് അലങ്കാരമായിത്തീരുകയാണ്. ഗ്രാമ്യമായ ആചാരങ്ങളേയും പരിമിതമായ സുഖഭോഗങ്ങളേയും അയാൾ വെറുത്തു. പ്രഭാവസു നഗരത്തിന്റെ വൈവിധ്യങ്ങളിൽ മുഴുകി. വല്ലപ്പോഴും അമ്മയെ കാണാൻ വരുന്ന അയാൾ ഉടനടി നഗരപ്രളയത്തിലേക്ക് തിരിച്ചുപോകും. വിളവിറക്കാതെ കാടുപിടിച്ച ഭൂമിയെക്കണ്ട് വ്രത മനസ്സുപിച്ചു. പ്രഭാവസുവിന്റെ വിഹിതം ഒഴിവാക്കി ബാക്കിയെല്ലാം കർമ്മാശ്രമത്തിലേക്ക് അവൾ ദാനം ചെയ്യുകയാണ്.

ആചാര്യസത്യവാഗീശ്വരന്റെ വരവിനുവേണ്ടി കാത്തുകിടന്ന വ്രത ജീവിതത്തെ തീവ്രമായ വ്രതാനുഷ്ഠാനമാക്കുകയാണ്. അവളുടെ ഭക്ഷണക്രമങ്ങൾ ഇടവിട്ട ദിവസങ്ങളിലേക്ക് ചുരുങ്ങി. പിന്നീടത് ദ്രാവകങ്ങൾ മാത്രമാകുന്നു. അവളുടെ ശോഷിച്ച ശരീരത്തിനുള്ളിൽ ആത്മാവ് ജ്വലിച്ചുകൊണ്ടിരുന്നു. അവളുടെ ജീവിതത്തോടുള്ള ആകർഷണം മരണത്തോടുള്ള ആഭിമുഖ്യമായി വികസിക്കുകയാണ്. മരണം ആത്മീയമായ അനുഭൂതിയായി അവൾ അനുഭവിക്കുകയാണ്.

ദിവ്യമാതാവിനെ ദർശിക്കാൻ എത്തുന്നവർ വ്രതയുടെ ശോഷിച്ച വിരലുകളെ സ്പർശിച്ച് നിശ്ശബ്ദരായി കടന്നുപോയി. അവളുടെ ജീവവായു നൽകിയ സാന്ത്വനം അവരുടെ ദുരിതങ്ങളെ ഇല്ലാതാക്കുകയാണ്.

അടുക്കളയിൽനിന്നും ലോകത്തിന്റെ അനാവശ്യമായ ഇടപഴകലുകളിൽനിന്നും വ്രത വിരമിച്ചു. അവൾ മരണത്തെ കാത്തിരിക്കുകയല്ല; സ്വയം വരിക്കുകയാണ്. ആചാര്യസത്യവാഗീശ്വരന്റെ ജനനത്തെ കണ്ട കട്ടിലിൽ ജലപാനങ്ങളില്ലാതെ വ്രത കിടന്നു.

മരിക്കാൻ തയ്യാറായ വ്രതയെക്കണ്ട് പ്രഭാവസു ആത്മരോഷത്തോടെ നിന്നു പുകഞ്ഞു. വ്രതയുടെ ആത്മദാർഢ്യത്തെ കണ്ട് അയാൾ അമ്പരന്നു. പിന്നീട് അയാൾ വിഭ്രാന്തികളിൽനിന്ന്

രക്ഷപ്പെടാൻ നഗരത്തിലേക്ക് ഉൾവലിയുന്നു.

മരണത്തെ സ്വയം സ്വീകരിക്കാൻ തയ്യാറായ വ്രത സനാത നപുരത്തുകാരെ വീണ്ടും അത്ഭുതപ്പെടുത്തുന്നു. വിഭാവസുവിന്റെ വീട്ടിലേക്ക് അവർ പ്രവാഹമായി ഒഴുകുന്നു. ദൈവീക സാന്നിദ്ധ്യ ത്തിന്റെ അറിവിൽ മയങ്ങിയ സനാതനപുരത്തുകാർ ഭജിച്ചും ജപിച്ചും വ്രതയുടെ ചുറ്റിലും ഇരുന്നു.

വ്രതയുടെ തളരാത്ത പ്രജ്ഞയും ദാർഢ്യവും മരണത്തെ മാറ്റിനിർ ത്തുകയാണ്. അവളുടെ വരണ്ടനാവിൽ വാക്കുകൾ അപൂർവ്വമായി. മങ്ങിയ ദൃഷ്ടികൾ ആരെയോ തിരയുന്നു. അപ്പോഴും അവളുടെ ഓർമ്മകൾ പാപാത്മാക്കളെക്കൊണ്ട് നിറഞ്ഞു. പുരുഷന്മാരുടെ ധിക്കാരങ്ങളും നിസ്സഹായരായ സ്ത്രീത്വത്തിന്റെ നിലവിളികളും അവളുടെ മരണത്തെപ്പോലും വേട്ടയാടുകയാണ്. വിഭാവസുവിന്റെ വംശത്തിൽ കാദംബരി വിരളമാണ്. നിർദ്ദയരായി ആണുങ്ങൾ വിലസുമ്പോൾ സ്ത്രീകൾ ജീവിതത്തെ കർമ്മവിധിയിൽ ഇറക്കി വെയ്ക്കുന്നു. ആൺകുട്ടികളെ താലോലിക്കുന്ന അമ്മമാർ അവരുടെ പശ്ചാത്താപങ്ങളെ കേൾക്കാതേയും ജന്മദുരന്തത്തെ അറിയാതേയും വിട്ടുപിരിയുകയാണ്.

ജീവശ്വാസത്തിന്റെ നേർമ്മയിൽ കിടന്ന വ്രതയോട് സന്ദർശകൻ ചോദിച്ചു:

'ആചാര്യനെ വിവരം അറിയിക്കണോ?'

'വേണ്ട...'

വ്യാമോഹങ്ങൾക്കും ബന്ധങ്ങൾക്കും അതീതനായ ആചാര്യ സത്യവാഗീശ്വരനെ ക്ലേശിപ്പിക്കാൻ വ്രത മടിക്കുന്നു. മകൻ തന്റെ അന്തിമാഭിലാഷം നിറവേറ്റാൻ വന്നെത്തുമെന്ന് അവൾ വിശ്വസി ക്കുന്നു. വ്രതയുടെ ജന്മം സഫലമാക്കിയ ആചാര്യസത്യവാഗീശ്വരൻ അവൾക്ക് ജന്മാന്തരമുക്തിയും മോക്ഷവും നൽകേണ്ടതാണ്.

ബോധത്തിന്റേയും മോഹാലസ്യത്തിന്റേയും നടുക്ക് ജലപാന ങ്ങളില്ലാതെ വ്രത കിടന്നു. കർമ്മാശ്രമത്തിലെ അനുയായികൾ ശാന്തിസേവകനെ വ്രതയുടെ അത്യാസന്നനിലയെ അറിയിക്കുന്നു. കർമ്മബന്ധങ്ങളെ പരിത്യജിച്ച ആചാര്യസത്യവാഗീശ്വരൻ നിർ വ്വികാരനായി പറഞ്ഞു:

'എനിക്കെല്ലാം അറിയാം. എന്റെ സാമിപ്യമില്ലാതെ അവർക്ക് മരിക്കാനാവില്ല.'

സനാതനപുരത്തുകാർ കനംതൂങ്ങിയ മനസ്സോടെ ദിവ്യമാതാ വിന്റെ വിയോഗം കാത്തുനിന്നു. അവർ വ്രതയുടെ അവസാനത്തെ വാക്കുകളെ കേൾക്കാൻ ചെവികൂർപ്പിക്കുകയാണ്. യാദൃച്ഛികമായി

അവൾ ഉച്ചരിച്ച സത്യവാഗീശ്വരൻ എന്ന വാക്ക് അവർക്ക് ഉത്തേജനമാകുന്നു. ശാന്തിസേവകനെ അവഗണിച്ച ആചാര്യസത്യവാഗീശ്വരൻ പുനർജ്ജനിഗുഹയുടെ നിർദ്ദേശങ്ങൾക്കായി ധ്യാനത്തിന്റെ അഗാധതയിൽ ലയിക്കുന്നു.

ജന്മമുക്തിക്കായി കിടന്ന വ്രതയുടെ മനസ്സിൽ ആചാര്യസത്യവാഗീശ്വരൻ ദൈവീകപരിവേഷത്തോടെ തെളിയുകയാണ്. അയാളുടെ വളർച്ചയുടെ വിവിധഘട്ടങ്ങളേയും ദൈവീകമായ അസാമാന്യസിദ്ധികളേയും വ്രത ഓർത്തു. മരണത്തെ ദൈവസാമിപ്യത്തിലേക്കുള്ള യാത്രയായി അവൾ സ്വീകരിക്കുകയാണ്.

രാത്രിയുടെ നിശ്ശബ്ദതയെ ഭേദിച്ച് ആചാര്യസത്യവാഗീശ്വരൻ വ്രതയുടെ അടുത്തെത്തി. ജന്മത്തിന്റെ സംതൃപ്തിയോടെ വ്രതയുടെ കണ്ണുനിറയുന്നു. അമ്മയുടെ കട്ടിലിൽ ഇരുന്ന അയാൾ പറഞ്ഞു:

'അമ്മയുടെ മനസ്സറിഞ്ഞ് ഞാൻ വന്നിരിക്കുന്നു. അമ്മയുടെ മകൻ; ആചാര്യസത്യവാഗീശ്വരൻ. അമ്മ ശാന്തയായി കിടക്കൂ. സ്വേച്ഛയാലുള്ള മരണം ദിവ്യവും മഹത്തരവുമാണ്. അമ്മ ഉറങ്ങുക; ശാന്തമായി ഉറങ്ങുക.'

'നീ എന്നെ അനുഗ്രഹിക്കണം. എനിക്ക് മുക്തി തരണം.'

'അത് അമ്മയ്ക്ക് എന്റെ ജനനത്തോടെ ലഭിച്ച വരമാണ്.'

ആചാര്യസത്യവാഗീശ്വരനേയും ദിവ്യമാതാവിനേയും കാണാൻ സനാതനപുരത്തുകാർ ധാരമുറിയാതെ വിഭാവസുവിന്റെ വീട്ടിലേക്ക് ഒഴുകുകയാണ്. വ്രതയെ ശുശ്രൂഷിച്ചും പരിചരിച്ചും അയാൾ ഇരുന്നു. അയാൾ അവളുടെ ആത്മശാന്തിക്കുവേണ്ടി ധ്യാനിച്ചിരുന്നു.

വ്രതയുടെ മുമ്പിലേക്ക് മരണം സൗമ്യമായി കടന്നുവരുകയാണ്. മഹാനിദ്രയ്ക്കായി കാത്തുകിടന്ന അവൾ മരണത്തെ ആവാഹിച്ചുവരുത്തുന്നു.

വ്രതയുടെ അടുത്ത് രാവുവെളുക്കെ ധ്യാനിച്ചിരുന്ന ആചാര്യസത്യവാഗീശ്വരൻ വിയോഗത്തെ നിസ്സംഗതയോടെ ഏറ്റുവാങ്ങുന്നു. വ്രതയുടെ നെറുകയിൽ കൈവെച്ച അയാൾ മരണത്തിന്റെ നിശ്ചലതയെ തൊട്ടറിഞ്ഞു.

വ്രതയുടെ മരണത്തോടെ വംശശാപത്തെ ഏറ്റുവാങ്ങി ജീവിതത്തെ വ്രതാനുഷ്ഠാനമാക്കിയ സ്ത്രീകളുടെ പരമ്പരയും അവസാനിക്കുന്നു. അവർ പരിഭവിക്കാതേയും പ്രതിഷേധിക്കാതേയും ജീവിച്ചു. സനാതനപുരത്തിന്റെ പൗരാണിക സങ്കല്പങ്ങൾക്കും ആചാരങ്ങൾക്കും വിധേയരായ അവർ സ്വപ്നങ്ങളില്ലാതെ വരണ്ടുണങ്ങി.

വ്രതയുടെ ശരീരവുമായി പുനർജ്ജനിപുഴയിലേക്ക് ആചാര്യസത്യവാഗീശ്വരൻ നടന്നു. പുഴയുടെ നടുക്കെത്തിയ അയാൾ വ്രതയെ

ജലപ്രവാഹത്തിൽ സമർപ്പിക്കുന്നു. ദിവ്യമാതാവിനെ ഏറ്റുവാങ്ങിയ ജലപ്രവാഹം പൊടുന്നനെ ദിശമാറി പുനർജ്ജനിഗുഹയിലേക്ക് ഒഴുകുകയാണ്.

ദിവ്യമാതാവിന്റേയും പ്രവാഹത്തിന്റേയും അസാധാരണരീതികളെ കണ്ട സനാനതപുരത്തുകാർ നാമജപങ്ങളോടെ നിലത്തുവീണു. ആചാര്യസത്യവാഗീശ്വരനെപ്പോലെ വ്രതയും അദൃശ്യശക്തികളുടെ അവതാരവും അമാനുഷികതയുടെ മനുഷ്യരൂപവുമാകുകയാണ്.

പത്താം ചെപ്പേട്
സനാതനപുരത്തിന്റെ സർവ്വതോന്മുഖമായ പുരോഗതികുറിച്ച ആചാര്യസത്യവാഗീശ്വരൻ വർഗ്ഗ-വർണ്ണ വിഭജനങ്ങളേയും സാമ്പത്തിക അസമത്വത്തേയും നിർമ്മാർജ്ജനം ചെയ്തു.
സ്വാതന്ത്ര്യത്തിലേക്കും വിമോചനത്തിലേക്കും സനാതനപുരത്തുകാരെ ആചാര്യൻ നയിച്ചു. ജനനീദാസൻ അവരെ ആധുനിക ലോകത്തിൽ എത്തിച്ചു. ആചാര്യന്റെ അനുഗ്രഹാശിസ്സുകളോടെ ജനനീദാസൻ പ്രവർത്തിച്ചു.
സനാതനപുരത്തുകാരുടെ ബുദ്ധിയേയും കർമ്മശേഷിയേയും യഥോചിതം ഉപയോഗിച്ച ജനനീദാസൻ വ്യാവസായിക നാഗരികതയെ കെട്ടിപ്പടുത്തു.
സനാതനപുരത്തിന്റെ പ്രാകൃതമായ അനാചാരങ്ങൾ ജനനീദാസന് വിഘാതം സൃഷ്ടിച്ചു. അവയെ ലാഘവത്തോടെ അവഗണിച്ച ജനനീദാസൻ ആചാര്യന്റെ വിശിഷ്ടശിഷ്യനായി, മാർഗ്ഗഭ്രംശം വരാതെ മുന്നേറി. ജനനീദാസൻ സനാതനപുരത്തിന്റെ പ്രാചീനരൂപത്തെ നവീനമാക്കി.

പത്താം അദ്ധ്യായം

വിഭാഗീയതയും സ്വാർത്ഥതയും ആചാര്യസത്യവാഗീശ്വരന്റെ സമീപനങ്ങളെ സ്വാധീനിക്കുന്നില്ല. വൻകിടയന്ത്രങ്ങളോടും യാന്ത്രികമായ മനുഷ്യജീവിതത്തോടും അയാൾ നിർദ്ദയമായ നില പാടുകൾ എടുത്തു. ഇത് ശരിയായ മാർഗ്ഗത്തിന് അനേകം ശത്രുക്കളെ ഉണ്ടാക്കുകയാണ്. വെള്ളക്കാരുടെ ആഢംബരത്തേയും നവീനതയേയും സമാധാനക്കാർ മാർഗ്ഗരേഖയായി കരുതി. സനാതനപുരത്തുകാരുടെ മനോഭാവങ്ങളെ അറിഞ്ഞ് അവർ നിശ്ശബ്ദരാകുകയാണ്. ജനസേവനത്തെ അവർ അപമാനമായി കരുതുന്നു. അധീശത്വത്തിന്റെ അധികാരങ്ങളേയും ഉയർന്ന പദവികളേയും അവർ മനസ്സിൽ കൊണ്ടുനടന്നു.

ആചാര്യസത്യവാഗീശ്വരന്റെ സഹായികളായ പല സനാതനപുരത്തുകാരും അവസ്ഥ അറിഞ്ഞ് കാലുഷ്യത്തെ മറച്ചുപിടിച്ചു. വെള്ളക്കാരുടെ അധികാരത്തിന്റെ പ്രൗഢിയെ മോഹിച്ച അവർ സമാധാനക്കാരെപ്പോലെ അസംതൃപ്തരാണ്. ആചാര്യസത്യവാഗീശ്വരന്റെ പ്രഭാവലയം അവരെ നിഷ്ക്രിയരാക്കുന്നു. ദിവ്യസിദ്ധികളെ അവിശ്വസിച്ച അവരുടെ യുക്തിചിന്തകൾ പ്രപഞ്ചത്തിനു മുകളിൽ മനുഷ്യനെ പ്രതിഷ്ഠിക്കുകയാണ്. യന്ത്രസംവിധാനങ്ങളെ മനുഷ്യന്റെ മഹത്വമായി അവർ ഘോഷിക്കുകയാണ്.

പ്രിയദാസന്റെ നിശ്ചയങ്ങൾക്ക് വഴങ്ങി അവസരംപോലെ നീങ്ങിയ ജനനീദാസൻ അസഹ്യമായ അസ്വസ്ഥത അനുഭവിക്കുന്നു. ആചാര്യസത്യവാഗീശ്വരന്റെ ആത്മഗതങ്ങളെപോലും അയാൾ നിശ്ശബ്ദനായി അനുസരിക്കുന്നു. സ്വാതന്ത്ര്യത്തിന്റെ പാത ആധുനികതയിലേക്ക് ആണെന്ന് അയാൾ വിശ്വസിച്ചിരുന്നു. ഇപ്പോൾ ബലിക്രിയ ചെയ്ത് പ്രാചീനതയിലേക്കുള്ള പിന്മാറ്റത്തിന് അയാൾ കൂട്ടുനിൽക്കുകയാണ്. സ്വാതന്ത്ര്യത്തിനും വിമോചനത്തിനുമുള്ള ആചാര്യസത്യവാഗീശ്വരന്റെ നീക്കങ്ങളേയും അയാളുടെ ദിവ്യപരിവേഷത്തേയും രാഷ്ട്രീയമായ അടവായി സമാധാനക്കാർ സ്വീകരിച്ചതാണ്. ആർഭാടമില്ലാത്ത ജീവിതം വികാസപരിണാമങ്ങളില്ലാത്ത കാളവണ്ടി യുഗമാണ്. ഭക്ഷണത്തിലും വീട്ടിലും ഒതുങ്ങാത്ത

നവീനമനുഷ്യൻ ലോകത്തിന്റെ വിശാലതയെ ഉൾക്കൊള്ളുന്നു. വിപണിയിലെ മേൽക്കോയ്മയും സംഹാരത്തിന്റെ നവീന ആയുധങ്ങളും അവന്റെ ശക്തിയാണ്. ശാന്തമായ കാലഘട്ടത്തിൽ വിപണിയും ഉല്പന്നവുമാണ് സുഭിക്ഷതയുടേയും സ്വരക്ഷയുടേയും മാനദണ്ഡം.

ആചാര്യസത്യവാഗീശ്വരനെ നേർവഴി നടത്താനും കാലത്തിന്റെ നിശ്ചയങ്ങളെ അറിയിക്കാനും സനാതനപുരത്തിലെ സമ്പന്നർ വീണ്ടും വരുന്നു. ആത്മദർശനത്തിന്റെ ദൃഢവിശ്വാസങ്ങളോട് ഏറ്റുമുട്ടി അവർ പിന്തിരിയുകയാണ്. പരിഷ്കാരത്തിന്റേയും പരിഷ്കരണത്തിന്റേയും വാദമുഖങ്ങൾ നിരത്തിയ അവർ അവസരം കാത്തിരിക്കുന്നു.

പ്രിയദാസനോട് പരിഭവിച്ച ജനനീദാസൻ സനാതനപുരത്തിന്റെ അടഞ്ഞ അവസ്ഥയെ തിരിച്ചറിയുന്നു.

'ലോകം മുന്നോട്ടുപോകുമ്പോൾ സനാതനപുരം പ്രാകൃതാവസ്ഥയിലേക്ക് പിന്തിരിഞ്ഞു നടക്കുകയാണ്. സനാതനപുരത്തുകാർ അപരിഷ്കൃത മനുഷ്യരും ഗുഹാജീവികളുമായി തീരും.'

'നീ ക്ഷമിക്കു.... കാത്തിരുന്നവനേ ഇരകിട്ടൂ'.

'അപ്പോഴേക്കും നമ്മളെല്ലാം മൃഗങ്ങളായി തീർന്നിരിക്കും'.

വെള്ളക്കാർ പോയതോടെ അധീശത്വത്തിന്റെ മുകൾത്തട്ടുകൾ നിലമ്പറ്റി. ഉദ്യോഗസ്ഥരും അധികാരികളും സാധാരണക്കാരുടെ സേവകൻമാരാകുന്നു. ആരും ആരിൽനിന്നും ജന്മാവകാശങ്ങളോടേയും അധികാരത്തോടേയും വേറിട്ടുന്നില്ല. ആചാര്യസത്യവാഗീശ്വരന്റെ കരുണാർദ്രമായ ലാളിത്യം എവിടേയും പ്രകടമാണ്. സ്വകാര്യമായി യാതൊന്നും ശേഖരിക്കാത്ത കർമ്മാശ്രമത്തിലെ അനുയായികളും സഹായികളും ആചാര്യസത്യവാഗീശ്വരന്റെ ആത്മദർശനത്തെ സനാതനപുരത്തിൽ എത്തിക്കാൻ നിഷ്കളങ്കമായി അദ്ധ്വാനിക്കുന്നു.

ആചാര്യസത്യവാഗീശ്വരന്റെ ശരിയായ മാർഗ്ഗത്തെ ജനനീദാസൻ പ്രാകൃതമായി കരുതി. പ്രതിവിധികൾക്കായി അയാൾ സുഹൃത്തുക്കളുമായി കൂടിയാലോചനകൾ നടത്തിയതാണ്. വെള്ളക്കാരുടെ നാട്ടിലേക്ക് പോയ പലരും പ്രാകൃതാവസ്ഥയിലേക്ക് മടങ്ങാൻ മടിച്ച് വിദേശത്തുതന്നെ കഴിയുന്നു. ക്ഷണികമായ ജീവിതത്തെ ആർഭാടമായി അനുഭവിക്കേണ്ടതാണെന്നു വിശ്വസിച്ച അവർ അന്യനാട്ടിൽ സുഖഭോഗികളായി വിലസുന്നു.

പ്രത്യാഘാതങ്ങളെ കണ്ട് പതറാതെ ജനനീദാസനും കൂട്ടരും മാറ്റംവെയ്ക്കലുകളെ ഉണ്ടാക്കാൻ തയ്യാറാകുന്നു. ആചാര്യസത്യവാഗീശ്വരന്റെ ശരിയായ മാർഗ്ഗം അധികസമ്പത്തിനെ നിഷേധിക്കുകയും

വൻകിടവ്യവസായത്തെ നിരസിക്കുകയുമാണ്. സനാതനപുരത്തിലെ സമ്പന്നർ വിനിയോഗമാർഗ്ഗങ്ങളില്ലാതെ മുതലുകളെ ശേഖരിച്ചുവെയ്ക്കുന്നു.

ജനനീദാസൻ സുഹൃത്തുക്കളോടു പറഞ്ഞു:

'നമുക്ക് രണ്ടാം വിമോചനത്തിനുവേണ്ടി തയ്യാറാകുക. കാടത്തത്തിലേക്ക് മടങ്ങുന്ന സനാതനപുരത്തെ രക്ഷിക്കുക നമ്മുടെ കടമയാണ്. ആധുനികലോകം ശാസ്ത്രങ്ങളും യന്ത്രങ്ങളും കെട്ടിപ്പടുത്തതാണ്. സത്യവാഗീശ്വരൻ സനാതനപുരത്തെ പ്രേതങ്ങളുടേയും ഭൂതങ്ങളുടേയും നാടാക്കുകയാണ്'.

രഹസ്യയോഗങ്ങളിൽ മനസ്സുതുറക്കുന്ന ജനനീദാസൻ ആചാര്യസത്യവാഗീശ്വരന്റെ മുമ്പിൽ വിശ്വസ്ത അനുയായിയും ശരിയായ മാർഗ്ഗത്തിന്റെ രക്ഷകനുമാകുന്നു. പരുത്തിത്തുണിയുടെ വിശുദ്ധിയും കാരുണ്യത്തിന്റെ സഹജീവിസ്നേഹവും അയാൾ എപ്പോഴും പ്രകടിപ്പിച്ചു. വീട്ടിലെ സ്വകാര്യനിമിഷങ്ങളിൽ അയാൾ വർണ്ണശബളമായ വസ്ത്രങ്ങൾ ധരിച്ചു. ശീതനിയന്ത്രിണിയുടെ കുളിർമ്മയോടെ അയാൾ ഉറങ്ങി. വിവിധതരം ഭക്ഷണങ്ങളെ ആസ്വദിച്ച് രുചിക്കുന്ന അയാൾ പിന്നീട് സിഗരറ്റ് പുകയിൽ സ്വയം മറക്കും.

ജനനീദാസന്റേയും സുഹൃത്തുക്കളുടേയും രഹസ്യനടപടികളിൽ മുഴുക്കെ വെള്ളക്കാരന്റെ അധികാരത്തിന്റെ പ്രൗഢിയും ആഢംബരവും നിഴലിക്കുകയാണ്.

കടലിൽ രഹസ്യമായി എത്തുന്ന ഉരുക്കൾ സനാതനപുരത്തിലെ സമ്പന്നർക്ക് ആധുനികജീവിതത്തെ പങ്കുവെയ്ക്കുന്നു. ആചാര്യസത്യവാഗീശ്വരന്റെ മായികവലയത്തിൽ കഴിയുന്ന സനാതനപുരത്തുകാരെ പലരും ഭയന്നു. അവർ ശിക്ഷാവിധി കാത്തുനിന്ന ഭാഗ്യവാനെ സഹതാപത്തോടെ ഓർക്കുന്നു. വെള്ളക്കാരുടെ വർണ്ണശബളമായ വസ്ത്രം ധരിച്ച അയാൾ മദ്യത്തിന്റെ ഉന്മാദത്തോടെ സനാതനപുരത്തുകാരെ നേരിട്ടതാണ്. ഗ്രാമസംഘങ്ങൾ വിധികല്പനകളെ നടപ്പിലാക്കിയപ്പോൾ സമൂഹത്തിൽ നിന്ന് അയാൾ അന്യനായി. രക്ഷാമാർഗ്ഗമില്ലാതെ അയാൾ സനാതനപുരത്തുകാരുടെ മുമ്പിൽ കീഴടങ്ങുകയാണ്.

ധർമ്മസേവകനും ശാന്തിസേവകനുമാണ് ധിക്കാരത്തിന്റേയും പ്രതിഷേധത്തിന്റേയും സൂചകങ്ങളെ ആചാര്യസത്യവാഗീശ്വരന്റെ മുമ്പിൽ എത്തിക്കുക.

രഹസ്യമായി നീങ്ങിയ ജനനീദാസനും സുഹൃത്തുക്കളും ഉരുക്കളിൽ വന്ന വെള്ളക്കാരുടെ വർണ്ണശബളമായ തുണികളെ ഗ്രാമാന്തരങ്ങളിൽ വിതറുന്നു. പകൽ തെളിയുമ്പോൾ പുത്തൻ തുണിത്തരങ്ങളുടെ

ആകർഷകമായ രൂപഭാവങ്ങൾ സനാതനപുരത്തിൽ ജ്വലിക്കുക യാണ്. ഉരുക്കൾ വീണ്ടും വീണ്ടും വന്നുപോയി. അതോടെ പരിഷ്കാ രത്തിന്റെ വൈവിധ്യങ്ങളിലേക്കും സുഖലോലുപതയിലേക്കും ചെറുപ്പ ക്കാർ ആകർഷിക്കപ്പെടുകയാണ്. വാസനതൈലങ്ങളും പൗഡറുകളും സനാതനപുരത്തുകാർക്ക് സൗജന്യമായി ലഭിച്ചു. ഉന്മാദം വിതയ്ക്കുന്ന പുകയിലയും വിഭ്രാന്തി ജനിപ്പിക്കുന്ന പാനീയങ്ങളും ഉരുക്കളിൽനി ന്ന് വിതരണംചെയ്യുന്നു. അവ പ്രിയപ്പെട്ടവരെ വശീകരിക്കാവുന്ന അസുലഭ വസ്തുക്കളും സൗഹൃദങ്ങളെ ആഘോഷങ്ങളാക്കുന്ന വിലമ തിപ്പുകളുമായിതീരുകയാണ്.

ആദ്യകാലങ്ങളിലെ സൗജന്യവിതരണത്തിനുശേഷം വെള്ള ക്കാരുടെ വസ്തുക്കൾക്ക് നിശ്ചിതവിലയുണ്ടാകുന്നു. ഇടത്തട്ടുകാർ പങ്കുകൾ കൈമാറി സനാതനപുരത്തുകാർക്ക് വൻകിടയന്ത്രങ്ങളുടെ ഉല്പന്നങ്ങളെ വിറ്റഴിക്കുന്നു.

ആചാര്യസത്യവാഗീശ്വരന്റെ വിശ്വസ്തനായി തുടർന്ന ജനനീ ദാസൻ ശരിയായ മാർഗ്ഗത്തിന്റെ രക്ഷകനായി നടിക്കുന്നു. വൻകി ടയന്ത്രങ്ങളുടെ വക്താവായ അയാൾ സനാതനപുരത്തുകാരെ ആധുനികരാക്കാൻ നിരന്തരം പരിശ്രമിക്കുന്നു. സഹവർത്തിത്ത മന്ദിരത്തിലേക്ക് വന്ന ശാന്തിസേവകൻ ആചാര്യസത്യവാഗീശ്വ രന്റെ മുമ്പിൽ വൻകിടവ്യവസായങ്ങളുടെ ഉല്പന്നങ്ങളെ നിരത്തുക യാണ്. അപകടസാദ്ധ്യതകളെ കണ്ടെടുത്ത ആചാര്യൻ വൻകിട യന്ത്രങ്ങളുടെ ആധിപത്യത്തേയും യാന്ത്രികമായ മനുഷ്യജീവി തത്തേയും കാണുന്നു. ശരിയായ മാർഗ്ഗത്തിലേക്കും അങ്ങനെ മാനുഷികതയിലേക്കും സനാതനപുരത്തുകാർ നീങ്ങുകയാണെന്ന ആചാര്യസത്യവാഗീശ്വരന്റെ വിശ്വാസം അബദ്ധധാരണയാകുന്നു. ആധുനികവസ്തുക്കളോടും വ്യവസായത്തോടുമുള്ള ചെറുപ്പക്കാരുടെ ആവേശം സനാതനപുരത്തുകാരെ ഭാഗികമായി കീഴടക്കുകയാണ്.

ആൾക്കൂട്ടത്തിന് ആത്മാവില്ലെന്ന് തിരിച്ചറിഞ്ഞ ആചാര്യസത്യ വാഗീശ്വരൻ പറഞ്ഞു:

'പരീക്ഷണങ്ങളേയും പ്രലോഭനങ്ങളേയും നാം നേരിടണം. കാരുണ്യവും സത്യവും അനേകം ദുർഘടങ്ങളെ തരണംചെയ്താണ് മുന്നേറുക'.

കാലത്തിന്റെ കെട്ടുതിയിൽ വീണ സനാതനപുരത്തുകാരെക്കണ്ട് ആത്മവേദനയോടെ അയാൾ തുടർന്നു:

'ശാന്തരും ധീരരുമാകുക. നമുക്ക് പ്രതിവിധികൾ കാണാം'.

ധ്യാനത്തിന്റെ അഗാധതയിൽ ലയിച്ച ആചാര്യസത്യവാഗീ ശ്വരൻ പകർച്ചവ്യാധിയുടെ വേരുകളെ കണ്ടെത്തുന്നു. അയാൾ

ജനനീദാസന്റേയും സുഹൃത്തുക്കളുടേയും വരവുകാക്കുന്നു. ധ്യാനത്തിൽ നിന്നുണർന്ന അയാൾ ജനനീദാസനോടു ചോദിച്ചു:

'സുഹൃത്തുക്കൾ എവിടെ?'

അപകടസാദ്ധ്യതകളെ മുൻകൂട്ടി അറിഞ്ഞ ജനനീദാസന്റെ സുഹൃത്തുക്കൾ സനാതനപുരത്തിന്റെ വിഭിന്നദിശകളിൽ ഒളിമറയുന്നു. അവിടേയും അവർ രഹസ്യനടപടികൾ തുടരുകയാണ്.

ഉരുക്കൾ നിർബാധം വന്നുപോകുന്നതോടെ സനാതനപുരത്തുകാർ വ്യത്യസ്ത ചരക്കുകൾക്കും ആഢംബരജീവിതത്തിനും അടിമകളാവുകയാണ്. പുത്തൻ പ്രവണതകളെ കൊണ്ടാടിയ ചെറുപ്പക്കാർ അപായസൂചനകൾ അറിയാതെ അപൂർവ്വമായെങ്കിലും പൊതുവഴികളിൽ പ്രത്യക്ഷപ്പെട്ടുതുടങ്ങുന്നു.

ആചാര്യസത്യവാഗീശ്വരൻ ജനനീദാസനോടു പറഞ്ഞു:

'ആത്മദർശനത്തിന്റെ വിശുദ്ധമായ മാർഗ്ഗത്തെയാണ് ഞാൻ നിങ്ങൾക്ക് നൽകിയത്. പവിത്രവും കാലത്തിന്റെ നിശ്ചയവുമായ ശരിയായ മാർഗ്ഗത്തെ നശിപ്പിക്കരുത്. കാരുണ്യത്തിന്റേയും സ്നേഹത്തിന്റേയും ഭാഷ കലുഷമല്ല. വംശനാശത്തെ നേരിടാനുള്ള മറ്റൊരു പ്രതിവിധിയും നമ്മുടെ മുമ്പിലില്ല.'

ധ്യാനയോഗത്തിൽവെച്ച് ആചാര്യസത്യവാഗീശ്വരൻ സാരോപദേശകഥ പറഞ്ഞു. ആചാര്യന്റെ വാക്കുകൾ സനാതനപുരത്തുകാരുടെ ആത്മാവിൽ തറയ്ക്കുകയാണ്.

മക്കളുമായി അരയാലിൽ താമസിച്ച തള്ളപ്പക്ഷി രാത്രിയിൽ ഇരപിടിക്കാൻ എത്തുന്ന പാമ്പിനെ നേരിടാൻ തീക്കൊള്ളിയുമായി മരത്തിൽ കാത്തിരിക്കുന്നു. ചുള്ളിക്കമ്പിൽ നിന്ന് പടർന്ന തീ അരയാലിനേയും പക്ഷിയുടെ വംശത്തേയും തുടർന്ന് കാടിനേയും ദഹിപ്പിക്കുകയാണ്.

ആത്മദർശനമില്ലാത്ത ആൾക്കൂട്ടത്തെ ആചാര്യസത്യവാഗീശ്വരൻ തിരിച്ചറിഞ്ഞു. അയാൾ പ്രയോജനവാദത്തോടെ തന്റെ ആത്മദർശനത്തെ നടപ്പിലാക്കുകയാണ്. വൻകിടയന്ത്രങ്ങൾ ഉല്പാദിപ്പിക്കുന്ന വസ്തുക്കൾ സനാതനപുരത്തുകാരുടെ കൈത്തൊഴിലുകളെ ഇല്ലാതാക്കും. കുറച്ചുപേരുടെ ജീവിതം സുഖപ്രദമാക്കുന്ന യന്ത്രങ്ങൾ ഭൂരിപക്ഷത്തെ ദരിദ്രരാക്കും.

ആചാര്യസത്യവാഗീശ്വരന്റെ ശരിയായമാർഗ്ഗം ആത്മാന്വേഷണത്തിന്റെ കണ്ടെത്തലുകളും ജീവിതത്തെ സംബന്ധിച്ച വ്യക്തമായ ഉൾക്കാഴ്ചയുമാണ്. സനാതനപുരത്തിൽ വൻകിടയന്ത്രങ്ങൾ പ്രബലശക്തിയാകുമ്പോൾ ഉപഭോഗത്തിന്റെ പ്രത്യാഘാതമായി കർമ്മശേഷി തടംകെട്ടി നിശ്ചലതയും അകാലമരണവുമാകും. വ്യക്തിത്വവും

സർഗ്ഗാത്മകതയും വിവേകവുമില്ലാത്ത അവരുടെ ജീവിതം യാന്ത്രികമായി ജന്മത്തിന്റെ ഉൺമയെ നിഷേധിക്കും.

മാനുഷികസംഘങ്ങളും സമാദരണീയ സംഘങ്ങളും വെള്ളക്കാർ നശിപ്പിച്ച പൈതൃകമഹത്വങ്ങളേയും കൈത്തൊഴിലുകളേയുംകുറിച്ച് നാട്ടുകാരെ ബോദ്ധ്യപ്പെടുത്തുകയാണ്. അപ്പോഴും വിദേശത്തുനിന്നു വന്ന ഉപഭോഗ ഉല്പന്നങ്ങൾ വശീകരണശക്തിയോടെ യുവാക്കളെ ആകർഷിക്കുന്നു.

പുനർജ്ജനിഗുഹ ആവാഹിക്കുന്നത് അറിഞ്ഞ ആചാര്യസത്യവാഗീശ്വരൻ ശാന്തമായ പ്രവാഹത്തിലേക്ക് ഇറങ്ങി നടന്നു. അയാൾ പരുക്കൻ പാറകളെ നടക്കല്ലുകളാക്കുന്നു.

വ്യക്തിത്വത്തിന്റെ ദുരഭിമാനങ്ങൾ ഇല്ലാതെയാണ് ആചാര്യസത്യവാഗീശ്വരൻ ഇതുവരെ സനാതനപുരത്തുകാരെ സമീപിച്ചിരുന്നത്. ഇപ്പോൾ ആൾക്കൂട്ടത്തെ അയാൾ അവിശ്വാസത്തോടെ നോക്കികാണുകയാണ്.

പുനർജ്ജനിഗുഹയുടെ അപാരതയിൽ നിന്നുവന്ന പുകപടലങ്ങളോട് ആചാര്യസത്യവാഗീശ്വരൻ ചോദിച്ചു:

'എന്റെ പ്രത്യാശകൾ നശിക്കുകയാണ്. സനാതനപുരത്തുകാർക്ക് വേണ്ടാത്ത ഒരു മാർഗ്ഗത്തെയാണോ ഞാൻ നിർദ്ദേശിച്ചത്?'

'നീ സത്യത്തെ കാണാനും നേരിടാനും അശക്തനാണോ?'

'അല്ല. സത്യം എന്നെ ദുഃഖിപ്പിക്കുകയും പ്രത്യാശകളെ ഇല്ലാതാക്കുകയുമാണ്. ആത്മാവില്ലാത്ത ജനക്കൂട്ടം ഭൗതികചിന്തകളിൽനിന്നും ആവശ്യങ്ങളിൽനിന്നും ഉയരുന്നില്ല. അന്വേഷകന്റെ ആത്മദർശനമില്ലാത്ത ആൾക്കൂട്ടം പ്രലോഭനങ്ങളിൽ വീഴുകയാണ്.'

'അത് ആൾക്കൂട്ടത്തിന്റെ വിധിയാണ്. അവർ സത്യദർശനത്തിന് അപ്രാപ്തരാണ്. സത്യം അറിയുന്നവനെ പിന്തുടരുകയാണ് ആൾക്കൂട്ടത്തിന്റെ ധർമ്മം'.

'ശരിയായ മാർഗ്ഗത്തിന്റെ ഫലപ്രാപ്തിക്ക് ആൾക്കൂട്ടത്തിന്റെ ഭൗതിക ആവശ്യങ്ങളെയാണ് ഞാനും ഉപയോഗിക്കുന്നത്. സത്യത്തെ അറിയാത്തവരോട് ആത്മദർശനത്തെക്കുറിച്ച് പറയുക ബാലിശമാണ്. ആത്മാവിന്റെ ആവശ്യങ്ങളെ അവർക്ക് മനസ്സിലാവില്ല. അവരുടെ ലോകം നിത്യവൃത്തികളുടെ ലോകമാണ്'.

'അത് അജ്ഞാനത്തിന്റെ അനുഗ്രഹമാണ്'.

'സത്യം ദർശിക്കുന്ന ഞാൻ ഭാഗികമായ അസത്യത്തിലൂടെ സത്യത്തെ പ്രാപിക്കുകയാണ്. ആത്മാവില്ലാത്ത സത്യത്തെയാണ് ഞാൻ ആൾക്കൂട്ടത്തോട് പറയുന്നത്'.

'അത് കാലത്തിന്റെ നിശ്ചയവും സത്യത്തിന്റെ മറ്റൊരു മുഖവുമാണ്''.

'കേവലസത്യത്തെ അറിയുന്ന ഞാൻ ആത്മാവിന്റെ സത്യത്തെ ആൾക്കൂട്ടത്തിൽനിന്ന് മറച്ചുപിടിക്കുന്നു. എന്റെ ശരിയായ മാർഗ്ഗം നിരന്തരം പരീക്ഷിക്കപ്പെടുകയാണ്. ശരിയായ മാർഗ്ഗം എന്റെ കാലശേഷം മറ്റൊന്നാകുമെന്ന് ഞാൻ സംശയിക്കുന്നു. ശരിയായ മാർഗ്ഗത്തിന്റെ അധ:പതനം യാന്ത്രികതയുടെ സ്ഥാപനമാണ്. മനുഷ്യത്വത്തേയും കാരുണ്യത്തേയും പുറന്തള്ളുന്ന യന്ത്രങ്ങൾ മനുഷ്യവംശത്തിന്റെ നാശകേന്ദ്രങ്ങളാണ്''.

'നീ അനാവശ്യമായി വ്യാകുലപ്പെടുകയാണ്. ഞങ്ങളിൽനിന്ന് നിനക്കൊന്നും ഉൾക്കൊള്ളാൻ കഴിഞ്ഞില്ലേ? അപൂർവ്വമായ സർഗ്ഗചേതനകൾ, കണ്ടെത്തലുകൾ, അറിവിന്റെ വെളിപ്പെടുത്തലുകൾ. ഇപ്പോൾ അവ എവിടെ? മൂലത്തിൽനിന്ന് വിഭിന്നമായി പലതും നിലനിൽക്കുന്നു. നിഷേധിച്ചും വികസിച്ചും കണ്ടെത്തിയും സത്യം കൂടുതൽ സത്യത്തോട് അടുക്കുന്നു. സത്യത്തെ കണ്ടെത്തിയവരും കാലത്തിന്റെ നിയോഗം അനുസരിച്ച് നിസ്വാർത്ഥരായി ജീവിച്ചവരുമായ ഞങ്ങൾ കാലത്തിനും മരണത്തിനും അതീതരാണ്.'

ആചാര്യസത്യവാഗീശ്വരന്റെ അശാന്തി അദൃശ്യാത്മാക്കളുടെ സ്പർശനമേറ്റ് ശാന്തമാകുകയാണ്.

'വ്യക്തിയാണ് കാലത്തേയും സത്യത്തേയും അറിയുക. ആൾക്കൂട്ടത്തിന്റെ ജീവിതം നിലനില്പിന്റെ ആവശ്യങ്ങളും ന്യായീകരണങ്ങളുമാണ്. ശരിയായ മാർഗ്ഗങ്ങളെ അറിയുന്ന നീ ആത്മജ്ഞാനത്തെ നടപ്പിലാക്കുകയാണ്''.

'ആൾക്കൂട്ടത്തെ ഇപ്പോഴും ഞാൻ സംശയിക്കുന്നു'.

'വരുംകാലത്തെ കാണാൻ നീ ശക്തനല്ല. ഞങ്ങൾക്കതിനു കഴിയും. മണ്ണിന്റെ മണമുള്ള നീ കാലത്തിന്റെ നിഗൂഢതയെ അറിയുന്നില്ല. പക്ഷെ ഒന്നു നീ അറിയുക നിന്റെ ശരിയായ മാർഗ്ഗം നിന്നിൽ നിന്ന് ഉല്പന്നവും നിന്നിലൂടെ സമ്പൂർണ്ണമാകുന്നതുമാണ്.'

'സനാതനപുരത്തിലെ തിരിച്ചറിവില്ലാത്ത ആത്മാക്കളെ ഞാൻ ശരിയായ മാർഗ്ഗത്തിലേക്ക് പ്രവേശിപ്പിച്ചു. അജ്ഞാനികളായ അവർ യാന്ത്രിക നീതിയിലേക്ക് ആകർഷിക്കപ്പെടുകയാണ്. വ്യക്തിത്വവും വിവേകവുമില്ലാത്ത അവരെ ഓർത്ത് ഞാൻ ഭയപ്പെടുന്നു'.

'മനുഷ്യന്റെ കർമ്മങ്ങൾക്കും സ്വത്വത്തിനും പരിമിതികളുണ്ട്. കാലത്തിന്റെ ആത്മാവിനെ ആർക്കും മനസ്സിലാവില്ല. വിധിയെപോലെ കാലത്തിന്റെ നിശ്ചയങ്ങളെ ലോകം ഏറ്റുവാങ്ങുന്നു. മനുഷ്യരും മൃഗങ്ങളും പ്രപഞ്ചവുമാണ് കാലത്തിന്റെ ഇര.'

പുനർജ്ജനിഗുഹയിലെ അദൃശ്യശക്തികൾ നൂറ്റാണ്ടുകളിൽനിന്ന് കാലത്തെ ഭേദിച്ച് അനശ്വരതയിലേക്ക് പ്രവഹിക്കുകയാണ്. അദൃശ്യാത്മാക്കളുടെ സാന്നിദ്ധ്യം വ്യവഹാരകാലത്തിന്റെ സങ്കീർണ്ണതകളിൽ നിന്നുള്ള മുക്തിയും മോക്ഷവുമായി ആചാര്യസത്യവാഗീശ്വരൻ അനുഭവിക്കുന്നു. പുനർജ്ജനിഗുഹയിലേക്ക് പ്രവേശിക്കുന്ന അയാൾ വികലമായ ധാരണകളേയും അപക്വചിന്തകളേയും ഉപേക്ഷിക്കുന്നു. അയാളുടെ മനസ്സ് ശാന്തമായി ആത്മീയനിർവൃതിയെ ഏറ്റുവാങ്ങുകയാണ്.

പുനർജ്ജനിപുഴയുടെ തീരത്തിൽ എത്തിയ ആചാര്യ സത്യവാഗീശ്വരൻ വിജനതയെ അഭിമുഖീകരിക്കുകയാണ്. വൻകിടയന്ത്രങ്ങളുടെ പ്രലോഭനങ്ങൾക്ക് വഴങ്ങിയ സനാതന പുരത്തുകാരുടെ സ്വപ്നങ്ങളിൽനിന്നുപോലും പുനർജ്ജനിഗുഹയുടെ ദിവ്യത്വം അപ്രത്യക്ഷമാകുന്നു. കർമ്മവിധിയുടെ ദുരന്തം കാലത്തിന്റെ നിശ്ചയമായി അവരുടെ നെറുകയിൽ തൂങ്ങിനിൽക്കുകയാണ്.

താഴ്‌വരയേയും വിജനതയേയും പ്രകമ്പനംകൊള്ളിച്ച് ദിക്കുകളെ ഭേദിച്ച നിലവിളി ആചാര്യസത്യവാഗീശ്വരന്റെ കരുണാർദ്രമായ മനസ്സിനെ അലോസരപ്പെടുത്തുന്നു. ആർദ്രമനസ്സോടെ നടന്ന അയാൾ ചപ്പിലകളുടെ വിതാനത്തെ അതിക്രമിച്ച് മുന്നേറുന്നു. വിദൂരതയിൽനിന്ന് ഒഴുകിവന്ന ചോരച്ചാലുകൾ മതിഭ്രമവും അസഹ്യമായ ദുർഗന്ധവുമായി അയാളുടെ ചുറ്റിലും പരക്കുന്നു. ആചാര്യസത്യവാഗീശ്വൻ കാലത്തിന്റെ നിയോഗത്തെ തിരിച്ചറിയുന്നു. ചോരച്ചാലുകളുടെ ആരംഭത്തോടെ ചപ്പിലകളുടെ വിതാനം അവസാനിക്കുന്നു. തുടർന്ന് ദൈന്യമായ നിലവിളികൾ ഇടവിട്ട് ഉയരുകയാണ്.

ചോരച്ചാലുകളുടെ വഴിത്താരനോക്കി നടന്ന ആചാര്യസത്യവാഗീശ്വരൻ മൈതാനത്തിലെ തുറസ്സിൽ അവശരായി കിടക്കുന്ന മനുഷ്യരെ നേരിടുന്നു. വിശന്നും തളർന്നും നിസ്സഹായരായി കിടന്ന അവർ ആചാര്യസത്യവാഗീശ്വരനെ കണ്ട് രക്ഷാബോധത്തോടെ എഴുന്നേൽക്കുന്നു. അവതാരപുരുഷന്റെ ദിവ്യാത്ഭുതത്തിനുവേണ്ടി അവർ കാത്തുനിൽക്കുകയാണ്.

മനിലപുരത്തിലെ കുശവന്മാർ കലത്തൊഴിലുകളിൽനിന്ന് ബഹിഷ്കരിക്കപ്പെട്ട് ഉപയോഗശൂന്യരായിരിക്കുകയാണ്.

വെള്ളക്കാരുടെ ആഢംബരമായ ജീവിതത്തേയും ഉപഭോഗവസ്തുക്കളേയും സനാതനപുരത്തുകാർ അഭിമാനത്തോടെ സ്വീകരിച്ചു. വെള്ളക്കാരുടെ ആശ്രിതരായ സനാതനപരത്തുകാർ പാരമ്പര്യത്തേയും പ്രാചീന സമ്പ്രദായങ്ങളേയും അപമാനമായി കരുതുന്നു. ഇടത്തരക്കാർ മുകൾത്തട്ടിനെ അന്ധമായി പിന്തുടരുന്നു. തുടർന്ന് കാഴ്ചപ്പാടുകൾ അടിത്തട്ടിലേക്ക് എത്തുകയുമാണ്. സനാതനപുരത്തെ

കച്ചവടച്ചന്തയാക്കിയ വെള്ളക്കാരും വൻകിടയന്ത്രങ്ങളും കുശവനേയും ചക്കാലനേയും ജീവിതത്തിൽനിന്ന് പുറന്തള്ളുന്നു. അവരുടെ അടുക്കളകളിലേക്കും അലങ്കാരമുറികളിലേക്കും ലോഹ പാത്രങ്ങൾ കടന്നുവരുന്നു. തടംകെട്ടി നിശ്ചലമാകുന്ന കർമ്മശേഷി യോടെ മനിലപുരത്തിലെ കുശവന്മാർ മരണം കാത്തിരുന്നു.

ആചാര്യസത്യവാഗീശ്വരന്റെ ശരിയായ മാർഗ്ഗം കൈത്തൊഴിലു കളേയും കുലത്തൊഴിലുകളേയും അഭിവൃദ്ധിപ്പെടുത്തുകയാണ്. സനാ തനപുരത്തിന്റെ കടൽത്തീരത്ത് ഉരുക്കൾ വന്നുപോകുന്നതോടെ വീണ്ടും മാറ്റംവെയ്ക്കലുകളാണ്. നഗരവിഭവങ്ങൾക്ക് വിധേയരായ ചെറുപ്പക്കാർ പ്രത്യാഘാതങ്ങളെ അറിയാതെ ആധുനികതയുടെ വക്താക്കളാകുന്നു. മനിലപുരത്തിലേക്ക് രഹസ്യമായി യന്ത്രസാമ ഗ്രികളും വിദഗ്ധ പണിക്കാരും എത്തുന്നു. അവർ മനിലപുരത്തിലെ വ്യവസായശാലയിൽ അലൂമിനിയപാത്രങ്ങൾ ഉല്പാദിപ്പിച്ചുതുടങ്ങി. അതോടെ കുശവന്മാരുടെ കൈത്തൊഴിലുകൾ അന്യംനിൽക്കുക യാണ്. അപരിഷ്കൃതവും അല്പായുസ്സുമായ മൺപാത്രങ്ങളെ മനി ലപുരത്തുകാരും സനാതനപുരത്തുകാരും നിരസിച്ചു. അവർ ഉറപ്പും കാലദൈർഘ്യവുമുള്ള അലൂമിനിയ പാത്രങ്ങളെ വീട്ടുപകരണമാ ക്കുന്നു. ദരിദ്രരും നിസ്സഹായരുമായ മനിലപുരത്തിലെ കുശവന്മാർ വ്യവസായശാലയെ നേരിടാൻ തീരുമാനിച്ചു. അവരുടെ തയ്യാറെടു പ്പുകളെ ഫാക്ടറി ഉടമയും ആശ്രിതരും നവീനതയുടെ വക്താക്കളായ ചെറുപ്പക്കാരും സംഘടിതമായി നേരിടുകയാണ്. മനിലപുരത്തുനിന്ന് പുറന്തള്ളപ്പെട്ട അവർ വിശന്നും തളർന്നും വിയോഗദുഃഖത്തോടെ കാടിന്റെ നിഗൂഢതയിൽ അലയാൻ നിർബന്ധിതരാകുന്നു.

കുശവന്മാരുടെ പരിക്ഷീണമായ മനസ്സുകളിൽ വിനിയോഗിക്കാ നാവാത്ത കർമ്മശേഷിയും യന്ത്രങ്ങളോടുള്ള പകയും നീറിപുകയുന്നു.

'ആചാര്യൻ ഞങ്ങളെ രക്ഷിക്കണം'.

കുശവന്മാരുടെ കണ്ണുകളിലെ വിശപ്പിനേയും യന്ത്രങ്ങൾ സൃഷ്ടിച്ച ഭീകരതയേയും ആചാര്യസത്യവാഗീശ്വരൻ തിരിച്ചറിഞ്ഞു. വിവേ കശൂന്യമായ യാന്ത്രികതയോട് ഏറ്റുമുട്ടാൻ അയാൾ സന്നദ്ധനാകു കയാണ്. ആചാര്യസത്യവാഗീശ്വരന്റെ ശരിയായ മാർഗ്ഗം പ്രാകൃത വുമാണെന്നു കരുതിയ ചെറുപ്പക്കാർ ഹിംസ്രമായ ആസക്തികളുടെ കേന്ദ്രമാകുന്നു. അത്യാവശ്യങ്ങളെയല്ല അനാവശ്യങ്ങളെയാണ് അവർ ജീവിതമായി ആസ്വദിക്കുന്നത്.

സ്വാതന്ത്ര്യത്തിന്റേയും വിമോചനത്തിന്റേയും സമരസന്നദ്ധത വീണ്ടും ആചാര്യസത്യവാഗീശ്വരനെ കീഴടക്കുന്നു. യാന്ത്രികതയെ നേരിടാൻ അയാൾ ഇഴഞ്ഞുതുടങ്ങുന്നു.

മനിലപുരത്തുകാരോട് ആചാര്യസത്യവാഗീശ്വരൻ പറഞ്ഞു:

'ആത്മാവില്ലാത്ത യന്ത്രങ്ങൾ നമുക്ക് അനാവശ്യമാണ്. യന്ത്രങ്ങൾക്ക് സനാതനപുരത്തിന്റെ വിശപ്പടക്കാനാവില്ല. യാന്ത്രിക ഉല്പന്നങ്ങൾ നൽകുന്ന സുഖഭോഗം മനുഷ്യന്റെ ആത്മാവിനെ നശിപ്പിക്കുന്നതാണ്.'

ആചാര്യസത്യവാഗീശ്വരൻ വീണ്ടും സനാതനപുരത്തുകാരുടെ ഭൗതികതാല്പര്യങ്ങളെ ഉപയോഗിക്കുകയാണ്. ആത്മാന്വേഷണമില്ലാത്ത അവരുടെ അടഞ്ഞ മനസ്സുകൾ വിശ്വാസങ്ങളെ സാമ്പ്രദായികമായി സ്വീകരിക്കുന്നു. മാറ്റങ്ങളില്ലാത്ത ചിന്തകൾ അവരുടെ ജീവിതത്തെ നിയന്ത്രിക്കുകയാണ്.

ഗ്രാമങ്ങളിലെ പരിപാലകസംഘങ്ങൾ മനുഷ്യന്റേയും മനുഷ്യത്വത്തിന്റേയും ഔന്നത്യത്തെ എടുത്തുപറഞ്ഞു. അവർ വിദേശഉല്പന്നങ്ങളെ നിരസിക്കാൻ ചെറുപ്പക്കാരെ പ്രേരിപ്പിക്കുന്നു. മാറിയ കാലത്തിൽ അവരുടെ പരിശ്രമങ്ങൾ വിഫലമാകുന്നു. ക്രമേണ ചെറുപ്പക്കാരിൽനിന്ന് മറ്റുള്ളവരിലേക്കും നാഗരികവസ്തുക്കൾ ആക്രമിച്ചുകയറുന്നു.

ആചാര്യസത്യവാഗീശ്വരൻ പ്രതിഷേധത്തോടെ ഇഴഞ്ഞപ്പോൾ സനാതനപുരത്തിന്റെ ഭോഗാത്മകമായ ആത്മാവുണർന്നു. സ്വാതന്ത്ര്യത്തിന്റേയും വിമോചനത്തിന്റേയും ആത്മത്യാഗത്തിന്റേയും ഓർമ്മകളിൽ അവർ മുങ്ങി. അവർ പാപപരിഹാരത്തിനായി ഉപഭോഗവസ്തുക്കളുമായി ആചാര്യസത്യവാഗീശ്വരനെ സമീപിക്കുന്നു.

പശ്ചാത്താപത്തോടെ നിന്ന സനാതനപുരത്തുകാരോട് ആചാര്യസത്യവാഗീശവരൻ പറഞ്ഞു:

'തെറ്റു ചെയ്യുന്നവൻ മനുഷ്യനും തെറ്റു ചെയ്യാത്തവൻ ദൈവവുമാണ്. തെറ്റുകളെ ആവർത്തിക്കുക അജ്ഞാനമാണ്. യന്ത്രങ്ങൾക്ക് സനാതനപുരത്തിന്റെ വിശപ്പടക്കാനാവില്ല. നമ്മുടെ സുവർണ്ണകാലം കൈത്തൊഴിലുകളിൽ കേന്ദ്രീകരിക്കുന്നു. കൈത്തൊഴിലുകളും കുലത്തൊഴിലുകളുമാണ് സനാതനപുരത്തിന് അഭിവൃദ്ധി നൽകുക'.

ആചാര്യസത്യവാഗീശ്വരന്റെ ദിവ്യമായ പരിവേഷത്തിന് കീഴ്പ്പെട്ട അവർ പുത്തൻ അഗ്നികുണ്ഡമുണ്ടാക്കി ഉപഭോഗവസ്തുക്കളെ ഹോമിക്കുകയാണ്. ആചാര്യസത്യവാഗീശ്വരന്റെ യാത്രയുടെ വഴികളിൽ അനേകം അഗ്നികുണ്ഡങ്ങൾ ഉയരുന്നു. പ്രിയപ്പെട്ട വസ്തുക്കളെ ഹോമിച്ച ആൾക്കൂട്ടം മനസ്സിന്റേയും ജീവിതത്തിന്റേയും മാലിന്യങ്ങളെ പുറന്തള്ളി പരിശുദ്ധിയിലേക്ക് എത്തിച്ചേരുകയുമാണ്.

നിരന്തരം ഇഴഞ്ഞുകൊണ്ടിരുന്ന ആചാര്യസത്യവാഗീശ്വരനും സംഘവും ഉച്ചയോടെ ഏതെങ്കിലും കർമ്മാശ്രമത്തിൽ എത്തുന്നു.

പിറ്റേന്ന് പ്രഭാതത്തോടെ അവർ വീണ്ടും ഇഴയുകയാണ്. കാടിന്റെ അതിരുകളിൽനിന്ന് പരിമിതമായ അംഗബലത്തോടെയാണ് അവർ യാത്ര ആരംഭിച്ചത്. അവർ ഗ്രാമാന്തരങ്ങൾ പിന്നിടുമ്പോൾ വമ്പിച്ച ആൾക്കൂട്ടമാകുന്നു. ആചാര്യസത്യവാഗീശ്വരന്റെ ദിവ്യമായ പരിവേഷം വീണ്ടും സനാതനപുരത്തുകാരെ മാന്ത്രികശക്തിയോടെ കീഴടക്കുകയാണ്.

പ്രഭാതത്തിൽ ഇഴഞ്ഞുതുടങ്ങിയ ആചാര്യസത്യവാഗീശ്വരന് മാർഗ്ഗതടസ്സമായി യുവതി എത്തി. അവതാരപുരുഷനെ ജന്മശാപങ്ങൾക്ക് നിവാരണമായി കരുതി അവൾ നമസ്കരിച്ചു. കരുണാർദ്രമായ മനസ്സോടെ അയാൾ അവൾക്ക് രക്ഷകനാകുന്നു. യുവതിയുടെ കൈവിരലുകൾ നിവർത്താൻ കഴിയാത്തവിധം ചുരുണ്ടുകിടക്കുകയാണ്. കുറ്റിക്കാട്ടിൽ വിറകുശേഖരിച്ച അവൾ മരച്ചില്ല ഒടിച്ചപ്പോൾ വിഷബാധയേറ്റ് മോഹാലസ്യപ്പെട്ടതാണ്. പിന്നീട് ഉപയോഗശൂന്യമായ വിരലുകളോടെ അവൾ ഉണരുന്നു. ധനനഷ്ടവും മാനഹാനിയുമായി തുടർന്ന ചികിത്സകൾ അവളുടെ ജീവിതത്തിന്റെ വഴിയടച്ചു.

ആചാര്യസത്യവാഗീശ്വരന്റെ മെതിയടിച്ചുവട്ടിലെ മണ്ണും പച്ചിലനീരും അവിശ്വസനീയതയോടെ അവളുടെ വിരലുകളിൽ അലിഞ്ഞിറങ്ങി അപ്രത്യക്ഷമാകുന്നു. വിരലുകളുടെ ചലനവിശേഷങ്ങളും സ്പർശനസൗഖ്യങ്ങളും അവൾക്ക് തിരിച്ചുകിട്ടുകയാണ്.

ആചാര്യസത്യവാഗീശ്വരന്റെ ദിവ്യസിദ്ധികൾ സനാതനപുരത്തുകാരെ ആവാഹിക്കുകയാണ്. അപഥസഞ്ചാരത്തേയും ശരിയായമാർഗ്ഗത്തേയും അവർ തിരിച്ചറിഞ്ഞു. കുറ്റബോധത്തോടെ അവർ വീണ്ടും ആചാര്യനെ അഭയകേന്ദ്രമാക്കുന്നു.

വ്യക്തമായ ദിശാബോധം ലഭിച്ച സനാതനപുരത്തുകാർ ഉപഭോഗവസ്തുക്കളെയെല്ലാം അഗ്നിയിൽ ഹോമിക്കുന്നു. ഇഴച്ചലിനെ പരിവർത്തനമാക്കിയ ആചാര്യസത്യവാഗീശ്വരൻ വ്രതാനുഷ്ഠാനമായ ജീവിതരീതിയെ അപ്പോഴും തുടരുകയാണ്. തടംകെട്ടലിനെ പ്രതിരോധിച്ചും അകാലമരണത്തെ ഒഴിവാക്കിയും അയാൾ നീങ്ങി. അയാൾ ചർക്ക തിരിക്കുമ്പോൾ മേദസ്സിനെ നിർമ്മാണാത്മകമാക്കുകയാണ്. ആസക്തി മൃഗീയതയാണെന്ന് തിരിച്ചറിഞ്ഞ ആചാര്യസത്യവാഗീശ്വരൻ മനുഷ്യത്വത്തിന്റെ പൂർണ്ണതയ്ക്കുവേണ്ടി സഹജവാസനകളോട് നിരന്തരം എതിരിടുകയാണ്.

വ്യാവസായിക യാന്ത്രികത നഷ്ടപ്പെടുത്തുന്ന കാരുണ്യത്തേയും സത്യത്തേയുംകുറിച്ച് ആചാര്യസത്യവാഗീശ്വരൻ വിവരിച്ചു. മനുഷ്യന്റെ വ്യക്തിത്വത്തേയും സർഗ്ഗാത്മകതയേയുംകുറിച്ച് അയാൾ എവിടേയും പറയുന്നു.

പ്രഭാതത്തിൽ ഇഴഞ്ഞുതടങ്ങിയ അവർ ഉച്ചയോടെ വ്യവസായ ശാലയുടെ പടിക്കലെത്തുന്നു. ആത്മബലത്തിനായും പ്രശ്നപരിഹാരത്തിനായും ധ്യാനിച്ച ആചാര്യസത്യവാഗീശ്വരനെ സനാതനപുരത്തുകാരും അനുസരിക്കുന്നു.

സനാതനപുരത്തുകാരെ നേരിടാൻ ആയുധങ്ങളുമായി പണിക്കാർ കാത്തുനിന്നിരുന്നു. അവതാരപുരുഷന്റെ പരിവേഷത്തിന് കീഴടങ്ങിയ അവർ ആത്മശാന്തിയുടെ മാർഗ്ഗം സ്വീകരിക്കുകയാണ്. പാപബോധത്തോടെ നിന്ന അവർ ആചാര്യസത്യവാഗീശ്വരനെ നമസ്കരിച്ച് ശരിയായ മാർഗ്ഗത്തിന്റെ രക്ഷകരാകുന്നു.

വൻകിടയന്ത്രങ്ങളുടെ നടുക്കനിന്ന ആചാര്യസത്യവാഗീശ്വരൻ സനാതനപുരത്തുകാരോട് പറഞ്ഞു:

'വൻകിടയന്ത്രങ്ങൾ സനാതനപുരത്തിന്റെ ശാപമാകരുത്. കൈത്തൊഴിലുകാർ ആവശ്യമറിഞ്ഞ് പണിത്തരങ്ങളെ എടുക്കുക.'

ആചാര്യസത്യവാഗീശ്വരന്റെ നിർദ്ദേശങ്ങൾ ഉടനടി പ്രാവർത്തികമാകുകയാണ്. ഇരുമ്പുപാളികളെ കൊല്ലന്മാരും ചെമ്പുതകിടുകളെ ചെമ്പോട്ടികളും മരങ്ങളെ ആശാരിമാരും വീതിക്കുന്നു. വിദഗ്ധജോലിക്കാരായ അവർ കർമ്മശേഷിയെ ശരിയായി വിനിയോഗിക്കുന്നതാണ്. വൻകിടയന്ത്രങ്ങളുടെ എണ്ണമറ്റ ഉല്പാദനത്തിൽനിന്നും യാന്ത്രികനീതിയിൽനിന്നും സനാതനപുരം രക്ഷപ്പെടുന്നു. അവർ വീണ്ടും വിമോചനത്തിന്റെ ഉന്മാദം അനുഭവിക്കുകയാണ്.

ആചാര്യസത്യവാഗീശ്വരന്റെ ദിവ്യമായ പരിവേഷം വീണ്ടും സനാതനപുരത്തിന്റെ ആത്മീയവും ഭൗതികവുമായ ആവശ്യങ്ങളെ നിയന്ത്രിച്ചു തുടങ്ങുന്നു. ആഢംബരത്തിന്റെ സുഖലോലുപതയിൽ നിന്നും ആലസ്യത്തിൽനിന്നും അവർ മോചനം നേടുന്നു. പ്രലോഭനങ്ങളോടെ വരുന്ന ഉരുക്കളെ അവർ കടലിന്റെ വിശാലതയിൽ തടയിടുകയാണ്. വിപണിയില്ലാതെ കാത്തുകിടന്ന ഉരുക്കൾ പിന്നീട് പുത്തൻ സാദ്ധ്യതകളേയും സങ്കേതങ്ങളേയും തേടുന്നു.

വശീകരണത്തിന്റെ ഉപഭോഗതൃഷ്ണകളിൽനിന്നും ആധുനികതയുടെ യന്ത്രസംസ്കാരത്തിൽനിന്നും സനാതനപുരത്തുകാർ രക്ഷപ്പെട്ടു. ജനനീദാസന്റെ പ്രത്യാശകൾ വീണ്ടും ഇരുളുന്നു. പ്രാകൃതമായ ജീവിതരീതികളെ നിർവ്വഹിച്ച അയാൾ പ്രതീക്ഷകളില്ലാതെ മുന്നോട്ടുനീങ്ങുകയാണ്. മാറിയ കാലത്തേയും പരിവർത്തനത്തേയും അറിയാത്ത സനാതനപുരം ആദിമവാസികളുടെ ജീവിതത്തിലേക്ക് മടങ്ങുന്നു. ആചാര്യസത്യവാഗീശ്വരന്റെ ദിവ്യമായ പരിവേഷം അജ്ഞാനമായി സനാതനപുരത്തിൽ ഇരുട്ടുപരത്തുകയാണ്.

ജനനീദാസനെ വിളിച്ചുവരുത്തിയ പ്രിയദാസൻ പറഞ്ഞു:

'ഇത് ആചാര്യസത്യവാഗീശ്വരന്റെ സുവർണ്ണകാലമാണ്. നിന്റെ കാലവും അടുത്തുവരുകയാണ്. ഒന്നാമത്തെ യുദ്ധംകൊണ്ട് ആരും സാമ്രാജ്യങ്ങൾ സ്ഥാപിക്കുന്നില്ല. നിരന്തരശ്രമങ്ങളാണ് വിജയം നിശ്ചയിക്കുക. ലക്ഷ്യവും മാർഗ്ഗവും വിശുദ്ധമാകണമെന്ന് വിശ്വസിക്കുന്നവർക്ക് ഒരു വഴിയേയുള്ളൂ. നമുക്ക് അനേകം മാർഗ്ഗങ്ങളുണ്ട്.'

'അച്ഛൻ എന്താണ് പറയുന്നത്?'

'ആചാര്യന്റെ വിശ്വസ്തനായ നീ ഇനി കർമ്മാശ്രമത്തിലെ അന്തേവാസിയാകുക. എപ്പോഴും അവസരത്തിനുവേണ്ടി കാത്തിരിക്കുക. അവസരം വരുമ്പോൾ ആത്മത്യാഗത്തോടെ പ്രവർത്തിക്കുക.'

'കർമ്മാശ്രമത്തിലെ ജീവിതം മനുഷ്യജീവിതമല്ല. മൃഗജീവിതമാണ് അവിടെ നടപ്പിലാകുന്നത്.'

'അല്ലെങ്കിൽ നിനക്ക് സനാതനപുരം അന്യമായിത്തീരും. നിന്റെ നിലനില്പിനേയും അവസ്ഥയേയും അറിയുക.'

സന്ധ്യകളിലെ ധ്യാനയോഗത്തിൽവെച്ച് ആചാര്യസത്യവാഗീശ്വരൻ ആത്മബോധങ്ങളെ വെളിപ്പെടുത്തുന്നു. അയാൾ ശരിയായ മാർഗ്ഗത്തേയും മനുഷ്യജന്മത്തിന്റെ നിഗൂഢതയേയുംകുറിച്ച് പറയുന്നു. ധ്യാനയോഗങ്ങളിൽവെച്ച് മാറാവ്യാധികളേയും അശാന്തമായ മനസ്സുകളേയും ആചാര്യൻ ശുശ്രൂഷിക്കുന്നു.

ധ്യാനയോഗത്തിലെ സനാതനപുരത്തുകാരോട് ആചാര്യസത്യവാഗീശ്വരൻ പറഞ്ഞു:

'എന്റെ ജീവിതം രഹസ്യങ്ങളില്ലാത്ത പുസ്തകമാണ്. ഞാൻ കണ്ടെത്തിയ ശരിയായ മാർഗ്ഗം സനാതനപുരത്തിന്റെ ആത്മാവും ജീവചൈതന്യവുമാണ്. എന്റെ മരണത്തോടെ അവസാനിക്കേണ്ടതല്ല സനാതനപുരത്തിന്റെ ആത്മചൈതന്യം. അത് ലോകത്തിന്റേയും മനുഷ്യവംശത്തിന്റേയും പ്രകാശപാതയാണ്. സത്യത്തേയും കാരുണ്യത്തേയും ജീവിതത്തിന്റെ മാർഗ്ഗമായി സ്വീകരിക്കുക. മനുഷ്യജന്മം മാലിന്യങ്ങളിൽനിന്ന് വിശുദ്ധിയിലേക്കുള്ള നീണ്ട യാത്രയാണ്.

'സനാതനപുരത്തിന് വൻകിടയന്ത്രങ്ങളെ സ്വീകരിക്കാനാവില്ല. കാരണം വൻകിടയന്ത്രങ്ങൾക്ക് മുഴുവൻ ജനങ്ങളുടെ വിശപ്പിനെ അകറ്റാനാവില്ല. അത് കുറച്ചുപേരെ സമ്പന്നന്മാരാക്കുന്നു.'

ധ്യാനയോഗം കഴിഞ്ഞ് ആൾക്കൂട്ടം പിരിഞ്ഞപ്പോൾ ആചാര്യസത്യവാഗീശ്വരനെ നമസ്കരിച്ച ജനനീദാസൻ പറഞ്ഞു:

'എന്റെ ഇനിയുള്ള ജീവിതത്തെ ആത്മജ്ഞാനത്തിനും ജനസേവനത്തിനുംവേണ്ടി സമർപ്പിക്കാൻ ആചാര്യൻ അനുവദിക്കണം. കുടുംബബന്ധങ്ങളിൽനിന്ന് ഞാൻ വിമുക്തനായി. ഇനിയുള്ള എന്റെ ജീവിതം കർമ്മാശ്രമത്തിനും ആചാര്യന്റെ ശരിയായ മാർഗ്ഗത്തിനും

വേണ്ടിയാണ്.

'കർമ്മാശ്രമങ്ങൾ ആരേയും തിരസ്കരിക്കുന്നില്ല. മനുഷ്യ ജീവിതത്തിന്റെ സത്യത്തെ അന്വേഷിക്കുന്നവർ കർമ്മാശ്രമത്തിൽ എത്തിച്ചേരുകതന്നെ ചെയ്യും.'

കർമ്മാശ്രമത്തിന്റെ ആത്മീയഭാവങ്ങളുമായി ഇഴചേർന്ന ജനനീദാസൻ നൂൽനൂറ്റു തുടങ്ങുന്നു. അയാൾ നിലനില്പിനുള്ള അത്യാവശ്യങ്ങളെ മാത്രം നിവർത്തിക്കുകയാണ്. പ്രഭാതത്തിലെ നീണ്ട ഉറക്കത്തെ ജനനീദാസൻ ഉപേക്ഷിച്ചു. പുലർച്ചയോടെ അയാൾ ആചാര്യസത്യവാഗീശ്വരനെ പിന്തുടർന്ന് കൃഷിഭൂമിയിൽ എത്തുന്നു. ശരിയായ മാർഗ്ഗത്തിന്റെ രക്ഷകനായി തീർന്ന അയാൾ കർമ്മത്തേയും ചിന്തയേയും വ്യത്യസ്തതലങ്ങളിൽ സൂക്ഷിക്കുന്നു. അയാളുടെ ചിന്തയിൽ വൻകിടയന്ത്രങ്ങളും മനുഷ്യന്റെ ഭോഗതൃഷ്ണകളെ ശമിപ്പിക്കുന്ന അനേകം വിഭവങ്ങളുമാണ്.

ശരിയായ മാർഗ്ഗം പരീക്ഷിക്കപ്പെടുമ്പോഴും അവസാനവിജയം നേടുമ്പോഴും മനുഷ്യവംശത്തിന്റെ ഭാഗധേയത്തെ ഓർത്ത് ആചാര്യസത്യവാഗീശ്വരൻ സംശയാലുവാകുന്നു. ഭൗതികവും ആത്മീയവുമായ അസ്വസ്ഥതകൾ അയാളെ ബാധിക്കുകയാണ്. ആത്മജ്ഞാനമില്ലാത്ത സനാതനപുരത്തുകാരെ ജീവിതപ്രശ്നങ്ങളുമായി ബന്ധിപ്പിച്ച് അയാൾ ശരിയായ മാർഗ്ഗത്തിലേക്ക് എത്തിച്ചു. എങ്കിലും ആൾക്കൂട്ടത്തിന്റെ അന്ധമായ സമീപനങ്ങളെ അയാൾക്ക് അംഗീകരിക്കാനായില്ല. ആചാര്യസത്യവാഗീശ്വരനും സനാതനപുരത്തുകാർക്കും നടുവിൽ മൂന്നാംകണ്ണിന്റെ അഭാവം നിലനില്ക്കുകയാണ്. ആത്മാന്വേഷണമില്ലാത്ത ആൾക്കൂട്ടം ക്രമപ്പെടുത്തിയ ചിന്തകളും പാകപ്പെടുത്തിയ പെരുമാറ്റങ്ങളുമാണ്. അവർ അനുകരണത്തിന്റെ രീതിശാസ്ത്രവുമാണ്.

ഇച്ഛയേയും ആസക്തിയേയും മറികടന്ന് മനുഷ്യസത്തയിലേക്ക് എത്തിച്ചേരാനുള്ള ആചാര്യസത്യവാഗീശ്വരന്റെ തീവ്രശ്രമങ്ങൾ അവസാനം കാണാതെ തുടരുകയാണ്. വസ്തുക്കളുടെ മോഹവലയത്തിൽനിന്ന് അയാൾ മോചനം നേടി. രസനേന്ദ്രിയങ്ങളോടെ അഭിരുചികളേയും അയാൾ മറികടന്നു. എങ്കിലും ജന്മവാസനകൾ അയാളുടെ സംയമനങ്ങളെ മറികടക്കുകയാണ്. അയാളുടെ ചൂടിക്കട്ടിലിലേക്ക് നിയോഗത്തോടെ എത്തിയ യുവതികൾ അസുലഭമായ നഗ്നത പ്രദർശിപ്പിച്ചു കിടക്കുന്നു. ആസക്തിയും വിരക്തിയുമില്ലാതെ അലംഭാവത്തോടെ ആചാര്യസത്യവാഗീശ്വരൻ ഉറങ്ങുന്നു. അയാളുടെ പരീക്ഷണങ്ങൾ അടിവയറിൽ കത്തിപടരുന്ന വേദനയാകുന്നു. പിന്നീട് പരന്നൊഴുകുന്ന കടുക്കയുടെ മണം അസാധാരണസാഹചര്യത്തെ സൃഷ്ടിക്കുന്നു. പുതുതായി വന്ന യുവതി ചെറുപ്പത്തിന്റെ

പ്രസരിപ്പോടെ അയാളെ ഉരുമ്മിക്കിടന്നു. പതിവുതെറ്റിച്ച് വേദനയറിയാതെ ആചാര്യസത്യവഗീശ്വരൻ ഉറങ്ങുന്നു. യാദൃച്ഛികമായി ഞെട്ടി ഉണർന്ന അയാൾ സംയോഗത്തിന് തയ്യാറായ പുരുഷത്വത്തെ കണ്ട് പാപബോധത്തിലേക്ക് വീഴുകയാണ്. പശ്ചാത്താപത്തോടെ നിലവിളിക്കുന്ന വിഭാവസുവും ആത്മജ്ഞാനമില്ലാത്ത വംശപരമ്പരകളും അയാളെ വേട്ടയാടി. ആചാര്യസത്യവാഗീശ്വരൻ അശാന്തമായ മനസ്സിനെ ധ്യാനത്തിന്റെ അഗാധതയിൽ ബന്ധിക്കുന്നു. വിഭാവസു മരിക്കുമ്പോൾ അയാൾ ആസക്തിയിൽ മതിമറന്നു. പിന്നീട് അയാൾ ആത്മാന്വേഷകനാകുകയും ആചാര്യസത്യവാഗീശ്വരനായി പരിണമിക്കുകയുമാണ്.

തണുത്ത വിരലുകളുടെ സുഖസ്പർശം അനുഭവിച്ച ആചാര്യസത്യവാഗീശ്വരൻ ആരണ്യയേയും മകനേയും അവിശ്വസനീയതയോടെ നോക്കി. മകന്റേയും ആരണ്യയുടേയും കൂടെ അയാൾ പുനർജ്ജനിഗുഹയിലേക്ക് നടക്കുന്നു. വഴിനീളെ ആരണ്യ അസാധാരണമായ നിസ്സംഗത പാലിക്കുകയാണ്. പുനർജ്ജനിപുഴയുടെ പ്രവാഹത്തെ കണ്ട് മകൻ വാശിയോടെ ഇറങ്ങി. ആചാര്യസത്യവാഗീശ്വരൻ മകനെ തടസ്സപ്പെടുത്തുന്നില്ല. പുനർജ്ജനിഗുഹയിലേക്ക് ജന്മസാഫല്യത്തെ പ്രാപിക്കാനുള്ള ആവേശത്തോടെ അവൻ നടക്കുകയാണ്.

മകൻ കണ്ണിൽ നിന്നുമറഞ്ഞപ്പോൾ ആരണ്യ പറഞ്ഞു:

'എന്റേയും കാലം അവസാനിക്കുന്നു. എന്റെ ജീവിതത്തിന്റെ ദൗത്യവും പൂർണ്ണമായി. ഞാനും പോകുകയാണ്.'

'എങ്ങോട്ട്?'

'എവിടെനിന്നു വന്നോ അവിടേക്ക്; കാടിന്റെ നിഗൂഢതയിലേക്ക്.'

പുനർജ്ജനിപുഴയുടെ മറുകരയിലേക്ക് നടന്ന ആര്യണ്യ തിരിഞ്ഞുനിന്നു പറഞ്ഞു:

'അങ്ങയുടെ സാമീപ്യം അനുഭവിച്ച എന്റെ ജീവിതം ധന്യമായി. അജ്ഞാനത്തിൽ വീണുമിക്കാതെ ആത്മജ്ഞാനത്തിലേക്ക് എത്തിച്ചേരാൻ എനിക്ക് ഭാഗ്യമുണ്ടായി. ജന്മത്തിന്റേയും ജീവിതത്തിന്റേയും നിഗൂഢതയെ അറിയുന്ന അങ്ങ് വിഷമിക്കില്ലെന്ന് എനിക്കറിയാം. കാലമാകുന്നതുവരെ അങ്ങും കാത്തിരിക്കുക.'

വന്യമായ ആസക്തിയും വ്യത്യസ്തമായ അഭിരുചികളുമാണ് ആരണ്യ. അവൾ കൊടുംകാടിന്റെ ദുരൂഹതയായി ആചാര്യസത്യവാഗീശ്വരന്റെ മനോഭാവങ്ങളിൽ അവശേഷിക്കുകയാണ്. വിയോഗദുഃഖമില്ലാതെ നിന്ന അയാൾ പുനർജ്ജനിപുഴയുടെ തീരത്തിൽ ധ്യാനിച്ചിരുന്നു. ആത്മാന്വേഷണത്തിന്റേയും കണ്ടെത്തലിന്റേയും

പ്രതിസന്ധികളിൽ ആരണ്യ ആചാര്യ സത്യവാഗീശ്വരന്റെ ആത്മ ചൈതന്യമായിരുന്നു. അറിവുകേടിൽനിന്ന് അറിവിലേക്കുള്ള അയാളുടെ യാത്രയിൽ അവൾ സ്വകാര്യതാല്പര്യങ്ങൾ ഇല്ലാതെ അയാളെ നിഷ്കളങ്കമായി പിന്തുണച്ചതാണ്.

ധ്യാനത്തിന്റെ അഗാധതയിൽ പുനർജ്ജനിഗുഹയിലെ അദൃശ്യാത്മാക്കൾ ആചാര്യസത്യവാഗീശ്വരനെ സാന്ത്വനിപ്പിക്കുന്നു.

പതിനൊന്നാം ചെപ്പേട്

സനാതനപുരത്തിന്റെ സർവ്വതോന്മുഖമായ അഭിവൃദ്ധിക്ക് കാരണക്കാരനായ ആചാര്യസത്യവാഗീശ്വരൻ ദേഹത്യാഗത്തിനും സമാധിക്കുംവേണ്ടി തയ്യാറെടുത്തു. നിസ്സംഗനായി ജീവിച്ച ആചാര്യൻ കർമ്മങ്ങളിൽനിന്ന് മുക്തനായി മൗനം വരിച്ചു.

ആചാര്യന്റെ വിയോഗത്തെ മുൻകൂട്ടി കണ്ട ജനനീദാസൻ സനാതനപുരത്തിന്റെ നിയുക്തദാസനായി തീർന്നു. മഹാസമാധിക്കുവേണ്ടി തയ്യാറായ ആചാര്യസത്യവാഗീശ്വരനെ ആത്മത്യാഗത്തോടെ ജനനീദാസൻ സേവിച്ചു. ആചാര്യന്റെ മൗനത്തെ വ്യാഖ്യാനിക്കാൻ ജനനീദാസന്റെ ദീർഘദൃഷ്ടിക്ക് കഴിഞ്ഞു. ആചാര്യസത്യവാഗീശ്വരനു ശേഷം സനാതനപുരത്തുകാരുടെ ഭാവി ജനനീദാസനിൽ അർപ്പിതമായി. സനാതനപുരത്തുകാരെ നിസ്വാർത്ഥമായി സേവിച്ച ജനനീദാസൻ അവരുടെ ജീവിതത്തിന് സമൃദ്ധി നൽകി.

പതിനൊന്നാം അദ്ധ്യായം

മനുഷ്യന്റെ പരിമിതികളെ മറികടന്ന വെള്ളക്കാർ യന്ത്രങ്ങളെക്കൊണ്ട് പ്രാകൃതാവസ്ഥയെ മാറ്റിപണിതു. വെള്ളക്കാർ ആധുനികകാലത്തിന്റെ സ്രഷ്ടാക്കളും വക്താക്കളുമാണെന്ന് ജനനീദാസനും സുഹൃത്തുക്കളും കരുതുന്നു. തീവണ്ടിയും തപാലും വൈദ്യുതിയും നൽകിയ അവർ സനാതനപുരത്തിന്റെ പ്രാചീനമായ നിശ്ചലതയെ തകർക്കുകയാണ്. ശാസ്ത്രവും സാങ്കേതികവിദ്യയും ജനാധിപത്യത്തിന്റെ സാമൂഹ്യ സമത്വവും സനാതനപുരത്തിൽ വെള്ളക്കാർ എത്തിക്കുകയാണ്. ദൈവസാന്നിദ്ധ്യമുള്ള അറിവുകളേയും അവർ മാറ്റിപണിയുന്നു. മനുഷ്യൻ ജീവിതത്തിന്റേയും പ്രപഞ്ചത്തിന്റേയും അധികാരിയും അവകാശിയുമാകുകയാണ്.

ബലിക്രിയകളുടേയും ദൈവവിചാരങ്ങളുടേയും അടഞ്ഞ ലോകത്തിലേക്ക് ആചാര്യസത്യവാഗീശ്വരൻ മടക്കയാത്ര നടത്തുകയാണ്. ഇരതേടലും സുരക്ഷിതത്വവും ജന്തുസഹജമായ ജീവിതരീതിയാകുന്നു. അവിടെ പ്രപഞ്ചത്തിന്റെ താളവിന്യാസത്തെ നിശ്ചയിക്കുന്ന മനുഷ്യനോ പരിവർത്തനമോ ഇല്ല. അത് ബലഹീനരുടെ കൂട്ടംചേരലായി അധഃപതിക്കുകയാണ്.

ആചാര്യസത്യവാഗീശ്വരന്റെ ശരിയായ മാർഗ്ഗം പ്രബലശക്തിയാകുമ്പോൾ വിയോജിപ്പുകൾ നിശ്ശബ്ദതയിലേക്ക് പിൻവാങ്ങുന്നു. അധികാരത്തിന്റേയും ആൾക്കൂട്ടത്തിന്റെയും പിൻബലമില്ലാതെ അവർ നിസ്സഹായരാകുകയാണ്. ഉരുക്കളുടെ വരവുപോക്കു നിലച്ചതോടെ അവരുടെ ആഢംബരങ്ങൾ ഇല്ലാതായി. സങ്കല്പങ്ങളിൽമാത്രം അവർക്ക് സമൃദ്ധമായ ജീവിതത്തെ താലോലിക്കേണ്ടിവരികയാണ്. പരുത്തിതുണികളെ അപമാനമായി അവർ കരുതിയതാണ്. അസ്വസ്ഥതയോടെയാണെങ്കിലും അവർക്ക് ആചാര്യസത്യവാഗീശ്വരന്റെ രീതികൾക്ക് വഴങ്ങേണ്ടിവന്നിരിക്കുന്നു.

കർമ്മാശ്രമത്തിലെ അന്തേവാസിയായ ജനനീദാസൻ മനഃപ്രയാസങ്ങളെ തന്ത്രപൂർവ്വം മറച്ചുപിടിക്കുന്നു. പ്രിയദാസനെ അപൂർവ്വമായി

സന്ദർശിക്കുന്ന അയാളെ കാണാൻ ആത്മരോഷത്തോടെ സുഹൃത്തുക്കൾ എത്തുന്നു. സനാതനപുരം പ്രാചീനതയിലേക്ക് മടങ്ങുന്നെന്ന് വിശ്വസിച്ച അവരുടെ കൂടിയാലോചനായോഗങ്ങൾ മാറ്റിപ്പണിയലിന്റെ വഴികാണാതെ ഇരുളുകയാണ്. അവരുടെ മനസ്സിൽ വെള്ളക്കാരുടെ അധികാരമന്ദിരങ്ങൾ ആധുനികയുഗത്തിന്റെ രക്ഷാകേന്ദ്രങ്ങളായി വിലസുന്നു. വിജയമായ അധികാരമന്ദിരങ്ങളിൽ ആചാര്യസത്യവാഗീശ്വരന് അനാവശ്യമായ വെള്ളക്കാരുടെ ആയുധങ്ങൾ കാഴ്ചവസ്തുക്കളായി ശേഖരിച്ചുവെച്ചിരിക്കുന്നു. ആചാര്യസത്യവാഗീശ്വരന്റെ കാരുണ്യത്തിന്റെ മാർഗ്ഗത്തിൽ ഹിംസയും ആയുധങ്ങളും അനാവശ്യമാണ്. സങ്കീർണ്ണപ്രശ്നങ്ങളെപ്പോലും മാനുഷിക നിലപാടുകളിൽ ഊന്നി ചർച്ചചെയ്ത് അയാൾ പരിഹരിക്കുകയാണ്.

സനാതനപുരത്തുകാരുടെ ക്ഷേമാന്വേഷണങ്ങളുമായി ആചാര്യസത്യവാഗീശ്വരനെ ജനനീദാസൻ പിന്തുടർന്നു. അയാൾ ഒറ്റപ്പെട്ട അസ്വസ്ഥതകളെ ആൾക്കൂട്ടമാക്കാൻ ശ്രമിക്കുകയാണ്. അവരുടെ നീക്കങ്ങളെ സംഘടിതമാക്കാനും അധികാരത്തോടുള്ള വെല്ലുവിളിയാക്കാനും പ്രിയദാസൻ പ്രത്യേകം ശ്രദ്ധിക്കുന്നു.

ആധുനികലോകത്തെ നിരസിച്ച ആചാര്യസത്യവാഗീശ്വരൻ പുരോഗതിക്ക് തടസ്സമാകുന്നു. സനാതനപുരം വണ്ടിക്കാളകളിലേക്ക് പിൻനടക്കുകയാണ്.

ജനനീദാസന്റേയും സുഹൃത്തുക്കളുടേയും നിരാശനിറഞ്ഞ മനസ്സിനെ കണ്ട പ്രിയദാസൻ പറഞ്ഞു:

'ആയുധങ്ങളാണ് അധികാരത്തെ സൃഷ്ടിക്കുന്നതും നിലനിർത്തുന്നതും. ആചാര്യസത്യവാഗീശ്വരന് ആയുധങ്ങളുടെ മഹത്വമറിയില്ല. ആത്മദർശകനായ അദ്ദേഹം ഭരണാധികാരിയാകാൻ യോഗ്യനല്ല. ആയുധങ്ങളുടെ ഭാഷ അറിയാത്ത ആചാര്യസത്യവാഗീശ്വരനെ നാം ആയുധങ്ങൾകൊണ്ട് നേരിടണം.'

പ്രിയദാസന്റെ വാക്കുകൾ അവരുടെ അറിവിനെ മാറ്റിത്തീർക്കുന്നു. അയാൾ അവരുടെ പ്രവർത്തനത്തിന് മറ്റൊരു മാർഗ്ഗം നിർദ്ദേശിക്കുകയാണ്. വെള്ളക്കാരുടെ അധികാരത്തിന്റ ഗാംഭീര്യത്തെ സ്വപ്നംകണ്ട അവർ ഹിംസ്രജന്തുക്കളെപ്പോലെ അക്രമാസക്തരാകുന്നു. പ്രിയദാസൻ തുടർന്ന് പറഞ്ഞു:

'സനാതനപുരത്തുകാരുടെ മനസ്സ് പ്രാചീനമായ അന്ധവിശ്വാസങ്ങളിൽ അടഞ്ഞുകിടക്കുന്നു. അവരുടെ വിശ്വാസങ്ങളെ ഉപയോഗിക്കാൻ നമുക്ക് കഴിയണം. സനാതനപുരത്തിന്റെ അജ്ഞാനത്തിന്റെ പൂർണ്ണതയാണ് ആചാര്യസത്യവാഗീശ്വരൻ. ആ ദൈവത്തെ

യുക്തികൊണ്ടല്ല അന്ധവിശ്വാസംകൊണ്ടാണ് നേരിടേണ്ടത്.'

സനാതനപുരത്തിന്റെ നൂറ്റാണ്ടുകളിൽ അറിവിന്റെ കാരുണ്യത്തോടെ യുക്തിബദ്ധമായി ചിന്തിച്ച പലരുമുണ്ട്. കാലത്തിന്റെ ജ്വലനകാന്തിയുള്ള അവരെ പ്രാകൃതവിശ്വാസങ്ങൾ ഇല്ലാതാക്കി.

പ്രായോഗികവാദത്തിലും അതിക്രമത്തിന്റെ യുദ്ധതന്ത്രത്തിലും ശ്രദ്ധ ഊന്നിയ അവർ വീണ്ടും കൂടിയാലോചന നടത്തി. ജനനീദാസനും സുഹൃത്തുക്കളും ആലസ്യത്തെ അവസരമാക്കാനുള്ള വഴികൾ തിരയുന്നു. തുടർന്ന് അവർ ബിലാത്തിക്കാരുടെ അധികാരമന്ദിരങ്ങളെ നിരീക്ഷിച്ചുതുടങ്ങി. സഹവർത്തിത്തമന്ദിരത്തിൽ ജനനീദാസൻ മികച്ച അഭിനയം നടത്തി. രഹസ്യമായി അയാൾ ആക്രമണത്തിനു വേണ്ട പടയൊരുക്കങ്ങൾ നടത്തി.

സംഘംചേരലുകൾ സജീവമായപ്പോൾ സമാധാനക്കാരുടെ പാളയങ്ങൾ പ്രതീക്ഷകളെകൊണ്ടു നിറയുകയാണ്. അധികാരത്തിന്റെ പ്രൗഢി യാഥാർത്ഥ്യമാകാവുന്ന സ്വപ്നമാകുകയാണ്. വഴിയുടെ വിശുദ്ധിയെക്കുറിച്ച് പരിഭവിക്കാത്ത ജനനീദാസൻ പ്രലോഭനങ്ങളെ ഇറക്കി പരിപാലകന്മാരിൽ പലരേയും വശീകരിച്ചു.

കാവൽക്കാരെ ഉദാരമായി സൽക്കരിച്ചും പണക്കിഴികൾ നല്കിയും ജനനീദാസൻ കീഴടക്കുന്നു. അങ്ങനെ അവർ അധികാരമന്ദിരങ്ങളിൽ പാഴ്‌വസ്തുക്കളായി ശേഖരിച്ചുവെച്ച ആയുധങ്ങളെ ആവേശത്തോടെ കൈക്കലാക്കുന്നു. ആയുധങ്ങൾ ഒഴിഞ്ഞതോടെ അധികാരമന്ദിരങ്ങളുടെ വാതിലുകൾ ഭദ്രമായി അടയുകയാണ്. തുടർന്ന് ആയുധങ്ങളെ സനാതനപുരത്തിന്റെ ഗ്രാമാന്തരങ്ങളിലേക്കുവരെ അവർ കൈമാറ്റം ചെയ്യുന്നു.

ആചാര്യസത്യവാഗീശ്വരന്റെ വിശ്വസ്ത അനുയായിയായ ജനനീദാസൻ തക്ക അവസരത്തിനുവേണ്ടി ശ്രദ്ധയോടെ കാത്തിരുന്നു. അവരുടെ കൂടിയാലോചനകൾ ആക്രമണത്തിനുവേണ്ട വഴികൾ തിരഞ്ഞു. അതോടെ തുരുമ്പിച്ച തോക്കുകൾ കാര്യക്ഷമമായി ശത്രുവിന്റെ വംശനാശത്തിന് ഒരുങ്ങുകയാണ്.

ധ്യാനയോഗത്തിനുശേഷം ആത്മശാന്തിതേടി ആചാര്യസത്യവാഗീശ്വരൻ പുനർജ്ജനിപ്പുഴയിലേക്ക് നടന്നു. സനാതനപുരം ശരിയായ മാർഗ്ഗത്തിലേക്ക് പ്രവേശിക്കുന്നെങ്കിലും അജ്ഞാനമനസ്സുകൾ തിരിച്ചറിവില്ലാതെ വഴിനടക്കുകയാണ്.

ആചാര്യസത്യവാഗീശ്വരന് ആത്മശാന്തിതേടി പുനർജ്ജനി ഗുഹയിലേക്ക് എത്താനായില്ല. ആയുധങ്ങളുമായി എത്തിയ കുറേപ്പേർ അയാളെ ബലംപ്രയോഗിച്ച് വഴിതിരിച്ചുവിടുകയാണ്. ആയുധത്തിന്റെ ഭാഷയേയും അന്യായത്തേയും അറിയാതെ അമ്പരന്ന

ആചാര്യസത്യവാഗീശ്വരൻ അവരോട് ചോദിച്ചു:

'എന്താണിത്? എനിക്കൊന്നും മനസ്സിലാകുന്നില്ല'.

'ഞങ്ങൾ ജനനീദാസന്റെ കല്പനകളെ അനുസരിക്കുകയാണ്. നിങ്ങൾ ഞങ്ങളേയും അനുസരിക്കുക.'

അവസ്ഥയുടെ ഗതിമാറ്റം കണ്ട ആചാര്യസത്യവാഗീശ്വരൻ ശാന്തനും സ്വസ്ഥനുമായി അവരെ പിന്തുടർന്നു. അപ്പോഴും അയാൾ ശരിയായ മാർഗ്ഗത്തിൽ വിശ്വസിച്ചു. ഹിംസാത്മകമായ നിലപാടുകളോടും യന്ത്രങ്ങളുടെ അധീശത്വത്തോടും സനാതനപുരത്തുകാർ പ്രതികരിക്കുമെന്ന് അയാൾ വിശ്വസിക്കുകയും ചെയ്തു.

രാത്രിമുഴുവൻ തുടർന്ന നീണ്ട യാത്രയ്ക്കുശേഷം ആചാര്യസത്യവാഗീശ്വരനും കൂട്ടരും കാടിലെ കുടിലിൽ എത്തിച്ചേരുന്നു. ജനനീദാസനും സനാതനപുരത്തുകാരായ സഹായികളും ആചാര്യസത്യവാഗീശ്വരന്റെ വരവുകാത്ത് നിൽക്കുകയാണ്.

അവതാരപുരുഷനായ ആചാര്യസത്യവാഗീശ്വരനെ ചരിത്രത്തിൽനിന്നും ജീവിതത്തിൽനിന്നും പെട്ടെന്ന് അവർക്ക് തുടച്ചുമാറ്റാനാവില്ല. അങ്ങനെ സംഭവിക്കുമ്പോൾ സനാതനപുരത്തുകാർ ആവേശത്തോടെ പ്രതികരിക്കും. അവരുടെ വിശ്വാസങ്ങളെ ഉപയോഗിക്കുമ്പോൾ ആചാര്യസത്യവാഗീശ്വരന്റെ തിരോധാനം അവതാരപുരുഷന്റെ മഹാസമാധിയും ദേഹത്യാഗവുമായിതീരും. സനാതനപുരത്തുകാരുടെ അജ്ഞാനത്തിന്റെ തുരുത്തുകളും പ്രാചീനമായ മതബോധവും ദിവ്യാത്ഭുതങ്ങളെ പ്രതീക്ഷിക്കുകയാണ്.

കത്തിയുടെ മൂർച്ച പരിശോധിച്ച ജനനീദാസൻ പെട്ടെന്ന് ആചാര്യസത്യവാഗീശ്വരന്റെ നാവുമുറിച്ചെറിയുന്നു.

'നാവാണ് നിന്റെ ശക്തി. അതിനിവേണ്ട. അതിന്റെ കാലം കഴിഞ്ഞു'.

രക്തപ്രവാഹത്തേയും വേദനിച്ചുപിടയുന്ന ആചാര്യസത്യ വാഗീശ്വരനേയും ലാഘവത്തോടെ നേരിടാൻ ജനനീദാസൻ തയ്യാറായി. അയാൾ അവിശ്വസനീയമായ കാഴ്ചകളെ അഭിമുഖീകരിക്കുകയാണ്. തടപൊട്ടി ഒഴുകേണ്ട രക്തം വെൺമയുടെ വിശുദ്ധിയായി ഒലിച്ചിറങ്ങുകയാണ്. ധ്യാനത്തിൽ ലയിച്ച ആചാര്യസത്യവാഗീശ്വരന്റെ കണ്ണുകളിൽ ആത്മശാന്തിയുടെ ആനന്ദമാണ്.

ഇപ്പോൾ ആചാര്യസത്യവാഗീശ്വരന്റെ മനസ്സിലേക്ക് പുനർജ്ജനി ഗുഹയല്ല കടന്നുവരുന്നത്. ക്ഷോഭിക്കുന്ന കടലും വെന്തുചാകുന്ന ജീവികളും ആചാര്യന്റെ കാഴ്ചയിൽ തെളിഞ്ഞു. വംശനാശത്തിന്റെ അവസാനത്തിൽ ലോകം ജീവികളുടെ ശവശരീരങ്ങളെകൊണ്ട് മൂടുകയാണ്. അന്തരീക്ഷത്തിൽ ജീർണ്ണതയുടെ ദുഷിച്ച ഗന്ധം

നിറയുകയാണ്.

യാന്ത്രികതയെ പുറന്തള്ളിയ സനാതനപുരം സർഗ്ഗാത്മകതയുടേയും ഉദാത്തമായ മാനുഷികതയുടേയും ശരിയായ മാർഗ്ഗത്തിലേക്ക് എത്തിച്ചേർന്നതാണ്. അങ്ങനെ വംശനാശത്തിൽനിന്ന് വിമുക്തമാകുന്നു. കാലത്തിന്റെ കർമ്മദോഷങ്ങളിൽനിന്നും ആസക്തിയുടെ ദുരന്തങ്ങളിൽനിന്നും ആർക്കും രക്ഷപ്പെടാനാവില്ല.

നാവുമുറിഞ്ഞ് വിശുദ്ധരക്തം ഒഴുകിയതോടെ ആചാര്യസത്യവാഗീശ്വരന്റെ ഇന്ദ്രിയങ്ങൾ നിശ്ശബ്ദമാകുന്നു. അയാളുടെ സ്പർശനങ്ങളുടെ തിരിച്ചറിവുകൾ നഷ്ടമാകുകയാണ്.

മടക്കയാത്രയിൽ പുനർജ്ജനിപുഴയുടെ തീരത്തെത്തിയ അവർ സനാതനപുരത്തുകാരുടെ വരവിനുവേണ്ടി കാത്തുനിന്നു. അതിനുമുമ്പ് ആചാര്യസത്യവാഗീശ്വരന്റെ മഹാസമാധിയെക്കുറിച്ചുള്ള വിശേഷങ്ങളെ വിഭ്രാന്തചിന്തകളായി അവർ നാട്ടുമുഴുക്കെ പ്രചരിപ്പിക്കുകയാണ്. പുനർജ്ജനിഗുഹയിൽ പ്രവേശിച്ച ആചാര്യസത്യവാഗീശ്വരൻ പ്രഭാതത്തോടെ തിരിച്ചെത്തുമെന്നും സനാതനപുരത്തുകാർക്ക് മുക്തിയും മോക്ഷവും നൽകുന്ന പ്രബോധനം നിർവ്വഹിക്കുമെന്നും അവർ വെളിപ്പെടുത്തുകയാണ്.

ആചാര്യസത്യവാഗീശ്വരൻ മഹാസമാധിയ്ക്ക് തയ്യാറായപ്പോൾ സനാതനപുരത്തുകാർ ദിവ്യാത്ഭുതം കാണാൻ ഉണരുന്നു. അവതാരപുരുഷൻ സൃഷ്ടിക്കുന്ന വിടവിനേയും ശൂന്യതയേയും കണ്ട് അവർ നിരാശയോടെ ചടഞ്ഞിരുന്നു.

രാത്രിവെളുത്തതോടെ സനാതനപുരത്തുകാർ കാൽനടയായും കാളവണ്ടികളിലും സഞ്ചരിച്ച് പുനർജ്ജനിപുഴയുടെ തീരത്തിൽ എത്തിച്ചേരുന്നു. കർമ്മാശ്രമങ്ങളിലെ അന്തേവാസികളും വാസ്തവമറിയാൻ വരുകയാണ്.

സനാതനപുരത്തുകാരോടും കർമ്മാശ്രമങ്ങളിലെ അന്തേവാസികളോടുമായി ജനനീദാസൻ പറഞ്ഞു:

'ആചാര്യൻ മഹാസമാധിയ്ക്കുവേണ്ട തയ്യാറെടുപ്പിലാണ്. അദ്ദേഹം മഹാമൗനത്തെ പ്രാപിച്ചു കഴിഞ്ഞു. ദൈവതുല്യനായ ആചാര്യനുവേണ്ടി നമുക്ക് പ്രാർത്ഥിക്കാം'.

സനാതനപുരത്തുകാരുടെ പ്രാകൃതവിശ്വാസങ്ങളെ ജനനീദാസൻ ഫലപ്രദമായി ഉപയോഗിക്കുന്നു. അയാൾ പ്രിയദാസന്റെ കണക്കുകൂട്ടലുകളെ നടപ്പിൽവരുത്തുകയാണ്.

ശബ്ദങ്ങളെ നിശ്ശബ്ദതയായും സ്പർശനങ്ങളെ നിർവികാരതയായും ആചാര്യസത്യവാഗീശ്വരൻ അനുഭവിക്കുന്നു. സനാതനപുരത്തിന്റെ വിധിനിശ്ചയങ്ങളെ അയാൾ നിസ്സംഗതയോടെ നോക്കിനിന്നു.

ആചാര്യന്റെ അനുഗ്രഹത്തിനുവേണ്ടി സനാതനപുരത്തുകാർ തിരക്കിട്ടുവന്നുകൊണ്ടിരുന്നു. നമസ്കാരത്തിനുശേഷം അവർ നിഷ്കളങ്കതയോടെ പിന്മാറുകയാണ്.

'ആചാര്യന് പ്രിയപ്പെട്ട പൈതൃകമന്ദിരത്തെ നമുക്ക് മഹാസമാധിക്കുള്ള കേന്ദ്രമാക്കാം. ആചാര്യന്റെ ഉത്തമസ്ഥാനം അവിടെയാണ്.'

കർമ്മാശ്രമങ്ങളിൽ നിന്ന് ആചാര്യസത്യവാഗീശ്വരനെ ജനനീദാസൻ വേർപ്പെടുത്തുന്നു. അഭിവന്ദ്യനായ ആചാര്യനെ നമസ്കരിക്കുവാൻ വേണ്ട സ്ഥലസൗകര്യങ്ങളും അയാൾ നിശ്ചയിക്കുകയാണ്. സനാതനപുരത്തുകാരുടെ അന്ധവിശ്വാസങ്ങളേയും അടഞ്ഞ മനസ്സിനേയും വിശ്വസിച്ച അയാൾ കർമ്മാശ്രമങ്ങളിലെ അന്തേവാസികളെ സംശയത്തോടെ കാണുന്നു.

ആചാര്യസത്യവാഗീശ്വരൻ പൈതൃകമന്ദിരത്തിലെ കാഴ്ചവസ്തുവായിതീർന്നു. അതോടെ സനാതനപുരം അനേകം മാറ്റങ്ങൾക്ക് വിധേയമാകുന്നു. കർമ്മാശ്രമങ്ങളിലേക്കു പ്രവേശിച്ച പോലീസുകാർ ആയുധത്തിന്റെ കിരാതമായ ഭാഷയെ നടപ്പിലാക്കുന്നു. വീണ്ടും സനാതനപുരത്തിൽ ആയുധങ്ങളുടെ ഭാഷ്യങ്ങൾ നീതി നിശ്ചയിക്കുകയാണ്. പോലീസുകാരും പട്ടാളക്കാരും സനാതനപുരത്തുകാരുടെ രക്ഷകന്മാരായി തീരുകയാണ്.

ജനനീദാസനും സുഹൃത്തുക്കളും ആചാര്യസത്യവാഗീശ്വരന്റെ മഹാസമാധിയെക്കുറിച്ച് ജനങ്ങളോട് വീണ്ടും വീണ്ടും പറഞ്ഞുകൊണ്ടിരുന്നു. ആചാര്യസത്യവാഗീശ്വരനെ അവസാനമായി കാണാനും അനുഗ്രഹം വാങ്ങിക്കാനുമായി സനാതനപുരത്തിന്റെ വിവിധഭാഗങ്ങളിൽനിന്ന് ആൾക്കൂട്ടം നിരന്തരം പ്രവഹിക്കുകയാണ്.

അവതാരപുരുഷനെ കണ്ട് നമസ്കരിച്ച സനാതനപുരത്തുകാരോട് ജനനീദാസൻ പറഞ്ഞു:

'കാരുണ്യമാണ് ആചാര്യൻ നമുക്കായി നിർദ്ദേശിച്ച മാർഗ്ഗം. ആചാര്യന്റെ മഹാസമാധികാലത്ത് നാം കൂടുതൽ കാരുണ്യവാന്മാരാകുക. ആചാര്യസത്യവാഗീശ്വരന്റെ വിശുദ്ധമായ ആത്മാവിനുവേണ്ടി നമുക്ക് എപ്പോഴും ധ്യാനിക്കാം'.

അയാൾ വീണ്ടും വന്യമായ വാക്കുകളോടെ സനാതനപുരത്തുകാരെ നേരിട്ടു.

'എന്താണ് ശരിയായ മാർഗ്ഗം? എന്താണ് സ്വാതന്ത്ര്യവും വിമോചനവും? സനാതനപുരത്തിന്റെ അഭിവൃദ്ധി ശരിയായ മാർഗ്ഗത്തിന്റെ പൂർണ്ണതയാണ്. സ്വന്തം കാലുകളിൽ നിൽക്കുകയാണ് സ്വാതന്ത്ര്യത്തിന്റേയും വിമോചനത്തിന്റേയും ലക്ഷ്യം.'

പൈതൃകമന്ദിരത്തിലെ കാഴ്ചവസ്തുവായിത്തീർന്ന

ആചാര്യസത്യവാഗീശ്വരന്റെ പരിമിതമായ ആവശ്യങ്ങളെപ്പോലും ജനനീദാസൻ നിഷേധിക്കുകയാണ്. മഹാസമാധിക്ക് തയ്യാറായ അയാൾ വാക്കുകളേയും ഭക്ഷണത്തേയും ഉപേക്ഷിച്ചെന്ന് ജനനീദാസൻ പറഞ്ഞുപരത്തുന്നു. സനാതനപുരത്തിലെ അടഞ്ഞ മനസ്സുകൾ ജനനീദാസനെ വിശ്വസിക്കുകയും ദിവ്യാത്ഭുതത്തിന് സാക്ഷ്യംനിൽക്കാൻ ഒരുങ്ങുകയുമാണ്.

സനാതനപുരത്തുകാരിൽ അബദ്ധധാരണ നിലനിർത്താനും പ്രാകൃത വിശ്വാസം വളർത്താനും ജനനീദാസൻ പ്രത്യേകം ശ്രദ്ധിക്കുന്നു. അയാൾ ആചാര്യസത്യവാഗീശ്വരനെപ്പോലെ കാൽനടക്കാരനായി സഹവർത്തിത്ത മന്ദിരത്തിലേക്ക് ചെന്നു. അവരുടെ വഴിവക്കിൽ വേഷംമാറിയ പോലീസുകാർ ജാഗ്രതയോടെ കാവൽനിന്നു. അധികാരത്തിന്റെ ഉന്നതങ്ങളിൽ എത്തിയ അവർ ജനസേവകരെന്നു ഭാവിക്കുമ്പോഴും ആൾക്കൂട്ടത്തെ ഭയക്കുന്നു. അവർ ആൾക്കൂട്ടത്തിൽനിന്ന് വേറിടുകയുമാണ്.

സഹവർത്തിത്തമന്ദിരത്തിലേക്കുവന്ന കർമ്മാശ്രമത്തിലെ അന്തേവാസികളോട് ജനനീദാസൻ പറഞ്ഞു:

'സനാതനപുരത്തിലെ ആത്മജ്ഞാനികളായ നിങ്ങൾ ഇനിമുതൽ ആത്മജ്ഞാനത്തിൽ മാത്രം ശ്രദ്ധപതിപ്പിക്കേണ്ടതാണ്. ലൗകികജീവിതത്തിന്റെ ആവശ്യങ്ങളെ അറിഞ്ഞു പ്രവർത്തിക്കാൻ നിങ്ങൾക്കു കഴിയില്ല. ലൗകിക ജീവിതത്തിലെ പുരോഗതിയും ആത്മീയമായ പുരോഗതിയും വിഭിന്നമാണ്.'

'ആചാര്യന്റെ ശരിയായ മാർഗ്ഗത്തെ സംരക്ഷിക്കുന്നവരാണ് ഞങ്ങൾ'.

ധർമ്മസേവകന്റെ വാക്കുകൾ കേട്ട് ആത്മരോഷത്തോടെ ജനനീദാസൻ എണീറ്റു. പിന്നീട് അയാൾ സ്വയം ശാന്തനാകുന്നു.

'ശരിയായ മാർഗ്ഗം സനാതനപുരത്തിന്റെ അഭിവൃദ്ധിയും ജനങ്ങളുടെ മോക്ഷവുമാണ് ലക്ഷ്യമാക്കുന്നത്. ഞങ്ങളും അതുതന്നെയാണ് ലക്ഷ്യമാക്കുന്നതും.'

പോലീസുകാരുടെ നീതിനിർവ്വഹണങ്ങളും കരുതൽ നടപടികളും കർമ്മാശ്രമങ്ങളെ നിശ്ചലമാക്കി. അതോടെ സനാതനപുരത്തുകാരിൽനിന്നു വേറിട്ട അന്തേവാസികൾ സ്വകാര്യമായ ധ്യാനനിഷ്ഠകളിൽ മുഴുകുകയാണ്. സത്യത്തെ ഭയന്ന ജനനീദാസൻ ജനക്കൂട്ടത്തിൽ മിഥ്യാധാരണകൾ പരത്താൻ വാർത്താപത്രിക പുറത്തിറക്കുന്നു. ആചാര്യസത്യവാഗീശ്വരന്റെ മഹാസമാധിക്കുള്ള ഒരുക്കങ്ങൾ വിചിത്രവാർത്തകളായി നിത്യേന അച്ചടിമഷിപുരളുകയാണ്. ഗ്രാമാന്തരങ്ങളിൽ സൗജന്യമായി വിതരണംചെയ്ത റേഡിയോവിലും

മഹാസമാധിയുടെ ദിവ്യാത്ഭുതങ്ങളാണ് മുഴങ്ങുന്നത്.

സനാതനപുരം വെള്ളക്കാരുടെ അധീശത്വത്തിന്റെ സംവിധാനങ്ങളിലേക്ക് മടങ്ങിപ്പോകുകയാണ്. അധികാരവും ഭരണവും കുറച്ചുപേരുടെ താല്പര്യങ്ങളായി. നിയമാവലികൾ ആയുധത്തിന്റെ വാൾമുനയോടെ അടിച്ചേൽപ്പിക്കപ്പെടുകയാണ്.

ആചാര്യസത്യവാഗീശ്വരന്റെ ഭരണസംവിധാനങ്ങളെ ഉടനടി മാറ്റിപ്പണിയാൻ ആവശ്യപ്പെട്ട സുഹൃത്തുക്കളോട് ജനനീദാസൻ പറഞ്ഞു:

'വളരെ പെട്ടെന്ന് നടപടികൾ സ്വീകരിക്കുമ്പോൾ സനാതനപുരത്തുകാർ സത്യത്തെക്കുറിച്ച് ബോധവാന്മാരാകും. നമ്മൾ ലക്ഷ്യത്തിലേക്ക് നീങ്ങിക്കൊണ്ടിരിക്കുകയാണ്. സനാതനപുരത്തുകാരുടെ അജ്ഞത നമ്മുടെ രക്ഷാകവചമാണ്.'

ആചാര്യസത്യവാഗീശ്വരന്റെ അധികാരത്തിന്റെ വികേന്ദ്രീകരണത്തേയും ജനഹിതമായ ധാർമ്മികനീതിയേയും ജനനീദാസൻ ഉടച്ചുവാർത്തു. വെള്ളക്കാരുടെ അധീശത്വത്തിന്റെ നീതികളെ അയാൾ പ്രബലമാക്കുകയാണ്. സേവകന്മാർക്ക് പകരം ഉദ്യോഗസ്ഥൻമാരും സേവനസംഘങ്ങളുടെ സ്ഥാനത്ത് പോലീസുകാരും കടന്നുവരുകയാണ്. വെള്ളക്കാരുടെ മാതൃകകളെ പിന്തുടർന്നതോടെ പ്രധാനമന്ത്രിയും മറ്റ് മന്ത്രിമാരും ഉന്നതഉദ്യോഗസ്ഥരും അധികാരത്തിന്റെ നികൃഷ്ടതയെ പങ്കുവെയ്ക്കുന്നു.

കർമ്മാശ്രമത്തെ ഉപേക്ഷിച്ച ജനനീദാസൻ പ്രത്യേക സംരക്ഷകരുടെ അകമ്പടിയോടെ പ്രിയദാസന്റെ കൂടെ താമസിക്കുന്നു. അപ്പോഴും വെള്ളക്കാരുടെ അധികാരമന്ദിരങ്ങൾ വിജനമായി തുടരുകയാണ്. സത്യത്തെ ഭയക്കുന്ന അവർ അനാർഭാടമായി സഹവർത്തിത്തമന്ദിരത്തിലേക്ക് പ്രവേശിക്കുന്നു. വെള്ളക്കാരുടെ അധികാരത്തിന്റെ പ്രൗഢിയ്ക്കുവേണ്ടി രഹസ്യനീക്കങ്ങൾ നടത്തുകയുമാണ്.

ആചാര്യസത്യവാഗീശ്വരനെ നമസ്കരിച്ച് അനുഗ്രഹം നേടാൻ സനാതനപുരത്തുകാർ നിരന്തരം വന്നുകൊണ്ടിരുന്നു. ആചാര്യന്റെ മഹാമൗനത്തെ ആത്മവേദനയോടെ കണ്ട അവർ മഹാസമാധിയ്ക്കുവേണ്ടി കാത്തിരിക്കുകയാണ്. കാഴ്ചവസ്തുവായി നിന്ന ആചാര്യസത്യവാഗീശ്വരൻ സനാതനപുരത്തുകാരുടെ അന്ധമായ മനസ്സുകളെ കണ്ട് ഖേദിക്കുന്നു. സത്യത്തെ കാണാൻ കഴിയാത്ത അവർക്ക് വംശനാശത്തേയും തടംകെട്ടി നിശ്ചലമാകുന്ന മനുഷ്യജീവിതത്തേയും തിരിച്ചറിയാനാകുന്നില്ല.

കാഴ്ചവസ്തുവായി നിന്ന ആചാര്യസത്യവാഗീശ്വരൻ ജനനീദാസൻ ഔദാര്യമായി നൽകിയ നാരങ്ങാനീരിനെപ്പോലും

നിരസിക്കുകയാണ്. ധ്യാനിച്ചിരുന്ന അയാൾ ജലപാനങ്ങളില്ലാതെ മരണത്തെ സ്വീകരിക്കാൻ തയ്യാറായി. അയാളുടെ ധ്യാനനിഷ്ഠകൾ അശാന്തിയോടെ അവസാനിക്കുന്നു. പുനർജ്ജനിഗ്രഹ നൽകുന്ന സാന്ത്വനവും സംശയങ്ങളുടെ നിവാരണവും ആചാര്യസത്യവാഗീശ്വരനെ കയ്യൊഴിയുകയാണ്.

അവതാരപുരുഷനായ ആചാര്യസത്യവാഗീശ്വരന്റെ ദിവ്യസിദ്ധികളെ വിശ്വസിച്ച പലരും മാറാവ്യാധികളുമായി പൈതൃകമന്ദിരത്തിലേക്ക് വരുന്നു. നിസ്സഹായനായി നിന്ന അയാളോട് പരിഭവിച്ച അവർ മറുമരുന്നുകളെ തേടി പുത്തൻ ചികിത്സാവിധികളെ സ്വീകരിക്കുന്നു.

ആചാര്യസത്യവാഗീശ്വരന്റെ കാഴ്ച്ചവട്ടിൽ സനാതനപുരം വീണ്ടും ആധുനികമാകുന്നു. വെള്ളക്കാരുടെ അധികാരത്തിന്റെ നീതിന്യായങ്ങളാണ് ഇപ്പോൾ നടപ്പിലാക്കുന്നത്. ആചാര്യന്റെ വാക്കുകളെ ദുർവ്യാഖ്യാനങ്ങളോടെ ജനനീദാസൻ പ്രചരിപ്പിക്കുകയാണ്. സനാതനപുരത്തുകാരുടെ അജ്ഞാനത്തെ അയാൾ അധികാരത്തിലേക്കുള്ള ചവിട്ടുപടിയാക്കുന്നു.

ആൾക്കൂട്ടത്തെ അധികാരത്തിനുള്ള ഉപകരണമായി ജനനീദാസൻ കാണുന്നു. ആചാര്യസത്യവാഗീശ്വരനെ സന്ദർശിക്കുന്ന അയാൾ പൈതൃകമന്ദിരത്തിനു ചുറ്റിലും പോലീസുകാരെ കാവൽനിർത്തുന്നു. അപ്പോൾ ജനനീദാസന്റെ മുഖത്ത് നിന്ദ്യവും ബീഭത്സവുമായ ചിരി തെളിയുകയാണ്. ആചാര്യസത്യവാഗീശ്വരന്റെ നിശ്ശബ്ദമായ ചെവിയിലേക്ക് അയാൾ അഹംഭാവത്തോടെ വാക്കുകൾ വിതറുന്നു.

'അജ്ഞാനത്തെ അജ്ഞാനംകൊണ്ടും അന്ധവിശ്വാസത്തെ അന്ധവിശ്വാസംകൊണ്ടും ഞങ്ങൾ നേരിടുകയാണ്. പിശാചുക്കളുടേയും അദൃശ്യശക്തികളുടേയും പിടിയിൽനിന്ന് സനാതനപുരത്തെ രക്ഷിക്കാൻ ഞങ്ങൾക്കു കഴിഞ്ഞു.'

'മനുഷ്യന്റെ ബുദ്ധിയും ശക്തിയുമാണ് ആധുനികയുഗത്തിന്റെ നീതി. ആധുനികശാസ്ത്രത്തെക്കുറിച്ച് താങ്കൾക്ക് എന്തറിയാം? മനുഷ്യനാണ് പ്രപഞ്ചത്തിന്റെ അവകാശി. അവനാണ് സൃഷ്ടിയും സംഹാരവും.'

'ജീവിച്ചിരിക്കെയുള്ള മരണം. അത് താങ്കൾ അർഹിക്കുന്നതാണ്. താങ്കളുടെ ശരിയായ മാർഗ്ഗം കാട്ടുമനുഷ്യന്റെ ജീവിതമാണ്.'

ആചാര്യസത്യവാഗീശ്വരന്റെ കരുണാർദ്രമായ സമീപനങ്ങളേയും മാനുഷികദർശനങ്ങളേയും ഇല്ലാതാക്കാൻ ജനനീദാസൻ ശ്രമിക്കുകയാണ്. ചരിത്രത്തിലും കാലത്തിലും ശേഷിക്കുന്ന ആചാര്യസത്യവാഗീശ്വരന്റെ ജീവിതവും ചിന്തകളും അവ്യക്തവും വികൃതവുമായ

ഓർമ്മകളായി തീരേണ്ടതാണ്.

വിദേശങ്ങളിൽ നിന്നുവരുന്ന ഉപഭോഗവസ്തുക്കൾ ആകർഷണീയതയോടെ സനാതനപുരത്തിലെ കടകളിൽ നിരക്കുന്നു. മദിപ്പിക്കുന്ന പാനീയങ്ങളും പല നിറത്തിലുള്ള വസ്ത്രങ്ങളുമാണ് എവിടേയും. ശീതനിയന്ത്രിണിയും നവീന ഗാർഹികോപകരണങ്ങളും സനാതനപുരത്തുകാരുടെ അഭിമാനചിഹനങ്ങളും ആഭിജാത്യവുമായി തീരുകയാണ്.

ആചാര്യസത്യവാഗീശ്വരന്റെ നിലനില്പിന്റെ അത്യാവശ്യ ങ്ങളിൽ നിന്നും ആദ്ധ്യാത്മികജീവിതദർശനത്തിൽ നിന്നും സനാതനപുരം പുറന്തിരിഞ്ഞു. ഉപഭോഗവും ആസക്തിയും അവരുടെ ജീവിതമായി തീർന്നിരിക്കുന്നു.

വാർത്താമാധ്യമങ്ങൾ ആചാര്യസത്യവാഗീശ്വരന്റെ മഹാസമാധിയിൽ ശ്രദ്ധകേന്ദ്രീകരിക്കുകയാണ്. അവ അധികാരത്തിന്റെ പുത്തൻ പ്രവണതയെ മറച്ചുവെയ്ക്കുകയാണ്. ജനനീദാസൻ ശരിയായ മാർഗ്ഗത്തെ സ്വാർത്ഥതയോടെ തുടർച്ചയായി ദുർവ്യാഖ്യാനിക്കുന്നു.

സനാതനപുരത്തേയും ആൾക്കൂട്ടത്തേയും വിശകലനംചെയ്ത പ്രിയദാസൻ ജനനീദാസനോടു പറഞ്ഞു:

'ഇനിയും നിങ്ങൾ വൈകിക്കരുത്. അനാവശ്യമായ ക്ഷമ പലപ്പോഴും ഭവിഷ്യത്തായി തീരാറുണ്ട്.'

വിജയിയുടേതാണ് ചരിത്രവും കാലവുമെന്ന് ജനനീദാസൻ തിരിച്ചറിയുന്നു. തിരുത്താനാവാത്ത തെറ്റുകളിലേക്ക് വീഴാതെ കരുതലോടെ അയാൾ മുമ്പോട്ട് നീങ്ങുകയാണ്. സനാതനപുരത്തുകാരുടെ അടഞ്ഞ മനസ്സുകളേയും അന്ധവിശ്വാസങ്ങളേയും അവർ ഫലപ്രദമായി ഉപയോഗിക്കുന്നു.

ആചാര്യസത്യവാഗീശ്വരനെ കാണാൻ പൈതൃകമന്ദിരത്തിൽ എത്തിയ സനാതനപുരത്തുകാരോട് ജനനീദാസൻ പറഞ്ഞു:

'നാം മറ്റൊരു പരിവർത്തന ദശയിലേക്ക് കടക്കുകയാണ്. ആചാര്യസത്യവാഗീശ്വരന്റെ ശരിയായ മാർഗ്ഗം ആധുനികശാസ്ത്രത്തേയും ഉൾക്കൊള്ളുകയാണ്. സനാതനപുരത്തിന്റെ ഐശ്വര്യമാണ് ശരിയായ മാർഗ്ഗത്തിന്റെ ലക്ഷ്യം. അതിനുള്ള വഴിയാണ് ഇനി നാം സ്വീകരിക്കുന്നത്.'

ലാളിത്യത്തിൽ നിന്നും സമഭാവനയിൽ നിന്നും വെള്ളക്കാരുടെ അധികാരത്തിലേക്കും ധൂർത്തിലേക്കും സനാതനപുരം മടങ്ങുകയാണ്. പുത്തൻ ഭരണാധികാരികളുടെ സ്ഥാനാരോഹണത്തിനു വേണ്ടി തലസ്ഥാനത്തെ തെരുവുകൾ മുഴുക്കെ അലങ്കരിക്കുന്നു. എവിടേയും ആയുധങ്ങളും കൊടിതോരണങ്ങളുമാണ്. വെള്ളക്കാരുടെ

അധികാരമന്ദിരങ്ങളും സജീവമാകുന്നു. ഭരണാധികാരികൾ ജനങ്ങളിൽനിന്ന് വേറിട്ടുകയും ചിലരുടെ താല്പര്യങ്ങളെ സംരക്ഷിക്കുകയുമാണ്. പോലീസുകാരും പട്ടാളക്കാരും പ്രതിഷേധങ്ങളെ അടക്കാൻ ആയുധങ്ങളുമായി എവിടേയും കാവൽനിൽക്കുകയാണ്.

ഇറക്കുമതി ചെയ്ത കാറുകളിൽ അധികാരത്തിന്റെ പ്രൗഢിയോടെ ജനനീദാസനും സുഹൃത്തുക്കളും പൈതൃകമന്ദിരത്തിലേക്കുവരുന്നു. നാടകീയമായി ആചാര്യസത്യവാഗീശ്വരനെ നമസ്കരിച്ച ജനനീദാസൻ പറഞ്ഞു:

'അങ്ങയുടെ ശരിയായ മാർഗ്ഗത്തെ ആധുനികകാലത്തിലേക്ക് എത്തിക്കുന്ന ഞങ്ങളെ അനുഗ്രഹിക്കണം.'

അത്തരമൊരു രംഗം വാർത്താമാധ്യമങ്ങൾക്കുവേണ്ടിയും സനാതനപുരത്തുകാർക്കുവേണ്ടിയും ജനനീദാസൻ പ്രത്യേകം തയ്യാറാക്കിയതാണ്. വാഹനവ്യൂഹത്തിലെ ഏറ്റവും വിലപിടിപ്പുള്ള കാറിൽ ജനനീദാസനും പ്രിയദാസനും കയറി. അതോടെ വാഹനങ്ങളുടെ നീണ്ട നിര വീണ്ടും ചലിച്ചുതുടങ്ങുന്നു. അപ്പോൾ വെള്ളക്കാരുടെ അധീശത്വവും സ്ഥാനാരോഹണ ചടങ്ങുകളും സനാതനപുരത്തുകാരുടെ ഓർമ്മകളിലേക്ക് കടന്നുവരുന്നു. ആയുധങ്ങൾ കരുണാർദ്രവുമായ നിലപാടുകളെയല്ല വന്യമായ ഹിംസാത്മകതയെയാണ് വെളിപ്പെടുത്തുന്നത്.

വെള്ളക്കാരുടെ അധികാരമന്ദിരത്തിലേക്ക് കാറുകൾ പതുക്കെ ഇഴഞ്ഞുനീങ്ങി. വഴിനീളെ കാവൽനിന്ന പോലീസുകാർ അഭിവാദനങ്ങളോടെ അവരെ സ്വീകരിക്കുന്നു. ജനനീദാസനും സുഹൃത്തുക്കളും അഭിമാനത്തോടെ അധികാരമന്ദിരത്തിന്റെ ചവിട്ടുപടിയിൽ കാൽവെച്ചു. അതോടെ അന്തരീക്ഷത്തെ പ്രകമ്പനംകൊള്ളിക്കുന്ന ആചാരവെടികൾ മുഴങ്ങുന്നു. വെടിമരുന്നിന്റെ കറുത്തപുക സനാതനപുരത്തിന്റെ നെറുകയിൽ അധികാരത്തിന്റെ ഇരുളായി പടരുകയാണ്.

ചുവന്ന വില്ലീസും സ്വർണ്ണപാളികളുമുള്ള കസേരയിൽ ഇരുന്ന ജനനീദാസൻ സുഹൃത്തുക്കളായ മന്ത്രിമാരോട് പറഞ്ഞു:

'അജ്ഞാനമാണ് അധികാരത്തിന്റെ രക്ഷകൻ. വിശപ്പാണ് അധികാരത്തിലേക്കുള്ള മാർഗ്ഗം. സനാതനപുരത്തുകാർ ജ്ഞാനികളാവാതിരിക്കാനും വിശക്കുന്നവരാകാനും നമ്മൾ പ്രത്യേകം ശ്രദ്ധിക്കുക. എന്നാൽ ജ്ഞാനത്തേയും പട്ടിണിയേയുംകുറിച്ച് സംസാരിക്കാൻ നാം നിർബന്ധിതരാണ്. സത്യത്തെ ബലികഴിക്കുന്ന നമ്മളാണ് സത്യത്തെക്കുറിച്ച് എപ്പോഴും പറയേണ്ടത്.'

ആചാര്യസത്യവാഗീശ്വരന് ജീവിതവും അധികാരവും

ആത്മാന്വേഷണവും സത്യാന്വേഷണവുമാണ്. ജനനീദാസൻ മനുഷ്യനെ പ്രപഞ്ചത്തിന്റെ ഏകാധിപതിയാക്കുന്നു. കാലത്തിന്റെ നിഗൂഢതകളും ആത്മീയഭാവങ്ങളും അറിയാത്ത അയാൾ ഭൗതികതയിൽ സ്വയം മറക്കുകയാണ്. ആചാര്യസത്യവാഗീശ്വരനേയും ശരിയായ മാർഗ്ഗത്തേയും നിഷേധിക്കുന്ന അയാൾ സനാതനപുരത്തുകാരിൽ ഇരുട്ടുപാകി അധികാരത്തിലേക്ക് എത്തിച്ചേരുന്നു. ജനനീദാസന്റെ സാമ്രാജ്യത്തിൽ മാനുഷികമായ പരിഗണനകളോ ആത്മദർശനത്തിന്റെ വെളിച്ചമോ ഇല്ല. അത് ആധുനികവും യാന്ത്രികവും പ്രപഞ്ചത്തിനു മുകളിൽ മനുഷ്യനെ പ്രതിഷ്ഠിക്കുന്ന ഭരണക്രമവുമാണ്.

പന്ത്രണ്ടാം ചെപ്പേട്

പരിവർത്തനത്തിന്റെ രണ്ടാം ഘട്ടത്തിലൂടെ സനാതനപുരം ആധുനിക ലോകത്തിന്റെ മുൻനിരയിൽ എത്തിച്ചേർന്നു. ദീർഘദർശിയായ ജനനീദാസൻ പാരമ്പര്യത്തിന്റെ അനാചാരങ്ങളിൽനിന്ന് സനാതനപുരത്തുകാരെ മോചിപ്പിച്ചു. വ്യാവസായികമായും സാംസ്കാരികമായും അദ്ദേഹം നാടിനെ സമ്പന്നമാക്കി.
ആചാര്യസത്യവാഗീശ്വരന്റെ മഹാസമാധി ജനനീദാസന് കനത്ത ആഘാതമായി തീർന്നു. ആചാര്യന്റെ അഭാവത്തെ ഭാവനയിൽ ദർശിക്കാൻ പോലും ജനനീദാസൻ അശക്തനായിരുന്നു. പൈതൃകമന്ദിരത്തിൽ ധ്യാനിച്ചിരുന്ന ആചാര്യസത്യവാഗീശ്വരന്റെ മുമ്പിൽ ദിവ്യമായ പ്രകാശം പ്രത്യക്ഷപ്പെട്ടു. മഹാപ്രകാശത്തിന്റെ പാതയിലൂടെ ആചാര്യൻ മോക്ഷംപ്രാപിച്ചു. അതോടെ പൈതൃകമന്ദിരവും നാമാവശേഷമായി. ആദിവാസിയായ ബനവയും ആചാര്യസത്യവാഗീശ്വരന്റെ സാമിപ്യംകൊണ്ട് മോക്ഷം നേടി. സനാതനപുരത്തുകാർ ആചാര്യസത്യവാഗീശ്വരന്റെ വേർപാടിനെ ഓർത്ത് മഹാദുഃഖം അനുഭവിച്ചു. ജനനീദാസന്റെ ജീവിതത്തിലെ മാർഗ്ഗദീപമാണ് അണഞ്ഞത്. ആചാര്യന്റെ കാലടികളെ പിന്തുടർന്ന അയാൾ സനാതനപുരത്തിന്റെ പുരോഗതിക്കുവേണ്ടി ദൃഢപ്രതിജ്ഞ ചെയ്തു. ആചാര്യസത്യവാഗീശ്വരന്റെ ശരിയായ മാർഗ്ഗത്തെ ജനനീദാസൻ ആധുനികവും പ്രയോഗക്ഷമവുമാക്കി തീർത്തു.

പന്ത്രണ്ടാം അദ്ധ്യായം

'ചരിത്രം ഒരിക്കലും പിന്നോട്ട് സഞ്ചരിക്കില്ല. ചരിത്രം നിശ്ചലവുമല്ല. ആധുനികയുഗത്തിൽ നിന്ന് കാളവണ്ടിയുടെ പ്രാചീനതയിലേക്ക് ചരിത്രം തിരിച്ചുനടക്കില്ല. ഞങ്ങൾ ചരിത്രത്തിന്റെ ദൗത്യത്തെ നിർവ്വഹിക്കുകയാണ്. പ്രപഞ്ചത്തിന്റെ അധിപതിയായ മനുഷ്യൻ ബുദ്ധികൊണ്ട് കാലത്തേയും സമയത്തേയും കീഴടക്കി കഴിഞ്ഞു. താങ്കൾക്ക് സ്വന്തം തെറ്റിനെക്കുറിച്ച് ബോധ്യംവന്നിരിക്കുമല്ലോ. ചരിത്രത്തിന്റെ ശരിയായ മാർഗ്ഗത്തേയാണ് ഞങ്ങൾ സ്വീകരിച്ചത്.'

ആചാര്യസത്യവാഗീശ്വരന്റെ നിശ്ശബ്ദമായ കാതുകളിലേക്ക് ജനനീദാസന്റെ വാക്കുകൾ കടന്നുചെല്ലുന്നില്ല. മറ്റുള്ളവരുടെ മനോഭാവങ്ങളെ അവഗണിക്കുന്ന അയാൾ വിദ്വേഷങ്ങളേയും സ്വകാര്യതാല്പര്യങ്ങളേയും ചരിത്രത്തിൽ തിരുകിക്കയറ്റുന്നു.

'ചരിത്രമാണ് താങ്കളെ ശിക്ഷിക്കുന്നത്. സനാതനപുരം പ്രാചീനതയിലേക്ക് മടങ്ങിപ്പോവില്ലെന്ന് ചരിത്രം തെളിയിക്കുന്നു.'

ആചാര്യസത്യവാഗീശ്വരന് തുണയായി പൈതകമന്ദിരത്തിലേക്ക് ആദിവാസി ബനുവ കടന്നുവരുകയാണ്. അപൂർവ്വജീവിയായ അയാൾ 'അലമ' എന്നുപറയുമ്പോൾ അത് വെറും ശബ്ദപ്രളയമായിത്തീരുകയാണ്. ആധുനിക ലോകത്തിന്റേയും ഗതി അടഞ്ഞ വംശത്തിന്റേയും നേർക്ക് അറിയില്ലെന്നു പറയുന്ന ബനുവ കാലത്തിന്റെ രഹസ്യബോധനങ്ങളെ വെളിപ്പെടുത്തുന്നു. വിജനതയിൽ നിന്ന് മനുഷ്യ സഹവാസം തേടി അയാൾ തലസ്ഥാനത്തിൽ എത്തിയതാണ്. പ്രാചീനതയുടെ ഉദാഹരണമായ അയാൾ പൈതൃകമന്ദിരത്തിലെ കാഴ്ചവസ്തുവായിത്തീരുന്നു.

ബനുവയുടെ മനസ്സിൽ ഗോത്രസ്മൃതിയുടെ സമ്പന്നതയും അടിമയും ഉടമയും ഇല്ലാത്ത പ്രകൃതിയും കാരുണ്യത്തിന്റെ നിറവുകളോടെ ജ്വലിച്ചുനിന്നു. വൻമരങ്ങളുടെ തണലിൽ നീരുറവയുടെ പരിശുദ്ധിയോടെ മലമടക്കുകളുടെ അതിരുകളിൽ അവർ ജീവിച്ചതാണ്. മലദൈവങ്ങളുടെ രക്ഷകനീതിയും ഗോത്രധർമ്മങ്ങളും അവരുടെ ആചാരങ്ങളും സത്യകല്പനകളുമാകുന്നു.

അവകാശികളും അധികാരികളുമില്ലാത്ത മണ്ണിൽ വിത്തെറിഞ്ഞു കൊയ്തും തേനും പഴങ്ങളും കിഴങ്ങുകളും ഭക്ഷിച്ചും പ്രകൃതിയുമായി സമഭാവനയോടെ അവർ ജീവിച്ചുവന്നതാണ്. മലമടക്കുകളിൽ പ്രാകൃതമായ ആയുധങ്ങളോടെ അവർ ഇരതേടി. പ്രാകൃതമായ വിശ്വാസങ്ങളേയും സമ്പ്രദായങ്ങളേയും ഗോത്രത്തനിമയേയും അവർ വംശാവലികൾക്ക് പകർന്നുനൽകുകയാണ്.

ബനവയുടെ വംശം ഗോത്രത്തനിമയേയും വിശ്വാസങ്ങളേയും രക്ഷിക്കാനും അതിജീവിക്കാനും വേണ്ടി നൂറ്റാണ്ടുകൾ മുഴുക്കെ രക്തം ഒഴുക്കുന്നു. കാടുകളിൽ അവർ ഇരകളെ വേട്ടയാടിയ അവർ ക്രമേണ ജീവരക്ഷയ്ക്കായി അതിക്രമിച്ചുവരുന്ന മനുഷ്യരേയും വേട്ടയാടുകയാണ്. പ്രകൃതിയോടും അന്യ മനുഷ്യരോടും ഒരുപോലെ എതിരിട്ട അവരെ മലദൈവങ്ങളുടെ ധാർമ്മികതകൾ രക്ഷിക്കുകയാണ്. രക്ഷകനായ മലദൈവം വിശ്വാസികൾക്ക് സമൃദ്ധിയും അന്യർക്ക് കാലക്കേടുകളേയും നൽകുന്നു.

സമതലങ്ങളിലെ നീണ്ട യുദ്ധങ്ങൾ അവരുടെ ആളെണ്ണം കുറച്ചു. അതോടെ അവർ ഉൾക്കാടുകളിലേക്ക് പിൻവാങ്ങുന്നു. മറ്റുള്ളവരുടെ ഇടപെടലുകളും വിശ്വാസികളുടെ കയ്യേറ്റങ്ങളുമില്ലാതെ ആത്മാഭിമാനത്തോടേയും വംശതനിമയോടേയും നിലനിൽക്കാമെന്ന് അവർ കരുതിയതാണ്.

വിശ്വാസങ്ങളേയും ഗോത്രത്തനിമയേയും ഉന്നതമായി കരുതിയ അവർ വീണ്ടും ഉൾക്കാടുകളിലേക്കു പിൻവാങ്ങുന്നു. അങ്ങനെ വേരറ്റ നിസ്സഹായതയോടെ അവർ കാലങ്ങളിലേക്ക് ഒഴുകുകയാണ്. കാടിന്റെ സൗമ്യതയും പ്രകൃതിയുടെ നിഷ്കളങ്കതയും നിറഞ്ഞ അവർ വീണ്ടും അതിക്രമിച്ചുകയറുന്നവരോട് പോരാടുന്നു. അവരുടെ യുദ്ധങ്ങൾ അനേകം യുവാക്കളുടെ അകാലമരണത്തിന് കാരണമായി. പിന്നീടവർ വംശസ്മൃതികളുടെ ഗാഥകളിൽ നിറയുകയാണ്. മലദൈവങ്ങളുടെ ദയവിനും വേണ്ടി ബലിക്രിയ ഒരുക്കുന്ന രാത്രികളിൽ ജീവബലി നൽകിയവർ വീരേതിഹാസത്തിന്റെ ജ്വാലയോടെ വംശസ്മൃതികളിൽ നിറയുന്നു. അവരുടെ ജീവിതത്തിന്റെ മുകളിൽ രക്ഷകനും ശിക്ഷകനുമായി മലദൈവം നില്ക്കുന്നു. മലദൈവം അവരുടെ ആചാരവിശ്വാസങ്ങളെ തനിമയോടെ സംരക്ഷിക്കുകയാണ്. വിട്ടുവീഴ്ചക്കും അതിക്രമത്തിനും കീഴടങ്ങാത്ത അവരുടെ ഭാഷ കാട്ടുറവയുടെ വിശുദ്ധിയോടെ കാലം മുഴുക്കെ ഒഴുകിക്കൊണ്ടിരുന്നു.

മാറുന്നകാലവും മറ്റുള്ളവരുടെ അധിനിവേശവും അവരുടെ വംശത്തിന്റെ വികാസത്തെ ഇല്ലാതാക്കുകയാണ്. അതിക്രമിച്ചു കയറുന്നവർ പ്രബലരായി കാടും നാടും കീഴടക്കി. പരിമിതമായ അംഗങ്ങളോടെ അവർ വീണ്ടും ഉൾക്കാടുകളിലേക്ക് രക്ഷപ്പെടുന്നു.

വിജയവും മരണവും അവരുടെ യുദ്ധത്തിന്റെ അന്ത്യവിധികളാണ്. മലമടക്കുകളുടെ സ്വകാര്യതയിൽ കാലത്തേയും ലോകത്തേയും അറിയാതെ അവർ ജീവിച്ചു.

മലദൈവത്തിന്റെ പ്രിയപ്പെട്ടവരായ അവർ മാറുന്ന പുറംലോകത്തിന്റെ നീതികൾക്ക് സ്വാഭാവികമായും വിധേയരാകുകയാണ്. സമതലങ്ങളെ രക്താഭിഷേകമാക്കി സൈനികസഞ്ചാരം നടത്തിയ രാജാക്കന്മാർ മലമടക്കുകളെ പിടിച്ചടക്കാൻ പ്രാപ്തരാണ്. വംശശുദ്ധിക്കും വിശ്വാസത്തിനും വേണ്ടി ജീവത്യാഗം അനുഷ്ഠിക്കാൻ തയ്യാറായ അവരെ പ്രകോപിപ്പിക്കാൻ രാജാവ് ശ്രമിക്കുന്നില്ല. പകരം അവരെ വ്യാപാരബന്ധങ്ങളിലേക്ക് രാജാവ് എത്തിക്കുന്നു. കാടിന്റെ സമൃദ്ധികളിൽ ഭക്ഷണം കണ്ടെത്തിയ അവർക്ക് ഉപ്പിനും തുണിക്കുംവേണ്ടി നാട്ടുകാരെ ആശ്രയിക്കേണ്ടിവരികയാണ്. കാട്ടുവിഭവങ്ങളെ കൈപ്പറ്റുന്ന ഇടനിലക്കാർ അവരുടെ ജീവിതത്തിലേക്ക് മുതലുരുപ്പടിയായി രാജാവിന്റെ ചക്രങ്ങളേയും എത്തിക്കുന്നു.

കാടിന്റെ വിഭവസാദ്ധ്യതകളെ മുതലുകളാക്കാൻ ഒരുങ്ങിയ രാജാവ് അവരെ പരിഷ്ക്കാരികളാക്കാൻ ശ്രമിക്കുന്നു. കച്ചവടതാല്പര്യങ്ങളിലേക്ക് അവർ ഒരിക്കലും വീഴുന്നില്ല. ഇടനിലക്കാർ കൈപ്പറ്റുന്ന അമൂല്യവസ്തുക്കൾ അന്യനാട്ടുകളിലേക്ക് രഹസ്യമായി ഒഴുകുകയാണ്. രാജാവിന്റെ ഖജനാവിൽ ശുഷ്കിച്ച ചുങ്കപിരിവുകൾ മാത്രം ലഭിക്കുന്നു. അനുനയത്തിന്റേയും വശീകരണത്തിന്റേയും തന്ത്രങ്ങളിൽനിന്ന് ഗോത്രത്തനിമയോടെ അവർ ഒഴിഞ്ഞുമാറുന്നു.

അധിനിവേശത്തിന്റേയും പലായനത്തിന്റേയും നൂറ്റാണ്ടുകളിലും ഗോത്രവിശ്വാസങ്ങളേയും ആചാരങ്ങളേയും അവർ സാമ്പ്രദായികമായി സംരക്ഷിച്ചുവന്നു. അവരുടെ കന്യകകൾ ആൺതുണതേടുന്നതും സമാഗമത്തിന്റെ അനുഭൂതി അനുഭവിക്കുന്നതും വംശത്തനിമയുടെ ആചാരങ്ങളാണ്. രക്ഷകനായ മലദൈവത്തിന് അവർ മീനമാസത്തിലാണ് ബലിക്രിയ നല്കുക. അന്നേദിവസം രാത്രി കന്യകകളും ചെറുപ്പക്കാരും പുഴയുടെ കാഴ്ചമറയ്ക്കുന്ന ഇരുട്ടിലേക്ക് മുങ്ങുന്നു. മുങ്ങിനിവരുന്ന കന്യക ആദ്യമായി കാണുന്ന ചെറുപ്പക്കാരനെ ഭർത്താവായി സ്വീകരിക്കുകയാണ്. വിധവകൾ മറ്റൊരാളെ പ്രാപിക്കുക മലദൈവത്തിന്റെ ശിക്ഷ ഏറ്റുവാങ്ങലാണ്.

പ്രപഞ്ചത്തിന്റെ ജലാംശമായി ജീവിച്ച അവർ അധികാരത്തിന്റേയും സമ്പത്തിന്റേയും സ്ഥാപനങ്ങളില്ലാതെ കഴിഞ്ഞുവന്നതാണ്. പ്രപഞ്ചത്തിന്റെ ഭാഗമായി പ്രാപഞ്ചികരീതി അനുസരിച്ച് അവർ ജീവിച്ചു. അവർ കാടിന്റെ പരിശുദ്ധിയോടെ നിലനിൽക്കുന്നു. അവർ വിട്ടൊഴിഞ്ഞ പ്രദേശങ്ങൾ ജനക്കൂട്ടങ്ങളെക്കൊണ്ടും നാഗരികവസ്തുക്കളെക്കൊണ്ടും നിറയുകയാണ്. കാടും പ്രകൃതിവിഭവങ്ങളും

മനുഷ്യന്റെ മാത്രം ഉപഭോഗവസ്തുക്കളായി അധ:പതിക്കുന്നു.

ചെറുപ്പക്കാരനായ രാജാവ് വിപണിസാദ്ധ്യതകളെ അറിഞ്ഞ് വാഗ്ദാനങ്ങളുടെ കാപട്യവുമായി എത്തി. അലസനായ ഊരുമൂപ്പൻ ബലഹീനതകളോടെ രാജാവിന് കീഴടങ്ങുന്നു. ഊരുമൂപ്പനെ പ്രീണിപ്പിച്ചും മദിപ്പിച്ചും അടക്കിയ രാജാവ് തന്റെ വംശപകർച്ചകളെ മലമടക്കുകളിലേക്ക് കൈമാറി. കൊട്ടാരത്തിലെ പുലയടിയന്തരങ്ങളെ അവരുടെ ആചാരങ്ങൾക്ക് അനുബന്ധമാക്കുന്നു. അതോടെ കൊട്ടാരത്തിലെ ദേഹവിയോഗങ്ങൾ മലമടക്കുകളിലെ ദു:ഖമായി. രാജകീയ ജനനങ്ങൾ കാട്ടിലെ ആഘോഷവുമായി. പുതുതായി സ്ഥാനാരോഹണം ചെയ്ത രാജാവ് പുത്തൻ വംശത്തനിമയിൽ വിശ്വസിച്ചു. പുത്തൻ ഊരുമൂപ്പനും അനാവശ്യമായ രക്തബന്ധത്തെ അറുത്തുമാറ്റുകയാണ്. അവർ വിഭിന്നദിശകളിൽ സ്വത്വത്തെ കണ്ടെത്തുകയാണ്. അപ്പോഴേക്കും അമൂല്യമായ വനവിഭവങ്ങൾ കൊട്ടാരത്തിലെ അലങ്കാരവസ്തുക്കളായി മാറികഴിഞ്ഞു.

സനാതനപുരത്തെ കീഴടക്കിയ വെള്ളക്കാർ കാടുകളുടേയും അധിപതികളായി. അവരും കാടിന്റെ വിഭവസമൃദ്ധികളെ ചൂഷണം ചെയ്യുന്നു. പരിമിതമായ അവസ്ഥയിൽനിന്ന് സമ്പന്നമായ പ്രകൃതിയിലേക്കുവന്ന അവർ കാടുകളെ പണിത്തരങ്ങളാക്കി നാട്ടിലെത്തിക്കുകയാണ്. അവർ മലകളിൽ ഉപഭോഗത്തിനും വ്യവസായത്തിനും വേണ്ട മരങ്ങളെ നട്ടുപിടിപ്പിക്കുകയാണ്. പാനീയങ്ങൾക്കും സുഖഭോഗങ്ങൾക്കുംവേണ്ടി വേനൽക്കാടുകളിലെ മരങ്ങൾ നെഞ്ചുപിളർന്നു. വനഭൂമി മൊട്ടക്കുന്നുകളായതോടെ കാട് മലമടക്കുകളിൽ മാത്രമായി.

മരങ്ങളുടെ നെഞ്ചുപിളർന്ന വെള്ളക്കാർ കാടിന്റെ അപൂർവ്വശോഭയുള്ള കന്യകകളേയും വേട്ടയാടുകയാണ്. കാട്ടുതേനും കിഴങ്ങുകളും തേടിനടന്ന ആദിവാസികന്യകകളെ സമതലക്കാർ ബലംപ്രയോഗിച്ച് കീഴടക്കുന്നു. പ്രത്യേക പദവികൾക്കും അധികാരത്തിനും വേണ്ടി അവർ വനകന്യകകളെ വെള്ളക്കാർക്ക് സമർപ്പിക്കുന്നു. അതോടെ ആദിവാസി യുവതികൾ ക്രൂരമായ ബലാൽസംഗത്തിന് വിധേയരാകുന്നു. അവർ മലമടക്കുകളിലേക്ക് മടങ്ങാതെ അനിശ്ചിതമായ ജീവിതത്തെ കാട്ടുചോലകളുടെ പെരുംതാഴ്ചയിൽ അവസാനിപ്പിക്കുന്നു.

വെള്ളക്കാരുടെ അവസാന കാലത്ത് ബനുവ ഊരുമൂപ്പനായി. അയാൾ ഗോത്രത്തനിമയേയും വിശ്വാസങ്ങളേയും വ്രതാനുഷ്ഠാനങ്ങളോടെ കാത്തുരക്ഷിച്ചതാണ്.

ഇരുന്നൂറ്റമ്പതുപേരെ ബനുവ വംശപെരുമയോടെ വഴി നടത്തി. അവരുടെ ജീവിതാവശ്യങ്ങളെ നിറവേറ്റിയ കാടിനോട് അയാൾ ഭയഭക്തിയോടെ പെരുമാറുന്നു. അധികാരത്തിന്റെ അധീശത്വവും

ആധാരങ്ങളിലെ അവകാശവും അറിയാതെ ഭൂമിയുടെ വിശാലതയിൽ അവർ വിളകൊയ്തും വേട്ടയാടിയും ജീവിച്ചുവന്നതാണ്. വനഭൂമിയിലേക്ക് അതിക്രമിച്ചുവന്ന വെള്ളക്കാരേയും സനാതനപുരത്തുകാരേയും അവർ അമ്പുകളുമായി എതിരിട്ടു. വെടിയേറ്റ അവർ അകാലത്തിൽ മരിച്ചുവീഴുകയാണ്.

വെടിയുണ്ടകൾ തുടരെ ചെറുപ്പക്കാരെ കൊന്നപ്പോൾ ആധുനികകാലത്തിന്റെ നീതിയേയും ബലംക്ഷയിച്ച് എണ്ണംചുരുങ്ങിയ വംശത്തേയുംകുറിച്ച് അവർക്ക് പുത്തൻ അറിവുലഭിക്കുകയാണ്. മുൻകാലങ്ങളിലേതുപോലെ ഉൾക്കാടുകളിലേക്കും മലമടക്കുകളിലേക്കും നീങ്ങാൻ അവർക്ക് കഴിയുന്നില്ല. വെട്ടിവെളുപ്പിച്ച കാടുകൾ അവരുടെ സഞ്ചാരഅതിർത്തികൾ നിശ്ചയിച്ച് ഊഷരമായി പടരുകയാണ്.

ഊരുമൂപ്പനായ ബനുവ നാട്ടുകൂട്ടത്തിൽവെച്ച് സങ്കീർണ്ണമായ പ്രശ്നത്തെ അവതരിപ്പിക്കുന്നു.

കാടിന്റേയും മലകളുടേയും അവകാശി ദൈവമാണെന്ന അവരുടെ വിശ്വാസങ്ങൾ തകരുകയാണ്. മണ്ണിന്റെ അധിപതികളായ വെള്ളക്കാർ ആദിവാസികന്യകകളേയും കീഴടക്കുന്നു. ചെറുത്തുനിൽപ്പ് ചെറുപ്പക്കാരുടെ എണ്ണം കുറച്ചു. അതോടെ നിലനില്പിന്റെ ന്യായങ്ങളോടെ അവർ അനുരഞ്ജനത്തിന് തയ്യാറാകുന്നു. ഗോത്രത്തനിമയും വീരസ്മൃതികളും നിറഞ്ഞ അവരുടെ മനസ്സ് അപ്പോഴും പ്രത്യാക്രമണത്തിന് സന്നദ്ധമാകുന്നു.

അധികാരം ഉറപ്പിച്ച വെള്ളക്കാർ വശീകരണതന്ത്രങ്ങളോടെ കാടിന്റെ അതിരുകളിൽ ഉപഭോഗവസ്തുക്കളെ വിതറുകയാണ്. വേട്ടയാടാൻ ഇറങ്ങിയ ചെറുപ്പക്കാർ അസാധാരണവസ്തുക്കളുമായി തിരിച്ചെത്തിയപ്പോൾ ബനുവ പറഞ്ഞു:

'അനവ ബേണ്ടതിം'.

അനാവശ്യവസ്തുക്കളെ പിശാചിന്റെ വശീകരണമായും ദൈവകല്പനകളുടെ നിഷേധമായും അവർ കരുതുകയാണ്. പരിമിതമായ ആവശ്യങ്ങളും താല്പര്യങ്ങളുമാണ് അവരുടെ ഗോത്രത്തനിമയെ ഇതുവരെ രക്ഷിച്ചത്.

കാടിന്റെ അതിരുകളിൽ കിടന്ന വസ്തുക്കൾ ആരും കയ്യേല്ക്കാതെ ഉപയോഗശൂന്യമാകുകയാണ്. വശീകരണത്തിന്റെ നവീനതന്ത്രങ്ങളുമായി വെള്ളക്കാരും സമതലക്കാരും നിരന്തരം പരിശ്രമങ്ങൾ തുടരുന്നു.

അപ്പോഴും കാടിന്റെ ഫലഭൂയിഷ്ഠതയും ജൈവവൈവിധ്യങ്ങളും തരിശായിക്കൊണ്ടിരുന്നു. വേനൽ കാഠിന്യത്തിൽ ഉഷ്ണിച്ച മണ്ണ് മഴക്കാലങ്ങളിൽ താത്ക്കാലിക സസ്യങ്ങളുടെ സാമ്രാജ്യമാകുന്നു.

പിന്നീട് കനത്ത മഴക്കാലം ശേഷിപ്പുകളില്ലാതെ മേൽമണ്ണിനെ നഷ്ട പ്പെടുത്തുകയാണ്. ഉപരിതലത്തിന്റെ തെളിഞ്ഞ വെള്ളാരങ്കല്ലുകളെ വേനലിന്റെ കാഠിന്യം മണൽത്തരികളാക്കുന്നു. കരകൾ മുട്ടി ഒഴുകിയ പുഴ ആദിവാസികളുടെ വംശസ്മൃതികളുടെ ഭാഗമാകുകയാണ്.

വെള്ളക്കാരോ സമതലക്കാരോ അല്ല താളഭംഗം വന്ന പ്രകൃതി യാണ് ബനുവയേയും കൂട്ടരേയും പരാജയപ്പെടുത്തുന്നത്. കാടിന്റെ വിസ്തൃതി കുറഞ്ഞപ്പോൾ വനവിഭവങ്ങൾ ദുർല്ലഭമായി. വേട്ടയാടൽ അനാവശ്യമായ കായികാദ്ധ്വാനമായി. പുഴകൾ വരണ്ടതോടെ മീനുകളും അപൂർവ്വമായി. പഴങ്ങളും കിഴങ്ങുകളും അവരുടെ ജീവിത ത്തിൽ നിന്നു മറയുന്നു. ക്രമംതെറ്റിയ മഴ അവരുടെ വിളവെടുപ്പുകളെ ഭാഗ്യപരീക്ഷണങ്ങളാക്കുന്നു. അത്യുഷ്ണത്തിൽ തിന വാടിക്കരിയുക യും പെരുമഴയിൽ വിളകൾ ചീയുകയും ചെയ്യുന്നു. അതോടെ അടങ്ങാ ത്ത വിശപ്പുമായി അവർ അലഞ്ഞുതിരിയുകയാണ്. വിശപ്പിന്റെ മൂർദ്ധന്യത്തിൽ വിഷക്കനി ഭക്ഷിക്കുന്ന പലരും അകാലത്തിൽ മരിക്കുന്നു.

ഊരുമൂപ്പൻ വിളിച്ചുകൂട്ടിയ യോഗത്തിൽ വെച്ച് ചെറുപ്പക്കാർ പറഞ്ഞു:

'തിന ജഗല്ല. അന്നം ജഗല്ല. മധു ജഗല്ല.'

തേനും തിനയും വെള്ളവുമെല്ലാം ഇല്ലാതാകുകയാണ്.

'വന്തവ സ്ഥിരവ സ്ഥിരവ പോകവ'

അതിക്രമിച്ചു വന്നവർ കാടിന്റെ അവകാശികളാകുന്നു. പൈതൃ കങ്ങളെ കാടിന്റെ ഫലഭ്രൂയിഷ്ടതയിൽ നിക്ഷേപിച്ചവർ പുത്തൻ സങ്കേതങ്ങൾ തേടേണ്ടിവരുന്നു.

ഗോത്രത്തനിമയേയും വംശശുദ്ധിയേയും രക്ഷിക്കാൻ നിരന്തരം പലായനം നടത്തിയ അവർ പുത്തൻ രക്ഷാസങ്കേതം കണ്ടെത്താൻ ഒരുങ്ങി. മൂന്ന് ചെറുപ്പക്കാർ തിനമാവും തേനും കരുതി അഭയകേ ന്ദ്രം തേടി പുറപ്പെടുകയാണ്. മലമടക്കുകൾ ജീവരക്ഷയും കാടുകൾ ജീവിതവും അവർക്ക് നൽകുന്നു. ദിവസങ്ങൾക്കുശേഷം ചെറുപ്പക്കാർ അവശരായി തരിച്ചെത്തുന്നു. അവർ കാലത്തിന്റെ ഗതിമാറ്റത്തേയും കാടിന്റെ ദുരിതാവസ്ഥയേയും വിവരിക്കുന്നു. മരങ്ങളില്ലാത്ത മൊട്ട ക്കുന്നുകളിൽ ഉഷ്ണം തീളുപ്പുകയാണ്. സഞ്ചാരമേഘങ്ങൾ പെയ്യുക നിയാതെ നീരാവിയാകുകയാണ്. സഞ്ചാര മേഘങ്ങൾക്ക് തടയിട്ട് മഴപെയ്യിക്കുന്ന കാടുകളെ കയ്യേറ്റക്കാർ വെട്ടിവെളുപ്പിച്ചിരിക്കുന്നു.

മനുഷ്യവംശത്തിന്റെ ആത്മാഭിമാനവും സംസ്കാരത്തിന്റെ വിശുദ്ധിയുമായ അവർ താളഭംഗം വന്ന പ്രകൃതിയുടെ മുമ്പിൽ നിസ്സ ഹായരാകുന്നു. മലദൈവങ്ങളും അധികാരമോഹികളായ മനുഷ്യരും

അവരെ ഒരുപോലെ അവഗണിക്കുകയാണ്.

കാടിന്റെ വിസ്തൃതി ചുരുങ്ങിയപ്പോൾ അവർ ആലസ്യത്തിലേക്കുവീഴുന്നു. വെടിയുണ്ടകളെ ഭയന്ന അവർ യുവത്വത്തിന്റെ പ്രസരിപ്പുകളെ രക്ഷിക്കാൻ വേറെ വഴിനോക്കുകയാണ്. വെള്ളക്കാരുടെ കിടക്കയിലേക്ക് ബലപ്രയോഗത്തിലൂടെ എത്തിപ്പെട്ട കന്യകകൾ ഊരുകളിലേക്ക് മടങ്ങുന്നില്ല. അവർ ആത്മഹത്യചെയ്യുകയാണ്. എതിർക്കാനും ആത്മബലി അർപ്പിക്കാനും കഴിയാത്ത അവരുടെ ചെറുപ്പക്കാർ നിസ്സഹായതയോടെ ആത്മരോഷത്തെ അടക്കുന്നു.

ചെറുപ്പത്തിന്റെവാശിയോടെ അവസാനത്തെ ആക്രമണത്തിന് തയ്യാറായവരോട് ബനുവ പറഞ്ഞു:

'പർവ്വ ചോദിനാ? നാന് ഏത ബദലാ?'

നിസ്സഹായനായ ബനുവ പരിഭവങ്ങളെ മലദൈവങ്ങളിൽ സമർപ്പിക്കുകയാണ്.

കാട്ടുകളിൽ വീണ്ടും മഴവീണു. ആത്മത്യാഗത്തിന് തയ്യാറായ ചെറുപ്പക്കാർ അമ്പുകളുടെ മൂർച്ചകൂട്ടുന്നു. സ്വന്തം ജന്മത്തിന്റെ ദുരന്തത്തെ അറിഞ്ഞ അവർ പരേതാത്മാക്കൾക്കുവേണ്ടി മലദൈവങ്ങൾക്ക് ബലിക്രിയകൾ നടത്തുകയാണ്. അവരെ അനുഗ്രഹിക്കാൻ കഴിയാത്ത മലദൈവങ്ങൾ വേനലിന്റെ കാഠിന്യത്തിൽ വെന്തുരുകുകയാണ്.

ക്രമംതെറ്റിയും വൈകിയും എത്തിയ മഴ അവരുടെ നട്ടുക്ക് സർവ്വനാശമായി പെയ്തിറങ്ങുന്നു. ഉഷ്ണം തിളച്ച മലമ്പാറ ഉരുൾപൊട്ടലിന്റെ മുഴക്കത്തോടെ മലമടക്കുകളെ നടുക്കുന്നു. മണ്ണും പാറകളും മലയടിവാരത്തിലേക്ക് ഒഴുകി. ഊരിലെ മൂന്നു കുടിലുകൾ മണ്ണിനടിയിൽ ശാന്തമായുറങ്ങുകയാണ്. കുടിലിലെ എട്ടുമനുഷ്യർ വിശപ്പിൽനിന്ന് എന്നെന്നേക്കുമായി രക്ഷപ്പെടുന്നു.

കാടിന്റെ വിസ്താരം കുറഞ്ഞതോടെ അവർക്ക് തേനീച്ചക്കൂട്ടുകളെ കണ്ടെത്തി തേൻ ശേഖരിക്കുക കഠിനാദ്ധ്വാനമായി തീരുന്നു. പണ്ട് തേൻ തുളുമ്പിനിന്ന മുളക്കൊമ്പുകളിൽ ഇപ്പോൾ ആഴങ്ങളിലാണ് വല്ലതുമുണ്ടാകുക.

വീണ്ടും കയ്യേറ്റക്കാർ കാട്ടുവെട്ടി തുടങ്ങി. പ്രതികരിക്കാതെ ആത്മക്ഷതങ്ങളോടെ അവർ നിന്നു. മരങ്ങൾ ഉരുപ്പടികളാകുകയും അടിക്കാട് ചുട്ടുപഴുക്കുകയും ചെയ്തു. അതോടെ അവരുടെ അതിജീവനത്തിന്റെ മാർഗ്ഗങ്ങൾ അടയുകയാണ്. കാടിനെ നാമാവശേഷമാക്കിയ അവർ പകരം പുത്തൻ സസ്യങ്ങൾ നട്ടുകയാണ്. അതോടെ തേനിന്റെ അഭാവം അവരുടെ ഭക്ഷണക്രമങ്ങളുടെ രീതിതെറ്റിക്കുന്നു. തിനയേയും തേനിനേയും ദൈവാനുഗ്രഹമായി സ്വീകരിച്ച അവർ

വംശശുദ്ധിയോടെ അവയെ കാലം മുഴുവൻ കൊണ്ടുനടന്നതാണ്.

കാട്ടുതേൻ ഇല്ലെങ്കിലും തിനമാവും വെള്ളവും കൂട്ടിക്കുഴച്ച് അവർ വിശപ്പുതീർക്കുന്നു. കാലാതീതമായ ക്രമങ്ങൾ തെറ്റിയപ്പോൾ അവരുടെ വയറുകൾ ക്ഷോഭിക്കുകയാണ്. തുടരെ വെളിക്കിരുന്ന അവർ അവശരായി തളർന്നുകിടക്കുന്നു. അസഹനീയമായ വിശപ്പ് വീണ്ടും തിനമാവിനേയും വെള്ളത്തേയും കൂട്ടിച്ചേർക്കാൻ അവരെ നിർബന്ധിക്കുകയാണ്. മാറിയ കാലത്തിൽ അവരുടെ ജീവിതക്രമങ്ങൾ അനാവശ്യമാകുന്നു. പുത്തൻ പരിഷ്ക്കാരത്തെ ഉൾക്കൊള്ളാനാവാത്ത അവർ പ്രാചീനമായ ചരിത്രരേഖയായി തീരുകയാണ്.

ചെറുപ്പക്കാരനായ യമല്ല മരിച്ചപ്പോൾ അവർ അമ്പരന്നു. പിന്നീടുണ്ടായ മരണങ്ങളെ സ്വാഭാവികതയോടെ അവർ നേരിടുന്നു. മലദൈവത്തിന് ബലിക്രിയ നൽകിയ അവർ നിസ്സഹായതയോടെ നിലവിളിച്ചു. ഊരുകളിൽ അതിസാരം സൃഷ്ടിക്കുന്ന കൂട്ടമരണങ്ങളാണ്. അവരുടെ പിടിച്ചുനില്പിന്റെ ശേഷി നഷ്ടപ്പെടുകയാണ്. വിശപ്പിന്റെ സമവാക്യങ്ങളെ മാത്രം ഉൾക്കൊണ്ട ആദിവാസികന്യക സമതലത്തിൽ എത്തി ഉദ്യോഗസ്ഥനോട് ദയനീയമായി യാചിച്ചു.

'തേന് കൊത്ത് ഗാ?'

സഹാനുഭൂതിയോടെ പെരുമാറിയ അയാൾ തേനും തിനയും അവൾക്ക് നൽകുന്നു. ഒടുക്കം അയാൾ അവളുടെ രഹസ്യാനുഭൂതികളെ അപഹരിക്കുകയുമാണ്. അവളുടെ വിശുദ്ധിയിൽ ആധിപത്യം ഉറപ്പിച്ച അയാൾ മറ്റനേകം ഉപഭോഗവസ്തുക്കളേയും ഉപഹാരമായി നൽകുന്നു.

ഊരിൽ തിരിച്ചെത്തിയ അവൾ തിനമാവിൽ തേനുചേർത്ത് പ്രിയപ്പെട്ടവരെ അത്യാഹിതത്തിൽ നിന്ന് രക്ഷിക്കുന്നു. പുത്തൻ തേനിനുവേണ്ടി അവൾ വീണ്ടും സമതലത്തിലേക്ക് ഇറങ്ങുന്നു. തേൻകുപ്പികളുടെ ഉറവ കണ്ടെത്തിയ മറ്റ് ആദിവാസി കന്യകകളും രഹസ്യഇടപാടുകൾക്കായി അവളെ പിന്തുടരുകയാണ്. അവരും വിഭവസമൃദ്ധികളോടെ മടങ്ങിവരുകയാണ്.

ഊരിലെ പെണ്ണുങ്ങൾ തേനിനും മറ്റു വിഭവങ്ങൾക്കുംവേണ്ടി രഹസ്യഇടപാടുകൾക്ക് ഇറങ്ങി. വംശശാപത്തിന്റെ കെട്ടുകഥകളെ തിരഞ്ഞ പുരുഷന്മാർ നിസ്സഹായരായ കാഴ്ചക്കാരാകുന്നു. വിശപ്പിന്റെ മൂർദ്ധന്യത്തിൽ ഗോത്രത്തനിമയും പാപബോധവും അവർ മറക്കുകയാണ്. താളഭംഗത്തോടെ വരുന്ന മഴയിൽ തിനവിളയിക്കാൻ അവർക്ക് കഴിയും. തേനീച്ചകളെ അവർക്ക് കണ്ടെത്താനാകുന്നില്ല.

വിശപ്പ് സഹിക്കാതെ വംശശുദ്ധിയേയും വിശ്വാസങ്ങളേയും അവർ ബലിക്രിയ ചെയ്യുന്നു. അതോടെ ഊരിന്റെ രൂപഭാവങ്ങൾക്ക്

പ്രകടമായ മാറ്റങ്ങൾ ഉണ്ടാകുകയാണ്. കാടിന്റെ വന്യഗന്ധങ്ങൾ കുടിലുകളിൽ നിന്ന് അകലുന്നു. സുഗന്ധതൈലങ്ങൾ കൃത്രിമഗന്ധത്തോടെ ഊരിൽ നിറയുന്നു.

യുവതികൾ സന്ധ്യയോടെ പടിയിറങ്ങുമ്പോൾ പുരുഷന്മാരും വൃദ്ധകളും കാലത്തിന്റെ നോക്കുകുത്തികളായി ഊരിൽ ശേഷിക്കുന്നു. അതിസാരത്തിന്റെ മാരകസാന്നിദ്ധ്യം അവരുടെ ആൾബലത്തെ വീണ്ടും പരിമിതമാക്കുകയാണ്. അമ്പതുപേരുടെ മൂപ്പനായ ബനുവ പാലിക്കാനാവാത്ത ആചാരങ്ങളുടേയും സംരക്ഷിക്കാനാവാത്ത വിശ്വാസങ്ങളുടെയും അധിപനാണ്. ബനുവയും മരണം കാത്ത് അവശനായി കിടന്നതാണ്. മറ്റ് യുവതികളുടെ കൂടെ മകളും സമതലത്തിലേക്ക് ഇറങ്ങിയപ്പോൾ ബനുവ രോഗത്തിൽനിന്ന് അത്ഭുതകരമായി രക്ഷപ്പെടുന്നു.

ബലംപ്രയോഗിച്ച് കീഴടക്കാനാവാത്ത വന്യമായ വിശുദ്ധികളെ കാടിനെ തരിശ്ശാക്കി വെള്ളക്കാരും ഉദ്യോഗസ്ഥന്മാരും നിഷ്പ്രയാസം കീഴടക്കുകയാണ്. യുവതികൾ മാത്രമല്ല മാംസളത നിറഞ്ഞവരെല്ലാം സമതലത്തിലെ നിത്യസന്ദർശകരായിതീരുന്നു.

രാജാക്കൻമാരുടേയും വെള്ളക്കാരുടേയും പരിഷ്കാരങ്ങളെ വെറുത്ത അവർ ആത്മത്യാഗം ചെയ്ത് തനിമയോടെ വേറിട്ടുനിന്നതാണ്. സമതലക്കാരുമായി കിടക്ക പങ്കിട്ട യുവതികൾക്ക് അവരുടെ അഭിരുചികളും സാധനങ്ങളും ആദരണീയമായിതീരുകയാണ്. അവരും പങ്കാളികളെ അനുകരിക്കുകയാണ്. വാസനതൈലങ്ങളും വർണ്ണശഭളമായ വസ്ത്രങ്ങളും പരിഷ്കാരത്തിന്റെ ചിഹ്നങ്ങളായി അവരുടെ ജീവിതത്തിലേക്ക് കടന്നുവരുന്നു. മതിമയക്കുന്ന ദ്രാവകങ്ങളേയും സമതലക്കാരുടെ വിഭവസമൃദ്ധമായ ഭക്ഷണങ്ങളേയും അവർ ആസ്വദിച്ചുതുടങ്ങുകയാണ്.

ഭാര്യയെ ആവേശത്തോടെ നെഞ്ചിലേക്ക് ചേർത്ത ചെറുപ്പക്കാരനിൽനിന്ന് അവൾ വെറുപ്പോടെ കുതറിമാറുകയാണ്. അയാളുടെ ശരീരത്തിൽ അവശേഷിച്ച വന്യഗന്ധം അവൾക്ക് പ്രാകൃതമായ ദുർഗന്ധമായി തീർന്നിരുന്നു. അയാളുടെ കറുത്ത പരുത്തൻ തൊലിയും അവൾക്ക് വൃത്തികേടിന്റെ മനുഷ്യരൂപമാകുകയാണ്.

വെള്ളക്കാരേയും സമതലക്കാരേയും പ്രാപിക്കുന്ന യുവതികളെല്ലാം നവീനമായ രുചിഭേദങ്ങളേയും സ്വീകരിക്കുകയാണ്. കാടിന്റെ തുറന്ന സമീപനങ്ങളെ പരിഷ്കാരിയായ സമതലക്കാരൻ കീഴടക്കുന്നു. അതോടെ ഭർത്താക്കന്മാരിൽനിന്ന് അവർ വേറിടുകയാണ്. എങ്കിലും അപൂർവ്വമായി ഭർത്താക്കൻമാരുമായി രമിക്കുന്ന യുവതികൾ അവർക്ക് സമതലക്കാരൻ സംഭാവനചെയ്ത ഗുഹ്യരോഗങ്ങളെ വിതരണംചെയ്യുന്നു. ഊരിലെ പല ആണങ്ങളും അപൂർവ്വരോഗത്തിന്റെ

നീറ്റലോടെ ദുസ്സഹമായ ജീവിതത്തെ ഏറ്റുവാങ്ങുകയാണ്.

സന്ധ്യയോടെ സമതലത്തിലേക്ക് ഇറങ്ങിയ യുവതികളിൽ ചിലർ നേരം വെളുത്തെങ്കിലും ഊരിലേക്ക് മടങ്ങിവരുന്നില്ല. ഊരിൽ സംഭ്രാന്തിപരക്കുന്നു. തുടർച്ചയായി പലരും അപ്രത്യക്ഷരാകുമ്പോൾ അവർക്ക് വ്യക്തമായ ധാരണകളിൽ എത്തിച്ചേരാനാകുന്നു. പരിഷ്കാരിയായ സമതലക്കാരനോട് ഇടപഴകി മാറ്റംവച്ച യുവതികൾ ഊരിന്റെ പരിമിതികളിലേക്ക് മടങ്ങാൻ ആഗ്രഹിക്കുന്നില്ല. ചെറുപ്പക്കാരനായ ഉദ്യോഗസ്ഥനുമായ രാത്രിപങ്കിട്ട യുവതി അയാളുടെ ജീവിതത്തിലേക്ക് പ്രവേശിച്ച് മറുനാട്ടിൽ അഭയം തേടുകയാണ്. മറ്റുള്ളവർ സമതലത്തിലെ വാടകമുറികളിൽ സുഖസൗകര്യങ്ങളോടെ ജീവിക്കുന്നു. പരിഷ്കാരികളായ അവർ ശബ്ദശുദ്ധിയും വാക്യശുദ്ധിയുമുള്ള ഭാഷയേയും ശീലിക്കുകയാണ്.

ആർക്കും പ്രവേശിക്കാവുന്ന മാംസദ്വാരമായിത്തീർന്ന ആദിവാസിയുവതികൾ പൈതൃകവിശ്വാസങ്ങളേയും ആചാരങ്ങളേയും പുരാവൃത്തത്തിൽ ഒതുക്കുന്നു. സങ്കീർണ്ണമായ അവരുടെ ജീവിതത്തിലേക്ക് പരിഷ്കാരവും സമതലക്കാരനും കടന്നുവരുന്നു. അതോടെ തേനും തിനമാവും അനാവശ്യമാകുകയാണ്.

വൃദ്ധകൾ മാത്രം ശേഷിച്ച ഊരിൽ ഗുഹ്യരോഗത്തിന്റെ നീറ്റലുമായിരുന്ന പുരുഷന്മാർ വിശപ്പുതീർക്കാൻ തിനമാവും വെള്ളവും ചേരുവയാകുന്നു. അതിസാരത്തിന്റെ തീവ്രതയും അകാലമരണങ്ങളും വീണ്ടും ഊരിനെ കീഴടക്കുന്നു. ഇപ്പോൾ പ്രിയപ്പെട്ടവരുടെ ജീവനുവേണ്ടി രഹസ്യാനുഭൂതികളെ പങ്കുവെയ്ക്കാൻ ആരും സമതലങ്ങളിലേക്ക് ഇറങ്ങിച്ചെല്ലുന്നില്ല. മരണത്തേയും വംശനാശത്തേയും കണ്ട ബനുവ പ്രാചീനസ്മൃതികളിൽനിന്നും ഉണരുന്നു. അയാൾ പതിനാലുകാരി പേരക്കുട്ടിയുമായി സമതലങ്ങളിലേക്ക് ഇറങ്ങുകയാണ്. ഉദ്യോഗസ്ഥന്റെ മുറിയിലേക്ക് അവളെ കടത്തിവിട്ട ബനുവ പ്രഭാതംവരെ വീട്ടുപടിക്കൽ തന്നെ ഇരുന്നു. തേൻകുപ്പികളുമായി വന്ന അവളെ തോളിലിരുത്തി ബനുവ ഊരിലേക്ക് വഴി നടന്നു. അങ്ങനെ അയാൾ ചില ആയുസ്സുകളെ രക്ഷിക്കുന്നു. പിന്നീട് എല്ലാ സന്ധ്യകളിലും പേരക്കുട്ടിയുമായി ബനുവ സമതലത്തിലേക്ക് നടക്കുകയാണ്.

കൂട്ടമരണത്തോടെ അവരുടെ ആൾബലം വീണ്ടും കുറയുന്നു. പതിനഞ്ച് പുരുഷന്മാരും മൂന്ന് വൃദ്ധകളും ബനുവയുടെ പേരക്കുട്ടിയും മാത്രം മലമടക്കുകളിൽ അവശേഷിക്കുന്നു. ബനുവയുടെ പേരക്കുട്ടിക്ക് ലഭിക്കുന്ന തേൻകുപ്പികൾ അവരുടെ ആവശ്യങ്ങൾക്ക് പൂർണ്ണമായും തികയുന്നില്ല. രോഗത്തിന്റെ നീറ്റലോടേയും നിലനില്പിന്റെ ന്യായങ്ങളോടേയും ബനുവയുടെ കുടിലിലേക്കുവന്ന ചെറുപ്പക്കാർ പറഞ്ഞു:

'ഞാള് പോവ. മൂപ്പൻ ക്ഷമദീക്ഷി. അനുഗ്രഹി ജാവല്.'

വംശത്തിന്റേയും ഗോത്രത്തിന്റേയും പാരമ്പര്യങ്ങളെ ഉപേക്ഷിക്കാൻ തയ്യാറായ അവരെ ബനവ അനുഗ്രഹിക്കുകയാണ്. സമതലത്തിൽ ചെന്നാൽ എങ്ങനേയും ജീവിക്കാമെന്നും പരിഷ്കാരത്തിന്റെ രുചിഭേദങ്ങൾ സ്വീകരിച്ച് ജീവൻ രക്ഷിക്കാമെന്നും അവർ കരുതുകയാണ്.

ഊരിൽ ആറുപേർ മാത്രമാകുന്നതോടെ ബനവയുടെ പേരക്കുട്ടി എല്ലാവർക്കും വേണ്ടുവോളം തേൻകുപ്പികൾ നൽകുന്നു. വ്യാമോഹങ്ങളെ കൈയൊഴിച്ച ബനവ വംശസ്മൃതികളിലും പൈതൃകമഹത്വങ്ങളിലും ജീവിതത്തെ നിലനിർത്തുന്നു. ഭക്ഷണത്തിനും നിലനില്പിനും വേണ്ടിയല്ല അവർ ശത്രുക്കളോട് യുദ്ധം ചെയ്യുന്നത്. ഗോത്രത്തനിമയേയും വംശശുദ്ധിയേയും രക്ഷിക്കാൻ അവർ നൂറ്റാണ്ടുകളോളം പടപൊരുതിയതാണ്. ഇപ്പോൾ ഉൾക്കാടുകളും മലമടക്കുകളും ഇല്ലാതായിരിക്കുന്നു. നിസ്സഹായരായ അവർ ഭക്ഷണത്തിനുവേണ്ടി വംശത്തനിമകളെ ഉപേക്ഷിക്കുകയാണ്.

ഊരുമൂപ്പനായ ബനവയ്ക്ക് പാരമ്പര്യങ്ങളെ വംശാവലികളിലേക്ക് പകരാനായില്ല. വംശശുദ്ധിയെ കാത്ത അവരുടെ മലദൈവം ബലിക്രിയകളും പ്രതിക്രിയകളും ഇല്ലാതെ വെന്തുരുകുകയാണ്.

കാലം പ്രായാധിക്യങ്ങളെ ഇരയാക്കിയപ്പോൾ ഊരിൽ ബനവയും പേരക്കുട്ടിയും മാത്രമായി. കിഴവൻ ബനവ യുവതിയായ പേരക്കുട്ടിയെ ഉദ്യോഗസ്ഥന് കാഴ്ചവെച്ച് ജീവിക്കാനുള്ള വക കണ്ടെത്തുന്നു.

ഉദ്യോഗസ്ഥന്റെ മുറിയിലേക്ക് രാത്രി കയറിയ അവൾ പകൽ തെളിഞ്ഞും പുറത്തേയ്ക്ക് വരുന്നില്ല. ബനവ അസ്വസ്ഥതയോടെ വീട്ടുപടിക്കൽ നിന്നെണ്ണീക്കുന്നു. രാത്രിയുടെ നിശ്ശബ്ദതയിൽ അനേകം പുരുഷശബ്ദങ്ങളെ ബനവ കേട്ടതാണ്.

ഉദ്യോഗസ്ഥന്റെ മുമ്പിൽ വംശശാപത്തിന്റെ ദയനീയതകളോടെ നിന്ന ബനവ ചോദിച്ചു:

'ബുദായി ഏവ?'

'കിഴവൻ ഇനിയും പോയില്ലേ? ഒരബദ്ധം പറ്റി ബനവ. എന്നെയല്ലാതെ അവൾ മറ്റാരേയും സമ്മതിച്ചില്ല. ഞങ്ങൾക്ക് ബലം പ്രയോഗിക്കേണ്ടിവന്നു. അത് അപകടമായി. ശവത്തിനെ സൂക്ഷിച്ചു വെച്ചിട്ടെന്തുകാര്യം? അവളെ ഞങ്ങൾ വേണ്ടതുപോലെ മറവുചെയ്തു.'

ആശ്വാസവചനങ്ങളുടെ സമൃദ്ധിയിൽ മനഃക്ലേശമില്ലാതെ നിന്ന ഉദ്യോഗസ്ഥൻ ധാരാളം തേൻകുപ്പികളേയും ബനവക്ക് സമ്മാനിക്കുന്നു.

നിബിഡമായ കാട്ടുകളിൽ നിന്നാരംഭിച്ച ആദിവാസികളുടെ

ജീവിതം പൈതൃകത്തേയും വംശശുദ്ധിയേയും സംരക്ഷിക്കാൻ ആരുമില്ലാതെ ഊഷരഭൂമിയിൽ അന്യംനിൽക്കുന്നു. അവരുടെ വംശസ്മൃതികളെപ്പോലും ആധുനികമനുഷ്യൻ നശിപ്പിക്കുകയാണ്. വിനിമയത്തിന്റെ നിഷ്കളങ്കതയും ജന്മത്തിന്റെ വിശുദ്ധിയുമുള്ള അവരുടെ ഭാഷ ഉപയോഗശൂന്യമായി ബനുവയിൽ മാത്രം ശേഷിക്കുന്നു. സമതലത്തിലെ ആൾക്കൂട്ടമായി തീർന്നവർ പുത്തൻ ഭാഷയും പരിഷ്കാരവും ഉൾക്കൊള്ളുകയാണ്. അങ്ങനെ അവർ ജനസാമാന്യത്തിന്റെ ഭാഗമാകുകയാണ്.

പേരക്കുട്ടിയുടെ ജീവരക്തമായ തേൻകുപ്പികളുമായി ബനുവ ഊരിൽ എത്തുന്നു. ആരോടും ഒന്നും പറയാനാവാതെ അയാൾ ഏകാന്തതയോടെ കുടിലിൽ ഇരുന്നു. മരണംപോലും ബനുവയെ അവഗണിക്കുകയാണ്.

തേനും തിനയും തീർന്നപ്പോൾ മലമടക്കുകളെ ബനുവ ഉപേക്ഷിക്കുന്നു. കണ്ണിൽപ്പെട്ട പെരുവഴിയിലേക്ക് ജന്മശാപത്തിന്റെ വിധിഫലങ്ങളെ ഏറ്റുവാങ്ങാനായി അയാൾ ഇറങ്ങിനടക്കുന്നു. ബനുവയുടെ പ്രാകൃതമായ രൂപഭാവങ്ങളും അപരിചിതമായ ഭാഷയും വന്യജീവിയുടെ ഭീഷണമായ സാമിപ്യമായി സമതലക്കാർക്കുതോന്നി. അവർ അയാളിൽനിന്നും ഒഴിഞ്ഞുമാറുകയാണ്.

ഗ്രാമപാതയിൽനിന്ന് രാജവീഥിയിലേക്കും അവസാനം പൈതൃകമന്ദിരത്തിലേക്കും ബനുവ എത്തിപ്പെടുകയാണ്.

ആചാര്യസത്യവാഗീശ്വരനെ കണ്ട് അനുഗ്രഹം വാങ്ങാനെത്തുന്ന സനാതനപുരത്തുകാർ ബനുവയുടെ അംഗവിക്ഷേപങ്ങളേയും ഭാഷയേയും പരിഹാസത്തോടെ അനുകരിക്കുകയാണ്. സനാതനപുരത്തുകാരുടെ കാഴ്ചവസ്തുക്കളായി തീർന്ന അവർ നിശ്ശബ്ദരായി കാഴ്ചകളുടെ അശാന്തിയെ ഏറ്റുവാങ്ങുന്നു.

പതിമൂന്നാം അദ്ധ്യായം

ആചാര്യസത്യവാഗീശ്വരന്റെ കരുണാർദ്രമായ ആത്മീയത യിൽനിന്ന് ജനീദാസന്റെ ഭൗതികതയിലേക്ക് സനാത നപുരം എത്തിച്ചേരുകയാണ്. സ്വാതന്ത്ര്യവും വിമോചനവും കർമ്മ ശേഷിയുടെ പ്രയോഗമായതോടെ ദാരിദ്ര്യവും അകാലമരണത്തിന്റെ ദാരുണതകളും ഇല്ലാതായതാണ്. യന്ത്രങ്ങളുടെ വിജയഭാരവും പ്രയോജനവാദവുമാണ് ജനനീദാസനെ മുമ്പോട്ട് നയിക്കുന്നത്. ആയുധങ്ങളുടെ ആധിപത്യം സനാതനപുരത്തിന്റെ ഗ്രാമാന്തരങ്ങ ളെപോലും കീഴടക്കുകയാണ്. നിയമങ്ങൾ ജനങ്ങൾക്കുമുകളിൽ നടപ്പിലാക്കേണ്ട ക്രമസംവിധാനങ്ങളാകുകയാണ്. കർമ്മശേഷി യുടെ ശരിയായ വിനിയോഗത്തിനുപകരം വൻകിടയന്ത്രങ്ങളുടെ ഉല്പന്നങ്ങളും മലിനമായ അന്തരീക്ഷവുമാണ്. നാട്ടുപാതകളിൽപ്പോ ലും വാഹനങ്ങൾ തുടർച്ചയായി ഇരമ്പുകയാണ്. ഓരോ വൻകിടവ്യവ സായശാലകളും നാടിന്റെ അഭിമാനചിഹ്നമായി വാഴ്ത്തപ്പെടുകയാണ്. അപമാനത്തിന്റെ ലക്ഷണമായി പരുത്തിത്തുണി തരംതാഴ്ന്നിരിക്കു ന്നു. സനാതനപുരത്തിലെ വൻകിട മില്ലുകളിൽ ഉണ്ടാക്കിയ വർണ്ണ ശഭളമായ വസ്ത്രങ്ങൾ ഇപ്പോൾ ആൾക്കൂട്ടത്തിന്റെ ജ്വരബാധയായി തീർന്നിരിക്കുന്നു.

പാരമ്പര്യവിത്തുകളേയും വിളവിറക്കലുകളേയും ജനനീദാസൻ ഒഴിവാക്കി. സങ്കരവിത്തിനങ്ങളും രാസവളങ്ങളും കീടനാശിനികളും ഇപ്പോൾ കൃഷിയുടെ അവിഭാജ്യഘടകമായി തീർന്നിരിക്കുന്നു.

ആധുനികകാലത്തിന്റെ വക്താവായി ജനനീദാസൻ സ്വയം കരുതി. അയാൾ എപ്പോഴും സനാതനപുരത്തുകാരോട് പറഞ്ഞു:

'ആചാര്യസത്യവാഗീശ്വരന്റെ സങ്കല്പത്തിലുള്ള ക്ഷേമരാഷ്ട്രത്തിനു വേണ്ടിയാണ് ഞാൻ പ്രവർത്തിക്കുന്നത്. ആചാര്യന്റെ അപൂർണ്ണമായ

ദൗത്യത്തെ പൂർണ്ണമാക്കാൻ വിധിക്കപ്പെട്ടവനാണ് ഞാൻ. ജീവിതം ആസ്വാദ്യമാക്കുക എന്ന ആചാര്യന്റെ ക്ഷേമസങ്കല്പം കാലോചിതമായി പരിഷ്കരിച്ച് നടപ്പിലാക്കുകയാണ് വേണ്ടത്'.

വാർത്താമാധ്യമങ്ങൾ അമിതപ്രാധാന്യത്തോടെ പരിവർത്തനത്തേയും പരിഷ്കാരത്തേയും ഉയർത്തിപ്പിടിക്കുകയാണ്. സനാതനപുരത്തുകാരുടെ ഓർമ്മകളെപ്പോലും ജനനീദാസൻ ചൂഷണംചെയ്യുന്നു. അറിവ് കുറച്ചുപേരിലേക്ക് ചുരുങ്ങിയതോടെ ഭൂരിപക്ഷവും അറിവുകേടിന്റെ ആധിപത്യത്തിൽ കാലം കഴിക്കുകയാണ്.

ആചാര്യസത്യവാഗീശ്വരന്റെ ശരിയായ മാർഗ്ഗത്തെ ജനനീദാസൻ നിരന്തരം വ്യാഖ്യാനിക്കുകയാണ്.

'എന്താണ് സത്യം? എന്താണ് കാരുണ്യം? എന്താണ് ശരിയായ മാർഗ്ഗം?

'സമ്പത്തിനെ ഉപയോഗിക്കാതെ ശേഖരിച്ചുവെയ്ക്കുക തെറ്റാണ്. ജനങ്ങൾക്ക് തൊഴിൽ നൽകാനും പട്ടിണിയില്ലാതാക്കാനുമുള്ള മാർഗ്ഗം വൻവ്യവസായശാലകളാണ് നൽകുക. അതുകൊണ്ട് കാരുണ്യമുള്ളവൻ വ്യവസായശാലകൾ ആരംഭിക്കണം. അതാണ് ശരിയായ മാർഗ്ഗം. ആധുനികകാലത്തേയും ശാസ്ത്രത്തേയും മനുഷ്യന്റെ അജയ്യശക്തിയേയും തിരിച്ചറിയുക സത്യത്തെ കണ്ടെത്തലാണ്.'

ഭൗതികവികാസത്തെ മനുഷ്യന്റെ പൂർണ്ണ വികസനമായി ജനനീദാസൻ കരുതി. അയാൾ അടഞ്ഞ അറിവിനോടും പരിമിതമായ സാമ്പത്തികശേഷിയോടും ഏറ്റുമുട്ടുകയാണ്. തടസ്സങ്ങളേയും സാമ്പത്തികപ്രശ്നങ്ങളേയും അതിജീവിക്കാൻ അയാൾ അനേകം വിട്ടുവീഴ്ചകൾക്ക് തയ്യാറാകുകയാണ്. വിദേശങ്ങളിൽനിന്ന് സാങ്കേതികജ്ഞാനത്തേയും മൂലധനത്തേയും അയാൾ ഉദാരമായി സ്വീകരിക്കുന്നു. അവരുടെ വരവോടെ സനാതനപുരത്തിന്റെ പൗരാണികത അനാവശ്യമാകുന്നു. വിപണനത്തിന്റെ രീതി ശാസ്ത്രങ്ങൾ നാട്ടിൽ അധീശത്വം ഉറപ്പിക്കുകയാണ്.

വൻകിടയന്ത്രത്തിന്റെ കണ്ണിയായി യാന്ത്രികമായി ജീവിക്കുന്ന സനാതനപുരത്തുകാരെ വാച്ചിന്റെ സമയബദ്ധത നിയന്ത്രിച്ചുതുടങ്ങുന്നു.

അസംസ്കൃതവസ്തുക്കളുടെ ലഭ്യത കണക്കാക്കി വൻകിട വ്യവസായശാലകൾ ചില പ്രത്യേക സ്ഥലങ്ങളിൽ ഉണ്ടാക്കുകയാണ്. അങ്ങനെ സനാതനപുരത്തിൽ വൻകിട നഗരങ്ങൾ ഉണ്ടാകുന്നു. അതോടെ കൈത്തൊഴിലുകളും കുലത്തൊഴിലുകളും ഇല്ലാതാകുന്നു. തൊഴിൽ തേടി ഗ്രാമാന്തരങ്ങളിൽ നിന്ന് ജനങ്ങൾ നഗരത്തിലേക്ക് യാത്ര ആരംഭിച്ചുതുടങ്ങുകയാണ്.

ആചാര്യസത്യവാഗീശ്വരന്റെ ആത്മീയ നിലപാടുകൾ നഗരങ്ങളുടെ വരവോടെ പൂർണ്ണമായും ഇല്ലാതാകുകയാണ്. ഉറപ്പും ആകർഷണീയതയുമുള്ള നഗരവിഭവങ്ങൾ സനാതനപുരത്തുകാരെ കീഴടക്കുകയാണ്. നഗരങ്ങൾ നവീനവിഭജനക്രമങ്ങളും സാമ്പത്തികകോയ്മയുമായി അവരെ ബാധിക്കുന്നു. വ്യവസായിയും വണിക്കും സമ്പന്നതയുടെ ആർഭാടത്തിൽ മുഴുകുന്നു. ഇടത്തരക്കാരൻ ആവശ്യങ്ങളെ നിവർത്തിക്കാൻ കഠിനമായി അദ്ധ്വാനിക്കുകയാണ്. താഴ്ന്ന പടിയിലുള്ള പണിക്കാർ ദരിദ്രരായി ജീവിതം തുടരുകയുമാണ്. ഇടത്തരക്കാരന്റേയും പണിക്കാരന്റേയും തീരുമാനങ്ങൾ അവസ്ഥക്ക് കീഴടങ്ങി വ്യക്തിയുടെ സർഗ്ഗാത്മകതയെ നിഷേധിക്കുകയുമാണ്.

ജനനീദാസന്റെ സമ്പന്നരായ സുഹൃത്തുക്കൾ വൻകിടവ്യവസായികളായി. വിദേശങ്ങളിൽ പഠിച്ചുവന്നവർ ഉന്നത ഉദ്യോഗസ്ഥന്മാരായി അധികാരത്തെ നിയന്ത്രിക്കുകയാണ്.

ആൾക്കൂട്ടത്തിന്റെ ആത്മവേദനയെ ഉൾക്കൊള്ളുന്ന ശരിയായ മാർഗ്ഗത്തിന്റെ രീതികളെ മാറ്റിപ്പണിയാൻ ജനനീദാസൻ പ്രത്യേകം ശ്രദ്ധിച്ചു. ആയുധങ്ങൾ ഭരിക്കുന്ന വെള്ളക്കാരുടെ ഭരണസംവിധാനങ്ങളെ പുനരുദ്ധരിക്കാൻ അയാൾ ശ്രമിക്കുന്നു. ഭരണാധിപനായ അയാൾ അദൃശ്യനായ ശത്രുവിനെ നേരിടാൻ ആയുധങ്ങളുടെ അകമ്പടിയോടെ സഞ്ചരിക്കുകയാണ്. ശത്രു നാട്ടിലും വിദേശത്തുമുണ്ടെന്ന് അയാൾ ഏപ്പോഴും പറഞ്ഞു. അയാൾ പട്ടാളക്കാരെ യുദ്ധസന്നദ്ധരാക്കിയും പോലീസിന്റെ അംഗബലം വർദ്ധിപ്പിച്ചും ഉന്നതങ്ങൾക്ക് രക്ഷചെയ്യുകയാണ്. കാരുണ്യത്തിൽ നിന്നും മാനുഷികതയിൽനിന്നും വേറിട്ട സനാതനപുരം ആയുധങ്ങളുടെ പാളയമായി മാറുന്നു.

പ്രിയദാസൻ എപ്പോഴും ജനനീദാസനോട് പറഞ്ഞു:

'ആത്മാവില്ലാത്ത അന്ധരാണ് സനാതനപുരത്തുകാർ. അജ്ഞാനമാണ് ഭരണത്തിന് സുരക്ഷിതത്വം നൽകുക. അവരെ ജ്ഞാനത്തിലേക്കും തിരിച്ചറിവിലേക്കും നടത്താതിരിക്കുക'.

സനാതനപുരത്തുകാരുടെ അടഞ്ഞ മനസ്സുകൾ പരിസരബോധമില്ലാതെ പ്രാകൃതമായ ധാരണകളിൽ വലഞ്ഞുറ്റി. അങ്ങനെ ഇരുണ്ട ശൂന്യതയിലേക്ക് അവർ പ്രവേശിപ്പിക്കുകയാണ്. ബൗദ്ധികമായ ഉത്തേജനങ്ങളിലും യാന്ത്രികതയിലും അവർ അഭിമാനിച്ചു തുടങ്ങുന്നു. അവർക്ക് ഭൗതികമായ വിശ്രമകേന്ദ്രങ്ങളുമുണ്ടാകുന്നു. ആത്മാന്വേഷണത്തേയും തിരിച്ചറിവിനേയും ആദരിച്ചിരുന്ന സനാതനപുരം കായികമികവുകളിലേക്ക് എത്തിച്ചേരുകയാണ്. എവിടേയും കായികമത്സരങ്ങളും മാധ്യമങ്ങളെ അലങ്കരിക്കുന്ന കായിക പ്രതിഭകളുമാണ്. അവസ്ഥയെ തിരിച്ചറിഞ്ഞ് മാറ്റിപ്പണിയാൻ സന്നദ്ധരാകുന്ന യുവത്വത്തെ നിയന്ത്രിക്കാൻ അധികാരികളുടെ ഒത്താശയോടെ

ക്രിക്കറ്റ് കടന്നുവരുകയാണ്. സത്യത്തേയും കാഴ്ചകളേയും അലസമാക്കാനും ചിന്തകളെ മയക്കാനും വേണ്ട ലഹരിപദാർത്ഥങ്ങളും സനാതനപുരത്തിൽ സുലഭമായി ലഭിക്കുന്നു.

അടഞ്ഞ മനസ്സുകളെ ഉണർത്തി പരിസരബോധത്തിലേക്ക് എത്തിക്കാൻ ആചാര്യസത്യവാഗീശ്വരൻ മദ്യത്തെ നിഷിദ്ധപാനീയമാക്കുന്നു. സുഖസമൃദ്ധികളിൽ രമിച്ച ഭാഗ്യവാന്മാർ കീഴാളന് ഉദാരമായി മദ്യം നൽകി. അങ്ങനെ അവരെ അധ:കൃതനും അലസനും ജന്മാന്തരങ്ങളുടെ വിധിനിശ്ചയങ്ങളെ ഏറ്റുവാങ്ങുന്നവനുമാക്കുകയാണ്. വെള്ളക്കാർ ആയുധങ്ങളുടെ കാവൽക്കാരായ പട്ടാളക്കാരെ നിയന്ത്രിക്കാനും യഥാർത്ഥ ശത്രുവിനെ തിരിച്ചറിയാതിരിക്കാനും വേണ്ടി മദ്യത്തെ സൗജന്യമായി ബാരക്കുകളിൽ വിതരണംചെയ്യുന്നു. കഠിനാദ്ധ്വാനത്തിന് ശേഷം മദ്യലഹരിയിൽ മുഴുകുന്ന പട്ടാളക്കാർ പരിസരബോധത്തെ മറന്ന് മുൻ നിശ്ചയങ്ങളിൽ ഒതുങ്ങി പ്രവർത്തിക്കുകയാണ്.

മദ്യത്തിന്റെ രാഷ്ട്രീയനിശ്ചയങ്ങളെ ജനനീദാസന് വ്യക്തമായി തിരിച്ചറിയാൻ കഴിഞ്ഞിരുന്നു. അയാൾ സനാതനപുരത്തിന്റെ യുവത്വത്തേയും തിരിച്ചറിവിന്റെ ചിന്തകളേയും ലഹരിക്കൊഴുപ്പിൽ നിർവീര്യമാക്കുകയാണ്.

ആചാര്യസത്യവാഗീശ്വരന്റെ ആത്മഭാവങ്ങളെ ഉൾക്കൊണ്ട കർമ്മാശ്രമങ്ങൾ ജനീദാസന് ഭീഷണിയാകുന്നു. അന്തേവാസികളുടെ നിസ്വാർത്ഥമായ സമീപനങ്ങളേയും ജീവചൈതന്യത്തേയും ക്രമേണ അയാൾ ഇല്ലാതാക്കുകയാണ്. വൻകിടവ്യവസായങ്ങളും യാന്ത്രികവിഭവങ്ങളും സനാതനപുരത്തുകാരുടെ പ്രിയപ്പെട്ടവ ആയി. പരുത്തിത്തുണികളും കായികമായി ഉണ്ടാക്കുന്ന വസ്തുക്കളും അനാവശ്യ അലങ്കാരങ്ങളായി. അതോടെ കർമ്മാശ്രമങ്ങളുടെ സാമ്പത്തികഭദ്രത തകരുകയാണ്. ചർക്ക ജീവിതദർശനങ്ങളിൽ നിന്നുമാറി ചാക്രികമായ അനുഷ്ഠാനമാകുകയാണ്. കോടതികളും പോലീസും സജീവമായതോടെ സേവനസംഘങ്ങളുടെ ഇടമുറിയുന്നു. ആധുനികതയുടെ അതിക്രമങ്ങൾ ഗ്രാമ്യമായ നിഷ്കളങ്കതയെ പ്രയോജനവാദത്തിൽ പുറന്തള്ളുകയാണ്.

ആചാര്യസത്യവാഗീശ്വരനെ സനാതനപുരത്തിന്റെ ആത്മീയപുരുഷനായി ജനനീദാസൻ പ്രദർശിപ്പിച്ചു. കർമ്മാശ്രമങ്ങളെ തകർക്കാൻ അയാൾ പ്രത്യേകം ശ്രദ്ധിച്ചു. അന്തേവാസികളുടെ സാമ്പത്തിക അപഹരണങ്ങളും ലൈംഗിക ഇടപാടുകളും വ്യാജ തെളിവുകളോടെ മാധ്യമങ്ങളിൽ സ്ഥാനം പിടിക്കുകയാണ്. കർമ്മാശ്രമങ്ങളിലെ പലരും ഇരുമ്പഴികൾക്കുള്ളിൽ തടവുകിടക്കുകയുമാണ്. പലരുടേയും ബലിഷ്ഠമായ ശരീരങ്ങളും വിശുദ്ധമായ

ചിന്തകളും ജയിലിലെ മനുഷ്യത്വരഹിതമായ പീഢനങ്ങളേറ്റ് തളരുന്നു. കാരുണ്യവും മാനുഷികതയും ഇല്ലാത്ത വെള്ളക്കാരുടെ ജയിലുകളെ ആചാര്യസത്യവാഗീശ്വരൻ പുനരധിവാസകേന്ദ്രങ്ങളാക്കുകയായിരുന്നു. അധികാരത്തിന്റെ ശക്തിയിൽ വിശ്വസിച്ച ജനനീദാസൻ ഇരുട്ടറകളെ പുനരുജ്ജീവിപ്പിക്കുകയാണ്.

അപ്പോഴും അയാൾ ആചാര്യസത്യവാഗീശ്വരനെ ദിവ്യമായ പരിവേഷത്തോടെ സനാതനപുരത്തുകാരുടെ മുമ്പിൽ അവതരിപ്പിക്കുന്നു.

'എന്റെ ജീവിതത്തിന്റെ സൗഭാഗ്യം ആചാര്യസത്യവാഗീശ്വരന്റെ കാലഘട്ടത്തിൽ ഞാൻ ജീവിച്ചതാണ്. ആചാര്യന്റെ ശരിയായ മാർഗ്ഗത്തെ ആധുനികകാലത്തിലേക്ക് എത്തിക്കുകയാണ് എന്റെ ജീവിതദൗത്യം. ഞാൻ ആചാര്യന്റെ ചവിട്ടടികളെ പിന്തുടർന്ന് നന്മയേയും ക്ഷേമത്തേയും ജനജീവിതമാക്കുകയാണ്.'

ജനനീദാസനും മന്ത്രിമാരും അധികാരമന്ദിരത്തിലേക്ക് എഴുന്നള്ളുമ്പോൾ രക്ഷാഭടന്മാരും അകമ്പടിവാഹനങ്ങളും മാത്രം രാജവീഥി ഉപയോഗിക്കുന്നു. അപ്പോൾ സനാതനപുരത്തുകാരുടെ സഞ്ചാരം തടസ്സപ്പെടുകയാണ്. അദൃശ്യനായ ശത്രുവിനെ എപ്പോഴും മുമ്പിൽ കണ്ട അവർ ആയുധങ്ങളിൽ ആത്മരക്ഷതേടുന്നു. വെള്ളക്കാരുടെ പ്രയോഗങ്ങളെ മാതൃകയാക്കിയ ജനനീദാസൻ വ്യക്തിയിലും സ്ഥാപനങ്ങളിലും അധികാരത്തെ കേന്ദ്രീകരിക്കുന്നു. ആചാര്യസത്യവാഗീശ്വരന്റെ അധികാര വികേന്ദ്രീകരണത്തിൽനിന്നും മാനവികതയിൽനിന്നും സനാതനപുരത്തുകാർ വേറിട്ടു. ഇപ്പോൾ അവർ അധികാരത്തിന്റെ നിർദ്ദയനടപടികൾ സഹിച്ച് അടഞ്ഞ മനസ്സോടെ ശാന്തരായി ഉറങ്ങുന്നു.

പൈതൃകമന്ദിരത്തിലെ കാഴ്ചവസ്തുവായി സഹജഭാവങ്ങളെ മറന്നുനിന്ന ആചാര്യസത്യവാഗീശ്വരനോട് ജനനീദാസൻ അഭിമാനത്തോടെ പറഞ്ഞു:

'നിങ്ങൾ ഇന്ന് സനാതനപുരത്തിന് അനാവശ്യമാണ്. നിങ്ങളുടെ ശരിയായ മാർഗ്ഗത്തെ ആധുനികശാസ്ത്രത്തിലേക്ക് എത്തിക്കാൻ എനിക്കു കഴിഞ്ഞു'.

ഭക്ഷണത്തിന്റെ അഭാവത്തിലും ആത്മബലത്തോടെ ആചാര്യസത്യവാഗീശ്വരൻ ജീവിതത്തെ അഭിമുഖീകരിച്ചു. ജന്മത്തിന്റെ ആവശ്യത്തേയും നിയോഗത്തേയുംകുറിച്ച് അയാൾ ബോധവാനാകുന്നു. പുനർജ്ജനിഗുഹയുടെ നിശ്ചയങ്ങൾ മനസ്സിലേക്ക് കടന്നുവന്നതോടെ അയാൾ നിലനില്പിന്റെ അത്യാവശ്യങ്ങൾക്കുവേണ്ടി ഭക്ഷിച്ചുതുടങ്ങുകയാണ്.

സ്ഥലകാലങ്ങളുടെ വ്യത്യസ്തതകളേയും പരിമിതികളേയും

ഉൾക്കൊള്ളാത്ത അന്ധമായ വികസനത്തെ ആചാര്യസത്യവാഗീശ്വരൻ തിരിച്ചറിയുകയാണ്. വൻകിടവ്യവസായങ്ങൾ സനാതനപുരത്തുകാരുടെ ജീവിതത്തെ യാന്ത്രികവും സങ്കീർണ്ണവും ആക്കുകയാണ്. ആധുനികതയുടെ വരവോടെ പൈതൃകമായതെല്ലാം അനാചാരങ്ങളാകുകയാണ്. ശരിയായ മാർഗ്ഗത്തിന്റെ വിശുദ്ധതലങ്ങളും കരുണാർദ്രമായ മാനുഷികതയും അനാവശ്യമാകുന്നു. മൃഗീയമായ ആസക്തിയും പിടിച്ചടക്കലിന്റെ പരാക്രമങ്ങളുമാണ് എവിടേയും.

അവതാരപുരുഷന്റേയും ദിവ്യസിദ്ധികളുടേയും പരിവേഷം നഷ്ടപ്പെട്ട ആചാര്യസത്യവാഗീശ്വരൻ സനാതനപുരത്തുകാരുടെ ഓർമ്മകളിലേക്ക് പിൻവാങ്ങുന്നു. വാർത്താമാധ്യമങ്ങൾ അയാളെ അവഗണിക്കുകയാണ്. മഹാസമാധി നീണ്ടപ്പോൾ സനാതനപുരത്തുകാർ ജീവിതത്തിന്റെ സ്വാഭാവികതകളിലേക്ക് മടങ്ങി. അവർ പൈതൃകമന്ദിരത്തിലെ അപൂർവ്വ സന്ദർശകരാകുന്നു.

അകാലമരണം തടംകെട്ടുന്ന നിശ്ചലതയായി സനാതനപുരത്തുകാരെ ബാധിക്കുകയാണ്. അദ്ധ്വാനിക്കുന്നവരേയും ഉടമകളേയും ഉദ്യോഗസ്ഥന്മാരേയും യന്ത്രങ്ങളുടെ യാന്ത്രികനീതി ഭരിക്കുകയാണ്. സനാതനപുരത്തിന്റെ ആത്മീയതയേയും വൻകിടയന്ത്രങ്ങൾ കീഴടക്കുന്നു. വ്യക്തിത്വവും വിവേകവും ഇല്ലാത്ത അവർ ആത്മാന്വേഷണത്തിന്റെ സംഘർഷങ്ങളിൽനിന്ന് വിമുക്തരാകുകയാണ്. സനാതനപുരത്തുകാർ തട്ടുകളായി വിഭജിക്കപ്പെടുന്നു. ഭരണാധികാരികൾ വൻകിട വ്യവസായികളുടെ താല്പര്യങ്ങളെ സംരക്ഷിക്കുന്ന ഇടത്തട്ടുകാരാകുകയാണ്.

ആചാര്യസത്യവാഗീശ്വരന്റെ ശരിയായ മാർഗ്ഗത്തെ പുറന്തള്ളിയ സനാതനപുരം വംശനാശത്തിലേക്ക് വഴിയറിയാതെ നീങ്ങുന്നു.

ആചാര്യസത്യവാഗീശ്വരൻ ജനിച്ച വീടും പരിസരവും സനാതനപുരത്തുകാരുടെ ഓർമ്മകളിൽനിന്ന് അന്യമായി. ദിവ്യമാതാവായ വ്രതയേയും അവർ ഉപേക്ഷിക്കുകയാണ്. നിരന്തരമായ പീഢനങ്ങളും സാമ്പത്തികപരാധീനതകളും കർമ്മാശ്രമങ്ങളെ ബലഹീനമാക്കി. അവിടെനിന്ന് രക്ഷപ്പെടുന്നവർ സ്വകാര്യതാല്പര്യങ്ങളോടെ നഗരങ്ങളിലും ഗ്രാമങ്ങളിലും പുത്തൻ താവളങ്ങൾ കണ്ടെത്തുന്നു. ആത്മാന്വേഷണമില്ലാത്ത അവർ ആചാര്യസത്യവാഗീശ്വരന്റെ ശരിയായമാർഗ്ഗത്തെ അനുഷ്ഠാനക്രിയകളാക്കുകയാണ്.

ആചാര്യസത്യവാഗീശ്വരനെ തേടി എത്തിയ കാദംബരി പറഞ്ഞു:

'എല്ലാം വിഢ്ഢിത്തമായിരുന്നുവല്ലേ? അനാവശ്യമായ ജന്മത്തെക്കുറിച്ചും തിരിച്ചുകിട്ടാത്ത ആത്മാവുകളെ ഓർത്തുമാണ് ഞാൻ ദു:ഖിക്കുന്നത്. ഇപ്പോൾ തെറ്റായ മാർഗ്ഗവും ശരിയാകുകയാണ്.

അങ്ങയുടെ ജീവിതം സത്യദർശനമാണെന്ന് ഞാൻ ഇപ്പോഴും വിശ്വസിക്കുന്നു. മനുഷ്യൻ അജ്ഞാനിയും ദുഃഖിതനുമാകുമ്പോൾ എനിക്ക് സ്വാർത്ഥമോഹങ്ങളുമായി ജീവിക്കാനാവില്ല. സനാതനപുരത്തിൽ സ്ത്രീകളാണ് ഏറ്റവും കൂടുതൽ ദുഃഖവും ദുരിതവും അനുഭവിക്കുന്നത്. ഞാൻ അവർക്കുവേണ്ടി പ്രവർത്തിച്ചു തുടങ്ങുകയാണ്.'

സ്ത്രീത്വത്തിന്റെ ശക്തിയേയും അവർ വംശാവലികളിലേക്ക് പകരുന്ന സവിശേഷതകളേയും കാദംബരി തിരിച്ചറിയുന്നു. അവരെ അടിച്ചമർത്തലുകളിൽനിന്നും പുരുഷാധിപത്യത്തിൽ നിന്നും പുറത്തു കടക്കാൻ അവൾ പ്രേരിപ്പിക്കുകയാണ്. ഭോഗവസ്തുവും ഉപഭോഗവസ്തുവുമാകുന്ന സ്ത്രീത്വത്തെ അവൾ ഉണർത്തുകയാണ്. പ്രഭാവസുവിന്റെ അധീശത്വത്തെ തകർത്ത അവൾ സഹജീവികളുടെ ദുരന്തത്തെ ഏറ്റുവാങ്ങുന്നു. അവരെ സ്വന്തം കാലിൽ നിൽക്കാൻ തുന്നൽക്ലാസ്സുകളും സ്കൂളുകളും അവൾ ആരംഭിക്കുകയാണ്.

പുനർജ്ജനിഗുഹ നൽകുന്ന ആത്മജ്ഞാനത്തിനുവേണ്ടി ആചാര്യസത്യവാഗീശ്വരൻ ധ്യാനിച്ചിരുന്നു. കർമ്മദോഷത്തിൽനിന്നും വംശനാശത്തിൽനിന്നും രക്ഷപ്പെടാനുള്ള സാദ്ധ്യതകളെ കാലം സനാതനപുരത്തിനു നൽകിയതാണ്. ശരിയായ മാർഗ്ഗത്തിൽനിന്നുള്ള പിന്മാറ്റം കാലത്തിന്റെ വിധിനിശ്ചയമായും സർവ്വനാശമായും തീരുകയാണ്.

കാലത്തിന്റെ ആത്മാവിനെ ആചാര്യസത്യവാഗീശ്വരൻ തിരിച്ചറിയുന്നു. ഭക്ഷണത്തോടും ജീവിതത്തോടും ഉദാസീനനായ അയാൾ ധ്യാനമുഹൂർത്തങ്ങളിൽ സമയം കളയുന്നു. പരിസരബോധം മറന്ന അയാൾ ഉണർവ്വും ഉറക്കവും അറിയുന്നില്ല. അഗാധമായി ധ്യാനിച്ചിരുന്ന അയാൾ പുനർജ്ജനിഗുഹയുടെ ആത്മചൈതന്യത്തെ ഉണർത്തുകയാണ്.

പെട്ടെന്ന് സന്ധ്യയുടെ ചുവപ്പുരാശിയിൽനിന്ന് പൈതൃകമന്ദിരത്തിലേക്ക് വെളുത്തശലഭങ്ങളുടെ മേഘാവരണങ്ങൾ കടന്നുവരുകയാണ്. കാവൽക്കാരെ മോഹാലസ്യപ്പെടുത്തിയ ശലഭങ്ങൾ പൈതൃകമന്ദിരത്തിന്റെ സുഷിരങ്ങളെ പ്രവേശനമാർഗമാക്കുന്നു. ആചാര്യസത്യവാഗീശ്വരനെ പുതപ്പായി മറച്ച ശലഭങ്ങൾ അർദ്ധരാത്രിയോടെ അപ്രത്യക്ഷമാകുകയാണ്. അപ്പോഴേക്കും വാതിലുകൾ തുറക്കുകയും കാവൽക്കാർ ഗാഢമായ ഉറക്കത്തിലേക്ക് വീഴുകയും ചെയ്യുന്നു.

പ്രക്ഷുബ്ധമായ പുനർജ്ജനിപുഴ ശാന്തയായി ആചാര്യസത്യവാഗീശ്വരനെ സ്വീകരിക്കുകയാണ്.

പുനർജ്ജനിഗുഹയിലെ മണൽത്തിട്ടയിൽ അശാന്തമായ

മനസ്സോടെ ആചാര്യസത്യവാഗീശ്വരൻ ധ്യാനിച്ചിരുന്നു. അയാളുടെ ധ്യാനതീവ്രതകൾ ശ്വാസചലനങ്ങളായി പുനർജ്ജനിഗുഹയിൽ ലയിക്കുന്നു. ധ്യാനത്തിൽനിന്ന് ഉണർന്ന ആചാര്യസത്യവാഗീശ്വരൻ കാലബോധവും ദിശാബോധവും ഇല്ലാത്ത പുനർജ്ജനിഗുഹയിലേക്ക് പ്രവേശിക്കുകയാണ്. ശരീരത്തോടെ നടന്ന അയാളെ പുകച്ചുരുളുകൾ ആക്രമിക്കുന്നു. പ്രതിസന്ധികളെ മറികടക്കാൻ ശ്രമിച്ച അയാളെ അപാരതയിൽനിന്ന് നീണ്ടുനിന്ന വിരലുകൾ തടയുന്നു. അയാൾ വീണ്ടും പുനർജ്ജനിയിലെ മണൽത്തിട്ടയിൽ എത്തുന്നു.

'ശരീരമുള്ള നീ എന്തിനാണ് പുനർജ്ജനിയുടെ അപാരതയിലേക്ക് പ്രവേശിക്കുന്നത്?'

ആചാര്യസത്യവാഗീശ്വരന്റെ നിശ്ശബ്ദമായ ചെവി പെട്ടെന്ന് ശബ്ദങ്ങളെകൊണ്ടു നിറയുന്നു. വാക്കുകൾ ആത്മാവിലേക്ക് ഇറങ്ങി ആശയങ്ങളെ കൈമാറുകയാണ്. അമാനുഷികമായ ശക്തിയോടെ അയാൾ വാക്കുകളുടെ ആത്മാവിനെ തിരിച്ചറിയുന്നു.

'കാലത്തിൽ ബന്ധിപ്പിക്കപ്പെട്ട നിന്റെ മനസ്സിനെ ഞങ്ങൾ അറിയുന്നു. വ്യവഹാരകാലത്തിന്റെ വിരക്തി നിന്നെ നിസ്സഹായനാക്കുന്നു. കാലത്തിന്റെ നിയോഗം അനുസരിക്കുന്ന നീ ഞങ്ങളിലേക്ക് എത്തിച്ചേരേണ്ടവനാണ്.'

'നിന്റെ നിയോഗം പൂർത്തിയാകുമ്പോൾ നിന്റെ കാലവും അവസാനിക്കും. സത്യത്തിന്റേയും കാരുണ്യത്തിന്റേയും ആത്മദർശനവുമായ നിന്റെ ശരിയായ മാർഗ്ഗം പതനത്തിനും ഉയർച്ചകൾക്കും അതീതമാണ്. പ്രപഞ്ചത്തിന്റെ കരുണാർദ്രമായ മാർഗ്ഗമാണ് നീ കണ്ടെത്തിയത്. വംശശാപത്തിൽനിന്ന് ജീവജാലങ്ങളുടെ രക്ഷനിർദ്ദേശിക്കുക നിന്റെ നിയോഗമാണ്. മറ്റൊന്നും നീ പ്രതീക്ഷിക്കരുത്'.

'നീ വീണ്ടും പൈതൃകമന്ദിരത്തിലേക്ക് മടങ്ങുക'.

പുനർജ്ജനിഗുഹയിൽനിന്ന് പുറത്തുകടന്ന ആചാര്യസത്യവാഗീശ്വരൻ വാക്കുകളുടെ നിശ്ശബ്ദതയിലേക്ക് മടങ്ങി. പുനർജ്ജനിപ്പുഴയിലേക്ക് ഇറങ്ങിയ അയാൾ മറുകരയിലെ കാടിന്റെ പ്രശാന്തത അനുഭവിച്ചു. ആരണ്യ നൽകിയ വേർപാടിന്റെ പരുഷമായ ഏകാന്തത അയാളെ വേട്ടയാടുന്നു. ആത്മാന്വേഷണത്തിന് ശക്തി നൽകിയ അവളുടെ ജീവിതത്തിന്റെ നിയോഗത്തേയും അയാൾ തിരിച്ചറിയുകയാണ്. ആസക്തിയും പരിഭവങ്ങളുമില്ലാതെ ആരണ്യ ജീവിതത്തെ ധന്യമാക്കി. അവൾ ജീവിതത്തെ അനുഭവിച്ചറിഞ്ഞ് നിഗമനങ്ങളിൽ എത്തിച്ചേരുന്നു. ഗ്രന്ഥവരികളില്ലാത്ത അവളുടെ ജീവിതം അനുഭവങ്ങളുടെ സമ്പൂർണ്ണതയാണ്.

ആചാര്യസത്യവാഗീശ്വരൻ പുനർജ്ജനിഗുഹയിലേക്ക്

പോയെന്ന് അറിഞ്ഞ ആൾക്കൂട്ടം അവതാരപുരുഷന്റെ ദിവ്യസിദ്ധികൾക്കുവേണ്ടി കാത്തുനിൽക്കുകയാണ്.

മനിലപുരത്തിലെ കൈത്തൊഴിലുകാർ വീണ്ടും ജീവിതത്തിന്റെ തുറസ്സിലേക്ക് നിസ്സഹായതയോടെ വീഴുകയാണ്. സനാതനപുരത്തിൽ എവിടേയും വൻകിടവ്യവസായങ്ങളുടെ ഉല്പന്നങ്ങളാണ്. കർമ്മശേഷി നിഷേധിക്കപ്പെട്ട മനിലപുരത്തുകാർ ദാരിദ്ര്യത്തിലേയും അകാലമരണത്തിലേക്കും എത്തിച്ചേരുന്നു. ആചാര്യസത്യവാഗീശ്വരന്റെ ദിവ്യസിദ്ധികളും അവതാരപുരുഷന്റെ അമാനുഷികതയും അവരുടെ പ്രത്യാശകളാകുകയാണ്.

'ആചാര്യനാണ് ഞങ്ങളുടെ രക്ഷ'.

ആംഗ്യവിക്ഷേപങ്ങളിൽ നിസ്സഹായതയെ ഒതുക്കിയ ആചാര്യസത്യവാഗീശ്വരനെ കണ്ട് അവർ പറഞ്ഞു.

'ഞങ്ങളും നഗരത്തിലേക്ക് പോകുന്നു'.

ദിവ്യമായ പരിവേഷം നഷ്ടപ്പെട്ട് സാധാരണക്കാരനാകുമ്പോൾ മനിലപുരത്തുകാരും ആചാര്യസത്യവാഗീശ്വരനെ പുറന്തള്ളുകയാണ്. നഗരം പ്രതീക്ഷയും വ്യാമോഹവുമായി വളർന്നതോടെ മനിലപുരത്തുകാർ യാത്രപുറപ്പെടുകയാണ്.

ജനനീദാസൻ ആചാര്യസത്യവാഗീശ്വരന്റെ ശരിയായ മാർഗ്ഗത്തെ നിരന്തരം പരിഷ്കരിച്ചും വ്യാഖ്യാനിച്ചും മാറ്റങ്ങൾ വരുത്തിക്കൊണ്ടിരുന്നു. പൗരാണികതയുടെ സമൃദ്ധികളെ മനസ്സിൽ കൊണ്ടുനടന്ന സനാതനപുരത്തുകാർ നിലനിൽപിന്റെ ന്യായങ്ങളോടെ അനീതികൾക്ക് കീഴടങ്ങുന്നു. അവർ കാലത്തിന്റെ മനോഭാവങ്ങളെ മറക്കുകയാണ്.

പൈതൃകമന്ദിരത്തിലെ കാലഹരണപ്പെട്ട അലങ്കാരവസ്തുവായ ആചാര്യസത്യവാഗീശ്വരനെ സനാതനപുരത്തുകാർ അപൂർവ്വമായി സന്ദർശിക്കുന്നു. അറിവുകേടിന്റെ ഇരുട്ടിൽ ജീവിച്ച അവർ യാഥാർത്ഥ്യത്തിൽനിന്ന് പിന്തിരിഞ്ഞ് ഭാവനയെ വർണ്ണശഭളമാക്കുകയാണ്.

ആചാര്യസത്യവാഗീശ്വരന്റെ കരുണാർദ്രവും മാനുഷികവുമായ ശരിയായ മാർഗ്ഗം പിടിച്ചടക്കലും ആസക്തിയുമാകുകയാണ്. നിസ്വാർത്ഥമായ സമീപനങ്ങൾക്കുപകരം എവിടേയും പ്രയോജനവാദമാണ്. ആത്മാന്വേഷണത്തിന്റേയും കണ്ടെത്തലിന്റേയും സ്ഥാനത്ത് അന്യന്റെ ചിന്തകളും അവരുടെ പെരുമാറ്റങ്ങളുടെ അനുകരണവുമാണ്.

സന്ധ്യയോടെ തലസ്ഥാനവും രാജവീഥിയും ചുവപ്പിൽ പരിലസിക്കുകയാണ്. തൊഴിലാളികളുടെ അവകാശസമരം പ്രകോപനങ്ങളും

പ്രത്യാക്രമണങ്ങളുമായി തീയുണ്ടകളിൽ അവസാനിക്കുന്നു. ആറുപേർ രക്തസാക്ഷികളാകുന്നു. ക്രൗര്യം അടങ്ങാത്ത പോലീസുകാർ അധികാരത്തിന്റെ ആജ്ഞകളെ അനുസരിച്ച് ജനങ്ങളെ വേട്ടയാടുകയാണ്.

പൈതൃകമന്ദിരത്തിന്റെ മുമ്പിൽക്കൂടെ ശത്രുവിനെ ഉന്മൂലനം ചെയ്യുമെന്ന പ്രഖ്യാപനങ്ങളോടെ തൊഴിലാളികൾ ക്ഷുഭിതരായി കടന്നുപോകുന്നു. പോലീസുകാരുടെ അതിക്രമങ്ങളോട് ജനനിദാസൻ നിസ്സംഗതപാലിച്ചു. അപ്പോഴും അയാൾ ശരിയായ മാർഗ്ഗത്തേയും കാരുണ്യത്തേയും ദുർവ്യാഖ്യാനിക്കുകയാണ്.

'ക്ഷുഭിതരും പ്രക്ഷോഭകാരികളുമാകാതെ അനുസരിക്കാനാണ് ആചാര്യൻ നമ്മെ ശീലിപ്പിച്ചത്. പരീക്ഷണത്തിന്റെ നാളുകൾ കാരുണ്യത്തിന്റേയും സംയമനത്തിന്റേയും പരീക്ഷണവേദികളുടെയാണ്. വികസനത്തിന്റേയും ക്ഷേമത്തിന്റേയും യുഗത്തിലേക്ക് പ്രവേശിക്കുന്ന നാം അനുസരണയുള്ളവരാകുക. അനാവശ്യമായ അവകാശസമരങ്ങളെ ത്യജിച്ച് സമാധാനത്തെ സ്വീകരിക്കുക ആചാര്യസത്യവാഗീശ്വരന്റെ ശരിയായ മാർഗ്ഗമാണ്.'

പട്ടിണിയും അടിച്ചമർത്തലുകളും തൊഴിലാളികളുടെ ആത്മബലത്തെ നിർവ്വീര്യമാക്കുകയാണ്. യന്ത്രങ്ങളിലേക്ക് മടങ്ങിയ അവർ പരിഭവങ്ങളെ ആത്മാവിൽ സൂക്ഷിക്കുകയാണ്. ആചാര്യസത്യവാഗീശ്വരന്റെ സമഭാവനയുടെ മാർഗ്ഗത്തിൽനിന്ന് ജനനീദാസന്റെ വ്യവസായകോയ്മയിലേക്ക് എത്തുമ്പോൾ എവിടേയും വിഭജനങ്ങളും വേർതിരിവിന്റെ തട്ടുകളുമാണ്. കാരുണ്യത്തേയും മാനുഷികതയേയും ധാർമ്മികതയേയും സനാതനപുരം കയ്യൊഴിച്ചു. അവർ വന്യമായ ക്രൂരതയിലേക്കും ബലവാന്റെ അതിജീവനശാസ്ത്രത്തിലേക്കും പിൻനടക്കുന്നു. കാലം ദയാരഹിതമായ നടപടികളോടേയും കർമ്മദോഷത്തിന്റെ ഭവിഷ്യത്തുകളോടേയും സനാതനപുരത്തിനെ കീഴടക്കുകയാണ്.

ദിവ്യസിദ്ധികളും അമാനുഷികതയും ആചാര്യസത്യവാഗീശ്വരനിൽനിന്ന് വിട്ടുപിരിയുന്നു. അതോടെ സനാതനപുരത്തുകാരും അയാളെ അവഗണിക്കുന്നു. ജന്മമുക്തിക്കും അനുഗ്രഹത്തിനുംവേണ്ടി വരാത്ത അവർ പരിചിതമായ കാഴ്ചവസ്തുവിനോട് അലംഭാവത്തോടെ മുഖംതിരിച്ചു. അങ്ങനെ ജീവിതത്തിന്റെ സങ്കീർണ്ണതയിലേക്കും നിലനില്പിന്റെ ന്യായങ്ങളിലേക്കും അവർ പ്രവേശിക്കുകയാണ്. ജനനീദാസന്റെ വ്യാഖ്യാനങ്ങളും ആസക്തിയുടെ വ്യാമോഹങ്ങളും അവരെ വശീകരിക്കുകയാണ്. അതോടെ അവർ അജ്ഞാനത്തിന്റെ ഇരുട്ടിനെ വഴിയായികാണുന്നു.

സനാതനപുരത്തിന്റെ പൗരാണികമായ ഏടുകളിലേക്ക് മടങ്ങിയ

ആചാര്യസത്യവാഗീശ്വരനെ കാണാൻ അപൂർവ്വമായി ജനനീദാസൻ എത്തുന്നു. ആചാര്യൻ അധികാരത്തിൽനിന്ന് വേറിട്ടതോടെ ആൾക്കൂട്ടം പിടിച്ചടക്കലിന്റെ രീതിശാസ്ത്രത്തെ ജീവിതരീതിയാക്കുകയാണ്. ജനനീദാസൻ ശരിയായ മാർഗ്ഗത്തിന്റെ അന്ത്യവിധി നിശ്ചയിക്കുകയാണ്.

ആചാര്യസത്യവാഗീശ്വരനെ കാണാനെത്തിയ ജനനീദാസൻ പറഞ്ഞു:

'താങ്കൾ സനാതനപുരത്തിന് അനാവശ്യമാണ്. ഇനി സനാതനപുരത്തുകാർക്ക് ആചാര്യസത്യവാഗീശ്വരന്റെ ആവശ്യമില്ല. ശരിയായ മാർഗ്ഗത്തേയും ആധുനികശാസ്ത്രത്തേയും ഞാൻ ഒന്നിപ്പിച്ചു. പിശാചിന്റെ മാർഗ്ഗത്തെ ശാസ്ത്രീയമാർഗ്ഗമാക്കി തീർക്കാൻ എനിക്കു കഴിഞ്ഞു'.

'ഇനി ആചാര്യസത്യവാഗീശ്വരന്റെ മഹാസമാധിയാണ് നടക്കേണ്ടത്''.

ആചാര്യസത്യവാഗീശ്വരന്റെ നിശ്ശബ്ദമായ കാതുകളിൽ വാക്കുകൾ അർത്ഥരഹിതമായി വീണുറച്ചു. ധ്യാനത്തിന്റെ അഗാധതയിൽ ലയിച്ച അയാൾ അശാന്തിയിൽനിന്ന് ശാന്തിയിലേക്കും ലൗകികനിരാസത്തിലേക്കും എത്തിച്ചേർന്നു. ബലിയൊരുക്കങ്ങളുടെ സൂചനകളെ ആചാര്യസത്യവാഗീശ്വരൻ ലാഘവത്തോടെ കാണുകയാണ്. അയാൾ ആത്മീയമായ പരമശാന്തിയിൽ ജീവിതത്തിന്റെ ധന്യതയെ അനുഭവിക്കുന്നു.

രാത്രി രഹസ്യനീക്കങ്ങളായും പതിഞ്ഞ വാക്കുകളായും പൈതൃകമന്ദിരത്തിനെ ആവരണം ചെയ്യുന്നു. പെട്ടെന്ന് താളിയോലകളിലേക്ക് തീ പടരുന്നു. എന്തിനേയും ഭസ്മമാക്കി വിശുദ്ധമാക്കുന്ന തീ സനാതനപുരത്തിന്റെ പൗരാണികശേഖരങ്ങളെ നിസ്സംഗതയോടെ വിഴുങ്ങുകയാണ്.

മരണത്തെ കണ്ട് ബനുവ ദയനീയമായി നിലവിളിച്ചു.

ആചാര്യസത്യവാഗീശ്വരൻ ലോകഭാവങ്ങളെ മറന്ന് ധ്യാനിച്ചിരുന്നു.

താഴ്ന്നു പറന്ന വെളുത്ത മേഘങ്ങൾ ശലഭങ്ങളായി മാറിത്തുടങ്ങുന്നു. തീനാമ്പുകൾ വഴിയൊഴിയുന്നതോടെ ശലഭങ്ങൾ ആചാര്യസത്യവാഗീശ്വരനെ വിശുദ്ധ അങ്കിയായി പൊതിയുകയാണ്. ധ്യാനത്തിൽ നിന്നുണർന്ന അയാൾ ശലഭങ്ങളുടെ വഴിത്താരയിലേക്ക് ഇറങ്ങുന്നു. രൗദ്രഭാവങ്ങളെ വെടിഞ്ഞ തീജ്വാലകൾ സൗമ്യമായി ആചാര്യസത്യവാഗീശ്വരനെ വരവേൽക്കുന്നു. അനിശ്ചിതത്വത്തിൽനിന്ന് പുറത്തുകടന്ന അയാൾ ശലഭങ്ങളുടെ അകമ്പടിയോടെ രാത്രിയുടെ

നിഗൂഢതയിലേക്ക് പ്രവേശിക്കുകയാണ്.

സനാതനപുരത്തിന്റെ പൈതൃകശേഖരങ്ങളേയും പൗരാണിക സംസ്കാരത്തിന്റെ അവസാനത്തെ കണ്ണിയായ ബനുവേയും അഗ്നി ജ്വാലകൾ ചാമ്പലാക്കുന്നു. നവീനകാലത്തിനും ജീവിതത്തിനും അവയെല്ലാം അമിതഭാരങ്ങളായി തീർന്നിരിക്കുന്നു.

ആദിനാഥപുരം

*ചെപ്പേട്ടുകൾ
ചരിത്രത്തിന്റെ ഖനികളിൽ നിക്ഷേപിച്ച അവാസ്തവ ലിഖിതങ്ങളാണ്. അവ അധികാരത്തിന്റെ വെള്ളപൂശലുക ളുമാണ്. ആചാര്യസത്യവാഗീശ്വരന്റെ കാരുണ്യത്തിന്റേയും മാനുഷികതയുടേയും സത്യത്തിന്റേയും സമീപനങ്ങളെ പകയുടേയും യാന്ത്രികതയുടേയും ദർശനങ്ങൾ ദുർവ്യാഖ്യാ നിക്കുകയാണ്.
ജനനീദാസൻ വിവരിച്ച ആചാര്യസത്യവാഗീശ്വരന്റെ മഹാസമാധി ഒരു കൊലപാതകത്തിന്റെ വിഫലശ്രമങ്ങ ളാണ്. സനാതനപുരത്തുകാരുടെ അജ്ഞതയേയും അടഞ്ഞ മനസ്സിനേയും അയാൾ സമർത്ഥമായി ഉപയോഗിച്ചു. അധികാരത്തിന്റെ ഉന്മാദത്തിലേക്ക് അയാൾ കിരാതമായി കടന്നുചെല്ലുകയാണ്.
ജനനീദാസൻ ശരിയായ മാർഗ്ഗത്തെ വ്യാഖ്യാനിക്കുമ്പോൾ അത് യാന്ത്രികഭാരംകൊണ്ട് കനക്കുകയാണ്. ആചാര്യസ ത്യവാഗീശ്വരന്റെ ദർശനത്തിൽനിന്ന് മനുഷ്യസത്തയും വ്യ ക്തിത്വത്തിന്റെ സർഗ്ഗാത്മകതയും ചോർന്നുപോകുകയാണ്. സത്യത്തേയും ആത്മാന്വേഷണത്തേയും ഇല്ലാതാക്കിയ ജനനീദാസന്മാരുടെ കൂടെ കാലം താല്ക്കാലികമായി നീങ്ങുന്നു. അപ്പോൾ അവർ ചരിത്രത്തിന്റെ ഖനികളിലേക്ക് അവാസ്തവങ്ങളുടെ ചെപ്പേട്ടുകളെ നിക്ഷേപിക്കുന്നു.
ആചാര്യസത്യവാഗീശ്വരന്റെ ആത്മാവിനേയും ആത്മാംശ ങ്ങളേയും അന്വേഷിച്ച് സനാതനപുരത്തിൽ മുഴുക്കെ ഞാൻ അലഞ്ഞുനടക്കുന്നു. വ്യാഖ്യാനങ്ങളുടെ മഹാപ്രളയത്തിൽനി ന്ന് സത്യത്തെ തിരിച്ചറിയണം. അമാനുഷികതയിൽനിന്ന് മാനുഷികതയേയും ഞാൻ കണ്ടെത്തേണ്ടതാണ്. ആചാര്യ സത്യവാഗീശ്വരൻ പരിമിതികളെ ഭേദിച്ച് പ്രപഞ്ചത്തിന്റെ പരിപൂർണ്ണതയിലേക്ക് എത്തിച്ചേരുന്നു. ആത്മദർശന ത്തിന്റെ വഴികളെ പിന്തുടരുന്ന ആചാര്യസത്യവാഗീശ്വൻ ആത്മത്യാഗവും പരിത്യാഗവും ജീവിതരീതിയാക്കി മനുഷ്യന്റെ മഹത്വത്തെ വെളിപ്പെടുത്തുകയാണ്.
മനുഷ്യവംശത്തിന്റെ വിധിയെ മാറ്റിത്തീർക്കാൻ ആചാര്യസത്യവാഗീശ്വരനു കഴിഞ്ഞില്ല. കർമ്മഫലങ്ങൾ ദുരന്തങ്ങളായി തീർന്ന് രക്ഷപ്പെടാനുള്ള സാദ്ധ്യതകളെ ഇല്ലാതാക്കുകയാണ്. ആധുനികസനാതനപുരം ആത്മാന്വേ ഷണവും കണ്ടെത്തലുമില്ലാതെ അനുകരണങ്ങളുടെ ആവർ ത്തനങ്ങളിൽ മുഴുകുന്നു. മനുഷ്യജന്മങ്ങളെ ഹിംസയും അളവു കളിൽ ഒതുങ്ങാത്ത ആസക്തികളും നിയന്ത്രിക്കുകയാണ്. യന്ത്രത്തിന്റെ അധീശത്വം എല്ലാവരേയും അടിമകളാക്കുന്നു.*

വിവേകവും വ്യക്തിത്വവുമില്ലാത്ത ആൾക്കൂട്ടം ജീവിതത്തെ ക്രമസംവിധാനങ്ങളോടെ അനുഷ്ഠിച്ചുതീർക്കുകയാണ്. പൈതൃകമന്ദിരത്തിലെ അപമാനത്തിന്റെ നിർദ്ദയത്വത്തിൽനിന്നും അഗ്നിജ്വാലകളിൽനിന്നും ആചാര്യസത്യവാഗീശ്വരൻ രക്ഷപ്പെടുന്നു. ആചാര്യന്റെ മഹാസമാധിയെ വിവരിച്ച ജനനീദാസൻ ശരിയായ കണ്ടെത്തലുകളില്ലാതെ ചെപ്പേടുകളെ അവസാനിപ്പിക്കുന്നു. തുടർന്ന് ജനനീദാസന്റെ വീരഗാഥകളും വംശഗാഥകളും ചരിത്രത്തിന്റെ ഭാഗമാകുകയാണ്.

ആചാര്യസത്യവാഗീശ്വരന്റെ ആത്മാന്വേഷണവും കണ്ടെത്തലുകളും ആദിനാഥപുരത്തിൽ തുടരുകയാണ്.

പതിനാലാം അദ്ധ്യായം

പ്രാചീനകാലം മുതൽക്കേ ആദിനാഥപുരത്തുകാർ സഹജീവികളിൽനിന്ന് വഴിമാറി നടക്കുന്നു. അവർ ജന്മത്തിന്റെ നിഷ്കളങ്കതയോടെ വംശശുദ്ധിയെ രക്ഷിക്കുകയാണ്. അവരുടെ വിശ്വാസങ്ങളും ആചാരങ്ങളും വർണ്ണസങ്കരങ്ങളില്ലാതെ കാലഹരണപ്പെടാതെ നിലനിന്നു. സംഘട്ടനങ്ങളും വംശീയകലാപങ്ങളും അവർക്ക് അന്യമാണ്. അവരുടെ പൗരാണിക സ്മൃതികളിൽപോലും പാരസ്പര്യത്തിന്റേയും സമന്വയത്തിന്റേയും സമഭാവനകളാണ്. അവരുടെ ആചാരങ്ങളേയും വിശ്വാസങ്ങളേയും ബലക്ഷയത്തിൽ നിന്ന് പ്രകൃതി രക്ഷിക്കുന്നു. ഗോത്രത്തനിമയും വംശശുദ്ധിയും കാത്തുസൂക്ഷിക്കാൻ പ്രകൃതിയാണ് അവർക്ക് സ്ഥലകാലങ്ങളുടെ പ്രതിരോധത്തെ പണിയുന്നത്. ആദിനാഥപുരത്തുകാരെ കീഴടക്കാനും ചൂഷണംചെയ്യാനും ആയുധങ്ങളും തന്ത്രങ്ങളുമായി പലരും എത്തി. അപ്പോൾ രക്ഷകനെ നിയോഗിക്കുന്ന പ്രകൃതി അന്യർക്ക് അപ്രാപ്യമായ മറ്റൊരു സങ്കേതത്തെ വെളപ്പെടുത്തുകയാണ്. പലായനത്തിന്റെ ദുരിതങ്ങളിൽനിന്ന് രക്ഷകന്മാരുടെ അമാനുഷികത അവരെ ആത്മക്ഷതമേല്പിക്കാതെ രക്ഷിക്കുകയാണ്. രക്ഷകന്റെ ദിവ്യസിദ്ധികളും പ്രകൃതിയുടെ അതിശക്തമായ പ്രതിരോധവും മറ്റുള്ളവരുടെ അധിനിവേശങ്ങളിൽനിന്ന് അവരെ കാലാതീതമായി സംരക്ഷിക്കുന്നു.

പച്ചപ്പുകളില്ലാത്ത ആദിനാഥപരത്തെ കാറ്റിൽപ്പോലും ഉപ്പുതരികൾ നിറഞ്ഞിരിക്കുന്നു. ഹയാനയുടെ തോലുകൾ വിതാനിച്ച കുടിലുകളുടെ അപ്പുറത്ത് അനന്തതയിലേക്കു നീളുന്ന ഉപ്പളങ്ങളാണ്. കുടിലുകളുടെ മൈതാനത്തുറസ്സിൽ തടാകവും തൊട്ടടുത്ത് ജ്ഞാനവൃക്ഷവുമാണ്.

പുറംലോകത്തിന്റെ സമീപനങ്ങളേയും ഇടപെടലുകളേയും ആദിനാഥപുരം എപ്പോഴും പുറന്തള്ളി. സ്വന്തം വിചിത്രമായ രീതികളോടെ അതു നിലനിന്നു. പ്രാചീന വിശുദ്ധിയോടെ പ്രകൃതിയുടെ ഭാഗമായി ആദിനാഥപുരത്തുകാർ ജീവിതത്തെ യാന്ത്രികമാക്കാതെ സ്വാഭാവികതയോടെ അനുഭവിക്കുകയാണ്. അത്യാവശ്യങ്ങളെ സംഭരിച്ചും ഉപയോഗിച്ചും ശീലിച്ച അവർ ഉപഭോഗങ്ങളും അവകാശംവെയ്ക്കലുകളുമില്ലാതെ കാലം കഴിക്കുന്നു. ആദിനാഥപുരത്തിൽ എത്തുന്ന അനാവശ്യവസ്തുക്കൾ പ്രകൃതിയുടെ വിചിത്രമായ രീതികൾക്ക് വിധേയമായി ഒറ്റരാത്രിയോടെ നാമാവശേഷമാകുകയാണ്. തീക്ഷ്ണമായ കാലാവസ്ഥയെ ഹയാനയുടെ തോലുകൾ തടയുന്നു. ഭക്ഷണപദാർത്ഥങ്ങളെ തടാകത്തിലെ വെള്ളം തളിച്ച് ജീർണ്ണതയിൽനിന്ന് അവർക്ക് രക്ഷിക്കാനാകും. വർണ്ണശബളമായ വസ്ത്രങ്ങളും പാനീയങ്ങളും വിലപിടിപ്പുള്ള ലോഹങ്ങളും ഒറ്റരാത്രിയോടെ ജീർണ്ണിച്ച് ഇഴപിരിയുന്നു. അങ്ങനെ ആധുനികതയുടെ പ്രലോഭനങ്ങളിൽനിന്നും ആസക്തികളിൽനിന്നും ആദിനാഥപുരത്തുകാർ വേറിട്ടുകയാണ്.

വംശശുദ്ധിയോടെ ജീവിച്ച ആദിനാഥപുരത്തുകാർ മറ്റു സ്ഥലങ്ങളിൽ ഒരു രാത്രി കഴിക്കുമ്പോൾ അവരുടെ ശരീരം വെന്തുപൊള്ളി ശിക്ഷാവിധികളെ ഏറ്റുവാങ്ങുകയാണ്. സ്ഥിരമായി ആദിനാഥപുരത്തെ ഉപേക്ഷിക്കുന്നവരേയും ആധുനികതയെ സ്വീകരിക്കുന്നവരേയും മരണം ഔദാര്യത്തോടെ അനുഗ്രഹിക്കുന്നു. ആദിനാഥപുരത്തിലേക്ക് അനധികൃതമായി എത്തുന്നവരേയും മരണം വേട്ടയാടുകയാണ്.

പുറംലോകത്തിന്റെ അധിനിവേശങ്ങളും അഭിരുചികളും ഏൽക്കാതെ ആദിമനിഷ്കളങ്കതയോടെ ആദിനാഥപുരത്തുകാർ കാലാതീതമായി നിലനിൽക്കുകയാണ്. ഉപ്പാണ് അവരുടെ ജീവിതമാർഗ്ഗം. സനാതനപുരത്തിലെ വിപണിയിൽ രാവിലെ എത്തുന്ന അവർ സന്ധ്യയോടെ വീട്ടിൽ തിരിച്ചെത്തുന്നു. കർമ്മശേഷി തടംകെട്ടാതെ അവർ ഉപ്പളങ്ങളിൽ നിരന്തരം അദ്ധ്വാനിച്ചുകൊണ്ടിരുന്നു. ഒഴിവുസമയങ്ങളിൽ അവർ ഹയാനയുടെ രോമംകൊണ്ട് വസ്ത്രങ്ങൾ നെയ്യുകയുമാണ്.

ജ്ഞാനവൃക്ഷത്തിനും തടാകത്തിനും അപ്പുറത്തുള്ള ക്ഷേത്രമാണ് ആദിനാഥപുരത്തുകാരുടെ ആത്മീയവും ബൗദ്ധികവുമായ വിശ്വാസങ്ങളുടെ കേന്ദ്രം. അവരുടെ പുരോഹിതൻ മാനുഷികബലഹീനതകളില്ലാതെ വ്രതാനുഷ്ഠാനങ്ങളോടെ ദൈവസങ്കല്പങ്ങളുമായി ജീവിക്കുന്നു. അയാൾ അദൃശ്യതയിൽനിന്ന് ആജ്ഞകളെ ആവാഹിച്ചെടുക്കുന്നു. അവരുടെ വംശീയചടങ്ങുകൾക്കും മരണാനന്തരക്രിയകൾക്കും പുരോഹതൻ ഒഴിവാക്കാനാവാത്ത ആവശ്യമാണ്. പാറക്കല്ലിൽ പണിത ക്ഷേത്രത്തിന്റെ നെറുകയിൽ നാലുമുഖങ്ങളുള്ള സ്തൂപവും

പ്രപഞ്ചചൈതന്യമായി രാവുപകലുകൾ മുഴുക്കെ ജ്വലിക്കുന്ന അഗ്നിയുമാണ്.

കാലത്തിന്റെ ആത്മാവിനെ കണ്ട പുരോഹിതൻ എപ്പോഴും ആദിനാഥപുരത്തുകാരോട് പറഞ്ഞു:

'നാം പ്രകൃതിയുടെ വിശുദ്ധിയും സൃഷ്ടിയിലെ നന്മയുമാണ്. വിശുദ്ധമായ ജീവിതമാണ് നമ്മുടെ രക്ഷ. അതിമോഹങ്ങളും വ്യാമോഹങ്ങളും ഇല്ലാത്ത ജീവിതം; കാപട്യങ്ങളും പുറംമോടിയുമില്ലാത്ത ജീവിതം. പ്രകൃതിയുടെ സത്യസന്ധതയാണ് നാം. നമ്മുടെ ജീവിതം പ്രകൃതി വിരുദ്ധമാകുമ്പോൾ നമുക്ക് നിലനിൽക്കാനാവില്ല.'

'രക്ഷകന്മാർ നമ്മുടെ വിശുദ്ധിയെ കാത്തുരക്ഷിക്കാൻ വേണ്ടി അവതരിച്ചവരാണ്. അവരുടെ ആത്മാവുകളും ആത്മദർശനവുമാണ് നമ്മെ നയിക്കുന്നത്. ഇനിയുള്ള അത്യാസന്നഘട്ടങ്ങളിലും രക്ഷകന്മാരുണ്ടാകും'.

പുരോഹിതന്റെ കാലത്തേയും വംശീയമഹത്വത്തേയും ഉൾക്കൊണ്ട വാക്കുകളെ ആദിനാഥപുരത്തുകാർ ഭക്തിയോടെ ഏറ്റുവാങ്ങുന്നു. അവർ പലായനത്തിന്റെ കഠിനവിധികളെ ഓർക്കുകയാണ്. അപരിചിതമായ ഭൂപ്രദേശത്തിലേക്കും പരിസരത്തിലേക്കും പ്രവേശിക്കുന്ന അവർ എവിടേയും വിശുദ്ധമായ സമ്പ്രദായങ്ങളെ അനുസരിക്കുകയാണ്. പ്രകൃതിയുടേയും മനുഷ്യവംശത്തിന്റേയും വിശുദ്ധിയെ സംരക്ഷിക്കുന്ന അവർ പ്രതിസന്ധികളെ മറികടക്കാൻ ആദിമചരിത്രംതൊട്ടേ പുത്തൻ സങ്കേതങ്ങളെ തേടുന്നു. പ്രയോജനം നോക്കി അവസരംപോലെ നീങ്ങാത്ത അവരെ എപ്പോഴും രക്ഷകൻമാർ വഴി നടത്തി. ഉപ്പളങ്ങളും ഹയാനകളും അവരുടെ ജീവിതവുമായി പരസ്പരം ബന്ധപ്പെട്ടിരിക്കുന്നു. ഉപേക്ഷിക്കപ്പെട്ട ഭൂമിയിൽ നിന്ന് മുറിച്ചെടുത്ത ജ്ഞാനവൃക്ഷത്തിന്റെ ശിഖരം മാറിയ പരിതസ്ഥിതിയിൽ ഉജ്ജ്വലമായി വളരും. ശേഖരിച്ചുകൊണ്ടുവന്ന പവിത്രജലം മറ്റൊരു തടാകം തീർക്കുകയാണ്. രക്ഷകന്മാരുടെ അവതാരത്തെ സൂചിപ്പിക്കുന്ന ജ്ഞാനവൃക്ഷത്തിലെ ശിഖരങ്ങളുടെ എണ്ണം അവരുടെ വംശസ്മൃതികളുമായി അലിഞ്ഞുചേരുകയാണ്. വീണുചീയാത്ത ജ്ഞാനവൃക്ഷത്തിലെ ഫലങ്ങൾ അവരുടെ നടപടിദോഷങ്ങൾക്ക് ശിക്ഷാവിധി നിശ്ചയിക്കുന്നു. ഇലകൾ രോഗങ്ങൾക്ക് ഔഷധമായി തീരുകയുമാണ്.

പ്രകൃതിയുടെ രക്ഷാകവചത്തിൽ ജീവിച്ച അവർ ചതുപ്പിൽ ലാഘവത്തോടെ സഞ്ചരിക്കുന്ന ഹയാനയുടെ സഹായത്തോടെ ഉപ്പുതരികളെ ശേഖരിക്കുന്നു. പ്രകൃതിയുടെ ശിക്ഷണരീതികളെ ഭയന്ന പുറംലോകക്കാർ അവരോട് രമ്യമായി ഇടപഴകുന്നു. അവർ എപ്പോഴും രഹസ്യമായി അവരെ കീഴടക്കാൻ വേണ്ട വഴികളെ

തിരയുകയാണ്.

ഉപ്പുസംഭരണവും വിതരണവും ആദിനാഥപുരത്തുകാരുടെ കുത്തകയാകുന്നു. അവരെ കീഴടക്കാനുള്ള വിവിധ മാർഗ്ഗങ്ങളേയും പുറംലോകക്കാർ തേടുന്നു. പ്രകൃതിയെ കീഴടക്കുന്ന വസ്തുക്കൾക്കും വിദ്യകൾക്കും വേണ്ടി അവർ നിരന്തരം പരീക്ഷണങ്ങളിൽ ഏർപ്പെടുകയാണ്. പുതുതായി നിർമ്മിച്ച വസ്തുക്കളുമായി രാജാക്കന്മാരുടെ പടയാളികൾ ആഹ്ലാദത്തോടെ ആദിനാഥപുരത്തേയ്ക്ക് വരുന്നുണ്ട്. ഒറ്റരാത്രികൊണ്ട് അവരുടെ വസ്തുക്കൾ ജീർണ്ണിച്ച് മൺതരികളാകുകയാണ്. പ്രത്യാശകളെ വെച്ചുപുലർത്തിയ അവർ അന്വേഷണത്തിന്റെ സാധ്യതകളെ വീണ്ടും തുടരുകയാണ്.

അവർ കൊണ്ടുവന്ന വിശിഷ്ടമായ ഇഷ്ടികകളും അസാധാരണ പാറകളും ആദിനാഥപുരത്തെ പ്രകൃതിയോട് ഏറ്റുമുട്ടി ജീർണ്ണിക്കുകയാണ്. പുത്തൻ വസ്തുക്കളെക്കണ്ട് ആദിനാഥപുരത്തുകാർ ഭയക്കുന്നു. പിന്നീട് രക്ഷകൻമാരുടെ ദിവ്യസിദ്ധികളേയും ഗോത്രവിശുദ്ധിയേയും അവർ തിരിച്ചറിയുകയാണ്.

പടയാളികൾ വലിച്ചെറിഞ്ഞ ചെമ്പുതകിടിനെ ആദിനാഥപുരത്തുകാർ നിസ്സംഗതയോടെ നോക്കിനിന്നതാണ്. നിലാവിൽ തിളങ്ങുന്ന ലോഹത്തെ കണ്ട് കാലത്തിന്റെ നിശ്ചയങ്ങളേയും അപകടസൂചകങ്ങളേയും അവർ പിടിച്ചെടുക്കുന്നു. ചെമ്പുതകിടിന്റെ ജീർണ്ണതയ്ക്കുവേണ്ടി കാത്തിരുന്ന അവർ വിചിത്രമായ മറ്റൊരു കാഴ്ചയെ അഭിമുഖീകരിക്കുകയാണ്. നിലാവിൽനിന്നും ഉപ്പളങ്ങളുടെ ശൂന്യതയിൽനിന്നും പ്രത്യക്ഷപ്പെട്ട അയാൾ അവരോട് പറഞ്ഞു:

'ഞാൻ നിങ്ങളുടെ രക്ഷകനാണ്. പ്രഭാതമാകുന്നതിനുമുമ്പ് നമുക്ക് പുറപ്പെടാം. പ്രകൃതിയുടെ വിശുദ്ധിയും നന്മയും രക്ഷിക്കാൻ നമുക്ക് വീണ്ടും യാത്ര പുറപ്പെട്ടേ പറ്റൂ. പ്രകൃതിയുടെ മറ്റൊരു രക്ഷാകവചത്തെ നമുക്ക് കണ്ടെത്താം'.

അവർ രക്ഷകനെ പിന്തുടരുമ്പോൾ ഉപ്പളങ്ങൾക്ക് അപ്പുറത്തുള്ള കടൽ പ്രക്ഷുബ്ധമാകുന്നു. തിരമാലകൾ ചെമ്പുതകിടിനേയും അവരുടെ ശേഷിപ്പുകളേയും വിഴുങ്ങുകയാണ്.

രക്ഷകന്റെ സംരക്ഷണത്തിൽ നടന്ന അവർ രാവുപകലുകളുടെ വിടവുകളെ മറക്കുന്നു. രക്ഷകൻ വീതിച്ചുനൽകിയ ഇല അവരുടെ വിശപ്പും ക്ഷീണവും അകറ്റുന്നു. പുതിയ സഞ്ചാരപഥങ്ങളിലേക്ക് ഹയാനകളും നീങ്ങുന്നു.

അസാധാരണസിദ്ധിയുള്ള രക്ഷകൻ അവർക്ക് സങ്കേതം കണ്ടെത്തുകയാണ്. അവരുടെ വിശുദ്ധമായ ജീവിതം വീണ്ടും പ്രബലമാകുകയാണ്.

പച്ചപ്പ് ഇല്ലാത്ത മണ്ണിൽ പൊടുന്നനെ വളർന്ന് ചെടിയെ കണ്ട് രക്ഷകൻ അവരോട് പറഞ്ഞു:

'ഇത് ജ്ഞാനവൃക്ഷമാണ്. ജ്ഞാനവൃക്ഷം പാപപുണ്യങ്ങളെ വേർതിരിക്കുകയും ധർമ്മനീതികളെ നടപ്പിലാക്കുകയും ചെയ്യുന്നു.

അജ്ഞാനത്തേയും ഭീതിയേയും വിഗ്രഹങ്ങളാക്കിയ അവർക്ക് രക്ഷകൻ വ്യക്തമായ മാർഗ്ഗരേഖ നിശ്ചയിക്കുന്നു. അയാൾ അഗ്നിയെ വംശതനിമയുടെ പ്രതീകമാക്കുന്നു. രക്ഷകന്റെ നിർദ്ദേശങ്ങളെ അനുസരിച്ച അവർ വിദൂരതയിൽനിന്ന് ലാഘവത്തോടെ പാറക്കല്ലുകളെ കൊണ്ടുവന്ന് സ്തൂപവും മണ്ഡപവും ക്ഷേത്രവുമാക്കി തീർക്കുകയാണ്. തന്റെ അസാധാരണരീതികളെ പാലിക്കാൻ മുറിയും അയാൾ ഒരുക്കുന്നു.

ഉപ്പിന്റെ കുത്തക ആദിനാഥപുരത്തുകാരിൽനിന്ന് കയ്യടക്കാനുള്ള തീവ്രശ്രമങ്ങൾ പുറംലോകക്കാർ വീണ്ടും ആരംഭിക്കുകയാണ്. പരാജയത്തിൽ തളരാത്ത പുറംലോകക്കാർ വ്യത്യസ്തചേരുവകളെ പരീക്ഷിച്ച് ഭാഗ്യാന്വേഷണം തുടരുകയാണ്. അസാധാരണമായ എന്തിനേയും പ്രകൃതിയുടെ രക്ഷാകവചത്തിലേക്ക് അവർ വലിച്ചെറിയുന്നു. അതിജീവനത്തിന്റെ അവസരത്തെ കാത്ത് അവർ ജിജ്ഞാസയോടെ നിൽക്കുകയാണ്.

ജ്ഞാനവൃക്ഷം ശിക്ഷാവിധികളും നിവാരണങ്ങളും നടപ്പാക്കി തുടങ്ങുന്നു. ഉപ്പളങ്ങളുടെ മറുകരയിൽനിന്ന് ദിവ്യജലവുമായി എത്തിയ രക്ഷകൻ പറഞ്ഞു.

'നമ്മുടെ ആത്മാവും രക്തവും ഈ ദിവ്യജലമാണ്. ഒരിക്കലും ഇതിനെ ഉപേക്ഷിക്കാതിരിക്കുക. പലായനത്തിന്റെ നാളുകളിൽ ഇതിന്റെ ഒരു തുള്ളി എങ്കിലും കൊണ്ടുപോകുക'.

രക്ഷകൻ വെള്ളം മണ്ണിൽ ഒഴിച്ചപ്പോൾ ചുഴിക്കുത്തോടെ വ്യാപിച്ച ഓളങ്ങൾ തടാകമായി തീരുന്നു. ആദിനാഥപുരത്തുകാരുടെ വംശശുദ്ധിയെ രക്ഷിക്കുന്ന തടാകം പാപികൾ സമീപിക്കുമ്പോൾ തിളച്ചുമറിഞ്ഞ് ഘോരമായ ശിക്ഷാവിധികളെ നടപ്പിലാക്കുകയാണ്.

കാലത്തിന്റെ തുടർച്ചയിൽ മനുഷ്യർ ചത്തുപിരിഞ്ഞ് വംശാവലികൾ തലമുറകളിലേക്ക് നീളുകയാണ്. രക്ഷകന്റെ നിർദ്ദേശങ്ങളേയും വംശമഹത്വത്തേയും സംരക്ഷിക്കാൻ പുരോഹിതനുണ്ടാകുന്നു. പ്രപഞ്ചത്തിന്റെ നന്മകളെ രക്ഷിച്ച അയാൾ പുറംലോകത്തിന്റെ ഇടപെടലുകളിൽനിന്നും ഭോഗാലസ്യത്തിൽനിന്നും ജന്മത്തിന്റെ വിശുദ്ധിയിലേക്ക് അവരെ നയിക്കുകയാണ്. വീണ്ടും അവരുടെ സ്വസ്ഥതയേയും സമഭാവനയേയും തകർക്കാൻ പടയാളികൾ എത്തുന്നു. പുത്തൻ ലോഹവുമായി ആഘോഷത്തോടെ അവർ

വരുന്നു. പരീക്ഷണങ്ങൾക്കുശേഷം ആദിനാഥപുരത്തുകാരുമായി കപടമായ സൗഹൃദങ്ങളെ അവർ പങ്കിടുകയാണ്.

കർമ്മശേഷി തടംകെട്ടാത്ത അവരുടെ ജീവിതത്തെ ആർക്കും വഴിതിരിച്ച് വിടാനാകില്ല. ആസക്തിയുടെ ഉടമാവാകാശം ഇല്ലാത്ത അവരുടെ മനസ്സ് പ്രകൃതിയുടെ രക്ഷാകവചത്തിൽ കൂടുതൽ ബലം വെയ്ക്കുകയാണ്.

നിലാവിന്റെ പരിവേഷത്തോടെ വീണ്ടുംവന്ന രക്ഷകൻ അവരെ അത്യാപത്തിൽനിന്ന് രക്ഷപ്പെടുത്തുന്നു. അങ്ങനെ അവർ മറ്റൊരു രക്ഷാസങ്കേതത്തിൽ എത്തിച്ചേരുകയാണ്. പടയാളികൾ ഉപേക്ഷിച്ച പിത്തളത്തകിട് രക്ഷാകവചത്തെ ഭേദിച്ചപ്പോൾ അവർ ആത്മരക്ഷയ്ക്ക് ഒരുങ്ങി. ജ്ഞാനവൃക്ഷത്തിന്റെ ശിഖിരവും തടാകത്തിലെ വെള്ളവും അവർ ജീവരക്ഷയ്ക്കായി കൊണ്ടുനടക്കുന്നു. വീണ്ടും അവർ ഇലച്ചാറിൽ വിശപ്പും ക്ഷീണവും മറക്കുന്നു. പ്രകൃതിയുടെ രക്ഷാകവചത്തിൽ അവർ വീണ്ടും ജീവിതത്തെ പുതുക്കിപണിയുകയാണ്. നീണ്ട പലായനങ്ങളെ സ്ഥലംമാറ്റത്തിന്റെ വൈവിധ്യങ്ങളായി അവർ സ്വീകരിക്കുന്നു. പുതുതായി വളർന്ന ജ്ഞാനവൃക്ഷത്തിൽ രക്ഷകന്മാരുടെ എണ്ണം ശിഖരങ്ങളായി മുളക്കുന്നു. ഒരുതുള്ളി ദിവ്യജലം അസാധാരണ വ്യാപ്തിയുള്ള തടാകമാകുന്നു. പുതിയ രക്ഷകനും അഗ്നിസ്തൂപവും മണ്ഡപവും ക്ഷേത്രവുമുണ്ടാക്കുകയാണ്.

ഉപ്പിന് അവകാശം ഉറപ്പിക്കാൻവേണ്ടി പുറംലോകം നവീനമായ ലോഹങ്ങളെ കണ്ടെത്തുകയാണ്. രക്ഷാകവചത്തിന്റെ ഉറയൂരുന്ന പ്രകൃതി അവരെ പുത്തൻസങ്കേതത്തിൽ എത്തിക്കുകയാണ്. അവിടെ പഴയവയെല്ലാം കറുത്ത് ജീർണ്ണിച്ച് ഉടഞ്ഞുപിരിയുന്നു. ആഘോഷത്തോടെ കടന്നുവന്ന പടയാളികൾ പ്രത്യാശയോടെ ഉപേക്ഷിച്ച കൂട്ടുലോഹവും ചേരുവകളിൽ നിന്ന് വേർപെട്ട് ജീർണ്ണിക്കുകയാണ്.

പടയാളികൾ വെള്ളിയുമായി വന്നപ്പോൾ അവർ രക്ഷകനെ പിന്തുടർന്ന് വംശശുദ്ധിയുടെ മറ്റൊരു സങ്കേതം കണ്ടെത്തുകയാണ്. ജ്ഞാനവൃക്ഷം മൂന്നാമത്തെ ശിഖരവുമായി അവരുടെ ധർമ്മരീതികളെ സംരക്ഷിക്കുന്നു. സ്ഥലകാലങ്ങൾ മറക്കുന്ന യാത്രയിലും അവർ വംശശുദ്ധി നഷ്ടപ്പെടുത്തുന്നില്ല. കഠിനമായ ദുരിതങ്ങൾക്കുശേഷം അവർ ജീവിതത്തെ സ്വാഭാവികതയോടെ തുടരുകയാണ്.

പ്രകൃതിയുടെ രക്ഷാകവചത്തെ ഭേദിച്ച ഈയത്തകിടിനെ നാലാമത്തെ രക്ഷകൻ നേരിടുന്നു. വിശപ്പും ക്ഷീണവും ഇല്ലാതെ സഞ്ചരിച്ച അവർ മരുഭൂമിയിലെ തീപ്പൊള്ളലും മലമുകളിലെ കൊടും തണുപ്പും സഹിച്ചു. എന്നിട്ടും അവർ വിശുദ്ധ തേജസ്സോടെ ഭൂമിയിലെ ജീവിതം തുടരുകയാണ്. അവരുടെ പ്രബലമായ മനസ്സുകൾ എതിർപ്പുകളെ ലാഘവത്തോടെ സ്വീകരിക്കുകയാണ്. രക്ഷകൻമാരിൽ

വിശ്വസിച്ച അവർ ആദിമനന്മയോടെ ജീവിതത്തെ സമീപിക്കുക യാണ്.

പ്രകൃതിയോട് ഏറ്റുമുട്ടി പരാജയപ്പെടുന്ന പുറംലോകർ ലോക ത്തിന്റെ അധിപതിയാകാൻ വീണ്ടും നവീനമായ കണ്ടെത്തലുകൾ ക്ക് ശ്രമിക്കുകയാണ്. പ്രകൃതിയുടെ പാരസ്പര്യത്തെ മറന്ന അവർ അധികാരവും പിടിച്ചടക്കലുമാണ് മനുഷ്യന്റെ മഹത്വമെന്ന് കരുതി. ആസക്തിയുടേയും ഉപഭോഗത്തിന്റേയും ഒടുങ്ങാത്ത പ്രളയത്തിൽ അവർ മുഴുകി. ആത്മജ്ഞാനത്തിന്റെ കണ്ടെത്തലുകളിൽ നിന്നും അവർ വേറിട്ടുകയാണ്. പുറംലോകർക്ക് ജീവിതം ഒരുക്കിവെച്ച പരിതസ്ഥിതികളോടുള്ള ഇടപഴകലാണ്.

നിലാവിന്റെ ആവരണത്തോടെ വീണ്ടും രക്ഷകൻ എത്തി. അവർ ഒരിക്കൽക്കൂടെ യാത്രപുറപ്പെടുന്നു. പട്ടാളക്കാർ ആവേശത്തോടെ വലിച്ചെറിഞ്ഞ ഇരുമ്പ് അവരുടെ വിധിനിശ്ചയമായിത്തീരുക യാണ്. വീണ്ടും പുറപ്പാടുനടത്തിയ അവർ സനാതനപുരത്തിൽ എത്തിച്ചേരുന്നു. അവർ ആദിനാഥപുരത്തിൽ പൗരാണികതയുടേയും പ്രകൃതിയുടേയും വിശുദ്ധി സ്ഥാപിക്കുകയാണ്. ജ്ഞാനവൃക്ഷത്തിൽ അഞ്ചാമത്തെ ശിഖരം വളർന്നു. ദിവ്യജലം തടാകമായി രൂപാന്തര പ്പെടുകയാണ്.

അവരുടെ വംശസ്മൃതികളിൽ ദിവ്യപുരുഷൻമാരായ രക്ഷകന്മാരും പലായനത്തിന്റെ ദുരിതങ്ങളും നിറയുകയാണ്. ആയുധങ്ങളില്ലാതെ അവരെ സംരക്ഷിച്ച രക്ഷകൻമാർ പ്രകൃതിയുടെ സവിശേഷതകളെ എടുത്തുപറയുന്നു.

'പ്രകൃതിയുടെ നന്മയും സമ്പൂർണ്ണതയുമാണ് നമ്മൾ. പ്രകൃതിയുടെ ആത്മാവാണ് നമ്മുടെ ജീവിതം. നമ്മൾ പ്രപഞ്ചത്തിന്റെ ഇച്ഛയും പ്രകൃതിയുമാണ്.'

ദിവ്യസിദ്ധികളോടേയും അസാധാരണമായ ദൈവജ്ഞാന ത്തോടേയും രക്ഷകന്മാരും പുരോഹിതന്മാരും അവരെ വഴിനടത്തി. ജീവതത്തെ ആത്മസമർപ്പണവും പരിത്യാഗവുമാക്കിയ അവർ ആദി നാഥപുരത്തുകാരിൽനിന്നും വേറിട്ടുനിന്നു. അസാധാരണ പ്രകൃതിയും രക്ഷകൻമാരുടെ പ്രമാണനിശ്ചയങ്ങളും അവരുടെ ജീവിതത്തെ വംശശുദ്ധിയോടെ കാത്തുരക്ഷിക്കുകയാണ്.

സത്യവാഗീശ്വരൻ ആദിനാഥപുരത്ത് എത്തിയതോടെ ശലഭ ങ്ങൾ മേഘങ്ങളായി ആകാശത്തിന്റെ ഉറസ്സിലേക്ക് ഉയരുന്നു. ഓർമ്മകളിൽ കണ്ടുപഴകിയ ഭൂമിയിലേക്ക് അയാൾ ലാഘവത്തോടെ കടന്നുചെല്ലുകയാണ്. പുരോഹിതന്റെ കരുണാർദ്രമായ സ്വരം സത്യ വാഗീശ്വരനെ വരവേൽക്കുന്നു.

'വരുക. ആദിനാഥപുരത്തിന്റെ രക്ഷകനായ അങ്ങേയ്ക്ക് സ്വാഗതം'.

സത്യവാഗീശ്വരൻ നിലാവിന്റെ ആവരണത്തോടെ കടന്നുവരു ന്നില്ല. പുരോഹിതന്റെ വിപൽസന്ദേശം ഉൾക്കൊണ്ട ആദിനാഥപു രത്തുകാർ രക്ഷകന്റെ വരവുകാത്തു നിൽക്കുകയാണ്.

ജ്ഞാനവൃക്ഷത്തിൽ ആറാമത്തെ ശിഖരം മുകുളമായി രൂപാന്ത രപ്പെട്ടപ്പോൾ പുരോഹിതൻ രക്ഷകന്റെ വരവറിയിക്കുന്നു. അവർ പലായനത്തിന്റെ വിധിയെ ആത്മസംയമനത്തോടെ തിരിച്ചറിയു കയുമാണ്.

ഉപ്പളങ്ങളുടെ മറുകരയിലെ വിദൂരതയിൽനിന്ന് വരുന്ന ദിവ്യന്മാ രായ രക്ഷകന്മാരുടെ പൂർവ്വചരിതം അവർക്ക് അന്യവും ദുരൂഹവു മാണ്. സനാതനപുരത്തിന്റെ മാലിന്യങ്ങളിൽ കാലംകഴിച്ച സത്യ വാഗീശ്വരൻ വീണ്ടും പരീക്ഷണത്തിന് തയ്യാറാകുന്നു. തടാകത്തിൽ മുങ്ങിനിവരുന്നതോടെ അയാളുടെ ബാധിര്യവും ബലഹീനതകളും വിട്ടൊഴിയുന്നു. മുറിച്ചുമാറ്റിയ നാവ് സ്വാഭാവിക രൂപത്തിലേക്ക് മടങ്ങുന്നു.

'എന്നെ ജ്ഞാനവൃക്ഷത്തിൽ ബന്ധിക്കുക. നന്മയുടേയും ആദിമ പ്രകൃതിയുടേയും ശിക്ഷാവിധിയെ എനിക്കു സ്വീകരിക്കണം'.

ജ്ഞാനവൃക്ഷത്തിന്റെ ആത്മദർശനവുമായി ബന്ധപ്പെട്ടുകിടന്ന സത്യവാഗീശ്വരൻ ധ്യാനയോഗത്തിൽ ലയിച്ച് പകലുകളേയും രാത്രി കളേയും മറക്കുകയാണ്. തടാകത്തിന്റെ സാമിപ്യം അവാച്യമായ ശാന്തി അയാൾക്ക് നൽകുന്നു. പുനർജ്ജനിഗുഹയുടെ സാന്ത്വനം തണുത്തകാറ്റിന്റെ തലോടലായി അനുഭവപ്പെടുകയാണ്.

പ്രകടമായ സംഭവങ്ങളില്ലാതെ രക്ഷകൻ വന്നപ്പോൾ ആദിനാ ഥപുരത്തുകാർ ജീവിതത്തിന്റെ സ്വാഭാവികതയിലേക്ക് ഇറങ്ങുന്നു. പ്രഭാതത്തോടെ സനാതനപുരത്തിലെ ചന്തയിലേക്ക് പോകുന്ന അവർ സന്ധ്യയോടെ അവശരായി മടങ്ങിവരുകയാണ്.

ജ്ഞാനവൃക്ഷത്തിന്റെ സ്പർശനം സത്യവാഗീശ്വരന്റെ അശാന്ത മായ ആത്മാവിനെ ശാന്തമാക്കുന്നു. തന്റെ ജന്മനിയോഗത്തിന്റെ രഹസ്യത്തെ അയാൾ തിരിച്ചറിയുകയുമാണ്. സത്യവാഗീശ്വരന്റെ ആത്മാന്വേഷണം ഭൗതിക വസ്തുക്കളെ നിരസിച്ച് നിലനിൽപ്പിന്റെ പ്രസക്തിയെ അന്വേഷിക്കുകയാണ്. ഭാഗികമായ കണ്ടെത്തലുകളെ പുറന്തള്ളിയ അയാൾ കാലത്തേയും മരണത്തേയും ചിന്തകളിലേ ക്ക് ആവാഹിക്കുന്നു. അയാൾ കണ്ടെത്തിയ ശരിയായ മാർഗ്ഗം പ്രപഞ്ചത്തിനും ജീവിതത്തിനും പരിഹാരനിർദ്ദേശങ്ങളാകുന്നു. എങ്കിലും വന്യമായ ഇച്ഛ പ്രബലശക്തിയോടെ ഇടയ്ക്കിടെ അയാളെ കീഴടക്കുകയാണ്.

ജ്ഞാനവൃക്ഷത്തിൽ ചെവിചേർത്ത സത്യവാഗീശ്വരൻ രക്ഷകന്മാരായ മുൻഗാമികളുടെ ആത്മദർശനത്തെ അറിയുന്നു. കാലത്തിന്റെ നിയോഗം അനുസരിച്ച് ജനിച്ച അവർ ആദിനാഥപുരത്തുകാരുടെ പ്രാചീന വിശുദ്ധിയിൽ തന്റെ തിരിച്ചറിവിന്റെ കാലടികളെ സ്ഥാപിക്കുകയാണ്.

ജലപാനങ്ങളില്ലാത്ത മൂന്നുദിവസത്തിനുശേഷം ആചാര്യസത്യവാഗീശ്വരൻ ബന്ധനത്തിന്റെ കെട്ടുപൊട്ടിക്കുന്നു. അയാൾ ആത്മീയമായും ശാരീരികമായും ശക്തനാകുകയാണ്. അയാളുടെ പരുത്തിത്തുണി ജീർണ്ണിച്ച് മൺതരികളാകുന്നു. പരിസരബോധം നഷ്ടപ്പെട്ട അയാൾ ധ്യാനത്തിൽ ലയിച്ച് സഹജഭാവങ്ങളെ മറക്കുകയാണ്.

ഹയാനയുടെ രോമക്കുപ്പായം നൽകിയ പുരോഹിതൻ പറഞ്ഞു:

'അങ്ങ് ആദിനാഥപുരത്തിന്റെ വിശുദ്ധിയെ ധരിക്കുക. നമ്മുടെ വിശുദ്ധിയെ പാലിക്കുന്ന രക്ഷാകവചത്തെ അങ്ങേയ്ക്ക് അറിയാമല്ലോ?'

ഓരോ രക്ഷകൻമാരും പലായനത്തിന്റെ ദുരിതങ്ങളെയാണ് ആദിനാഥപുരത്തുകാർക്ക് നല്കുന്നത്. എങ്കിലും അവർ സത്യവാഗീശ്വരന്റെ വരവിനെ ആഘോഷമാക്കി തീർക്കുകയാണ്. അഗ്നിസ്തൂപത്തിന് ചുറ്റിലും ആത്മനിർവൃതിയോടെ അവർ ചുവടുവെച്ചു. പ്രതിസന്ധികൾക്ക് പരിഹാരമായി അവർ എപ്പോഴും രക്ഷകനെ അഭയം പ്രാപിക്കുകയാണ്.

വെള്ളക്കാരുടെ പട്ടാളക്കാരും ആദിനാഥപുരത്തിലേക്ക് വാദ്യഘോഷങ്ങളോടെ പുത്തൻ കണ്ടുപിടിത്തങ്ങളുമായി വരുന്നു. രക്ഷാകവചത്തിന്റെ പ്രബലശക്തിക്കു കീഴടങ്ങുന്ന അവ ജീർണ്ണിച്ച് മൺതരികളാകുകയാണ്. ആചാര്യന്റെ ശരിയായ മാർഗ്ഗം സനാതനപുരത്തുകാരുടെ ആത്മദർശനമായപ്പോൾ ആരും അവകാശം സ്ഥാപിക്കാനായി ആദിനാഥപുരത്തിലേക്ക് കടന്നുവരുന്നില്ല. ജനനീദാസനിലേക്ക് അധികാരം എത്തിയതോടെ വീണ്ടും പട്ടാളക്കാരും നവീനലോഹങ്ങളും ആദിനാഥപുരത്തിലേക്ക് കടന്നുവരുകയാണ്.

കാലത്തിന്റെ നിശ്ചയത്തേയും തന്റെ ജന്മത്തിന്റെ നിയോഗത്തേയും അറിഞ്ഞ സത്യവാഗീശ്വരൻ പറഞ്ഞു:

'ആത്മാവിന്റേയും ജീവിതത്തിന്റേയും പ്രപഞ്ചത്തിന്റേയും സത്യത്തെ അറിഞ്ഞ നിങ്ങളെ ഞാൻ നമസ്കരിക്കുന്നു. എന്റെ നിയോഗത്തിന്റെ കാരണങ്ങളെ കാലം അറിയിക്കും. നമുക്ക് കാത്തിരിക്കാം'.

കാലവും പ്രകൃതിയും ആദിനാഥപുരത്തുകാരുടെ വംശസ്മൃതികളായി വികസിക്കുകയാണ്. അവിടെ മനുഷ്യൻ പ്രപഞ്ചത്തിന്റെ

അധികാരിയോ പരിതസ്ഥിതിയുടെ സ്രഷ്ടാവോ അല്ല. സകല ജീവികളും പാരസ്പര്യത്തിന്റെ സമഭാവനയിൽ നിലനിൽക്കുക യാണ്. പ്രകൃതിയിൽനിന്ന് അന്യമാകാത്ത മറ്റു ജീവികളെപ്പോലെ മനുഷ്യരും പ്രകൃതിയുടെ ഭാഗവും പൂർണ്ണതയുമാണ്.

ആദിനാഥപുരത്തിൽ രക്ഷകനും പുരോഹിതനും ഒരേകാലത്ത് ജീവിക്കുന്നില്ല. രക്ഷകന്റെ ദിവ്യസിദ്ധികൾ സമ്പ്രദായങ്ങളെ അനു സരിക്കുന്ന പുരോഹിതനെ നിഷ്പ്രഭമാക്കുകയാണ്. പലായനത്തിന്റെ നാളുകളിൽ രക്ഷകനും ആൾക്കൂട്ടവും യാത്രപുറപ്പെട്ടുമ്പോൾ കടലെ ടുക്കുന്ന ജീവിതത്തെ ദൈവനിശ്ചയമായി പുരോഹിതൻ സ്വീകരി ക്കുകയാണ്. ജീവത്യാഗത്തിന് മറ്റൊരു മാർഗ്ഗം തിരഞ്ഞെടുക്കുന്ന പുരോഹിതൻ ആദിനാഥപുരത്തുകാരോട് പറഞ്ഞു:

'എന്റെ കാലം സമ്പൂർണ്ണമായിരിക്കുന്നു. ഇനി രക്ഷകന്റെ കാലമാണ്. ജലപാനങ്ങളെ ത്യജിച്ച് മരണത്തെ വരിക്കാൻ ഞാൻ തയ്യാറാകുകയാണ്.'

അഗ്നിസ്ഥപത്തിന്റെ ചുവട്ടിലെ പാറക്കല്ലു പാകിയ മുറിയിൽ സത്യവാഗീശ്വരനും പുരോഹിതനും കാലത്തിന്റെ നിഗ്രഹശക്തിയെ കാത്തിരുന്നു. പുരോഹിതന്റെ വാക്കുകളിൽ ദിവ്യസിദ്ധികളുള്ള രക്ഷ കന്മാരും പ്രകൃതിയുടെ നന്മനിറവുള്ള വംശസ്മൃതിയും ഇടമുറിയാതെ പ്രവഹിച്ചുകൊണ്ടിരുന്നു.

പാറക്കല്ലുപാകിയ മുറിയിലെ വിസ്താരങ്ങളിൽ രക്ഷകന്മാരുടേയും പലായനത്തിന്റെ കൊടുംയാതനകളുടേയും ശില്പങ്ങളാണ്. കാലച ക്രത്തിലെ അഞ്ച് ആരക്കാലുകൾ രക്ഷകന്മാരുടെ പ്രതീകമാകുന്നു. ഭാഗികവും അപൂർണ്ണവുമായ ആറാമത്തേത് വംശക്ഷയത്തിന്റെ ദുരന്തസൂചകമാണ്.

ആദിനാഥപുരത്തുകാരുടെ പൗരാണികമായ വിശുദ്ധിയും വംശ സ്മൃതികളും കാലഹരണപ്പെട്ടുകയാണെന്ന് സത്യവാഗീശ്വരൻ തിരി ച്ചറിയുന്നു. ജന്മവിധിയേയും വംശനാശത്തേയും ഓർത്ത് അയാൾ നിസ്സഹായനാകുന്നു. രക്ഷകനായ സത്യവാഗീശ്വരൻ കാഴ്ചകൾക്ക് സാക്ഷിയാകുന്നു. വംശനാശവും പ്രകൃതിയുടെ രക്ഷാകവചത്തിന്റെ തകർച്ചയും അയാളുടെ കൺമുമ്പിൽ നടക്കും.

വംശത്തിന്റെ ദുരന്തത്തേയും കാലത്തിന്റെ നിശ്ചയത്തേയും തിരിച്ചറിഞ്ഞ പുരോഹിതൻ പറഞ്ഞു:

'അങ്ങ് നിസ്സഹായനായ രക്ഷകനാണ്. അതെനിക്ക് അറിയാം. കാലത്തിന്റെ മാറ്റത്തെ ആർക്കും മാറ്റിത്തീർക്കാനാവില്ല. അങ്ങ് നിർ ദ്ദേശിച്ച ശരിയായ മാർഗ്ഗം മനുഷ്യവംശത്തിന്റെ അതിജീവനത്തിന്റെ മാർഗ്ഗമായിരുന്നു. അവർ അതിനെ ഉപേക്ഷിച്ചുകഴിഞ്ഞു'

'ഇവിടെ എന്താണ് എന്റെ ദൗത്യം?'

'എനിക്കതറിയില്ല. രക്ഷകന്റെ ആത്മജ്ഞാനം പുരോഹിതനില്ല. കാലത്തെ കാണാൻ പുരോഹിതനു കഴിയില്ല'.

സംശയങ്ങളുടെ നിവാരണത്തിനും കാഴ്ചകളുടെ പൂർണ്ണതക്കും വേണ്ടി സത്യവാഗീശ്വരൻ അതികഠിനമായി ധ്യാനിച്ചിരുന്നു. പാറക്കല്ലുകളുടെ കാഠിന്യങ്ങളിൽ വിള്ളൽ ഏൽക്കുകയാണ്. ധ്യാനത്തിന്റെ ബോധശൂന്യതയിൽ ലയിച്ച അയാളെ തേടി പുനർജ്ജനിഗുഹയിലെ സാന്ത്വനസ്പർശങ്ങൾ എത്തുന്നു.

'നിന്റെ ജന്മത്തിന്റെ നിയോഗം നിന്നിൽ തന്നെയാണ്. നിന്റെ ശരിയേയും ദൗർബല്യത്തേയും തിരിച്ചറിയുക. നീ കണ്ടെത്തുന്ന വഴികൾ നിനക്കുമാത്രം പ്രാപിക്കാൻ കഴിയുന്ന സത്യങ്ങളാണ്. നിന്റെ ജീവിതം മരണത്തെ അപ്രസക്തമാക്കുകയും സ്ഥലത്തേയും കാലത്തേയും കീഴടക്കി സ്വത്വബോധത്തെ സ്ഥാപിക്കുകയുമാണ്.'

കാലത്തിന്റെ വിടവുകളിൽനിന്ന് ആരണ്യയുടെ ഓർമ്മ അയാളിലേക്ക് കടന്നുവരുകയാണ്. ഇച്ഛയേയും ആസക്തികളേയും സഹജവാസനകളേയും കീഴടക്കാനുള്ള തീവ്രശ്രമങ്ങൾ അയാൾ വീണ്ടും ആരംഭിക്കുകയാണ്. സനാതനപുരത്തിൽവെച്ച് കയ്യൊഴിഞ്ഞ സംശയങ്ങളെ - എന്താണെന്നും എന്തിനാണെന്നും എങ്ങുകൊണ്ടെന്നുമുള്ള ചോദ്യങ്ങളെ - സത്യവാഗീശ്വരൻ വീണ്ടും ഏറ്റെടുക്കുന്നു.

ആദിനാഥപുരത്തിലെ സ്ത്രീകൾ ഹയാനയുടെ രോമംകൊണ്ട് വസ്ത്രങ്ങൾ ഉണ്ടാക്കുന്നു. പുരുഷന്മാർ ഉപ്പളങ്ങളിൽ കഠിനമായി അദ്ധ്വാനിക്കുകയാണ്. കർമ്മശേഷി തടംകെട്ടാതെ കാലതികവുകളിൽ അവർ വിട്ടുപിരിയുന്നു. പാറക്കല്ലുകളും ഹയാനയുടെ അസ്ഥികളുമാണ് അവരുടെ ഉപകരണങ്ങൾ. നിശ്ചലത അകാല മരണമാണെന്നും പ്രകൃതിവിരുദ്ധമാണെന്നും തിരിച്ചറിഞ്ഞ സത്യവാഗീശ്വരൻ ഹയാനയുടെ രോമങ്ങളെ നെയ്യാൻ ആരംഭിച്ചു.

സനാതനപുരത്തിലെ സത്യവാഗീശ്വരന്റെ ജീവിതം പൈതൃകമന്ദിരത്തോടെ അവസാനിക്കുകയാണ്. വാർത്താമാധ്യമങ്ങൾ മഹാസമാധിയെക്കുറിച്ച് ആവർത്തിച്ചുപറയുന്നു. ആചാര്യന്റെ മഹാസമാധിയോടെ തന്റെ ജീവിതം അന്ധകാരമയമായെന്ന് ജനനീദാസൻ വിലപിക്കുന്നു. ആചാര്യസത്യവാഗീശ്വരന്റെ ജീവിതത്തെ ചെപ്പേടുകളാക്കി സനാതനപുരത്തിന്റെ വിവിധഭാഗങ്ങളിൽ അയാൾ നിക്ഷേപിക്കുകയാണ്. ആചാര്യന്റെ ജന്മദിനവും മഹാസമാധിദിവസവും പൊതുഒഴിവുകളും ആഘോഷങ്ങളുമാകുന്നു.

സനാതനപുരത്തിലെ ചന്തയിൽ എത്തുന്ന ആദിനാഥപുരത്തുകാർ ആചാര്യസത്യവാഗീശ്വരന്റെ മഹാസമാധിയെക്കുറിച്ച് അറിയുന്നു.

രക്ഷകന്റെ യാഥാർത്ഥ്യത്തെ തിരിച്ചറിയാൻ അവർക്ക് കഴിഞ്ഞി ല്ല. അവർ ദൈവനിശ്ചയങ്ങളെ ആത്മരക്ഷയും വംശരക്ഷയുമായി സ്വീകരിക്കുകയാണ്.

ജീവിതത്തിന്റേയും മരണത്തിന്റേയും നടുക്കുകിടന്ന പുരോഹിതൻ ഏഴാം ദിവസം സത്യവാഗീശ്വരനോട് പറഞ്ഞു:

'അവസാനത്തെ രക്ഷകനായ അങ്ങയെ ഞാൻ നമസ്കരിക്കു ന്നു. ഞാൻ യാത്ര പുറപ്പെടുകയാണ്. അങ്ങയുടെ ആത്മാന്വേഷണം സത്യദർശനത്തിലേക്ക് എത്തിച്ചേരട്ടെ'.

അവസാനത്തെ യാത്രക്ക് തയ്യാറായ പുരോഹിതൻ അവശനായി ഹയാനയുടെ പുറത്ത് കമഴ്ന്നുകിടക്കുന്നു. വീഴ്ച ഒഴിവാക്കാൻ അയാൾ കൈകാലുകളെ കൂട്ടിക്കെട്ടുകയാണ്. ശോഷിച്ച് കനംകുറഞ്ഞ അയാളെ ഹയാന ലാഘവത്തോടെ ചുമക്കുന്നു. കാലത്തിന്റെ ആത്മാ വിനേയും വംശത്തിന്റെ അന്ത്യവിധിയേയും അറിഞ്ഞ പുരോഹിതൻ അവസാനമായി ആദിനാഥപുരത്തുകാരോട് പറഞ്ഞു:

'നിങ്ങൾക്ക് നന്മയുണ്ടാകട്ടെ. അദൃശ്യനായ അദ്ദേഹം നിങ്ങളെ അനുഗ്രഹിക്കട്ടെ.'

ആദിനാഥപുരത്തുകാർ ശവശരീരങ്ങളെ ദഹിപ്പിക്കുകയോ കുഴിച്ചിടുകയോ ചെയ്യുന്നില്ല. അവർ ശവത്തെ ഹയാനയുടെ മുതുകിൽ കെട്ടിവെയ്ക്കുന്നു. എന്നിട്ട് ഉപ്പളങ്ങളുടെ അനന്തതയിലേക്ക് ഹയാനയെ ആട്ടിവിടുകയാണ്. ശവവുമായി നീങ്ങുന്ന ഹയാന ഉപ്പ ളങ്ങൾക്കുശേഷമുള്ള ചതുപ്പിലേക്ക് പ്രവേശിച്ച് അഗാധതയിലേക്ക് താഴുകയാണ്.

അദൃശ്യാത്മാക്കളുടെ ദിവ്യസിദ്ധിയോടെ പുരോഹിതന്റെ നെറുകയിൽ കൈവെച്ച സത്യവാഗീശ്വരൻ പറഞ്ഞു:

'അങ്ങേയ്ക്ക് ശാന്തി ലഭിക്കട്ടെ. സത്യമായതിൽ നിന്റെ ആത്മാവ് പ്രവേശിക്കട്ടെ'.

പുരോഹിതന്റെ അന്ത്യയാത്രയെ നിശ്ശബ്ദദു:ഖമാക്കിയ ആദിനാഥ പുരത്തുകാർ ഹയാനയെ ഏറെ ദൂരം പിന്തുടരുന്നു. വിദൂരതയിലേക്ക് നീങ്ങുന്ന പുരോഹിതൻ വംശസ്മൃതികളുടെ ഗാഥകളേയും രക്ഷകന്മാ രുടെ അപദാനങ്ങളേയും നിർത്താതെ ഉരുവിടുകയാണ്. ചതുപ്പിന്റെ ശൂന്യതയിലേക്കും മരണത്തിന്റെ നിശ്ശബ്ദതയിലേക്കും അയാൾ പ്രവേശിക്കുന്നു. അതോടെ അയാളുടെ ക്ഷീണിച്ച വാക്കുകൾ ഇടമു റിയുകയും ഹയാനയുടെ ദാരുണമായ നിലവിളി ഉയരുകയുമാണ്.

പുരോഹിതനും ഹയാനയും ചതുപ്പിൽ അപ്രത്യക്ഷമായതോടെ ജ്ഞാനവൃക്ഷത്തിലെ മുകുളം ആറാമത്തെ ശിഖരമാകുന്നു. പൂർണ്ണമായി വളരാത്ത ശിഖരം ഇലകളും ഫലങ്ങളുമില്ലാതെ സാമ്പ്രദായികതയെ

തെറ്റിക്കുകയാണ്. രക്ഷകന്മാരുടെ പ്രതീകമായ ജ്ഞാനവൃക്ഷത്തിലെ ശിഖരങ്ങളിൽ സത്യവാഗീശ്വരൻ അപൂർണ്ണവും വികലവുമായ വംശചിഹ്നമായി തീരുകയാണ്. ആദിനാഥപുരത്തുകാരുടെ വംശസ്മൃതികളിലെ രക്ഷകന്മാരിൽ നിന്ന് വ്യത്യസ്തനായ അയാൾ കാലത്തിന്റെ സാക്ഷിയായി എത്തുകയാണ്.

പതിനഞ്ചാം അദ്ധ്യായം

പിതാമഹന്മാരുടെ ഒരിക്കലും അടങ്ങാത്ത ആസക്തികളും പാപബോധത്തോടെ പിടയുന്ന അവരുടെ അവസാനകാലവും സത്യവാഗീശ്വരനെ ആചാര്യനും രക്ഷകനുമാക്കുകയാണ്. അയാൾ ആരണ്യയെ പ്രാപിക്കുമ്പോഴാണ് വിഭാവസു മരിക്കുന്നത്. അയാളുടെ കുറ്റബോധവും പാപബോധവും ആത്മാന്വേഷണമായി വികസിക്കുന്നു. ജീവിതത്തെ നിരസിക്കാതെ ആഴങ്ങളേയും ആവശ്യങ്ങളേയും അയാൾ അളക്കുന്നു. യാദൃച്ഛികതയുടെ സ്വാഭാവികതയെ അയാൾ കണ്ടെത്തുകയാണ്. സത്യവാഗീശ്വരന്റെ ശരിയായ മാർഗ്ഗം മേദസ്സും തടംകെട്ടലും ഇല്ലാത്ത പ്രകൃതിയുടെ പരിപൂർണ്ണതയാണ്. ഇച്ഛയുടേയും മൃഗീയമായ ആസക്തിയുടേയും പ്രലോഭനങ്ങൾ അയാളെ പലപ്പോഴും കീഴ്പ്പെടുത്തുന്നു. ഇച്ഛയേയും സഹജവാസനയേയും മറികടക്കാനുള്ള അയാളുടെ പരിശ്രമങ്ങൾ മാംസത്തിന്റെ ഉൾവിളികളിൽ അവസാനിക്കുകയാണ്.

വിഭാവസുവും മുൻഗാമികളും പരിസരബോധമില്ലാതെ ആസക്തികളിൽ മുഴുകുകയാണ്. അവർ കർമ്മദോഷത്തിന്റെ ആത്മക്ഷതങ്ങളോടെ ജീവിതത്തിൽനിന്ന് വിട്ടുപിരിയുകയാണ്. മരണത്തിന്റെ സാന്നിദ്ധ്യത്തോടെ കിടന്ന വിഭാവസു പാപബോധത്തോടെ സത്യവാഗീശ്വരനോട് പറഞ്ഞു:

'ദുഃഖിച്ചതുകൊണ്ട് കാര്യമില്ലെന്ന് എനിക്കറിയാം. വംശശാപമാണെന്ന് പറഞ്ഞ് കർമ്മദോഷത്തിൽനിന്ന് ഒഴിഞ്ഞുമാറാനുമാകില്ല. മരണകാലത്ത് സത്യത്തെ തിരിച്ചറിയുക മഹാശാപമാണ്. അവൻ പാപപരിഹാരങ്ങളില്ലാത്ത ലോകത്തേക്കാണ് പോകുന്നത്'.

'ആസക്തിയെ ത്യജിച്ച നീ മഹത്വത്തിന്റെ മാർഗ്ഗത്തെ സ്വീകരിച്ചു. നിന്റെ ലക്ഷ്യത്തിന് സാക്ഷാൽക്കാരമുണ്ടാകട്ടെ'.

ദിവ്യമാതാവായി തീർന്ന വ്രതയും ആത്മാന്വേഷണത്തിന്

ഇറങ്ങിയ സത്യവാഗീശ്വരനെ അനുഗ്രഹിക്കുകയാണ്. അപമാനത്തേയും അവഗണനയേയും വ്രത വിധിനിശ്ചയമായി ഏറ്റുവാങ്ങുന്നു. സ്ത്രീത്വത്തെ തിരിച്ചറിഞ്ഞ വ്രത വംശശാപത്തിൽ നിന്ന് മുക്തനായ സത്യവാഗീശ്വരനോട് പറഞ്ഞു:

'മാംസത്തിന്റെ വിളികേട്ട് ആത്മാവിനെ മറക്കാതിരിക്കുക. മനുഷ്യൻ മറ്റുള്ളവരെ ദുഃഖിപ്പിക്കാൻ വേണ്ടി ജീവിക്കരുത്'.

മനുഷ്യന്റെ ആത്മാവിനേയും മനുഷ്യസത്തയേയും തിരിച്ചറിഞ്ഞ ആരണ്യ ജീവിതത്തിൽനിന്ന് പിൻവാങ്ങുന്നു. സഹജവാസനകളുടെ ഉൾപ്രേരണയോടെ സത്യവാഗീശ്വരൻ ആത്മാന്വേഷണം തുടരുകയാണ്. ചില കണ്ടെത്തലുകൾക്കുശേഷവും അയാളുടെ സംശയങ്ങൾ ഉത്തരങ്ങൾക്കുവേണ്ടി ചെവിയോർക്കുകയാണ്. സുഭിക്ഷമായ ഭക്ഷണത്തേയും നിർല്ലോഭമായ വാക്കുകളേയും സത്യവാഗീശ്വരൻ ഉപേക്ഷിക്കുന്നു. എങ്കിലും അയാൾ ജന്മവാസനകൾക്ക് വിധേയനാകുകയാണ്. സത്യവാഗീശ്വരനും മനുഷ്യനാണെന്ന് ഓർമ്മിപ്പിച്ചാണ് ആരണ്യ പിരിയുന്നത്. അയാളുടെ വീഴ്ചകളിൽ അവൾ യാതൊരു പ്രത്യേകതയും കാണുന്നില്ല.

ആദിനാഥപുരത്തുകാരുടെ രക്ഷകനായ സത്യവാഗീശ്വരൻ യാത്ര അറിയാതെ അമ്പരന്നുനിന്നു. പ്രകൃതിയുടെ പാരസ്പര്യത്തെ തിരിച്ചറിഞ്ഞ അയാൾ വീണ്ടും ജന്മത്തിന്റെ നിയോഗത്തെ തേടുകയാണ്.

ദിവ്യസിദ്ധികളോടേയും അമാനുഷികരായും ആദിനാഥപുരത്തുകാരുടെ വംശസ്മൃതികളിൽ രക്ഷകൻമാർ പ്രത്യക്ഷപ്പെടുന്നു. അവർ മാനുഷികമായ ബലഹീനതകളേയും സ്വകാര്യതാല്പര്യങ്ങളേയും നിഷേധിച്ച് ആത്മചൈതന്യത്തിന്റെ ഉയരങ്ങളിൽ എത്തിയവരാണ്. ആത്മീയതേജസ്സോടെ ജീവിച്ച ഒന്നാമത്തെ രക്ഷകൻ മാംസത്തിന്റെയും കർമ്മബന്ധത്തിന്റേയും വേരുകളെ മുറിച്ച് ആദിനാഥപുരത്തുകാരുടെ സംരക്ഷകനാകുന്നു. പുത്തൻ സങ്കേതത്തിൽ എത്തിച്ചേരുന്നതോടെ അയാൾ അനേകം മാറ്റങ്ങൾക്ക് വിധേയനാകുന്നു. മിഥ്യകളിൽനിന്ന് സത്യത്തിലേക്കും അങ്ങനെ ജീവിതത്തിന്റെ പരിപൂർണ്ണതയിലേക്കും അയാൾ പ്രവേശിക്കുകയാണ്. പ്രകൃതിയുടെ രക്ഷാകവചം അദൃശ്യമായ തീരുമാനങ്ങളിലൂടെ അവർക്ക് വ്യക്തമായ നിർദ്ദേശങ്ങൾ നൽകുന്നു. അസ്വാഭിവകവും യാന്ത്രികവുമായ ഏതുനീക്കങ്ങളേയും പ്രകൃതിയുടെ രക്ഷാകവചം പ്രതിരോധിക്കുകയും ഇല്ലാതാക്കുകയുമാണ്.

ആസക്തി ദൈവത്തിനും ആത്മാവിനും വിഘാതമാണെന്നു ഒന്നാമത്തെ രക്ഷകൻ കരുതുന്നു. പിന്നീട് മറ്റൊരു തിരിച്ചറിവിൽ അയാൾ കുടുംബബന്ധങ്ങളിലേക്ക് തിരിയുകയാണ്. അയാളുടെ ആത്മീയമായ അന്വേഷണങ്ങൾ പ്രശ്നപരിഹാരം നേടി വംശാവലികളിലേക്ക്

നീളുകയാണ്. അപ്പോഴും രക്ഷകന്റെ അസാധാരണമായ ദീർഘദൃഷ്ടിയും സിദ്ധികളും അയാളിൽ നിലനിൽക്കുകയാണ്.

പ്രകൃതിയുടെ രക്ഷാകവചം മനുഷ്യനേയും സഹജീവികളേയും പ്രപഞ്ചത്തേയും വ്യാഖ്യാനിക്കുകയാണ്. വന്യഭാവങ്ങളേയും അസ്വാഭാവിക നടപടികളേയും പ്രകൃതി ഒരുപോലെ നിഷേധിക്കുന്നു. പ്രകൃതി തീവ്രമായ ആസക്തിയേയും വിരക്തിയേയും കുറ്റകരമാക്കുകയാണ്. പ്രകൃതിയെ മറികടക്കാനും സ്വാഭാവികതയെ വഴിതിരിച്ചുവിടാനുമുള്ള എല്ലാ ശ്രമങ്ങളേയും പ്രകൃതിയുടെ രക്ഷാകവചം ഇല്ലാതാക്കുകയാണ്.

പ്രകൃതിയുടെ സ്വാഭാവികരീതികളിൽ ഒന്നാമത്തെ രക്ഷകൻ ജീവിതത്തെ കണ്ടെത്തുന്നു. അയാളുടെ ഭാര്യയും മക്കളും ഹയാനയുടെ തോലുവിതാനിച്ച കുടിലിൽ താമസിച്ചു. രക്ഷകനായ അയാൾ അഗ്നിസ്ഥപത്തിനു താഴെയുള്ള മുറിയിൽ ധ്യാനവിചാരങ്ങളോടെ സമ്പ്രദായങ്ങളെ അനുസരിക്കുന്നു. അയാൾ കുടുംബത്തിലേക്ക് ഇടയ്ക്കിടെ സന്ദർശനം നടത്തുകയാണ്.

രക്ഷകന്റെ പ്രിയപ്പെട്ടവളോട് ആദിനാഥപുരത്തുകാർ ബഹുമാനത്തോടെ പെരുമാറുന്നു. രക്ഷകന്റെ സാമിപ്യം അവളുടെ ജന്മത്തെ പാപമുക്തമാക്കുകയാണ്. അവളുടെ ജന്മം കർമ്മപരമ്പരകളിലേക്ക് പ്രവേശിക്കാതെ ഇതോടെ അവസാനിക്കുന്നു.

രണ്ടാമത്തെ രക്ഷകനും വംശാവലികളിലേക്ക് മടങ്ങുകയാണ്. മൂന്നാമത്തെ ആൾ ആത്മീയമായ ഉന്നതങ്ങളെ രക്ഷിക്കാൻ സ്ത്രീകളിൽനിന്ന് വിട്ടുനിൽക്കുന്നു. അഗ്നിസ്ഥപത്തിന് താഴെ ആത്മീയഭാവനകളോടേയും ദൈവസങ്കല്പങ്ങളോടേയും അയാൾ ഇരുന്നു. വഴിമാറി നടന്ന് അയാൾ പ്രകൃതിയുടെ രക്ഷാകവചത്തോട് ഏറ്റുമുട്ടുന്നു. ആദിനാഥപുരത്തുകാരുടെ വിശുദ്ധവും സ്വാഭാവികവുമായ ജീവിതരീതികളിൽനിന്ന് അയാൾ വേറിട്ടു. അയാൾ പ്രകൃതിയുടെ രക്ഷാകവചത്തിന്റെ ശിക്ഷാവിധികളെ ആത്മനിർവൃതിയോടെ സ്വീകരിക്കുകയാണ്.

പാറക്കല്ലുകൾ പാകിയ മുറിയിൽ പ്രകാശത്തിൽനിന്നും ജനവാസത്തിൽനിന്നും വേറിട്ട് മൂന്നാമത്തെ രക്ഷകൻ ജീവിക്കുന്നു. ആദിനാഥപുരത്തുകാർ ഔദാര്യമായി നൽകിയ ഭക്ഷണങ്ങളിൽ അയാൾ ജീവൻ നിലനിർത്തുകയാണ്. പിന്നീട് അവരുടെ മുമ്പിലേക്ക് പ്രകൃതിയുടെ മാരകമായ ശിക്ഷാവിധിയുമായി അയാൾ കടന്നുവരുന്നു. അയാളുടെ ശരീരം മുഴുക്കെ ചുവന്ന വ്രണങ്ങളാണ്. അസഹ്യമായ വേദന സഹിച്ച രക്ഷകൻ അപ്പോഴും ആത്മീയമായ കണ്ടെത്തലുകളിൽ വിശ്വസിക്കുകയാണ്. കീഴടങ്ങാൻ സന്നദ്ധനാകാത്ത അയാൾ പ്രകൃതിയുടെ രക്ഷാകവചത്തോട് നിരന്തരം ഏറ്റുമുട്ടിക്കൊണ്ടിരുന്നു.

പ്രകാശത്തിന്റെ ലോകത്തിലേക്ക് പ്രവേശിച്ച രക്ഷകൻ അവരോട് പറഞ്ഞു:

'ജ്ഞാനവൃക്ഷത്തിന്റെ ഫലം എന്റെ നന്മതിന്മകളെ തെളിയിക്കട്ടെ'.

ജ്ഞാനവൃക്ഷത്തിന്റെ ശിക്ഷണരീതികളെ രക്ഷകന്മാരും ആദിനാഥപുരത്തുകാരും ഒരുപോലെ ഭയക്കുകയാണ്. ജ്ഞാനവൃക്ഷത്തിന്റെ നീതി പ്രവചനാതീതമാണ്. അത് ചിലപ്പോൾ രോഗങ്ങൾക്ക് നിവാരണവും വഴിവിട്ട നടപടികൾക്ക് അകാലമരണവുമാകുന്നു. ജ്ഞാനവൃക്ഷത്തിന്റെ ഫലങ്ങൾ നന്മനിറഞ്ഞ മനസ്സുകൾക്ക് ആത്മീയജ്ഞാനം നൽകുന്നു. അതേപോലെ പാപികളുടെ സമനിലതെറ്റിക്കുകയും പതിവാണ്.

ജ്ഞാനവൃക്ഷത്തിന്റെ മൂന്നാമത്തെ ശിഖരത്തിൽ കയറിയ രക്ഷകൻ ഫലം തിന്നു തുടങ്ങുന്നു. മനസ്സിന്റെ സമനിലതെറ്റിയ അയാൾ ഉന്മാദത്തോടെ ചാടി ഇറങ്ങുന്നു. വസ്ത്രത്തിന്റെ ആവരണങ്ങളെ ചീന്തിയെറിഞ്ഞ് അയാൾ ഓടി തുടങ്ങുകയാണ്. രക്ഷകന്റെ ദിവ്യസിദ്ധികൾ നഷ്ടപ്പെട്ട അയാൾ ക്രമംതെറ്റിയ മനോനിലയോടെ പ്രകൃതിയുടെ രക്ഷാകവചത്തിൽ അലഞ്ഞുനടക്കുന്നു. പിന്നീട് ഹയാനയുടെ പുറത്തുകയറിയ അയാൾ ഉപ്പളങ്ങൾക്ക് അപ്പുറത്തുള്ള ചതുപ്പിൽ അപ്രത്യക്ഷനാകുകയാണ്.

രക്ഷകന്മാരും പുരോഹിതന്മാരും അവർക്ക് ജീവരക്ഷനൽകുന്നു. പാരസ്പര്യത്തിന്റെ സൗഹൃദത്തേയും വംശീയമായ വിശുദ്ധിയേയും അവർ വ്യക്തമാക്കുകയാണ്. പ്രകൃതിയുടെ ലക്ഷ്യവും നീതിയും ആദിനാഥപുരത്തുകാരുടെ ജീവിതമായിതീരുന്നു.

മൂന്നാമത്തെ രക്ഷകനുശേഷം വന്ന പുരോഹിതൻ വന്യമായ ആസക്തിയോടെ ജീവിതത്തിൽ മുഴുകുകയാണ്. അധികാരത്തിന്റെ ആധിപത്യത്തോടെ അയാൾ യുവതികളെ അഗ്നിസ്ഥപത്തിനു താഴെയുള്ള മുറിയിലേക്ക് കൊണ്ടുപോകുന്നു. ഒടുങ്ങാത്ത ആസക്തികളെ നിയന്ത്രിച്ച പ്രകൃതിയുടെ രക്ഷാകവചം പുരോഹിതനേയും യുവതികളേയും ജ്ഞാനവൃക്ഷത്തിന്റെ മുമ്പിൽ എത്തിക്കുന്നു. രോഗബാധിതരായ യുവതികൾക്ക് ജ്ഞാനവൃക്ഷത്തിന്റെ മുമ്പിൽ എത്തിക്കുന്നു. രോഗബാധിതരായ യുവതികൾക്ക് ജ്ഞാനവൃക്ഷത്തിന്റെ ഇലച്ചാറ് ഔഷധമാകുന്നു. അപഥസഞ്ചാരിയായ പുരോഹിതന് അവ തീജ്വാലകളാകുകയാണ്. ശരീരം വെന്തുകരിഞ്ഞ അയാൾ കുറേ ദിവസങ്ങൾ ഹൃദയസ്പന്ദനത്തിന്റെ തുടിപ്പോടെ കിടന്നു. പിന്നീട് അയാൾ മരണത്തെ അനുഗ്രഹമായി ഏറ്റുവാങ്ങുകയാണ്.

അസാമാന്യരീതികളേയും വികലമായ വ്യക്തിത്വങ്ങളേയും

ആദിനാഥപുരം പുറന്തള്ളുന്നു. സത്യവാഗീശ്വരന്റെ ഇച്ഛയെ മറികടക്കാനുള്ള ശ്രമങ്ങൾ പ്രകൃതിവിരുദ്ധമായി തീരുന്നു.

ധ്യാനത്തിന്റെ അഗാധതയിലും അശാന്തിയും ആത്മീയമായ ശൂന്യതയും സത്യവാഗീശ്വരൻ അനുഭവിക്കുന്നു. അയാളെ പുനർജ്ജനിഗുഹയിലെ അദൃശ്യാത്മാക്കളും കയ്യൊഴിയുകയാണ്. ആത്മാന്വേഷണത്തിന്റെ കഠിനയാതനകളേയും പരിത്യാഗത്തിന്റെ ദുരന്തങ്ങളേയും അയാൾ സ്വാഭാവികതയോടെ സ്വീകരിക്കുന്നു. ചിന്തയേയും ജീവിതത്തേയും ഒന്നാക്കിയ സത്യവാഗീശ്വരൻ ദാർശനികമായ ഉൾക്കാഴ്ചയോടെ സത്യത്തിലേക്ക് എത്തിച്ചേരുന്നു.

ഇച്ഛയെ മറികടക്കാൻ തീവ്രശ്രമങ്ങൾ തുടർന്ന സത്യവാഗീശ്വരന് രസനേന്ദ്രിയങ്ങളെ കീഴടക്കാനായി. അപ്പോഴും അയാൾ വന്യമായ ആസക്തിയുടെ കല്പനകൾക്ക് അടിമപ്പെടുകയാണ്. ഉദ്ധരിച്ച ആസക്തിയെ ഇറക്കിവെയ്ക്കുന്ന അയാൾ വീണ്ടും ആത്മസംയമനത്തിന്റെ പരീക്ഷണങ്ങളിലേക്ക് തിരിയുന്നു.

സത്യവാഗീശ്വരന്റെ ആത്മീയാന്വേഷണങ്ങൾ മനുഷ്യജീവിതത്തെ സംബന്ധിച്ച വ്യക്തമായ തീരുമാനങ്ങളിൽ എത്തിച്ചേരുകയാണ്. ആൾക്കൂട്ടത്തിൽനിന്ന് ഒറ്റതിരിഞ്ഞ് വ്യക്തിത്വത്തേയും സ്വത്വത്തേയും സ്ഥാപിക്കുകയാണ് ശരിയായ ജീവിതം. ജീവിതത്തെ സ്വത്വബോധത്തോടെ ഉപയോഗിക്കുന്ന അവർ ആസക്തികളിൽനിന്നും സ്വാർത്ഥതകളിൽനിന്നും മോചനം നേടുന്നു. അങ്ങനെ അവർ ഉദാത്തമായ മാനുഷികതയിലേക്ക് പ്രവേശിക്കുകയാണ്. പരിമിതികളെ ലംഘിച്ചും ബലഹീനതകളെ നിരസിച്ചും പൂർണ്ണതയിലേക്ക് നീങ്ങുകയാണ് മഹത്തായ ജീവിതം.

പട്ടാളക്കാർ പുത്തൻ ലോഹക്കൂട്ടുകളും കണ്ടെത്തലുകളുമായി വരുമ്പോൾ ആദിനാഥപുരത്തുകാർ മറ്റൊരു പലായനത്തിന് തയ്യാറെടുക്കുന്നു. അവർ രക്ഷകന്റെ സാമിപ്യത്തെ ആത്മരക്ഷയായി കരുതുന്നു. പ്രകൃതിയുടെ രക്ഷാകവചം അന്യവസ്തുക്കളെ മൺതരികളാക്കുകയാണ്. പ്രപഞ്ചത്തെ കീഴടക്കാനുള്ള പുറംലോകക്കാരുടെ ശ്രമങ്ങൾ അതോടെ വിഫലമാക്കുകയാണ്.

അസാധാരണ പരിതസ്ഥിതിയിലേക്ക് എത്തിപ്പെട്ട സത്യവാഗീശ്വരൻ തന്റെ ജന്മത്തിന്റെ നിയോഗത്തേയും അപൂർണ്ണമായ ആത്മാന്വേഷണത്തേയും തിരിച്ചറിയുന്നു. സനാതനപുരം അയാൾക്ക് ഭാഗികമായ കാഴ്ചകളെ നൽകുന്നു. പ്രകൃതിയുടെ നീതിയെ വെളിപ്പെടുത്തുന്ന ആദിനാഥപുരം സംശയങ്ങളുടെ സങ്കീർണ്ണതകൾക്ക് പരിഹാരം നിർദ്ദേശിക്കുകയാണ്. മനുഷ്യവംശത്തിന്റെ ജീവരക്ഷയായി സത്യവാഗീശ്വരൻ ശരിയായ മാർഗ്ഗത്തെ കണ്ടെത്തുന്നു. അത് മറ്റുള്ളവർക്ക് അതിജീവനത്തിന്റെ ജീവശാസ്ത്രമാണെങ്കിലും

അയാളുടെ ആത്മാന്വേഷണത്തിന്റെ സ്വകാര്യതകൾ അവസാനിക്കുന്നില്ല. എന്തിനെന്നും എന്തെന്നുമുള്ള ചോദ്യാവലികൾ പ്രശ്നപരിഹാരം കാണുന്നു. എന്തുകൊണ്ടെന്ന ചോദ്യം അവസാനിക്കാത്ത തുടർച്ചയാകുകയാണ്.

ചേഷ്ടകളേയും ആംഗ്യങ്ങളേയും വിചാരണ ചെയ്ത സത്യവാഗീശ്വരൻ നിരീക്ഷണപരീക്ഷണങ്ങളെ ആത്മജ്ഞാനമായി തുടരുകയാണ്. ആവാഹിച്ച് വരുത്തിയതുപോലെ യുവതികൾ അഗ്നിസ്തൂപത്തിനു താഴെയുള്ള അയാളുടെ മുറിയിലേക്ക് കടന്നുവരുന്നു. അവരുടെ കൂടെ നിസ്സംഗനായും നിർവികാരനായും സത്യവാഗീശ്വരൻ കിടക്കുന്നു. അപ്പോൾ അയാൾ അടിവയറിൽ പടരുന്ന അസഹ്യമായ വേദനയെ അനുഭവിക്കുകയാണ്. അരക്കെട്ടിൽ ചുഴിക്കുത്തുന്ന വേദന യുവതികൾ എണീറ്റുപോകുന്നതോടെ അവസാനിക്കുകയാണ്.

യുവതികളുടെ നഗ്നതയും പ്രലോഭിപ്പിക്കുന്ന അവയവങ്ങളും സ്പർശനത്തിന്റെ സൗഖ്യവും സത്യവാഗീശ്വരനെ വശീകരിക്കുന്നില്ല. ഇച്ഛയേയും ആസക്തിയേയും മറികടക്കുന്ന അയാൾ ആത്മീയമായ ശാന്തത അനുഭവിക്കുകയാണ്.

സഹജവാസനകളും ജന്മപ്രകൃതവും ആദിനാഥപുരത്തിൽ പ്രപഞ്ചനീതിയുമായി കൂടിച്ചേരുകയാണ്. അവിടെ സത്യവാഗീശ്വരന്റെ ആത്മസംയമനങ്ങൾ പ്രകൃതിവിരുദ്ധമാണ്. പ്രകൃതിയുടെ രക്ഷാകവചം വിശുദ്ധമായ നീതികളിൽക്കൂടെ സ്വാഭാവികതയോട് എതിരിട്ട രക്ഷകന്മാരേയും പുരോഹിതന്മാരേയും വേട്ടയാടുന്നുണ്ട്. കാലത്തിന്റെ നിയോഗത്തെ അനുസരിക്കുന്ന സത്യവാഗീശ്വരൻ തന്റെ നിലപാടുകൾക്കും ആതമാന്വേഷണത്തിനും വിലനൽകാൻ ബാദ്ധ്യസ്ഥനാകുകയാണ്. അനുഭവങ്ങളിൽ മുഴുകി കാരണങ്ങളെ തിരയുന്ന അയാൾ ജീവിതം ആത്മാന്വേ,ണത്തിനുവേണ്ടി ബലി കഴിക്കുകയാണ്.

പരീക്ഷണനിരീക്ഷണങ്ങളിൽ ഏർപ്പെട്ട സത്യവാഗീശ്വരന്റെ അരക്കെട്ടിലെ വേദന യുവതികൾ എണീറ്റുപോകുമ്പോഴും തുടരുകയാണ്. പിന്നീട് ദിവസങ്ങൾക്കുശേഷം ശമിച്ച വേദന വിചിത്രമായ രൂപപരിണാമത്തോടെ ഉയർത്തെണീക്കുന്നു. അയാളുടെ പുരുഷത്വത്തിന്റെ ചിഹ്നമായ അവയവം വികൃതമായ മാംസപിണ്ഡമായി തൂങ്ങിക്കിടക്കുകയാണ്.

യുവതികൾ രക്ഷകന്റെ വികൃതമായ കാഴ്ചകളെ രഹസ്യമായി ആദിനാഥപുരത്തിന്റെ ചെവികളിലേക്ക് പകർന്നുതുടങ്ങുന്നു.

രക്ഷകന്റെ ഭാര്യയാകുക ജന്മസാഫല്യവും അയാളെ പ്രാപിക്കുക ജന്മമുക്തിയുമായി ആദിനാഥപുരത്തിലെ യുവതികൾ കരുതി.

പ്രകൃതിയുടെ രക്ഷാകവചം നിരാസത്തേയും ആധിപത്യത്തേയും പാരസ്പര്യത്തിലേക്ക് എത്തിക്കുകയാണ്.

ഇച്ഛയെ മറികടക്കാനുള്ള തീവ്രശ്രമങ്ങളിൽ ഏർപ്പെട്ട സത്യവാഗീശ്വരൻ രാത്രികളിലെ നിസ്സംഗതയെ തുടരുന്നു. വഴിമാറ്റങ്ങളെ ശിക്ഷാവിധിയായി അനുഭവിച്ച പൂർവ്വികരുടെ ഓർമ്മകൾ അയാളുടെ മനസ്സിലേക്ക് കടന്നുവന്നു. ആത്മത്യാഗത്തിന്റെ മാർഗ്ഗത്തെ അനുസരിച്ച അയാൾ ജ്ഞാനവൃക്ഷത്തിന്റെ കാരുണ്യത്തിനുവേണ്ടി കാത്തുനിൽക്കുന്നില്ല.

മങ്ങിയവെളിച്ചത്തിൽ അപശബ്ദങ്ങളില്ലാതെ കടന്നുവന്ന ആഭ പ്രപഞ്ചനിശ്ചയത്തിന് പരിഹാരം തേടുന്നു. തന്റെ ശരീരത്തിൽ പടർന്ന ചുവന്ന പൊള്ളങ്ങൾക്ക് മറുമരുന്ന് കാണാൻ അവൾ സത്യവാഗീശ്വരനെ സമീപിക്കുകയാണ്. ജന്മത്തിന്റേയും ജീവിതത്തിന്റേയും ദുർവിധികളോട് ആഭ എതിരിട്ടതാണ്. പ്രകൃതിയുടെ രക്ഷാകവചത്തെ വിശ്വസിച്ച അവൾ തന്റെ തീരുമാനങ്ങളിൽ ഉറച്ചു നിൽക്കുകയാണ്. ആദിനാഥപുരത്തിലെ ആരേയും സ്വീകരിക്കാത്ത അവൾ രതിമൂർച്ഛകളില്ലാതെ രാത്രികളെ വെളുപ്പിക്കുന്നു. യദുവും ആഭയും ചെറുപ്പത്തിന്റെ പ്രസരിപ്പുകളെ പ്രായത്തിന്റെ വൈവിധ്യങ്ങളോടെ ആസ്വദിച്ചതാണ്. തന്റെ ജീവിതത്തെ യദുവുമായി കൂട്ടുപിണച്ച് സ്ത്രീപുരുഷബന്ധത്തിന്റെ പരിപൂർണ്ണതയിലേക്ക് എത്തിച്ചേരാൻ അവൾ ആഗ്രഹിച്ചു. ഉപ്പളങ്ങളിൽനിന്ന് ചന്തയിലേക്ക് നീങ്ങിയ യദു ക്രമേണ അനേകം മാറ്റങ്ങൾക്ക് വിധേയനാകുന്നു. പ്രസന്നമായ അയാളുടെ മുഖഭാവം കലുഷമാകുന്നു. അത്യാഹിതത്തിന്റെ വിഹ്വലത അയാളെ ബാധിക്കുകയാണ്. ഉള്ളങ്കൈ വിടർത്തിയ അയാൾ നെഞ്ചുപൊള്ളലോടെ ആഭയോടു ചോദിച്ചു:

'ഇതെന്താണ് നിനക്കറിയോ?'

ഉള്ളങ്കയ്യിലെ പൊള്ളിച്ചുവന്ന നീർച്ചാലുകളെ യദു അപ്പോഴും ആത്മാഭിമാനത്തോടെ സഹിക്കുകയാണ്.

ഉപ്പുമായി ഹയാനയെ ആട്ടിത്തെളിച്ചുനടന്ന യദു കാറ്റിൽ പറന്ന് മുഖത്ത് തങ്ങിയ മുടിച്ചുരുളിന്റെ അസാധാരണമായ ഗന്ധത്തിൽ സ്വയം മറക്കുന്നു. തുടർന്ന് അയാൾ മതിഭ്രമത്തിന് അടിപ്പെട്ടതുപോലെ നീങ്ങുകയാണ്. മറ്റുള്ളവർ ചരക്കുകളെ വിറ്റഴിക്കുമ്പോൾ യദു മുടിച്ചുരുളിന്റെ വാസ്തവത്തെ അറിയാനായി തെരുവുകളിൽ അലഞ്ഞുനടക്കുന്നു. അവസാനം അയാൾ സുഗന്ധത്തിന്റെ കേന്ദ്രത്തെ കണ്ടെത്തുന്നു. തുടർന്ന് അയാൾ കന്യകയുടെ ആകർഷകമായ രൂപത്തിൽ മയങ്ങുകയാണ്. മദ്ധ്യാഹ്നത്തോടെ ചന്തയിൽ എത്തുന്ന യദു ഉടനടി ചരക്കുകളെ വിറ്റഴിച്ച് മാളികയിലെ കന്യകയെ സന്ദർശിക്കുന്നു. അവളുടെ മുടിച്ചുരുളിന്റെ അനുഭൂതിയിൽ അയാൾ സ്വയം

മറക്കുകയാണ്.

കന്യകയുടെ സാമിപ്യംകൊണ്ട് യദു തൃപ്തിപ്പെടുന്നില്ല. സഹവാസത്തിനുള്ള തയ്യാറെടുപ്പായി അവളുടെ മുടിച്ചുരുളുമായി അയാൾ ആദിനാഥപുരത്തിലേക്ക് വരുകയാണ്. മുടിച്ചുരുളിനെ ഉള്ളങ്കയ്യിൽ അമർത്തിപ്പിടിച്ച് രാത്രി വെളുപ്പിച്ച യദുവിനെ പ്രകൃതിയുടെ രക്ഷാകവചം ശിക്ഷിക്കുന്നു. അപഥസഞ്ചാരത്തിന് താക്കീതായി ചുവന്ന നീർച്ചാലുകൾ അയാളുടെ കയ്യിൽ തിണർത്തുകിടക്കുകയാണ്.

ജ്ഞാനവൃക്ഷത്തിന്റെ ഇലച്ചാറുതട്ടി അയാളുടെ ഉള്ളങ്കയ്യിലെ പൊള്ളിച്ച നീറ്റലോടെ പെട്ടെന്ന് അപ്രത്യക്ഷമാകുന്നു. മുടിച്ചുരുളിന്റെ സൗരഭ്യം യദുവിന്റെ മനസ്സിൽ വീശിയടിക്കുകയാണ്. യദു പ്രിയപ്പെട്ടവൾക്ക് വേണ്ടി എന്തും സഹിക്കാൻ തയ്യാറായി. ആഢംബരങ്ങളുടെ ഉന്നതങ്ങളിൽനിന്ന് പരിമിതമായ ആവശ്യങ്ങളിലേക്ക് ഇറങ്ങിവരാൻ കന്യക ഒരുങ്ങുന്നു.

ആദിനാഥപുരത്തിന്റെ ധാർമ്മികനീതികളോടും പ്രകൃതിയുടെ രക്ഷാകവചത്തോടും യദു എതിരിടുകയാണ്. അയാൾ ചന്തയിൽ നിന്നു മടങ്ങാതെ കന്യകയുമായി രാത്രി പങ്കുവെയ്ക്കുന്നു.

പ്രകൃതിയുടെ ശിക്ഷണനടപടികൾക്ക് യദു അടിമപ്പെടുന്നു. വെന്തുപൊള്ളിയ ശരീരത്തോടെ അയാൾ പ്രഭാതത്തിന് മുമ്പായി ആദിനാഥപുരത്തിൽ എത്തുന്നു. വംശശുദ്ധിയും ഗോത്രത്തനിമയും നഷ്ടപ്പെട്ട അയാൾ ജ്ഞാനവൃക്ഷത്തിന്റെ ദയ തേടുകയാണ്. ജ്ഞാനവൃക്ഷത്തിന്റെ ഇലച്ചാറുകൾ അലംഘനീയമായ ശിക്ഷാവധിയെ നടപ്പിലാക്കുന്നു. ജ്ഞാനവൃക്ഷത്തിന്റെ നീരുറവകൾ അഗ്നിജ്വാലകളായി യദുവിന്റെ ശരീരത്തിലേക്ക് പടരുന്നു. അതോടെ ഉപ്പളങ്ങളുടെ അപ്പുറത്തുള്ള ചതുപ്പിലേക്ക് യദു ഓടിമറയുന്നു.

ഒരിക്കലും മടങ്ങിവരാത്ത യദു ശക്തമായ ഓർമ്മകളുമായി ആഭയുടെ മനസ്സിൽ നിറഞ്ഞുനിൽക്കുകയാണ്. ആദിനാഥപുരത്തിലെ യുവാക്കളെ അവഗണിച്ച അവൾ യദുവിന്റെ അപഥസഞ്ചാരത്തെ ക്ഷമിക്കുന്നു. അയാളുടെ സ്മരണകളുടെ അനുഭൂതിയിൽ അവൾ കാലംകഴിക്കുകയാണ്.

ആദിനാഥപുരത്തുകാരുടെ വംശസ്മൃതികളും വിശുദ്ധമായ ജീവിതവും കാലത്തിന്റേയും കർമ്മത്തിന്റേയും നീതികളെ പിന്തുടരുന്നു. അവിടെ വന്യമായ ആസക്തിയും വിരക്തിയും ഒരുപോലെ പ്രകൃതിവിരുദ്ധവും ശിക്ഷാർഹവുമാണ്. പ്രകൃതിയുടെ രക്ഷാകവചം അവരുടെ ആത്മാവിനും ജീവിതത്തിനും സ്വഭാവികരീതികളെ നൽകുന്നു.

പുരുഷസാമിപ്യമില്ലാത്ത കന്യക ആദിനാഥപുരത്തിന്റെ

നീതിരീതികളോടുള്ള ധിക്കാരമായിരുന്നു. അതോടെ ആഭ ശിക്ഷണനടപടികളെ അർഹിക്കുന്നവളാകുന്നു. വംശാവലികളുടെ തുടർച്ച തെറ്റിച്ച അവളുടെ ശരീരത്തിൽ ചുവന്നപൊള്ളങ്ങൾ പടരുന്നു. കഠിനമായ വേദന സഹിക്കുമ്പോഴും വിട്ടുവീഴ്ചയില്ലാത്ത ഓർമ്മകളിൽ അവൾ ഉറച്ചുനിൽക്കുകയാണ്.

പുരോഹിതന്റെ ഉപദേശങ്ങളേയും വേണ്ടപ്പെട്ടവരുടെ നിർദ്ദേശങ്ങളേയും ആഭ അവഗണിക്കുന്നു. ജ്ഞാനവൃക്ഷത്തിന്റെ കാരുണ്യത്തെ ഏറ്റുവാങ്ങിയ അവൾ സ്വാഭാവികപ്രകൃതങ്ങളിലേക്ക് മടങ്ങുകയാണ്. പുരുഷഗന്ധമില്ലാതെ കിടന്ന അവളെ വീണ്ടും ചുവന്ന പൊള്ളങ്ങൾ ആക്രമിക്കുന്നു. ജ്ഞാനവൃക്ഷത്തിന്റെ ദയവ് വീണ്ടും അവൾക്ക് സ്വാഭാവിക രൂപപ്രകൃതങ്ങളെ നൽകുകയാണ്.

ആത്മസംയമനത്തിന്റെ നിസ്സംഗതയിൽ കിടന്ന സത്യവാഗീശ്വരൻ കടുക്കയുടെ മണമില്ലാത്ത ആഭയെ തിരിച്ചറിയുന്നു. മങ്ങിയ പ്രകാശത്തിൽ തെളിഞ്ഞ അവളുടെ ശരീരവടിവുകൾ അയാളുടെ ധ്യാനത്തിന്റെ അഗാധതയെ ഭേദിക്കുകയാണ്. അതോടെ അയാൾ അവാച്യമായ ലോകത്തിൽ എത്തിച്ചേരുകയാണ്.

മഞ്ഞിന്റെ കൊടുംതണുപ്പ് സത്യവാഗീശ്വരന്റെ കാഴ്ചകളെ മറയ്ക്കുകയാണ്. പരിഭവങ്ങളും പ്രതിഷേധങ്ങളുമില്ലാതെ അയാൾ മഞ്ഞിന്റെ മുകളിൽ ശാന്തനായി ഉറങ്ങുന്നു. ഉയരക്കാഴ്ചകളിൽ മുഴുവനും വെളുത്ത മേഘങ്ങളാണ്. അവ മലയുടെ ഔന്നത്യത്തിൽ പ്രവാഹങ്ങളെ അവസാനിപ്പിക്കുന്നു. സത്യവാഗീശ്വരൻ മലയിലേക്ക് കഠിനമായി അദ്ധ്വാനിച്ച് കയറുന്നു. കാലുകൾ അനങ്ങുന്നില്ലെങ്കിലും കാഴ്ചകൾ അവ്യക്തമാണെങ്കിലും അയാൾ പരിശ്രമങ്ങൾ തുടരുകയാണ്.

മേഘത്തിന്റെ വിശാലതയോടേയും കൊടുമുടികളെ തകർക്കുന്ന ശക്തിയോടേയും ആഭ സത്യവാഗീശ്വരനെ കീഴടക്കുകയാണ്. അവൾ ഉഷ്ണപ്രവാഹമായി ജ്വലിക്കുകയാണ്.

നിസ്സംഗത ആവേശമാകുന്നതോടെ സത്യവാഗീശ്വരന്റെ വികൃതമായ അവയവം മാറ്റംവെച്ചുതുടങ്ങുന്നു. വംശാവലികളെ സൃഷ്ടിക്കാൻ തയ്യാറായ അവരും പ്രകൃതിയുടെ രക്ഷാകവചത്തിന്റെ വിശുദ്ധമായ രീതികളെ അനുസരിക്കുകയാണ

പതിനാറാം അദ്ധ്യായം

ആൾക്കൂട്ടത്തിന്റെ വ്യർത്ഥമായ അദ്ധ്വാനങ്ങളിൽനിന്ന് നിരാമയൻ എപ്പോഴും വേറിടുന്നു. വളരെ കാലത്തിനുശേഷം അയാൾ ഒരാളെ അഭിമുഖീകരിക്കുകയാണ്. ആത്മഭാവങ്ങളെ അവർ പരസ്പരം ഉൾക്കൊണ്ടു. നിരാമയനും സത്യവാഗീശ്വരനും വിഭിന്നദിശകളിലേക്കും വ്യത്യസ്തസമീപനങ്ങളിലേക്കും തങ്ങളുടെ അന്വേഷണങ്ങളെ വ്യാപിപ്പിച്ചവരാണ്.

സത്യവാഗീശ്വരൻ അവസ്ഥയെ നിഷേധിച്ച് പുത്തൻ കണ്ടെത്തൽ നടത്തുന്നു. തന്റെ തിരിച്ചറിവിനെ വരദാനമായി ആൾക്കൂട്ടത്തിന് അയാൾ നൽകുകയാണ്. എന്നിട്ട് അയാൾ പുത്തൻ മാറ്റിപ്പണിയലിന് തയ്യാറാകുകയാണ്. നിരാമയൻ തന്റെ ആത്മാന്വേഷണത്തെ സ്വകാര്യതയിൽ അവസാനിപ്പിക്കുകയാണ്. അയാൾ കർമ്മബന്ധങ്ങളെ ഉപേക്ഷിച്ച് ലോകഭാവങ്ങളെ നിരസിക്കുകയാണ്. ആത്മാന്വേഷണത്തേയും ഭൗതികജീവിതത്തേയും അയാൾ രണ്ടായി കാണുകയാണ്. ബന്ധങ്ങളുടെ വ്യർത്ഥതയേയും നിരാമയൻ തിരിച്ചറിയുന്നു. കാടിന്റെ നിബിഢതയിൽ ജന്മത്തിന്റേയും ജീവിതത്തിന്റേയും നിഗൂഢതകളെതേടി അയാൾ കാലംകഴിച്ചതാണ്. പുനർജ്ജനിപുഴയും ഗുഹയും നിരാമയനെ ശാന്തമായി സ്വീകരിക്കുകയാണ്. അദൃശ്യാത്മാക്കൾ അയാളുടെ സംശയങ്ങൾക്ക് നിവാരണം നൽകുകയാണ്.

ആത്മജ്ഞാനത്തിനുവേണ്ടി നിരാമയൻ ചിന്തയേയും ജീവിതത്തേയും ഒരുമിപ്പിക്കുകയാണ്. അയാളുടെ പൂർവ്വാശ്രമത്തിൽ വേണ്ടപ്പെട്ടവരുടെ കണ്ണീരും സഹജവാസനങ്ങളുടെ വേദനയും ചിതറിക്കിടക്കുന്നു. സ്വാർത്ഥത സുഖലോലുപതയായും സുരക്ഷിതത്വമായും വികസിക്കുന്നതിനെ അയാൾ കാണുന്നു. സ്വാർത്ഥത നിലനില്പിന്റെ ന്യായങ്ങളോടെ മറ്റുള്ളവരെ കീഴടക്കുമെന്ന് അയാൾ തിരിച്ചറിയുകയാണ്.

പുനർജ്ജനിഗുഹയിലെ അദൃശ്യാത്മാക്കളോട് അയാൾ എപ്പോഴും

ചോദിച്ചു:

'എന്താണ് ജീവിതം? എന്തിനാണിത്?'

നിരാമയന്റെ വ്യാഖ്യാനങ്ങളിലും കണ്ടെത്തലുകളിലും ഒതുങ്ങാതെ ജീവിതത്തിന്റെ ദുരൂഹതകൾ വ്യാപിക്കുകയാണ്. അയാളുടെ അസംതൃപ്തിയും അശാന്തിയും ആത്മാന്വേഷണമായി തീരുന്നു. പരിസരത്തിൽനിന്നും ബന്ധങ്ങളിൽനിന്നും അയാൾ വേറിടുകയാണ്. മനസ്സിന്റെ വിഭ്രാന്തികളെ ത്യജിച്ച് അയാൾ ശക്തവും പ്രബലവുമായ നിലപാടുകളിലേക്ക് എത്തിച്ചേരുന്നു.

പരിത്യാഗത്തിന്റെ ദുരിതക്കടലിൽനിന്ന് നിരാമയൻ പിൻമടങ്ങുന്നില്ല. അയാൾ മുറിയിൽനിന്ന് അപ്രത്യക്ഷനാകുന്നതോടെ അകാലമരണത്തിന്റെ കഥകൾ കേട്ടുകേൾവിയായി നാട്ടിൽ പരക്കുകയാണ്. ബന്ധുക്കളുടെ മനസ്സിൽനിന്നും ജീവിതത്തിൽനിന്നും നിരാമയൻ പടി ഇറങ്ങുന്നു. ക്രമേണ അയാൾ ദുർമരണത്തിന്റെ പ്രേതാത്മാവായിതീരുകയാണ്.

തന്റെ ആത്മാന്വേഷണത്തിന്റെ ഭാഗമായി നിരാമയൻ കർമ്മങ്ങളോട് പരമാവധി വിമുഖനാകുന്നു. സ്വാർത്ഥ വിചാരങ്ങളിൽനിന്ന് രക്ഷനേടിയ അയാൾ ബന്ധങ്ങളേയും ഉപേക്ഷിക്കുകയാണ്.

സത്യവാഗീശ്വരനെ തിരഞ്ഞ് നിരാമയൻ ആദിനാഥപുരത്തിൽ എത്തുന്നു. തന്റെ ആത്മാന്വേഷണക്കുറിപ്പുകളെ സത്യവാഗീശ്വരനെ ഏൽപിച്ച് അയാൾ മൗനഭാരത്തോടെ ഉടനടി പിൻവാങ്ങുന്നു.

പുനർജ്ജനിഗുഹയിലെ അദൃശ്യാത്മാക്കൾ കാലാതീതമായ സഹവാസത്തിനുവേണ്ടി നിരാമയനെ കാത്തിരിക്കുകയാണ്. ജനനമരണങ്ങളും വ്യവഹാരകാലത്തിന്റെ വ്യർത്ഥതയും ഇല്ലാത്ത മഹാകാലത്തിലേക്ക് നിരാമയൻ പ്രവേശിക്കുകയാണ്.

പുസ്തകം ഒന്ന്

നിരാമയന്റെ ദർശനങ്ങൾ

പ്രകൃതി

മനുഷ്യൻ പ്രകൃതിയുടെ അടിമയോ ഉടമയോ അല്ല; അവൻ പ്രകൃതിയുടെ അവിഭാജ്യതയാണ്.

പ്രകൃതിക്ഷോഭങ്ങളും ഭൂകമ്പങ്ങളും മനുഷ്യന്റെ നിസ്സാരതയെ അറിയിക്കുകയും പ്രകൃതിയുടെ അധീശത്വത്തെ സ്ഥാപിക്കുകയുമാണ്.

കീഴടക്കാനാവാത്തതും നിഷേധിക്കാനാവാത്തതും സ്വയം സമ്പൂർണ്ണയുമായ പ്രകൃതി അധീശത്വമല്ല പാരസ്പര്യത്തെയാണ്

ആവശ്യപ്പെടുന്നത്.

പ്രകൃതി കാലവും ചരിത്രവും വിധിഫലങ്ങളുമാണ്. പ്രകൃതിയെ മറികടക്കുക വംശനാശത്തിന്റെ മാർഗ്ഗമാണ്.

പ്രകൃതി അനാവശ്യങ്ങളല്ല; പരിപൂർണ്ണതയാണ്. ചേനപ്പൂ പ്രകൃതിയുടെ പൂർണ്ണതയെ തിരിച്ചറിയിക്കുകയാണ്.

ആത്മജ്ഞാനി പ്രകൃതിയുടെ ഏറ്റവും ഉയർന്ന പ്രതിഭാസമാണ്.

കാലവും മരണവും സത്യവും ചലനവും പ്രകൃതിയാണ്.

മനുഷ്യന്റേയും സഹജീവികളുടേയും സസ്യങ്ങളുടേയും സമതുലനതയാണ് പ്രകൃതി.

പ്രകൃതി കീഴടക്കലല്ല സഹവർത്തിത്തത്തിന്റെ മാർഗ്ഗമാണ്.

മരണവും വംശനാശവും പ്രകൃതിനിശ്ചയവും പരിമിതികളുടെ തിരിച്ചറിവുമാണ്.

പ്രകൃതി വൈരുദ്ധ്യമല്ല. സഹജവാസനകളുടെ പൂർണ്ണതയാണ്.

പ്രകൃതി സത്യവും ധർമ്മവും നീതിയും ആത്മജ്ഞാനവുമാണ്.

ജീവിതം

പ്രതിഭാശാലികൾക്ക് ശവക്കല്ലറ പണിയുന്നവരും അവരുടെ ആത്മത്യാഗത്തെ ഉപയോഗിച്ച് സ്വാർത്ഥരും അലസരും ചിന്താശൂന്യരുമായി ജീവിക്കുന്നവരുമാണ് ആൾക്കൂട്ടം.

ആൾക്കൂട്ടം വ്യക്തിയെ നിഷേധിക്കുന്ന മൃഗീയതയാണ്.

എന്തുനേടി എന്നതല്ല എന്തുചെയ്തു എന്നതാണ് ശരിയായ ജീവിതം.

കാമം ആസക്തിയും സ്നേഹം അനാസക്തിയുമാണ്. സ്നേഹിക്കുന്നവർ വിഭിന്നതയിൽനിന്ന് ഏകത്വത്തിലേക്ക് പ്രവേശിക്കുകയാണ്.

നിഷേധിക്കുകയും കണ്ടെത്തുകയും അതിനെ പ്രാപിക്കുകയുമാണ് ആത്മീയത.

ജീവിതം ആഘോഷമല്ല; യജ്ഞമാണ്.

അസത്യമാണ് സത്യത്തെ നിലനിർത്തുന്നത്. തിന്മ നന്മയേയും, സത്യവും നന്മയും മാത്രമാകുമ്പോൾ ലോകത്തിന്റെ സ്വാഭാവികത ഇല്ലാതാകുന്നു.

സ്വാർത്ഥതയാണ് മനുഷ്യൻ. അതുതന്നെയാണ് വ്യവഹാരകാലവും. ആത്മാന്വേഷി സ്വാർത്ഥതയേയും വ്യവഹാരകാലത്തേയും നിഷേധിച്ച് സത്യത്തെ കണ്ടെത്തുന്നു.

ജീവിതം സ്വാർത്ഥതയിൽ നിന്ന് സ്വാർത്ഥതയിലേക്കുള്ള തുടർച്ചയാണ്. അറിവില്ലായ്മയിൽ നിന്ന് അറിവില്ലായ്മയിലേക്കുള്ള വളർച്ചയാണ്. സ്വാർത്ഥയെ നിഷേധിക്കുന്നവൻ ആത്മജ്ഞാനത്തെ കണ്ടെത്തുന്നു.

ആൾക്കൂട്ടം ബുദ്ധിശൂന്യതയും അനുകരണവും വ്യക്തിത്വത്തിന്റെ നാശവുമാണ്.

സംഘടിക്കുന്നവൻ സ്വയം ഇല്ലാതാകുകയും വ്യക്തിത്വത്തെ നിഷേധിക്കുകയുമാണ്. അവൻ വ്യവഹാരകാലത്തിൽ ചീഞ്ഞളിയാൻ വിധിക്കപ്പെട്ടവനാണ്.

ഗ്രന്ഥമോ അറിവോ അല്ല ജ്ഞാനമാണ് ജീവിതത്തെ നിർണ്ണയിക്കുന്നത്. ജ്ഞാനമാണ് കാലത്തെ കീഴടക്കുന്നത്.

കാലം കാലനും മരണവുമാണ്.

കാഴ്ചയും കേൾവിയും അസത്യമാണ്. സത്യം ആത്മജ്ഞാനമാണ്.

പുതിയ ബന്ധങ്ങൾ ശത്രുക്കളുടെ അംഗസംഖ്യ വർദ്ധിപ്പിക്കലാണ്.

ജീവിതം ഗണനനിയമങ്ങളല്ല. സ്വാഭാവികമായ യാദൃച്ഛികതയാണ്.

വ്യക്തി കാലത്തെ കീഴടക്കുകയാണ് ശരിയായ ജീവിതം.

ദുഃഖം, സ്നേഹം, വിരഹം, മരണം, ദാരിദ്ര്യം ഇവ അവസ്ഥകളാണ്. അവസ്ഥകൾ വ്യക്തിത്വത്തെ നിഷേധിക്കുന്നു.

പ്രേമം കാമമായും വിവാഹം വ്യക്തികളുടെ സ്വാർത്ഥതയായും വളരുന്നു.

മറ്റുള്ളവർ ആൾക്കൂട്ടത്തിന്റെ നീതി സംസാരിക്കുന്നവരും ആത്മജ്ഞാനത്തെ നിഷേധിക്കുന്നവരുമാണ്.

ജ്ഞാനം

വസ്തുക്കളിൽനിന്നും ജീവിതത്തിൽനിന്നുമുള്ള അകൽച്ച അപൂർണ്ണജ്ഞാനമാണ്.

ഹൃദയത്തിന്റെ മാർഗ്ഗമാണ് ജീവിതം. ബുദ്ധിയുടെ ഭാഷ മിഥ്യ സൃഷ്ടിക്കുന്ന സങ്കല്പമാണ്.

ഗണനനിയമങ്ങക്ക് അതീതമായത് എന്തോ അതാണ് ജീവിതം. അത് യാദൃച്ഛികതയുടെ സ്വാഭാവികതയാണ്.

യാന്ത്രികതയും ഗണനാവലികളും യാദൃച്ഛികമായ വിപത്തുകളായി തീരുന്നു.

ജ്ഞാനത്തിന്റേയും കർമ്മത്തിന്റേയും സമന്വയമാണ്; ഏകക്രൂപമാണ് മഹത്തായ ജീവിതം.

അജ്ഞാനം അറിവിന്റെ തുടർച്ചയും അറിവ് അപൂർണ്ണവുമാണ്.

ജ്ഞാനി അജ്ഞേയനാണ്. അവന്റെ ആത്മജ്ഞാനം ചിതാഭസ്മംവരെ നീളുന്നതാണ്.

സത്യം അറിവും മുൻധാരണയുമല്ല; തിരിച്ചറിവാണ്.

ജ്ഞാനി വ്യവഹാരകാലത്തിലെ വിഢ്ഢിയും കാലത്തെ ഭേദിക്കുന്ന മഹാത്മാവുമാണ്.

മൗനം അവസരവാദിത്വവും നല്ലവനാകുക. സ്വാർത്ഥനാകുകയുമാണ്.

അനുസരിക്കലല്ല ധിക്കരിക്കലാണ് ആത്മാന്വേഷണത്തിന്റെ മാർഗ്ഗം.

കാലത്തിൽനിന്ന് വ്യക്തിയെ തിരിച്ചറിയിക്കുക മഹത്തായ ജീവിതമാണ്. അത് സ്നേഹത്തിന്റെ സ്വാർത്ഥതയെ മനുഷ്യവംശത്തിന് മുഴുവൻ നൽകുന്നു.

ജീവിതത്തിന്റെ സ്വാഭാവികത സ്വാഭാവികമായ യാദൃച്ഛികതയാണ്.

കാണുന്നതും കേൾക്കുന്നതും പറയുന്നതും അസത്യമാണ്.

സത്യം ആത്മാന്വേഷണത്തിന്റെ കണ്ടെത്തലുകളാണ്. അത് സാമുദായിക കാഴ്ചയല്ല വ്യക്തിയുടെ ഉൾക്കാഴ്ച തന്നെയാണ്.

ആത്മീയത വ്യക്തിയുടെ കണ്ടെത്തലും അനുഷ്ഠാനം ആത്മീയത ഇല്ലാത്ത ആൾക്കൂട്ടവുമാണ്.

ആത്മീയതയുടേയും ഭൗതികതയുടേയും കേവലസ്വപ്നമാണ് വിമോചനം.

മനുഷ്യൻ ജീവിതത്തെ അറിയാനും മാറ്റിപ്പണിയാനും അങ്ങനെ മരണത്തെ നിസ്സാരമാക്കാനും ശക്തനാണ്.

ഉള്ളവയുടെ തിരിച്ചറിവും അവയുടെ മാറ്റിപ്പണിയലുമാണ് മനുഷ്യന്റെ അമാനുഷികശക്തികൾ.

നിലനിൽപിന്റെ ന്യായമാണ് അസത്യം.

സത്യം മാനുഷികമായ ധാർമ്മികതയും ദൈവീകമായ മാനുഷികതയുമാണ്.

കാരുണ്യം, ആർദ്രത, നിസ്വാർത്ഥത, സഹജീവിസ്നേഹം ഇവ ദൈവീകമായ മാനുഷികതയാണ്.

ആൾക്കൂട്ടം അജ്ഞാനവും വ്യക്തി തിരിച്ചറിവും കാലത്തിന്റെ

ഇച്ഛയുമാണ്.

ജഡകാലത്തിനെ മറികടക്കുന്നവൻ മരണത്തെ അതിജീവിച്ച് കാലാതീതനാകുന്നു.

ജീവിതത്തെ നിർണ്ണയിക്കുന്നവനും മാറ്റിതീർക്കുന്നവനും ആരുടേയും പിൻഗാമിയും അനുഗാമിയുമല്ല. ഉദാത്തമായ മാനുഷികതയുടെ സ്രഷ്ടാവും മനുഷ്യവംശത്തിന്റെ ധാർമ്മികതയുടെ രക്ഷകനുമാണ്.

യാതൊരുവൻ ഇതൊന്നും അറിയുന്നില്ലയോ അവൻ അജ്ഞാനിയും വ്യവഹാരകാലത്തിന്റെ മിഥ്യകളിൽ രമിച്ച് മരണകാലം കാത്തിരിക്കുന്നവനുമാണ്. ആൾക്കൂട്ടത്തിന്റെ ഭാഗമായ അവന്റെ ജന്മം വൃഥാശൂന്യവും നിഷ്ഫലവുമാണ്. അവൻ ഭൂമിക്കും കാലത്തിനും മനുഷ്യവംശത്തിനും ഭാരമാകുന്നു.

പുസ്തകം രണ്ട്

നിരാമയന്റെ വീക്ഷണങ്ങൾ

ഒന്ന്

ജീവിതത്തോടുള്ള സമീപനങ്ങൾക്ക് മാറ്റംവെച്ചതോടെ കിഴവൻ ആത്മീയമായ ശാന്തത അനുഭവിച്ചു. അയാളുടെ മനസ്സിൽനിന്ന് ദൈന്യമായ ഏകാന്തതയും കുറ്റബോധവും വിട്ടൊഴിഞ്ഞു. കിഴവന്റെ പ്രക്ഷുബ്ധമായ മനസ്സ് പ്രതികാരവും നിസ്സഹായതയുമില്ലാതെ നിസ്സംഗമായി.

ശൈശവത്തിന്റേയും യൗവ്വനത്തിന്റേയും വാർദ്ധക്യത്തിന്റേയും നിഗൂഢതകളേയും ജീവിതത്തിന്റെ ലക്ഷ്യത്തേയുംകുറിച്ച് കിഴവൻ ജീവിതത്തിന്റെ അവസാനവിനാഴികകളിലാണ് ചിന്തിക്കുന്നത്. യൗവ്വനത്തിന്റെ രക്തപ്രസാദത്തിൽ അഹംഭാവത്തിന്റെ മിഥ്യധാരണകളോടെ അയാൾ ജീവിച്ചു. കിഴവന്റെ അക്കാലത്തെ ജീവിതം ആത്മാവിനെ അറിയാതെ ഭൗതികാസക്തികളിൽ മുഴുകി. ഒന്നും തിരിച്ചറിയാതെ സഞ്ചാരപഥങ്ങളെല്ലാം താൻ പിടിച്ചടക്കിയ ഭൂമികളാണെന്ന വികലമായ ധാരണയോടെ അയാൾ മുമ്പോട്ടുനീങ്ങി. പിന്നിട്ട പാതകളെ ഓർത്ത് പരിതപിക്കാത്ത അയാൾ സുഹൃത്തുക്കൾ നൽകിയ താക്കീതുകളെ അവഗണിച്ച് ആത്മാവിന്റെ പ്രകാശം ഇല്ലാതെ സഞ്ചരിച്ചു.

ഒറ്റയാൻ സങ്കീർണ്ണമായ വഴികളെ സ്വയം സുഗമമാക്കുന്നു. അവിടെ വിലക്കുകളോ ധാർമ്മികതയുടെ പ്രതിസന്ധികളോ ഇല്ല. ശക്തിയുടെ പ്രാബല്യത്തിൽ ജീവിക്കുന്ന ഒറ്റയാൻ കാലത്തിന്റേയും ജീവിതത്തിന്റേയും നിഗൂഢതകളെ അറിയുന്നില്ല.

ലൈൻമുറികളിൽ ഒന്നിൽ അവശനായി മരണം കാത്തുകിടന്ന കിഴവന് സ്വാഭാവികമായും ജീവിതത്തോടും മനുഷ്യബന്ധങ്ങളോടും വെറുപ്പം പരിഭവും ഉണ്ടാകേണ്ടതാണ്. കട്ടിലിൽ നിസ്സഹായനായി കിടന്ന കിഴവൻ മറ്റുള്ളവരുടെ സഹായത്തോടെ അത്യാവശ്യങ്ങളെ നിവർത്തിക്കുന്നു. എണീറ്റിരിക്കാനും ഭക്ഷിക്കാനും പരസഹായം തേടുന്ന അയാൾ കട്ടിലിൽതന്നെ വിസർജ്ജ്യങ്ങളെ ഒഴുക്കുന്നു.

പ്രവാഹത്തിന്റെ ഗാംഭീര്യത്തോടെ നീങ്ങിയ അയാളുടെ യൗവ്വനം പിന്നീട് വടവൃക്ഷത്തിന്റെ പതനത്തെപ്പോലെ ശബ്ദമുഖരിതമായി. അയാളുടെ പ്രവാഹത്തിൽപ്പെട്ട ജീവികൾ ജീവരക്ഷയ്ക്കുവേണ്ട മാർഗ്ഗങ്ങൾ കണ്ടെത്തി. അപ്പോൾ വടവൃക്ഷത്തിന്റെ പതനം നിന്ദ്യവും നികൃഷ്ടവുമായി. അന്യരുടെ ചെറിയ സഹായങ്ങളെ മനുഷ്യത്വത്തിന്റെ സമീപനങ്ങളായി അയാൾക്ക് കരുതേണ്ടിവരുന്നു.

കട്ടിലിൽനിന്ന് കൈ ഊന്നി ഇറങ്ങുന്ന കിഴവൻ അമിതമായ ആവേശത്തോടെ മുറിയിൽ ഇഴഞ്ഞുനടക്കാറുണ്ട്. പല്ലുകളില്ലാത്ത വായിൽനിന്ന് ഉതിരുന്ന വാക്കുകളെ കിഴവനുപോലും തിരിച്ചറിയാനാകുന്നില്ല. ഖരപദാർത്ഥങ്ങൾ വയറിൽ അലോസരതയാകുന്നതോടെ കുളുപോലുള്ള ഭക്ഷണങ്ങളെ കിഴവൻ ആശ്രയിക്കുന്നു. നഷ്ടപ്പെട്ടത് തിരിച്ചുകിട്ടിയ നിർവൃതിയോടെയാണ് കിഴവൻ ഭക്ഷിച്ചു തുടങ്ങുക.

ലൈൻമുറിയിലെ അടുത്ത വീട്ടുകാരി കിഴവനെ ശുശ്രൂഷിക്കുകയും സഹായിയായി അത്യാവശ്യങ്ങളെ നിവർത്തിക്കുകയുമാണ്. നിർജ്ജീവമായ മുഖഭാവങ്ങളോടെ എത്തുന്ന അവൾ പരിഭവിക്കാതെ അയാളുടെ ആവശ്യങ്ങളെ അറിഞ്ഞുചെയ്യുന്നു. എങ്കിലും അവളുടെ മനസ്സിലെ നീരസം അപൂർവ്വമായി പുറത്തുചാടും.

'എന്റെ തലവിധിയാണ്. കിഴവൻ ഉള്ളതുകൊണ്ട് ഞാനും മക്കളും കഞ്ഞിമുട്ടാതെ ജീവിക്കുന്നു. കിഴവന്റെ തീട്ടവും മൂത്രവും ഇനിയും എത്രനാൾ കോരാൻ കഴിയും? കിഴവൻ ചത്താൽ ഞങ്ങൾ പെരുവഴിയിലായതുതന്നെ'.

ജീവിതത്തോടുള്ള പ്രത്യാശ നഷ്ടപ്പെട്ടന്നെങ്കിലും വിറങ്ങലിച്ച കിടപ്പുതുടരാൻ കിഴവൻ ആഗ്രഹിക്കുന്നു. നിസ്സഹായനായ കിഴവൻ ആറു ജീവാത്മാക്കളുടെ രക്ഷകനാണ്.

ഇഷ്ടപ്പെട്ടവന്റെ കൂടെ ഇറങ്ങിവന്ന അവളുടെ ലൈൻമുറിയിലെ ജീവിതം ശുഷ്കിച്ച വിഭവങ്ങളും ദുരിതങ്ങളുടെ മാറാപ്പുമാണ്. ഏഴ് ജീവനുകൾ ശിപായിയുടെ പരിമിതമായ വരുമാനത്തിൽ പിടിച്ചുതൂങ്ങി. സന്തുഷ്ടമായ ആദ്യകാലങ്ങൾക്കുശേഷം അയാൾ മദ്യപാനിയായി തീർന്നു. പിന്നീട് അയാൾ ആധിപത്യത്തിന്റെ

ബലാൽക്കാരത്തോടെ വംശവർദ്ധനവു നടത്തുന്നു. ഭർത്താവിന്റെ മദ്യാസക്തി അവളെ ആത്മഹത്യക്കുവരെ പ്രേരിപ്പിച്ചതാണ്. മദ്യശാലയിലെ വാക്കേറ്റം പെരുവഴിയിലേക്കു നീണ്ടപ്പോൾ ശിപായി കൊലചെയ്യപ്പെട്ടുകയായി.

ഒഴിഞ്ഞ വയറുകൾക്ക് ആശ്വാസമായി കിഴവൻ കടന്നുവരുന്നതോടെ അവർക്ക് അത്യാവശ്യങ്ങളെ നിവർത്തിക്കാനാകുന്നു. ബലഹീനതയേയും പരാധീനതയേയുംകുറിച്ച് ഓർക്കാത്ത കിഴവൻ ഇപ്പോൾ ചെയ്യുകൾക്ക് പരിഹാരം തേടുകയാണ്.

മാസത്തിൽ രണ്ടുതവണ സന്ദർശകരായി എത്തുന്ന കിഴവന്റെ മകളും ഭർത്താവും ശിപായിയുടെ കുടുംബത്തിന് കൈയ്യയച്ച് പണം നൽകുന്നു. കിഴവനെ കാണാതെ മകൾ കാറിൽ ഇരിക്കുമെങ്കിലും മരുമകൻ ദയവോടെ സുഖാന്വേഷണങ്ങൾക്ക് ഒരുങ്ങും.

മകളുടെ വാക്കുകളെ അപൂർവ്വമായി കേട്ട കിഴവൻ ഒരിക്കൽ മാത്രം അവളെ അഭിമുഖീകരിക്കുന്നു. കിഴവന്റെ ദുസ്സഹമായ പരിതസ്ഥിതിയെ ഡോക്ടർമാരായ അവർ മനഃക്ലേശമില്ലാതെ സ്വീകരിക്കുകയാണ്.

അവശനായി കിടന്ന കിഴവനോട് മകളുടെ ഭർത്താവ് പറഞ്ഞു:

'നമുക്ക് ആശുപത്രിയിലേക്ക് മാറാം. അവിടെയാകുമ്പോൾ ചികിത്സിക്കാനും ശുശ്രൂഷിക്കാനും സൗകര്യമുണ്ട്'.

വാതിൽക്കൽ ശിപായിയുടെ ഭാര്യ ഭയവിഹ്വലതയോടെ നിന്നപ്പോൾ കിഴവൻ പറഞ്ഞു:

'ഈ സൗകര്യങ്ങൾ തന്നെ എനിക്ക് ധാരാളമാണ്. എന്റെ മരണം ഇവിടെ കിടന്നുമതി'.

മകളുടെ ഭർത്താവ് വീണ്ടും നിർബന്ധിക്കുന്നെങ്കിലും കിഴവൻ കീഴടങ്ങുന്നില്ല. വരുമാനത്തിന്റെ സാദ്ധ്യതകളെക്കണ്ട ശിപായിയുടെ ഭാര്യ അമിതമായ ആവേശത്തോടെ കിഴവനെ ശുശ്രൂഷിക്കുകയാണ്.

കാറിൽ ഇരുന്ന് പരിഭവിക്കുന്ന മകൾ കിഴവന്റെ അനാശാസ്യമായ പൂർവ്വകാലത്തെ ഭർത്താവിനോട് വിവരിച്ചുതുടങ്ങുന്നു. അവിടെ ഒറ്റയാന്റെ കടുംപിടുത്തങ്ങളും മാർദ്ദവമില്ലാത്ത സമീപനങ്ങളുമാണ്.

കുടുംബത്തേയും വ്യക്തിബന്ധങ്ങളേയും അവഗണിച്ച അന്നത്തെ ചെറുപ്പക്കാരൻ എവിടേയും കീഴടങ്ങുന്നില്ല. ജീവിതത്തെ ആത്മീയമായി നേരിടാത്ത അയാൾ ബൗദ്ധികമായ വാദങ്ങളെക്കൊണ്ട് ചെയ്യുകളെ സമർത്ഥിക്കുന്നു.

'എന്റെ ജീവിതത്തെ നിശ്ചയിക്കുന്നതും നിയന്ത്രിക്കുന്നതും ഞാൻ തന്നെയാണ്. ആരും എന്നെ ഉപദേശിക്കേണ്ടതില്ല. എനിക്കെല്ലാം

അറിയാം'.

കമ്പനിയിലെ ഉയർന്ന ഉദ്യോഗം അയാൾക്ക് സാമൂഹ്യമാന്യത യും യഥേഷ്ടം പണവും നൽകുന്നു. ഗ്രാമത്തിലെ ശ്രദ്ധാകേന്ദ്രമായ അയാൾ നഗരത്തിൽ അഭിജാതനായി വിലസുന്നു.

ഗ്രാമ്യമായ നിഷ്കളങ്കതയോടെ ചെറുപ്പക്കാരന്റെ ജീവിതത്തി ലേക്ക് യുവതി കടന്നുവരുന്നു. അവൾക്കുവേണ്ടി തൃസിപ്പിക്കുന്ന വാക്കുകളേയും മണിക്കൂറുകളേയും അയാൾ കണ്ടെത്തി. അവളെ ജീവിതത്തിന്റെ ആത്മാംശമായി അയാൾ സ്വീകരിക്കുന്നില്ല.

നഗരത്തിൽ കമ്പനി ഉദ്യോഗസ്ഥനായി തീർന്ന ചെറുപ്പക്കാരൻ ഉയരങ്ങളെ കീഴടക്കാനുള്ള തീവ്രശ്രമങ്ങളിൽ ഏർപ്പെടുന്നു. ആത്മാവും പാപബോധവുമില്ലാതെ സഞ്ചരിച്ച അയാൾ യാത്രകൾ ക്ക് ദുർവ്യാഖ്യാനങ്ങൾ നൽകി ജീവിതത്തെ ആസ്വാദ്യമാക്കി.

കിഴവന്റെ പതറുന്ന ഓർമ്മകൾ ഇപ്പോൾ പാപപരിഹാരം തേടുന്നു. നീണ്ട വർഷങ്ങളുടെ അനുഭവപരിചയം അയാളുടെ ധാരണകളെ മാറ്റിപ്പണിതു. ഇരുണ്ട ആത്മാവ് പ്രകാശത്തിന്റെ സമ്പൂർണ്ണതയിൽ വിഹരിച്ചു. ദുരിതങ്ങളെ ഏറ്റുവാങ്ങിയ കിഴവൻ നിരാനന്ദത്തോടെ ജീവിതത്തെ കാണുന്നു.

കിഴവൻ എപ്പോഴും മനുഷ്യന്റെ ശൈശവത്തെ കുറിച്ചോർത്തു. മാംസപിണ്ഡത്തെപ്പോലെ നിസ്സഹായമായ ശൈശവം. നിവർന്നു നിൽക്കാനും വാക്കുകളുതിർക്കാനും കഴിയാത്ത ബലഹീനമായ അവസ്ഥ. ശൈശവത്തിന്റെ നിസ്സഹായത പിന്നീട് യൗവ്വനത്തിന്റെ തീവ്രപ്രവാഹമാകുന്നു. തുടർന്ന് വാർദ്ധക്യത്തിന്റെ വരവ്.

ശൈശവത്തേയും വാർദ്ധക്യത്തേയും തുലനംചെയ്തു കിഴവൻ ജന്മത്തിന്റെ രഹസ്യങ്ങളിലേക്ക് പ്രവേശിച്ചു.

മാതൃഗർഭത്തിൽനിന്ന് ഇറങ്ങിവരുന്ന ശിശു വാർദ്ധക്യത്തോടെ ഭൂമിയുടെ ഗർഭപാത്രത്തിലേക്ക് മടങ്ങിപ്പോകുന്നു. ശൈശവം ആരോഹണമാകുമ്പോൾ വാർദ്ധക്യം അവരോഹണമാണ്. പരാധീ നതയിൽനിന്ന് വികസിച്ച ജീവിതം പരാധീനതയിലേക്കുതന്നെ എത്തിച്ചേരുകയാണ്. ഇതിനിടെ പ്രവാഹമായി കടന്നുവരുന്ന യൗവ്വനത്തിന് വ്യക്തമായ ലക്ഷ്യങ്ങളുണ്ട്. വംശത്തിന്റെ അനന്തരത ലമുറകൾ യൗവ്വനത്തിന്റെ ഊഷ്മളരക്തത്തിൽ അലിഞ്ഞുകിടക്കുന്നു.

യൗവ്വനത്തിനുശേഷം ജീവിതത്തിലെ രണ്ടാം ശൈശവം ആരംഭിക്കുന്നു. വീര്യത്തോടെ നിവർന്നുനടന്നവൻ ഊന്നുവടിയുടെ പിൻബലത്തിൽ ബാല്യത്തിന്റെ ചുവടുവെയ്പുകളെ അനുസ്മരിക്കുന്നു. പല്ലുകൾ കൊഴിയുന്നതോടെ ശൈശവത്തിന്റെ അപശബ്ദങ്ങൾ പുറത്തുവരുന്നു. ഖരപദാർത്ഥങ്ങളെ ഉപേക്ഷിക്കുന്ന വാർദ്ധക്യം

ശൈശവത്തിലെ ദ്രാവകങ്ങളിലേക്കു മടങ്ങുന്നു. ഊന്നുവടിയുടെ സഹായംപോലും ക്രമേണ അനാവശ്യമാകുകയും വാർദ്ധക്യത്തിന്റെ പ്രബലനിമിഷങ്ങൾ കട്ടിലിനെ അഭയംപ്രാപിക്കുകയുമാണ്. പിന്നീട് ആർക്കും ഇഴഞ്ഞുനീങ്ങാനേ കഴിയൂ.

ജീവിതത്തിന്റെ ഉൾക്കാഴ്ചകളിൽ എത്തിച്ചേർന്ന കിഴവൻ വാർദ്ധക്യത്തിന്റെ മാറ്റംവെയ്ക്കലുകളെ കൗതുകത്തോടെ സ്വീകരിച്ചു. പരാതികളേയും പരിഭവങ്ങളേയും ഉപേക്ഷിച്ച അയാൾ രണ്ടാം ശൈശവത്തെ ലാഘവത്തോടെ ഏറ്റുവാങ്ങി. അങ്ങനെ അയാൾ മരണത്തിലേക്ക് പ്രവേശിക്കുകയാണ്.

ശൈശവത്തിന്റെ നിസ്സഹായത വാർദ്ധക്യത്തിലെ ശൈശവാനുഭവമായിത്തീരുന്നു. മാതൃഗർഭത്തിൽനിന്ന് ഭൂമിയുടെ ഗർഭപാത്രത്തിലേക്ക്. ഇതിനിടെ ആത്മാവും മനസ്സും ധാർമ്മികനീതികളും കടന്നുവരുന്നു.

കമ്പനിയിലെ ഉയർന്ന ഉദ്യോഗസ്ഥനായ ചെറുപ്പക്കാരൻ ഉന്നതമണ്ഡലത്തിൽ വധുവിനെ കണ്ടെത്തി. ജീവിതത്തെ സുരക്ഷിതമാക്കുന്നു. അവളെ ആത്മാഭിമാനത്തോടെ കൊണ്ടുനടന്ന അയാൾ മാറ്റംവെയ്ക്കലുകൾക്ക് ന്യായീകരണവും കണ്ടെത്തി.

വിവാഹിതനാകുന്നതിനുമുമ്പ് ഗ്രാമത്തിലെ യുവതി മാത്രമല്ല അയാളുടെ വിയർപ്പിന്റെ ഗന്ധം അറിഞ്ഞത്. ഉദ്യോഗക്കയറ്റത്തിനുവേണ്ടി കീഴ്ജീവനക്കാരുടെ ഭാര്യമാരിൽ പലരും അയാളുടെ രാത്രി വെളുപ്പിച്ചു. മറ്റു കമ്പനികളുമായുള്ള ഇടപാടുകൾ ഉറപ്പിക്കാൻ പല യുവതികളും അയാളുടെ കിടക്കറ പങ്കിടുന്നു. ഉദ്യോഗസ്ഥകളുടെ നിയമനത്തെ കമ്പനിറെസ്റ്റ്ഹൗസിലെ അഭിമുഖങ്ങൾക്കു ശേഷം അയാൾ തീരുമാനിക്കുന്നു.

വിവാഹത്തിനുശേഷവും ചെറുപ്പക്കാരൻ സ്വൈരവിഹാരം തുടരുന്നു. സ്നേഹത്തിന്റെ പ്രത്യാശകളിൽ കുരുങ്ങിയ അയാളുടെ ഭാര്യ പ്രതീക്ഷകളെ വെടിഞ്ഞ് പ്രകോപിതയാകുന്നു.

വേനലോടെ സുഖവാസകേന്ദ്രത്തിലേക്കു പോകുന്ന ചെറുപ്പക്കാരൻ പുതിയ ഇരയെ കൂട്ടാളിയാക്കി നിമിഷങ്ങളെ ആസ്വദിക്കുന്നു. അയാളുടെ ഓരോ മടക്കയാത്രയും അടുത്ത സന്ദർശനത്തിന്റെ കാലപരിധി നിശ്ചയിച്ചു. വേനലിനെ തുടർന്ന് ശൈത്യവും വർഷകാലവും അയാൾ മലമുകളിൽ ചിലവഴിച്ചു.

ശരിതെറ്റുകളെ കണ്ടെത്തുന്ന ഭാര്യയോട് ചെറുപ്പക്കാരൻ പറഞ്ഞു:

'നിനക്ക് എന്താണൊരു കുറവ്? ഇവിടെ എല്ലാ സൗകര്യങ്ങളുമുണ്ട്. സമൂഹത്തിൽ മാന്യസ്ഥാനവുമാണ് നിനക്കുള്ളത്'.

'പിന്നെ ഭർത്താവിന്റെ കടമകളെ ഞാൻ പാലിക്കുന്നുമുണ്ട്.

രാത്രികളിൽ ഞാനല്ല തളരുന്നത് നീയാണ്''.

അയാളുടെ ഭാര്യ അടിവയറിലെ ജന്മത്തെ ഓർത്ത് എപ്പോഴും ശാന്തയായി. അവളുടെ പരാതികളെ കാലഹരണപ്പെട്ട തീരുമാനങ്ങളായി അയാൾ കരുതി.

ഇതിനിടെ ചെറുപ്പക്കാരൻ വിധവയുടെ വീട്ടിലെ സന്ദർശകനായി. അവളുടെ മാദകമായ രൂപസൗഭഗങ്ങളിൽ ലയിച്ച അയാൾ രാത്രികളെ പ്രഭാതങ്ങളിലേക്ക് എത്തിച്ചു. ആസക്തി ലഹരിയായും വിഷബാധയായും ചെറുപ്പക്കാരനെ ആക്രമിക്കുന്നു.

ഗർഭിണിയായ ഭാര്യ നാട്ടിൽ പോകുന്നതോടെ ചെറുപ്പക്കാരൻ വിധവയുടെ വീട്ടിൽ സ്ഥിരതാമസമുറപ്പിക്കുന്നു.

പിന്നീട് ഒരിക്കലും ഭാര്യ ചെറുപ്പക്കാരന്റെ ജീവിതത്തിലേക്ക് തിരിച്ചുവരുന്നില്ല. ബന്ധം ഒഴിഞ്ഞ് സ്വസ്ഥയായ അവൾ ഓർമ്മകളെ മായ്ച്ചുകളഞ്ഞ് പുതുജീവിതം ആരംഭിച്ചു. അവൾ വീണ്ടും വിവാഹിതയായെന്നും ആ നഗരത്തിൽതന്നെ ഉണ്ടെന്നും അയാൾ കേട്ടറിഞ്ഞു.

ചെറുപ്പക്കാരന്റെ മേദസ്സിന്റെ ശക്തി കാഴ്ചകളെ വികലവും ദാരുണവുമാക്കി. ജീവിതത്തിന്റെ ആത്മീയഭാവങ്ങളും അർത്ഥതലങ്ങളും ചെറുപ്പക്കാരൻ അനാവശ്യവും അപ്രസക്തവുമായി. അന്വേഷിക്കുകയല്ല അനുഭവിക്കുകയാണ് ജീവിതം എന്ന ധാരണയോടെ ചെറുപ്പക്കാരൻ ആസക്തികളിൽ തുടിച്ചു. അസ്വാതന്ത്ര്യത്തിന്റെ തടവറയിൽ കിടക്കുന്നവർ കലുഷമായ മനസ്സോടെ തന്നെ സമീപിക്കുകയാണെന്ന് ചെറുപ്പക്കാരൻ കരുതി.

അയാൾ എല്ലാവരോടുമായി പറഞ്ഞു:

'ഇതെന്റെ മാർഗ്ഗമാണ്. എന്റെ മാർഗ്ഗത്തിലെ ദുരന്തങ്ങളെ ഏറ്റുവാങ്ങാൻ ഞാൻ തയ്യാറാണ്''

'ജീവിതത്തിൽ തിരിഞ്ഞുനടക്കാനാവാത്ത അവസ്ഥകളുണ്ടാകും. അപ്പോൾ ദുഃഖിച്ചുകൊണ്ട് കാര്യമില്ല. പുതിയ ജീവിതത്തിന് നീ തയ്യാറാകണം. ജീവിതം ഭോഗം മാത്രമല്ല; ആത്മസമർപ്പണവും കൂടിയാണ്''.

അവസാനവാക്കുകളുമായി വിടപറഞ്ഞ സുഹൃത്ത് പിന്നീട് ഒരിക്കലും ചെറുപ്പക്കാരനെ കാണുന്നില്ല. സദസ്സുകളിൽവെച്ച് കണ്ടുമുട്ടുമ്പോൾ അയാൾ അപരിചിതനെപ്പോലെ മുഖംതിരിച്ചു.

വിധവയുടെ ആസക്തിയും ചെറുപ്പക്കാരന്റെ മേദസ്സും കാലത്തിന്റെ നീതിനിർവ്വഹണത്തിന് കാത്തിരിക്കുന്നു. ഒറ്റയാന്റെ വന്യശക്തി പതുക്കെപ്പതുക്കെ ചോർന്നുതുടങ്ങുന്നു.

ചെറുപ്പക്കാരൻ പലപ്പോഴും മലമുകളിലെ സുഖവാസകേന്ദ്രത്തിൽ

എത്തി. ഒഴിഞ്ഞ കീശയും തളർന്ന മനസ്സുമായി അയാൾ താഴ്വരയിലേക്ക് മടങ്ങി. വന്യമായ ആസക്തി ചെറുപ്പക്കാരനെ ഉയരങ്ങളിൽനിന്ന് തള്ളിയിട്ടു. മാറ്റിപ്പണിയാൻ കഴിയാത്തവിധം ചെറുപ്പക്കാരന്റെ ജീവിതം അലങ്കോലപ്പെട്ടു.

പിന്നീട് ചെറുപ്പക്കാരൻ വിധവയുടെ ബലിഷ്ഠമായ അരക്കെട്ടിൽ നിന്ന് മോചനം നേടുന്നു. സുഖവാസകേന്ദ്രത്തിൽ നിന്ന് വിധവയുടെ വീട്ടിലെത്തുന്ന അയാളെ മറ്റൊരു പുരുഷന്റെ പരുക്കൻ ഒച്ചയും മതിമറന്ന ചിരിയും സ്വീകരിക്കുന്നു. മുറിതുറന്ന വിധവയുടെ പിന്നിൽ കൗമാരത്തിന്റെ അത്ഭുതങ്ങളോടെ ഒരുത്തൻ നിന്നു.

താൻ ആരുടേയും അടിമയല്ലെന്ന് പറയുന്നവ വിധവ അയാളുടെ രഹസ്യ നടപടികളേയും വിവരിക്കുന്നു. അവൾ വീണ്ടും കൗമാരത്തിന്റെ ജിജ്ഞാസനിറഞ്ഞ തലോടുകളിലേക്ക് മടങ്ങിപ്പോയി.

അപ്പോൾ അയാൾ യൗവ്വനത്തിന്റെ അതിരുകളെ മറികടക്കുകയാണ്. വിരസമായ ഏകാന്തതയും ഒറ്റപ്പെടലിന്റെ അസ്വസ്ഥതകളും അയാളുടെ ജീവിതത്തിലേക്ക് കടന്നുവന്നു. സുഖവാസകേന്ദ്രത്തിലെ താമസം മനുഷ്യബന്ധത്തിന്റെ വിലനിലവാരത്തെ വിളിച്ചറിയിക്കുന്നു. ചെറുപ്പത്തിന്റെ രക്തപ്രസാദമുള്ള സ്ത്രീകളുമായി അയാൾ കുറേക്കാലം സുഖവാസകേന്ദ്രത്തിൽ താമസിച്ചു.

പിന്നീട് വിരസമായൊരു നിമിഷത്തിൽ ശുഷ്കിച്ച കീശയോടെ അയാൾ താഴ്വരയിലേക്ക് മടങ്ങി. ആർഭാടമായ ജീവിതത്തിൽനിന്ന് പരിമിതമായ ചുറ്റുപാടുകളിലേക്ക് അയാൾക്ക് ഉൾവലിയേണ്ടിവന്നു. ശുഷ്കിച്ച ബാങ്ക് നിക്ഷേപവും വരുമാനത്തിന്റെ അഭാവവും അയാളെ ലൈൻമുറിയിലെ താമസക്കാരനാക്കി.

അനാവശ്യവസ്തുവായി പരിണമിച്ച അയാൾ സ്വയം വിമർശനത്തിന് വിധേയനായി. ഭൂതകാലത്തിലെ പാപക്രിയകൾ ആത്മാവിലേക്ക് ആഴ്ന്നിറങ്ങുന്നതോടെ ഭാര്യയുടെ വിവശമായ മുഖത്തെ അയാൾ തിരിച്ചറിഞ്ഞു.

ലൈൻമുറിയിൽ ശിപായിയും ഭാര്യയും താമസക്കാരായി എത്തി. അവിടെ മുഴങ്ങുന്ന പിറവിയുടെ നാമ്പുകൾ കാലത്തിന്റെ വംശനീതിയെ അറിയിച്ചു.

യൗവ്വനത്തിന്റെ വന്യമായ പ്രവാഹം വാർദ്ധക്യത്തോട് അടുത്തപ്പോൾ ശാന്തവും നിശ്ചലവുമായി. അയാളുടെ ചിന്തകൾ പുത്തൻ കണ്ടെത്തലുകളെ എത്തിപ്പിടിക്കുന്നു. വിനിമയസാദ്ധ്യതകൾക്ക് അപ്പുറത്തുള്ള സ്ത്രീത്വത്തെക്കുറിച്ച് ചിന്തിച്ച അയാൾ അവളെ വംശനീതിയായും വിഭിന്നവ്യക്തിത്വങ്ങളുടെ സംയോഗമായും കണ്ടു.

അയാൾക്ക് പിന്തിരിഞ്ഞുനടക്കാനായില്ല. അയാൾ സ്വന്തമാക്കിയ

ഒറ്റയാന്റെ ഭൂമി നഷ്ടമായിരിക്കുന്നു. വാർദ്ധക്യം ആത്മാവിനും ശരീരത്തിനും പുത്തൻ ഉണർവ്വുകളും ഉത്തേജനങ്ങളും നൽകി. ആസക്തി നീരാട്ടുനടത്തിയ അയാളുടെ കണ്ണുകൾ ശാന്തമായി. ഉത്തേജനകേന്ദ്രം പൗരുഷമില്ലാതെ തളർന്നുള്ളുങ്ങി. മരണത്തിന്റെ പതിഞ്ഞ കാലൊച്ച അയാളുടെ ചിന്തകളേയും ഉറക്കങ്ങളേയും ആവാഹിച്ചു.

മാതൃഗർഭത്തിൽനിന്ന് ഭൂമിയുടെ ഗർഭപാത്രത്തെ തേടുന്ന രണ്ടാം ശൈശവത്തിന്റെ വരവ് ആഘാതമായി കിഴവനെ ആക്രമിച്ചു. പുലർച്ചെ ഉണർന്ന അയാൾ മോഹാലസ്യപ്പെട്ടു തളർന്നുകിടന്നു. പിന്നീട് ആശുപത്രിയിൽവെച്ച് ബോധം തെളിയുന്നു. വെളുത്തുമെലിഞ്ഞ ലേഡീഡോക്ടർ അക്ഷരത്തെറ്റായി മുമ്പിൽക്കൂടെ കടന്നുപോയപ്പോൾ കിഴവന്റെ നിറംമങ്ങിയ കാഴ്ചകൾ ഉണർന്നു. ഭാര്യയുടെ ശരിപ്പകർപ്പിനെ അയാൾ അവളിൽ കണ്ടു.

അനാഥനും അവശനുമായ കിഴവനോട് അനുകമ്പയോടെ പെരുമാറിയ ഡോക്ടർ നിഷ്ഠയോടെ ശുശ്രൂഷിക്കുന്നു. വാർഡിൽനിന്ന് പുറത്തുകടക്കാൻ ശ്രമിച്ച ഡോക്ടറോട് കിഴവൻ ചോദിച്ചു:

'നീ വസുന്ധരയുടെ മകളല്ലേ?'

'അതെ. നിങ്ങൾ?'

'ഞാൻ നിന്റെ അച്ഛനാണ്. അമ്മയോട് ചോദിച്ചാൽ എല്ലാം പറയും'.

പിന്നീട് ഡോക്ടർ അയാളുടെ വാർഡിലേക്ക് വരുന്നില്ല. അസുഖം ഭേദപ്പെട്ട അയാൾ ലൈൻമുറിയിലേക്ക് മടങ്ങി. ജന്മത്തിന്റേയും വംശത്തിന്റേയും മനുഷ്യന്റേയും ജീവിതാർത്ഥങ്ങളെ അയാൾ തിരഞ്ഞുതുടങ്ങി. അഗാധതയിൽ ഉറങ്ങുന്ന വജ്രമണികൾ അയാളുടെ മനസ്സിൽ തെളിഞ്ഞു. അതോടെ ഏകാന്തതയും വിരസതയും അയാളിൽ നിന്നകന്നു.

മകളെ കാണാൻ കിഴവൻ കൊതിച്ചെങ്കിലും പാപബോധം തീരുമാനങ്ങൾക്ക് തടയിടുന്നു.

ഊന്നുവടിയുമായി രണ്ടാം ശൈശവത്തിലേക്ക് പ്രവേശിച്ച കിഴവൻ നിർധനനും അവശനുമായി തളർന്നുകിടന്നു. വിവരം കേട്ട് എത്തിയ മകൾ വിധവയോട് സംഖ്യയെക്കുറിച്ച് തർക്കിച്ചപ്പോൾ വീണ്ടും കാണാമെന്ന പ്രതീക്ഷയോടെ കിഴവൻ കിടന്നു. അച്ഛനെ അപശകുനമായി കരുതിയ മകൾ വെറുപ്പോടെയാണെങ്കിലും കിഴവന്റെ അപഹാരകാലത്തിന് താങ്ങാകുന്നു.

മരുമകൻ വീണ്ടും നിർബന്ധിക്കുന്നെങ്കിലും ആശുപത്രിയിലെ പരിചിതഗന്ധങ്ങളിലേക്ക് കിഴവൻ മടങ്ങിപ്പോകുന്നില്ല. ജീവിതത്തിന്റെ വിഭിന്നദശകളെ അനുഭവിച്ച കിഴവനെ ആസക്തിയും

വിരക്തിയും ഒരുപോലെ ബാധിച്ചു. കിഴവന്റെ ജീവിതം രണ്ടാം ശൈശവത്തിന്റെ അവസാനഘട്ടത്തിലേക്ക് കടക്കുകയാണ്. രണ്ടാംശൈശവത്തിന്റെ ദശാകാലം മുഴുക്കെ പാപബോധത്തിന്റെ ചോദ്യചിഹ്നങ്ങളാണ്.

മാതൃഗർഭത്തിൽനിന്ന് ഭൂമിയുടെ ഗർഭപാത്രത്തിലേക്കുള്ള യാത്രയ്ക്കുവേണ്ടി കിഴവൻ കാത്തിരുന്നു.

രണ്ട്

അവർ അയാൾക്ക് പതിനാറ് പുറമുള്ള കുറ്റപത്രമാണ് നൽകിയത്. മറുപടി ബോധിപ്പിക്കാൻ ഏഴുദിവസവും വിധിനടപ്പിലാക്കാൻ പതിനഞ്ച് ദിവസവും കാലാവധി നിശ്ചയിച്ചു. മറുപടി അസ്ഥാനത്തായതുകൊണ്ടും വിട്ടുവീഴ്ചയല്ല ജീവിതമെന്ന് തിരിച്ചറിയുന്നതുകൊണ്ടും അയാൾ മൗനംപാലിക്കുന്നു.

അയാളുടെ അസാധാരണ രീതികൾ അവരെ എപ്പോഴും പ്രകോപിപ്പിച്ചു. വിട്ടുവീഴ്ചയുടെ പതനത്തിലേക്ക് അധഃപതിക്കാത്ത അയാൾ അവരെ എപ്പോഴും അവഗണിച്ചു. അയാളുടെ ജീവിതത്തിന്റെ അപകടസന്ധികളെ അറിഞ്ഞ സുഹൃത്തുക്കൾ കാലവും അവസ്ഥയും അറിഞ്ഞ് നിറംമാറാൻ ഉപദേശിക്കുന്നു. അയാളുടെ ഭാര്യയും മക്കളും അനാഥരായി തീരരുതല്ലോ. കീഴടങ്ങാനുള്ള ന്യായങ്ങളെ അയാൾക്ക് എപ്പോഴും കണ്ടെത്താനായില്ല. മനസ്സിന്റെ സ്വാഭാവികരീതികളെ മനുഷ്യത്വത്തിന്റെ സമീപനങ്ങളായി അയാൾ മനസ്സിലാക്കുന്നു.

പക്ഷെ, അവർക്ക് അയാൾ അസാധാരണക്കാരനാണ്. സമൂഹത്തിന്റേയും ഭൂരിപക്ഷത്തിന്റേയും തീരുമാനങ്ങളെ ധിക്കരിക്കുന്നവൻ. അവർക്ക് അപരിചിതമായ ധർമ്മനീതിയുടെ വക്താവായ അയാൾ സമൂഹത്തിന്റെ കെട്ടുറപ്പിനെ അപകടപ്പെടുത്തുകയാണ്.

വിട്ടുവീഴ്ചയ്ക്കുവേണ്ട നിർദ്ദേശങ്ങളുമായിവന്ന സുഹൃത്ത് അയാളോട് ചോദിച്ചു:

'നിങ്ങളുടെ ഈ തീരുമാനങ്ങളെക്കൊണ്ട് ആർക്കാണ് ലാഭം?

'ഞാൻ മനുഷ്യനാണെന്ന് സ്ഥാപിക്കുകയാണ്.'

'ഞങ്ങൾ മനുഷ്യരല്ലെന്നാണോ നിങ്ങൾ പറയുന്നത്?'

വിട്ടുവീഴ്ചചെയ്യാൻ പ്രേരിപ്പിക്കുന്ന ഭാര്യ മാരകമായ സിരാരോഗത്തിന്റെ ലക്ഷണങ്ങളെ അയാളിൽ കാണുന്നു. അയാളുടെ ചിന്തകളും മാർഗ്ഗങ്ങളും അവൾക്ക് അപരിചിതമാണ്. അവളുടെ അയൽക്കാരും സുഹൃത്തുക്കളും സമ്പന്നരായി ജീവിതത്തെ ആസ്വദിക്കുന്നു.

അവൾക്കുമാത്രമാണ് തീരാത്ത ക്ലേശങ്ങൾ. വിവാഹത്തിന്റെ ആദ്യ നാളുകളിൽത്തന്നെ അയാളുടെ അസാധാരണ പ്രകൃതത്തെ അവൾ മനസ്സിലാക്കി. കാലം കഴിയുമ്പോൾ അയാളും മറ്റുള്ളവരെപ്പോലെ സമാനതകളിലേക്ക് മടങ്ങുമെന്ന് അവൾ കരുതി. അവളുടെ അബദ്ധ ധാരണകളായി അയാളുടെ വിചിത്രരീതികൾ തുടരുകയാണ്.

ബസ്സിറങ്ങി വീട്ടിലേക്കുനടന്ന അയാൾ പാതവക്കിൽ ചോരയിൽ കുതിർന്നുകിടക്കുന്ന ചെറുപ്പക്കാരനെ കണ്ട് അസ്വസ്ഥതയോടെ നിന്നു. ചെറുപ്പക്കാരന്റെ അടുത്ത് ഇടിച്ചുചതഞ്ഞ സൈക്കിൾ ഉപയോ ഗശൂന്യമായി കിടന്നു. പാതയുടെ ഇരുവശത്തും കടകളാണ്. അവിടെ കാഴ്ചക്കാരുടെ തിരക്കാണ്.

സൈക്കിളിൽ വന്ന ചെറുപ്പക്കാരനെ ഇടിച്ച ലോറി നിർത്താതെ കടന്നുപോയി. വെന്തുരുകുന്ന ടാർറോഡിൽ വാർന്നൊലിക്കുന്ന ചോരയുമായി ചെറുപ്പക്കാരൻ മരണം കാത്തുകിടന്നു. അയാളുടെ ദീനമായ നിലവിളികളെ അവഗണിച്ച അവർ മരണം കാണാൻ തയ്യാറായി.

ചെറുപ്പക്കാരനെ രക്ഷിക്കാൻ വഴിതിരഞ്ഞ അയാളോട് ഒരാൾ പറഞ്ഞു:

'നിങ്ങൾ വല്ലാത്തൊരു മനുഷ്യനാണ് അനാവശ്യമായ ബാദ്ധ്യ തകളെ എന്തിനാണ് ഏറ്റെടുക്കുന്നത്? അയാളുടെ കയ്യിൽ ചില്ലി കാശുപോലുമില്ല'.

'നിങ്ങൾ മനുഷ്യരാണോ?'

'നീ മാത്രമായിരിക്കും മനുഷ്യൻ?'

ചെറുപ്പക്കാരനെ ആശുപത്രിയിൽ എത്തിച്ച അയാൾ രണ്ടുദി വസം അവിടെ തങ്ങി. ബോധംതെളിഞ്ഞ ചെറുപ്പക്കാരനിൽനിന്ന് വിലാസം അറിഞ്ഞ അയാൾ ബന്ധുക്കളെ തേടിപിടിച്ച് ആശുപ ത്രിയിൽ എത്തിക്കുന്നു.

ആശുപത്രിയിൽ നിന്ന് ആത്മശാന്തിയോടെ വന്ന അയാളോട് പലരും ചോദിച്ചു:

'വല്ലതും കിട്ടിയോ? വെറുതെ സമയം കളഞ്ഞിരിക്കും. ഇയാൾ എന്നാണ് ജീവിക്കാൻ പഠിക്കുക?'

അവരുടെ സാമൂഹ്യക്രമങ്ങൾക്ക് അയാളുടെ മാനുഷികമായ നിലപാടുകൾ കുറ്റകൃത്യമാണ്. പ്രായോഗികമായി പിന്തിരിപ്പനായ അയാൾ അവരുടെ ജീവിതസമ്പ്രദായത്തിന് തടസ്സമായി തീരുന്നുണ്ട്.

അവരുടെ ഓർമ്മകളിൽ അയാൾ എക്കാലത്തും ഇങ്ങനെയാണ്.

പ്രായം കൂടുന്തോറും അയാളുടെ അസാധാരണ രീതികൾ വികസി ച്ചുവന്നു. ചിന്തകളേയും കർമ്മങ്ങളേയും സമന്വയിപ്പിച്ച അയാളുടെ ജീവിതത്തിന് തടയിടുക അവരുടെ നിലനില്പിന് അത്യാവശ്യമായി. അവരുടെ താക്കീതുകളോട് പുറന്തിരിഞ്ഞ് അനാവശ്യബാദ്ധ്യതകളു മായി നടന്ന അയാൾ കൂട്ടംതെറ്റിയ അമാനുഷികനായി.

ജനവാസം കുറഞ്ഞ ചെറിയൊരു ഗ്രാമമാണ് അവരുടേത്. പലരും ഉപജീവനത്തിനുവേണ്ടി നഗരത്തെ ആശ്രയിക്കുന്നു. തുച്ഛശമ്പളം ലഭിക്കുന്ന അവർ അധികവരുമാനത്തിനുവേണ്ടി മറ്റു മാർഗ്ഗങ്ങളെ സ്വീകരിക്കുന്നു. അവരുടെ ഇടക്ക് തൊഴിൽരഹിതർ അപൂർവ്വമാണ്. അവസരങ്ങളെ ഉപയോഗിക്കാൻ അറിയാത്തവരും ചുരുക്കം. ഉദ്യേ ാഗാർത്ഥികൾ സഹോദരികളെ നഗരത്തിലെ ഉന്നതന്മാരുമായി ബന്ധിപ്പിച്ച് അവസരം കണ്ടെത്തുന്നു. ഉദ്യോഗസ്ഥന്മാർ വഴിവിട്ട സ്ഥാനകയറ്റത്തിനുവേണ്ടി ഭാര്യമാരെ മേലധികാരികൾക്കു പങ്കിട്ട് കസേരകളെ ഉറപ്പിക്കുന്നു. ഇതെല്ലാം അവരുടെ ധാർമ്മിക അനുഷ്ഠാ നങ്ങളായി തീർന്നിരിക്കുന്നു.

വിദൂരനഗരത്തിൽ ജോലി ചെയ്യുന്ന അയാൾ നാട്ടിലേക്ക് സ്ഥലംമാറ്റത്തിന് അപേക്ഷിച്ചിരുന്നു. കാലങ്ങൾ കഴിഞ്ഞിട്ടും അപേ ക്ഷക്ക് തീരുമാനമുണ്ടായില്ല. വിവരം അറിഞ്ഞ അവർ അയാളോടു പറഞ്ഞു:

'നിങ്ങൾ മറ്റാരും ചെയ്യാത്ത അനീതിയാണ് ചെയ്തത്. മേലുദ്യോഗ സ്ഥന് നേരിട്ട് അപേക്ഷ നൽകുക തെറ്റായ ക്രമമാണ്. നമ്മുടെ നടപ ടികളെക്കുറിച്ച് നിങ്ങൾക്ക് യാതൊന്നും അറിയില്ലേ? അപേക്ഷകൾ നൽകേണ്ടതും അതിന് തീരുമാനം എടുപ്പിക്കേണ്ടതും നമ്മുടെ ഭാര്യമാരും സഹോദരികളുമാണ്. ഒരുരാത്രികൊണ്ട് ചെയ്തുതീർക്കാ വുന്ന കാര്യത്തെ നിങ്ങൾ അനാവശ്യമായി വലിച്ചുനീട്ടുകയാണ്''.

'നമ്മുടെ ധാർമ്മികതയെ ധിക്കരിക്കുന്ന നിങ്ങൾ കുറ്റവാളിയാണ്.'

അയാളുടെ കുറ്റകൃത്യങ്ങളുടെ പട്ടിക ഓരോ ദിവസവും പെരുകി. തന്റെ അസാധാരണ രീതികളെ കണ്ട് അയാളും അമ്പരക്കുന്നു.

പക്ഷെ, അതയാളുടെ ആത്മദർശനത്തിന്റെ നിലപാടുകളും മനുഷ്യത്വത്തിലേക്കുള്ള ചുവടുവെയ്പുമാണ്. മൂല്യങ്ങളിൽ ഊന്നിയ ധാർമ്മികത കാലഹരണപ്പെടുന്നതോടെ അധാർമ്മികത ധാർമ്മി കതയാകുന്നു.

ഗ്രാമത്തിലെ ചെറുപ്പക്കാരനെ അന്വേഷിച്ച് പോലീസുകാർ പലതവണ വന്നുപോയി. കടകളും വീടുകളും കുത്തിതുറന്ന് പണവും വസ്തുക്കളും അപഹരിക്കുന്ന അവനെക്കുറിച്ച് പോലീസുകാർ തെളി വുസഹിതം സംസാരിച്ചു. ചെറുപ്പക്കാരന്റെ സൽസ്വഭാവത്തെ

വിവരിക്കുന്ന ഗ്രാമക്കാർ അവസാനമായി പോലീസുകാർക്ക് ആളു തെറ്റിയെന്നും പറയുന്നു.

ചെറുപ്പക്കാരന്റെ വിദഗ്ദ്ധമായ മോഷണത്തെക്കുറിച്ച് ഗ്രാമക്കാർക്ക് അറിയാം. വിചിത്രമായ ന്യായങ്ങളെ കണ്ടെത്തുന്ന അവർ മോഷ്ടാവിനെ മുതലുകളുടെ കാവൽക്കാരനാക്കുന്നു.

'സ്ഥലത്ത് ഒരു മോഷ്ടാവുണ്ടാകുന്നത് നമുക്ക് രക്ഷയാണ്. അവൻ നമ്മുടെ വീടുകളിൽ കയറി മോഷ്ടിക്കില്ല. ഇവന്റെ സുഹൃത്തുക്കളായ മോഷ്ടാക്കൾ ഇവിടെ വരികയുമില്ല'.

പ്രതികരണശേഷി നഷ്ടപ്പെടാത്ത അയാൾ മോഷ്ടാവിനെ പിടികൂടാൻ വേണ്ട സഹായങ്ങൾ പോലീസുകാർക്കു നൽകി. മോഷ്ടാവ് വിധവയുടെ ഓട്ടുപൊളിച്ച് വസ്തുക്കളെ അപഹരിച്ചപ്പോൾ അയാൾ ദുരന്തങ്ങളെ ഏറ്റുവാങ്ങാൻ തയ്യാറായി. വീട്ടിൽ തങ്ങിയ ചെറുപ്പക്കാരനെ അയാൾ ഇടപെട്ട് പോലീസിന് കൈമാറുന്നു.

അയാളുടെ അസാധാരണരീതികളെ കണ്ട് ഭാര്യ എപ്പോഴും പരാതിപ്പെട്ടു.

'നിങ്ങൾക്കു മാത്രമാണ് ജീവിക്കാൻ അറിയാത്തത്. മറ്റുള്ളവർ എന്തു സുഖസമൃദ്ധിയോടെയാണ് ജീവിക്കുന്നത്. നിങ്ങൾക്ക് കാലത്തിന്റെ ധർമ്മത്തെ അറിയില്ല. അതാണ് കുഴപ്പം'.

നഗരത്തിലെ ജോലിക്കാരനായ യുവാവ് വേശ്യാലയത്തിലെ നിത്യസന്ദർശകനായി. അതവർക്ക് അപരിചിതവും അസാധാരണവുമായ നടപടിയല്ല. അവരുടെ കൂട്ടക്കാർ ആസക്തി തീർക്കാൻ വ്യഭിചരിക്കുകയും ചെറുപ്പക്കാരികളിൽ രഹസ്യമായി ഇണചേരുകയും പതിവാണ്. അതവരുടെ ധാർമ്മികതയുടെ ഭാഗമായി തീർന്നിരിക്കുന്നു.

ഇവിടെ അസാധാരണയായി ചിലതുണ്ടാകുന്നു. ചെറുപ്പക്കാരൻ വേശ്യയുമായി സ്ഥിരബന്ധം പുലർത്തുന്നു. വേശ്യാലയത്തിൽ നിന്ന് അവളെ ഇറക്കിയ അവൻ വേശ്യയുമായി ജീവിതം ആരംഭിക്കുന്നു. വിചാരണക്കാരുടെ നടുക്ക് മുഖം കുനിച്ചുനിന്ന അവൻ അവളെ ഉപേക്ഷിക്കാൻ തയ്യാറാകുന്നില്ല. എങ്കിലും അവന് അവളെ കയ്യൊഴിയേണ്ടിവന്നു. രാത്രി വീടുവളഞ്ഞ അവർ അവനെ വിളിച്ചിറക്കി കഠിനമായി മർദ്ദിച്ചു. തുടർന്ന് അവൻ ആശുപത്രിയിലായി. അവരുടെ നിമിഷങ്ങളെ വിജയലഹരി കീഴടക്കി. വേശ്യയായിരുന്ന അവൾ ഗ്രാമത്തിൽ തനിച്ചാണ് താമസിക്കുന്നത്. സന്ധ്യയോടെ അവളുടെ വീട്ടിലെത്തിയ അവർ അവളെ അകമുറിയിൽ നഗ്നയാക്കി നിർത്തി. തുടർന്ന് ഓരോരുത്തരായി അവളെ പ്രാപിച്ചു തുടങ്ങുന്നു.

ആശുപത്രിയിൽ നിന്ന് തിരിച്ചുവന്ന ചെറുപ്പക്കാരനോട് അവൾ

നാട്ടുവിട്ടെന്നാണ് അവർ പറഞ്ഞത്. എല്ലാവരേയും തൃപ്തിപ്പെടുത്താൻ കഴിയാതെ അവളുടെ ശ്വാസമിടിപ്പ് നിലക്കുന്നു. മനുഷ്യപ്രകൃതത്തെ കരിങ്കല്ലുകൊണ്ട് വികൃതമാക്കിയ അവർ പിന്നീട് അവളെ പനങ്കാട്ടിൽ മറവുചെയ്തു.

വാസ്തവത്തെ കണ്ടെത്തിയ ചെറുപ്പക്കാരൻ അവരോട് പറഞ്ഞു:

'വേശ്യയായ അവളെ ഭാര്യയാക്കിയത് എന്റെ തെറ്റാണ്. ഞാൻ ആശുപത്രിയിൽ കിടന്നപ്പോൾ അവൾക്ക് പ്രതിഷേധിക്കാതെ ആണുങ്ങളെ സ്വീകരിക്കാമായിരുന്നു.'

അയാൾ തുടർന്നു:

'ആർക്കും സത്യമറിയില്ല. എന്റെ ഉയർച്ചക്കുവേണ്ട വഴി ഞാൻ അവളിൽ കണ്ടെത്തിയതാണ്. ഷണ്ഡനായ കമ്പനി ഉടമസ്ഥൻ മറ്റുള്ളവരുടെ ഇണചേരലുകൾ കണ്ട് തൃപ്തി അടയുന്നവനാണ്. വേശ്യക്ക് ലജ്ജയില്ലല്ലോ? ഞാൻ നമ്മുടെ ധർമ്മത്തെ അനുസരിക്കുകയാണ് ചെയ്തത്''.

അധാർമ്മികത ധാർമ്മികതയാകുമ്പോൾ അയാൾ മനുഷ്യത്വത്തിന്റെ അവസാനത്തെ കണ്ണിയായി. അവരുടെ വ്യവഹാരനിയമങ്ങൾ അയാളെ കുറ്റവാളിയാക്കി.

സ്ഫോടനത്തിന്റെ ആഘാതം അയാളുടെ പ്രഭാതത്തെ ഉല്ക്കടമായി ഉലച്ചു. ദയനീയമായ കൂട്ടനിലവിളികൾ അയാളുടെ ആത്മാവിനെ നടുക്കി. അവരെ പിന്തുടർന്ന് ഓടിയ അയാൾ വാക്കുകൾക്കും വിവരണങ്ങൾക്കും അതീതമായ കാഴ്ചകണ്ട് അമ്പരക്കുന്നു. പ്രഭാതത്തിലെ സുഖാലസ്യങ്ങളിൽ മുഴുകിയ തീവണ്ടിയാത്രക്കാർ സ്ഫോടനത്തോടൊപ്പം അത്യാഹിതത്തിലേക്ക് വീഴുന്നു. പാലത്തിന്റെ മുകളിൽ എത്തിയ തീവണ്ടി ആകാശത്തിലേക്ക് ഉയർന്ന് ഇഴപിരിഞ്ഞു.

യാത്രക്കാരുടെ ദയനീയമായ നിലവിളികേട്ട അവർ ശുഷ്കാന്തിയോടെ തീവണ്ടിയെ സമീപിച്ചു. മുറിവേറ്റവരേയും മോഹാലസ്യപ്പെട്ടവരേയും അവഗണിച്ച അവർ കിട്ടിയ അവസരത്തെ ഫലപ്രദമായി ഉപയോഗിക്കുന്നു. ശവശരീരങ്ങളിൽ നിന്നും മുറിവേറ്റവരിൽനിന്നും ആഭരണങ്ങളെ അഴിച്ചെടുക്കുന്ന അവർ വലിപ്പമുള്ള സ്യൂട്ട്കേസ്സുകളെ അപഹരിച്ച് ഉടനടി സ്ഥലംവിടുന്നു. സമ്പന്നരായി തീർന്ന അവരുടെ പൊട്ടിച്ചിരി ദയനീയമായ നിലവിളികളെ മറികടന്നു.

കാഴ്ചകളിലെ വിഭ്രാന്തിയിൽനിന്ന് രക്ഷപ്പെട്ട അയാൾ അത്യാഹിതം അറിയിക്കാൻ അടുത്ത സ്റ്റേഷനിലേക്ക് ഓടി.

അയാൾക്ക് ലഭിച്ച കുറ്റപത്രത്തിൽ മോഷ്ടാവിനെകുറിച്ച് യാതൊന്നും പറയുന്നില്ല. കുറ്റപത്രത്തിന് മറുപടി നൽകാത്ത അയാൾ ക്രൂരവും നിന്ദ്യവുമായ വിധിയെകാത്ത് അവരുടെ ധർമ്മനീതികൾക്ക്

വഴങ്ങി മാനുഷികതയെ ഉപേക്ഷിക്കാൻ തയ്യാറായില്ല.

തീവണ്ടി അപകടത്തെ ആകസ്മികസംഭവമായി അയാൾ കാണുന്നില്ല. സ്വധർമ്മം പാലിക്കുന്ന അവർ അത്യാഹിതത്തെ ഉണ്ടാക്കിഎടുക്കാം.

അധാർമ്മികത ധാർമ്മികതയാകുമ്പോൾ കുറ്റവാളിയാകുന്ന അയാൾക്ക് ആത്മഹത്യയാണ് ഉചിതമായ നിവാരണമാർഗ്ഗം. മനുഷ്യത്വത്തിന്റേയും ആത്മാവിന്റേയും വിശുദ്ധിക്കുവേണ്ടി ആത്മഹത്യചെയ്യാനും അയാൾ തയ്യാറാണ്. കാലം അറിഞ്ഞുനീങ്ങാനും ജീവിക്കാനും അപ്പോഴും അയാളുടെ ഭാര്യ നിർബന്ധിക്കുന്നു.

അയാൾക്ക് മറ്റുള്ളവരെ തൃപ്തിപ്പെടുത്തി ജീവിക്കാനാവില്ല. വഴിയടഞ്ഞ അയാളുടെ മാർഗ്ഗത്തിൽ ആത്മഹത്യയാണ് ഏക പോംവഴി.

പതിനേഴാം അദ്ധ്യായം

രക്ഷകന്റെ വരവോടെ ആപത്തുകൾ അവസാനിക്കുമെന്ന് ആദിനാഥപുരത്തുകാർ കരുതുന്നു. മറ്റൊരു പലായനത്തിന് തയ്യാറായ അവർ അത്യാവശ്യവസ്തുക്കളെ ഒതുക്കി യാത്രക്ക് ഒരുങ്ങുകയാണ്. പ്രകൃതിയുടെ രക്ഷാകവചത്തെ നവീന ലോഹക്കൂട്ടുകൾ ഭേദിക്കുമ്പോൾ അവർ വംശരക്ഷക്കുവേണ്ടി മറ്റൊരു സങ്കേതം കണ്ടെത്തുന്നു.

ആദിനാഥപുരത്തിന്റേയും തന്റെ ജന്മത്തിന്റേയും വിധിനിശ്ചയങ്ങളെ സത്യവാഗീശ്വരന് തിരിച്ചറിയാനാകുന്നു. അപ്പോഴും അയാൾ ജീവിതത്തിന്റെ മുമ്പിൽ സംശയങ്ങളോടെ നിൽക്കുകയാണ്. അയാളുടെ ആത്മാന്വേഷണങ്ങളും ചോദ്യാവലികളും പ്രാചീനവിശുദ്ധിയുള്ള ആദിനാഥപുരത്തിൽ അവസാനിക്കേണ്ടതാണ്. ആദിനാഥപുരത്തിന്റെ അന്ത്യവിധിയിൽനിന്ന് മുക്തിനേടിയ പുരോഹിതൻ അവസാനകാലത്തിന്റെ ലക്ഷണവിധികളെ ഒന്നൊന്നായി സത്യവാഗീശ്വരനോട് വിവരിക്കുന്നു. അപ്പോൾ അമാനുഷികതയും ദിവ്യസിദ്ധികളുമില്ലാത്ത രക്ഷകൻ കൂട്ടബലിയിൽ ഒരാളാകുകയാണ്.

തടാകം തിളച്ചുപൊന്തി കരകവിയുന്നതാണ്. സ്തൂപത്തിലെ കാലാതീതമായ അഗ്നി കെട്ടടങ്ങും. ജ്ഞാനവൃക്ഷം അവതാരലക്ഷ്യംതീർത്ത് കടപുഴങ്ങിവീഴുകയും ചെയ്യും. വിദൂരതയിലെ കടൽ പ്രക്ഷുബ്ധമായി ആദിനാഥപുരത്തിന്റെ നെറുകയിൽ വിഹരിക്കും.

ആകാശത്തിന്റെ ഇരുൾച്ചയിൽ സന്ധ്യയോടെ അസാധാരണ നക്ഷത്രം തെളിഞ്ഞു. അശുഭലക്ഷണങ്ങളോടെ അത് താഴേക്ക് ഇറങ്ങുകയാണ്. പ്രതിരോധവും പ്രത്യാക്രമണവുമില്ലാതെ ആദിനാഥപുരത്തുകാർ നിസ്സഹായരായി നിൽക്കുന്നു. അവർ രക്ഷകന്റെ ഉത്തരവിനുവേണ്ടി ചെകിടോർക്കുന്നു.

ആദിനാഥപുരത്തിന്റെ വിശുദ്ധമായ സമ്പ്രദായങ്ങളും ബലിഷ്ഠമായ രക്ഷാകവചവും ഇപ്പോൾ എല്ലാവരേയും വേട്ടയാടുന്നു. ജന്മത്തിന്റേയും ജീവിതത്തിന്റേയും നിഗൂഢതകളെ അവസാനനിമിഷത്തിലും സത്യവാഗീശ്വരൻ അന്വേഷിച്ചുകൊണ്ടിരുന്നു. അപ്പോഴും അയാൾ ഇച്ഛയെ മറികടക്കാനും അങ്ങനെ സഹജവാസനകളെ കീഴടക്കാനുമുള്ള തീവ്രശ്രമങ്ങൾ തുടരുകയാണ്. വിഭാവസുവിന്റെ

മരണം ഉയർത്തിയ പാപബോധത്തിൽനിന്ന് ആത്മശാന്തിയുടെ കണ്ടെത്തലുകളിലേക്ക് എത്താൻ അയാൾക്ക് കഴിയുന്നില്ല.

ധ്യാനത്തിന്റെ അഗാധതയും നിശ്ശബ്ദതയുടെ ശാന്തിയും സത്യവാഗീശ്വരന്റെ ചോദ്യങ്ങൾക്കൊണ്ട് നിറയുന്നു.

'വംശശാപത്തിൽനിന്ന് എനിക്കും മോചനമില്ലേ? തീരാത്ത ആസക്തിയുമായി എന്റെ കാലവും അവസാനിക്കുമോ?'

സത്യവാഗീശ്വരൻ ജീവിതത്തെ ആഘോഷമായി തീർക്കുന്നില്ല. അയാൾ അനുഭവങ്ങളിൽ മുഴുകിയും അനുഭവങ്ങളെ ചിന്തകളാക്കിയും പുത്തൻ കണ്ടെത്തലുകളിലേക്ക് പ്രവേശിക്കുകയാണ്. ആത്മാവിൽ കാട്ടുതീയുമായി നടന്ന അയാൾ പ്രതിബന്ധങ്ങളെ ലാഘവത്തോടെ മറികടക്കുന്നു. ജീവിതത്തിന്റേയും ജീവന്റേയും ദുരുപയോഗങ്ങളെ അയാൾ തടയുകയാണ്. കരുണാർദ്രമായ മനസ്സോടെ അയാൾ അകാലമരണത്തെ നേരിടുന്നു. തടംകെട്ടലിൽനിന്ന് കർമ്മശേഷിയിലേക്കും അങ്ങനെ ശരിയായ മാർഗ്ഗത്തിലേക്കും മനുഷ്യവംശത്തെ സത്യവാഗീശ്വരൻ വഴിനടത്തിയതാണ്. ഇപ്പോൾ അയാൾ സനാതനപുരത്തിലെ കാലഹരണപ്പെട്ട ഓർമ്മയായി തീർന്നിരിക്കുന്നു.

ആദിനാഥപുരത്തിന്റെ വിശുദ്ധമായ രീതികൾക്ക് കീഴടങ്ങുന്നതോടെ സത്യവാഗീശ്വരന്റെ പൗരുഷം ഉപയോഗക്ഷമമായ അവയവമാകുന്നു. ആഭയുടെ ചുവന്ന പൊള്ളങ്ങൾ ജന്മത്തിന്റെ സ്വാഭാവികതയെ ഉൾക്കൊണ്ട് അപ്രത്യക്ഷമാകുകയാണ്.

സഹജവാസനകൾക്കും ആസക്തികൾക്കും സത്യവാഗീശ്വരൻ കീഴടങ്ങുകയാണ്. അയാളുടെ പാപബോധം നിറഞ്ഞ ആത്മാവ് ശാന്തമാകുകയാണ്. അസാമാന്യമായി യാതൊന്നുമില്ലെന്ന തിരിച്ചറിവോടെ സത്യവാഗീശ്വരനൻമാർ അഗാധമായ ധ്യാനത്തിൽ ലയിക്കുന്നു. പരിസരബോധം വെടിഞ്ഞ അയാൾ നിശ്ചലനും നിസ്സംഗനുമാകുകയാണ്. ധ്യാനത്തിന്റെ സമാധികളിൽ പ്രകൃതിയേയും സഹജീവികളെയും മനുഷ്യനേയും അയാൾ സമഭാവനയോടെ കാണുകയാണ്. വ്യക്തമായ അവബോധവുമുള്ള ആത്മജ്ഞാനിയെ അയാൾ ഉന്നതങ്ങളിൽ പ്രതിഷ്ഠിക്കുകയാണ്. അവിടെ ആസക്തിയും വിരക്തിയുമില്ല. നിർവ്വാണത്തിന്റെ ആത്മശാന്തിയും ജന്മത്തിന്റെ പൂർണ്ണതയുമാണ്.

ജന്മത്തിന്റേയും കാലത്തിന്റേയും ബലക്ഷയങ്ങളെ സത്യവാഗീശ്വരൻ അറിയുകയാണ്. നിവാരണമില്ലാത്ത പ്രശ്നങ്ങൾക്ക് പരിഹാരം കാണാൻ നിശ്ചയിച്ച അയാൾ തീവ്രമായ പരീക്ഷണങ്ങളിൽ ഏർപ്പെടുകയാണ്. ചലനങ്ങളെ നിശ്ചലമാക്കിയും കാഴ്ചകളെ ഇരുട്ടാക്കിയും അയാളുടെ ദിവസങ്ങൾ കടന്നുപോകുന്നു.

ആഭ കൊണ്ടുവെച്ച പരിമിതമായ ഭക്ഷണങ്ങൾ ഉപയോഗശൂന്യമാകുകയാണ്. തീരുമാനങ്ങളുടെ കെട്ടുറപ്പിനെ ഭേദിക്കാതെ അയാൾ നിലയുറപ്പിക്കുന്നു.

ആദിനാഥപുരത്തിന്റെ സാമ്പ്രദായിക രീതികളെ സ്വീകരിക്കാനും സാമാന്യരീതികൾക്ക് വഴങ്ങാനും സത്യവാഗീശ്വരൻ തയ്യാറാകുന്നില്ല. നഗ്നയായി ആഭ കിടക്കുമ്പോൾ ഇച്ഛയെ മറികടക്കാനുള്ള തീവ്രശ്രമങ്ങളിൽ അയാൾ വീണ്ടും ഏർപ്പെട്ടുകയാണ്. ആത്മസംയമനത്തോടെ ഉറങ്ങിയ അയാൾ അടവയറിലെ ശക്തമായ വേദനകൊണ്ടു പുളയുകയാണ്; കടുക്കയുടെ ദുസ്സഹമായ മണമുള്ള വായു ശ്വസിക്കുകയുമാണ്.

ആഭ വേർപിരിയുന്നതോടെ സത്യവാഗീശ്വരന്റെ വേദന അകലുന്നു. വിട്ടുവീഴ്ചയും പിന്മാറ്റവുമല്ല ശരിയായ മാർഗ്ഗമെന്നറിയുന്ന അയാൾ മുൻചുവടുകളിൽ ഉറച്ചുനിൽക്കുകയാണ്. ആഭയുടെ ശരീരത്തിൽ വീണ്ടും ചുവന്നപൊള്ളങ്ങൾ തെളിയുന്നു. സത്യവാഗീശ്വരന്റെ പൗരുഷമായ അവയവം വികൃതവും ഉപയോഗശൂന്യവുമാകുന്നു.

ആഭയായി വേഷപ്രച്ഛന്നം നടത്തിയ ആരണ്യ സത്യവാഗീശ്വരനെ അമാനുഷികനായി ആദരിക്കുകയാണ്. അവൾ സ്വയം അറിയാതെ വിധേയയാകുകയാണ്. ആഭയുടെ തരിശ്ശായ മനസ്സിലേക്കും ജീവിതത്തിലേക്കും പുരുഷൻ കടന്നുവരുന്നു. വംശാവലികളെ കൈമാറുമ്പോൾ അവൾ പ്രകൃതിയുടെ സ്വാഭാവികരീതികളെ അനുസരിക്കുകയാണ്. വേറിടലോ വ്യത്യസ്തതയോ അല്ല സ്വാഭാവികതയാണ് ആദിനാഥപുരത്തിന്റെ ധർമ്മശാസ്ത്രങ്ങൾ.

ചിന്തയുടെ അനാവശ്യഭാരങ്ങളെ ആദിനാഥപുരത്തുകാർ കൊണ്ടുനടക്കുന്നില്ല. അവർ വംശസിദ്ധികളായ അറിവുകളെ കാലങ്ങളിലേക്ക് പകരുന്നു. പീഢനത്തിന്റേയും പലായനത്തിന്റേയും കഠിനയാതനകൾക്കുശേഷം അവർ പൗരാണികമായ സമ്പ്രദായങ്ങളിലേക്ക് മടങ്ങുന്നു. സത്യവാഗീശ്വരൻ പരീക്ഷണനിരീക്ഷണങ്ങളിൽ ഏർപ്പെട്ടുമ്പോൾ ആഭയുടെ ശരീരത്തിൽ ചുവന്ന പൊള്ളങ്ങൾ ശേഷിക്കുകയാണ്.

സത്യവാഗീശ്വരന്റെ ആത്മസംയമനത്തേയും ഇച്ഛയെ മറികടക്കാനുള്ള ശ്രമങ്ങളേയും അറിഞ്ഞ ആഭ ചോദിച്ചു:

'ആദിനാഥപുരം പ്രകൃതിയുടേയും മനുഷ്യത്വത്തിന്റേയും പൂർണ്ണതയാണ്. ഇവിടെ ജീവിക്കുന്നവർ കാലത്തിൽനിന്നും ജീവിതത്തിൽനിന്നും അന്യരാകുന്നില്ല. ഇത് നികൃഷ്ടവും നീചവുമായ ജന്മവാസനയല്ല. വംശത്തെ രക്ഷിക്കുന്ന പ്രകൃതിശാസ്ത്രമാണ്'.

'ആസക്തി മൃഗീയതയാണ്. ഇച്ഛയെ മറികടക്കുകയാണ് ശരിയായ

മാർഗ്ഗം'.

'കാരുണ്യത്തേയും മനുഷ്യസ്നേഹത്തേയും തിരിച്ചറിഞ്ഞ അങ്ങ് സ്ത്രീപുരുഷസ്നേഹത്തെ കാണുന്നില്ല. സ്നേഹത്തോടെ ആസക്തി അവസാനിക്കുകയും അപൂർണ്ണത പൂർണ്ണതയാകുകയും സ്വാർത്ഥത നിസ്വാർത്ഥതയാകുകയുമാണ്. ആദിനാഥപുരത്തിന്റെ രീതികൾ പ്രകൃതിയുടെ ഇച്ഛയും പവിത്രതയുമാണ്'.

വികൃതമായ അവയവം പരിഹാസ ചിഹ്നമാകുമ്പോഴും സത്യവാഗീശ്വരൻ ആത്മാന്വേഷണവും ആത്മസംയമനവും തുടരുകയാണ്. ആദിനാഥപുരം അയാളുടെ ആത്മാന്വേഷണത്തിന്റെ അവസാനമാകുന്നതാണ്. അതോടെ അയാൾക്ക് ധന്യമായ ആത്മസംതൃപ്തിയോടെ ജീവിതത്തിൽനിന്ന് പിൻവാങ്ങാം. ഇപ്പോൾ ആസക്തിയും ജീവിതത്തിന്റെ ആവശ്യങ്ങളും സങ്കീർണ്ണ പ്രശ്നങ്ങളായി അയാളുടെ മുമ്പിൽ ഉയരുന്നു. അറിഞ്ഞതിനെ ഉൾക്കൊണ്ട അയാൾ അജ്ഞാനത്തിന്റെ മറനീക്കാൻ അനുഭവങ്ങളിലേക്ക് ഇറങ്ങുന്നു. തുടർന്ന് ചിന്തയുടെ വിസ്തൃതിയിലേക്കും അയാൾ പ്രവേശിക്കുകയാണ്.

വീണ്ടും പരീക്ഷണത്തിന് തയ്യാറായ സത്യവാഗീശ്വരൻ ആഭയെ പ്രാപിക്കാൻ സന്നദ്ധനായി. പ്രകൃതിയുടേയും ആദിനാഥപുരത്തിന്റേയും ജീവന രഹസ്യങ്ങളെ അയാൾ തിരിച്ചറിയുന്നു. വംശാവലികളിലേക്കും അപൂർണ്ണവ്യക്തിത്വങ്ങളുടെ കൂടിച്ചേരലിലേക്കും സത്യവാഗീശ്വരൻ എത്തിച്ചേരുകയാണ്.

ആഭയുടെ ഇളംചൂട് അയാളുടെ ഞരമ്പുകളുടെ ആവേശമായി തീരുന്നു. കടുക്കയുടെ ദുസ്സഹമായ മണമില്ലാത്ത ചുണ്ടുകൾ ആകർഷകമായി വികസിക്കുന്നു.

ആദിനാഥപുരത്തിന്റെ ആത്മചൈതന്യത്തെ പരീക്ഷിക്കാൻ ഒരുങ്ങിയ സത്യവാഗീശ്വരന് വീണ്ടും മുമ്പോട്ടുപോകാനായില്ല. വികൃതമായ അവയവവും ആഭയുടെ ചുവന്നപൊള്ളങ്ങളും ഇരുട്ടിൽ തിളങ്ങുകയാണ്.

പ്രകൃതിയുടെ വിശുദ്ധിയും സൃഷ്ടിയുടെ ധന്യതയുമായ ആദിനാഥപുരം കാലത്തിന്റെ അധീശത്വത്തോടെ നിലനിൽക്കുകയാണ്. അസ്വാഭാവികതയെ നിരസിക്കുന്ന അവിടെ പരീക്ഷണനിരീക്ഷണങ്ങൾ അപ്രസക്തവും അനാവശ്യവുമാണ്.

ധ്യാനത്തിന്റെ അഗാധതയിൽ ലയിച്ച സത്യാഗീശ്വരൻ പുനർജ്ജനിഗുഹയുടെ സാന്ത്വനത്തിനുവേണ്ടി കാത്തിരുന്നു. ജീവിതത്തെ വ്രതാനുഭൂതിയാക്കിയ അയാൾ നടന്നുതളർന്നിരിക്കുന്നു. ധ്യാനത്തിന്റെ ധന്യതയും ജീവിതത്തിന്റെ അയുക്തിയും നിഗൂഢമായി സത്യവാഗീശ്വരനെ ആവാഹിക്കുകയാണ്.

പുനർജ്ജനിഗുഹയുടെ സാമിപ്യവും അനുഭൂതികളും സത്യവാഗീശ്വരന്റെ ആത്മാവിലേക്ക് പ്രവഹിക്കുന്നു. പുകപടലങ്ങളുടെ നടുക്ക് നിന്ന് മുഴക്കമുള്ള വാക്കുകൾ ഒഴുകുന്നു. വിശുദ്ധജന്മങ്ങളുടെ വംശനാശത്തെ അറിയിച്ച വാക്കുകൾ കർമ്മദോഷത്തിന്റെ ഇറക്കിവെയ്പ്പുകളെ വെളിവാക്കുകയാണ്.

'സത്യത്തിന്റെ കാലവും മാനുഷികമായ നന്മയും അവസാനിച്ചിരിക്കുന്നു. നിന്റെ ജന്മം സഫലവും പരിശുദ്ധവുമായി. ഞങ്ങളുടെ അംശമാകാനും കാലത്തെ നിയന്ത്രിക്കാനും നീ തയ്യാറെടുക്കുക'.

അയാളുടെ അശാന്തമായ ആത്മാവിൽ അപ്പോഴും ജന്മത്തേയും ജീവിതത്തേയും പ്രപഞ്ചത്തേയും സംബന്ധിച്ച ചോദ്യങ്ങൾ ശേഷിക്കുകയാണ്. പ്രകൃതിയുടേയും ജീവന്റേയും അതിജീവനമാണ് ശരിയായ മാർഗ്ഗം. എങ്കിലും ആസക്തിയേയും ഇച്ഛയേയും മറികടക്കാനുള്ള ശ്രമങ്ങൾ ശരിയായ ധാരണകളാകാതെ അവ്യക്തതയിലേക്ക് നീളുകയാണ്.

വികൃതമായ അവയവും അസ്വാഭാവികരീതികളും സത്യവാഗീശ്വരനെ ആദിനാഥപുരത്തിലെ കുറ്റവാളിയാക്കുന്നു.

'നിന്റെ സംശയങ്ങൾക്ക് ലഘുവായ മറുപടി നൽകാനാവും. നീ സത്യത്തെ തിരിച്ചറിയും'.

ജനസാമാന്യത്തിൽനിന്നും ജീവിതത്തിൽനിന്നും പിന്മാറിയ നിരാമയൻ ആസക്തികൾക്കും വിരക്തികൾക്കും അപ്പുറത്താണ്. പ്രലോഭനങ്ങളേയും ജന്മവാസനകളേയും അയാൾ മറികടക്കുകയാണ്. അധാർമ്മികത ധാർമ്മികതയായ ലോകത്തിൽനിന്ന് അയാൾ വേറിടുന്നു. ശൈശവത്തിന്റേയും വാർദ്ധക്യത്തിന്റേയും സമാനതകളെ അയാൾ ഉൾക്കൊണ്ടു. എങ്കിലും അയാൾ വംശാവലികളെ നിഷേധിക്കുന്നു. കർമ്മങ്ങളെ സ്വാർത്ഥതയും മായയുടെ ദൂഷിതവലയവുമായി നിരാമയൻ കരുതുകയാണ്. അനുഭവങ്ങളെ നിരസിച്ച അയാൾ ജ്ഞാനത്തിന്റെ ശരിയായ മാർഗ്ഗത്തിലേക്ക് എത്തിച്ചേരുകയാണ്.

സത്യവാഗീശ്വരൻ ജീവിതത്തെ അനുഭവങ്ങളും ചിന്തകളുടെ കണ്ടെത്തലുമാക്കുന്നു. അയാൾ എവിടേയും വേറിടാത്ത സ്വയം സമർപ്പിക്കുകയാണ്.

ആദിനാഥപുരത്തിന്റെ കാലാവധിയേയും വിശുദ്ധജന്മങ്ങളുടെ ദുരന്തത്തേയും സത്യവാഗീശ്വരൻ തിരിച്ചറിയുകയാണ്. സ്ഥലകാലങ്ങൾക്ക് നിസ്സംഗതയോടെ അയാൾ കീഴടങ്ങുന്നു.

പ്രഭാതത്തിന്റെ നിറഭേദങ്ങളോടെ ആദിനാഥപുരത്തിന്റെ സ്വാഭാവിക രീതികൾ മാറ്റംവെച്ചുതുടങ്ങുന്നു. താഴ്ന്നുപറന്ന മേഘങ്ങൾ

വെളുത്ത ശലഭങ്ങളായി മൺതരികളെ മുഴുക്കെ കീഴടക്കുകയാണ്. അവ വിധിനിയോഗം അനുസരിക്കുന്നതുപോലെ കമ്പളിപ്പുഴുക്കളാകുന്നു.

മറ്റൊരു പലായനത്തിനു തയ്യാറെടുത്ത ആദിനാഥപുരത്തുകാർ അശുഭലക്ഷണങ്ങളെക്കണ്ട് സത്യവാഗീശ്വരനോട് ചോദിച്ചു:

'രക്ഷകനായ അങ്ങ് എന്താണ് ഇനിയും ഉണരാത്തത്? എവിടേയും അപശകുനങ്ങളാണ്. നമുക്ക് പുറപ്പെടാറായില്ലേ?'

ശലഭങ്ങളുടെ ക്രമംതെറ്റിയ രൂപംമാറലുകളേയും അന്തരീക്ഷത്തിന്റെ നിശ്ചലതയേയും കാലത്തിന്റെ വിധിനിശ്ചയമായി സത്യവാഗീശ്വരൻ തിരിച്ചറിഞ്ഞതാണ്. ദിവ്യസിദ്ധികളില്ലാതെ വംശനാശത്തെ അഭിമുഖീകരിക്കുന്ന രക്ഷകൻ അവരുടെ ഗോത്രസ്മൃതികളിൽ എവിടേയുമില്ല.

ഉപ്പളങ്ങളിലേക്കും ചന്തയിലേക്കും പോകാതെ കെട്ടിയൊതുക്കിയ വസ്തുക്കളോടെ അവർ രക്ഷകന്റെ ആജ്ഞ കാത്തിരിക്കുകയാണ്. അവരുടെ മരണഭീതി വംശശുദ്ധിയോടും ആദിനാഥപുരത്തോടുമുള്ള വെറുപ്പായി പുകയുകയാണ്. പൗരാണികമായ രക്ഷകന്മാർ അവരുടെ വിശുദ്ധമായ ജീവിതത്തേയും ആചാരങ്ങളേയും സംരക്ഷിച്ച് പ്രതിസന്ധികൾക്ക് പ്രതിവിധിനിശ്ചയിച്ചതാണ്.

ധ്യാനത്തിൽ നിന്നുണർന്ന സത്യവാഗീശ്വരൻ ആദിനാഥപുരത്തുകാരോട് പറഞ്ഞു:

'ശാന്തരായി എന്തിനേയും നേരിടാൻ സന്നദ്ധരാകുക. നിങ്ങളുടെ ജീവിതവും പ്രതീക്ഷകളും അവസാനിക്കുകയാണ്. മനുഷ്യവംശത്തിന്റെ വിശുദ്ധി പഴങ്കഥയായി തീരുന്നതോടെ വംശനാശമാണ് ഉണ്ടാകുക'.

'ശാന്തരായി ധ്യാനിക്കുക'.

രക്ഷകൻ വഴിതെളിക്കുന്നില്ലെങ്കിലും അവരുടെ വിശുദ്ധമായ ജീവിതം അകാലമരണമായി തീരുന്നതാണ്. കൂട്ടമരണത്തെ തിരിച്ചറിഞ്ഞ ആദിനാഥപുരത്തുകാർ ധ്യാനത്തിന്റെ ശാന്തി അനുഭവിക്കാതെ രക്ഷപ്പെടാനുള്ള സാദ്ധ്യതകളെ തിരയുന്നു. പ്രകൃതിയുടെ രക്ഷാകവചവും വംശശുദ്ധിയും തങ്ങളുടെ പരിമിതികളാണെന്ന് തിരിച്ചറിഞ്ഞ അവർ പ്രതീക്ഷയോടെ പ്രാർത്ഥിക്കുന്നു. അദൃശ്യശക്തികൾ ആവേശിച്ചതുപോലെ അവർ മണ്ഡപത്തിൽനിന്ന് ഉറഞ്ഞുതുള്ളിത്തുടങ്ങുന്നു.

ആദിനാഥപുരത്തിൽ മുഴുക്കെ കമ്പളിപ്പുഴുക്കൾ വിതാനിക്കുകയാണ്. അതോടെ ശലഭങ്ങളുടെ വരവ് നിലക്കുന്നു. ആദിനാഥപുരത്തിന്റെ നെറുകയിൽ പ്രത്യക്ഷപ്പെട്ട കറുത്ത മേഘം പൊട്ടിത്തകരാൻ

തയ്യാറായി കനംതൂങ്ങിനിൽക്കുന്നു.

ജീവിക്കാനുള്ള വെമ്പലോടെ പ്രാർത്ഥിച്ചും ഉറഞ്ഞാടിയും ആദിനാഥപുരത്തുകാർ നേരംകളയുകയാണ്. അവരുടെ മുമ്പിലേക്ക് അസാധാരണമായ ഭാവപകർച്ചയോടെ സന്ധ്യ കടന്നുവരുകയാണ്. പട്ടാളക്കാർ ആദിനാഥപുരത്തിലേക്ക് വലിച്ചെറിഞ്ഞ സ്റ്റീൽതകിടുകൾ തട്ടി കുറെ കമ്പളിപ്പുഴുക്കൾ ചാകുന്നു. വരുംകാലത്തിന്റെ ദുരന്തങ്ങളെ അറിയുന്ന കമ്പളിപ്പുഴുക്കൾ അപായസൂചന ഉൾക്കൊണ്ട് ലോഹത്തെ സ്പർശിക്കാതെ അകന്നുമാറുന്നു.

സ്റ്റീൽതകിടിന്റെ വരവോടെ സ്തൂപത്തിലെ അഗ്നി അണയുകയാണ്. ആദിനാഥപുരത്തിന്റെ ആത്മാവിലും പരിസരത്തിലും ഇരുട്ടുകനക്കുകയാണ്. പരിഭ്രാന്തിയോടെ രക്ഷകനെ സമീപിച്ച അവർ ആത്മരക്ഷയ്ക്കുവേണ്ടി സത്യവാഗീശ്വരന്റെ കാലിൽ വീണുരുളുന്നു.

പ്രകൃതിയുടെ രക്ഷാകവചവും ആദിനാഥപുരത്തിന്റെ ധർമ്മനീതികളും സ്റ്റീൽതകിടിന്റെ രൂപഭാവങ്ങളെ മാറ്റിത്തീർക്കുന്നില്ല. വംശശുദ്ധിയേയും പ്രപഞ്ചനീതിയേയും കീഴ്പ്പെടുത്തിയ ഉന്മാദത്തോടെ സ്റ്റീൽ തകിട് ഇരുട്ടിലും തിളങ്ങുകയാണ്. ആദിനാഥപുരത്തിന്റെ പൗരാണികമായ വിശുദ്ധിയും പ്രകൃതിയുടെ രക്ഷാകവചവും അധികാരത്തിന്റേയും അധീശത്വത്തിന്റേയും മുമ്പിൽ കീഴടങ്ങുന്നു. സ്റ്റീൽ തകിട് യാന്ത്രികതയും വ്യക്തിത്വമില്ലാത്ത ആൾക്കൂട്ടവും സർഗ്ഗാത്മകതയുടെ നിഷേധവുമാണ്. തടംകെട്ടിയ കർമ്മശേഷി ആത്മാന്വേഷണത്തേയും മാനുഷികതയേയും പുറന്തള്ളുകയാണ്. യന്ത്രങ്ങളുടെ ഉന്നതാധികാരങ്ങൾ മനുഷ്യനേയും ജീവിവർഗ്ഗങ്ങളേയും പ്രപഞ്ചത്തേയും നിഷേധിക്കുന്നു. അവ മനുഷ്യനെ യന്ത്രത്തിന്റെ ഭാഗമാക്കിതീർക്കുകയാണ്.

സനാതനപുരത്തിന്റെ ആസക്തികളും യാന്ത്രികചിന്തകളും ആദിനാഥപുരത്തേയും ആക്രമിച്ചുതുടങ്ങുന്നു.

രാത്രിയുടെ ധന്യമായ ഒരു മുഹൂർത്തത്തിൽ ആകാശം പ്രകമ്പനം കൊള്ളുന്നു. ഇടിമിന്നലോടെ തടാകം തിളച്ചുമറിയുകയാണ്. കരകവിഞ്ഞൊഴുകിയ തടാകം ജലപ്രളയമായി ആദിനാഥപുരത്തിൽ മുഴുക്കെ വ്യാപിക്കുന്നു. ജ്ഞാനവൃക്ഷം ശബ്ദമുഖരിതമായി നിലംപതിച്ചു. ശിഖരങ്ങൾ ചിതറിത്തെറിച്ച് ഒഴുകുകയാണ്. വീണ്ടും ഇടിപൊട്ടിയപ്പോൾ ഉപ്പളങ്ങൾക്ക് അപ്പുറത്തുള്ള കടൽ ക്ഷോഭിച്ചുതുടങ്ങുന്നു. ആദിനാഥപുരത്തെ വിഴുങ്ങാനുള്ള ഉൾപ്രേരണയോടെ മുമ്പോട്ടുകുതിക്കുന്ന കടൽ സമനിരപ്പിൽ നിന്നുയർന്ന് മലകളാകുന്നു.

ആത്മരക്ഷക്കുവേണ്ടി നിലവിളിച്ച ആദിനാഥപുരത്തുകാർ സത്യവാഗീശ്വരനോട് ചോദിച്ചു:

'ഇനിയും പുറപ്പെടാറായില്ലേ? അങ്ങ് ഞങ്ങളുടെ രക്ഷകനാണ്''.

'കാലത്തിന്റെ നിശ്ചയത്തെ മാറ്റിത്തീർക്കാൻ ആർക്കും കഴിയില്ല. വിശുദ്ധരും നല്ലവരുമായ മനുഷ്യർക്കുവേണ്ടി നമുക്കു പ്രാർത്ഥിക്കാം. സത്യത്തെ അറിയാത്ത അജ്ഞാനികൾക്കുവേണ്ടി നമുക്ക് ധ്യാനിച്ചിരിക്കാം'.

ആദിനാഥപുരത്തെ കടൽ വിഴുങ്ങിത്തുടങ്ങിയതോടെ വംശനാശത്തേയും കാലത്തിന്റെ വിധിനിശ്ചയങ്ങളേയും അവർ തിരിച്ചറിയുന്നു. രക്ഷാസന്നാഹങ്ങളില്ലാതെ കൂട്ടമരണത്തിന് അവർ തയ്യാറാകുകയാണ്.

ആദിനാഥപുരത്തിന്റെ മുകളിൽ കടൽ ശാന്തമായി പരന്നു. അടിത്തട്ടിൽ വിശുദ്ധാത്മാക്കൾ അനാസക്തിയോടെ ഉറങ്ങുകയാണ്. അവരുടെ പൗരാണികമായ വിശുദ്ധിയും വംശസ്മൃതികളും ആധുനികരിൽനിന്നും അവരുടെ ചിന്തകളിൽനിന്നും വേറിട്ടുന്നു. മാറിയ കാലത്തിൽ അവർ പ്രാകൃതരായി. നവീനമനുഷ്യരുടെ പാപബോധമില്ലാത്ത മനസ്സിലേക്കും ആസക്തിനിറഞ്ഞ ജീവിതത്തിലേക്കും അവർ കടന്നുവരുന്നേയില്ല.

സത്യവാഗീശ്വരൻ ആത്മശാന്തിയോടെ തടാകത്തിൽ മുങ്ങിനിവർന്നു. അയാളുടെ വികൃതമായ അവയവം സ്വാഭാവികതയിലേക്ക് മടങ്ങുന്നു. മനസ്സ് പുനർജ്ജനിഗുഹയുടെ സാന്ത്വനം അനുഭവിക്കുകയാണ്.

പുകക്കൂട്ടങ്ങളുടെ പരിവേഷത്തിൽനിന്ന് വ്യക്തവും ദൃഢവുമായ വാക്കുകൾ മുഴങ്ങുന്നു.

'സത്യവാഗീശ്വരാ ഇനി നിന്റെ കാലമായിരിക്കുന്നു. നിനക്ക് പുനർജ്ജനിഗുഹയുടെ അപാരതയിലേക്ക് കടന്നുവരാം. ഇപ്പോൾ നീ ജനനത്തിനും മരണത്തിനും അപ്പുറത്തുള്ള കാലത്തിന്റെ ഭാഗമാണ്''.

'ഞാൻ ഇപ്പോഴും സംശയാലുവാണ്''.

'നിന്റെ സംശയങ്ങളുടെ അവസാനകാലമായി. ആത്മാന്വേഷണത്തിന്റെ മാർഗ്ഗങ്ങളും യാതനകളും ഇനി അനാവശ്യമാണ്. ശരിയായ മാർഗ്ഗത്തെ അറിഞ്ഞ നിനക്ക് പ്രപഞ്ചത്തിന്റെ രീതിയേയും ശരിയായ ജീവിതത്തേയും തിരിച്ചറിയാൻ കഴിഞ്ഞില്ലേ? ആദിനാഥപുരം കാലത്തിന്റേയും പ്രപഞ്ചത്തിന്റേയും ധാർമ്മികതയാണ്''.

'പ്രകൃതി ആസക്തിയോ വിരക്തിയോ അല്ല. കാരുണ്യത്തെ തിരിച്ചറിഞ്ഞ നിനക്ക് പ്രപഞ്ചത്തിന്റെ സ്നേഹഭാവത്തെ കാണാനായില്ലേ? വശ്യമായ ആസക്തിയെ സ്നേഹം പവിത്രമാക്കുന്നു. സ്നേഹം പരിത്യാഗത്തിന്റേയും ആത്മത്യാഗത്തിന്റേയും മാർഗ്ഗമാണ്''.

'ഇനി നീ അപാരതയുടെ ഭാഗമാകുക'.

അദൃശ്യാത്മാക്കളുടെ അകമ്പടിയോടെ സത്യവാഗീശ്വരൻ പുനർജ്ജനിഗുഹയുടെ അപാരതയിലേക്ക് പ്രവേശിക്കുന്നു. അങ്ങനെ അയാൾ ജനനമരണങ്ങളില്ലാത്ത കാലത്തിലേക്ക് എത്തുകയാണ്. അയാൾ തന്റെ ശരിയായ മാർഗ്ഗത്തേയും കണ്ടെത്തലുകളേയും മനുഷ്യവംശത്തിന്റെ ആത്മീയചൈതന്യമാക്കിത്തീർക്കുന്നു. സത്യവാഗീശ്വരൻ മനുഷ്യവംശചരിതത്തിലെ മഹാസ്തംഭമായി ദേശത്തിന്റേയും കാലത്തിന്റേയും പരിമിതികളെ ലംഘിച്ച് പ്രകാശം പരത്തുകയാണ്.

അന്ത്യം

പുനർജ്ജനിഗുഹ എന്താണെന്നും എന്തിനാണെന്നും ഞാൻ തിരിച്ചറിയുന്നു. എന്റെ ജീവിതത്തെ ഓർത്ത് ഞാൻ ധന്യനാകുകയാണ്. ആചാര്യസത്യവാഗീശ്വരന്റെ ആത്മാന്വേഷണത്തേയും ദുരൂഹമായ ജീവിതത്തേയും ഞാൻ കണ്ടെത്തുന്നു. കാലത്തിന്റേയും പുനർജ്ജനിഗുഹയുടേയും ആജ്ഞകളെ ഞാൻ അനുസരിക്കുകയാണ്. കാലത്തേയും പ്രപഞ്ചത്തേയും ജീവാത്മാക്കളേയും രക്ഷിക്കുന്ന പുനർജ്ജനിഗുഹ അദൃശ്യമായ വേരുപടലങ്ങളായി ഭൂമിയിലേക്ക് ഇറങ്ങുകയാണ്.

സത്യവാഗീശ്വരന്റെ അസാധാരണ വ്യക്തിത്വത്തേയും മഹത്വത്തേയും തേടിനടന്ന ഞാൻ ആത്മീയാനുഭൂതിയിൽ ലയിക്കുന്നു. അസത്യത്തിന്റെ മറപൊളിച്ച് സത്യദർശനം നൽകുന്ന ഞാൻ അവാച്യമായ നിർവൃതി അനുഭവിക്കുകയാണ്. എന്റെ പരിമിതമായ വാക്കുകൾ പതറുകയും ആത്മഭാവങ്ങളെ പ്രകാശിപ്പിക്കാൻ അപ്രാപ്തമാകുകയുമാണ്. മുൻധാരണകളില്ലാതെ നീങ്ങിയ ഞാൻ ആചാര്യസത്യവാഗീശ്വരന്റെ ഭൗതികവും ആത്മീയവുമായ സത്യങ്ങളെ അറിയുന്നു. ആസക്തിയുടെ സ്വാർത്ഥതയിൽനിന്ന് ഉയർന്ന് ലോകത്തെ കീഴടക്കിയ ആത്മീയവ്യക്തിത്വത്തെ ഞാൻ കണ്ടെത്തുകയാണ്.

ആചാര്യസത്യവാഗീശ്വരന്റെ നിഷ്കളങ്കമായ ജീവിതത്തെ ചെപ്പേട്ടുകളിലേക്ക് ഞാൻ പകർത്തുന്നു. ഞാൻ വീണ്ടും ഭൂമിയുടെ നനവ് തേടുന്നു. സത്യത്തിന്റെ ആത്മതേജസ്സിനേയും ആധിപത്യത്തിന്റെ വളച്ചൊടിക്കലുകളേയും ഞാൻ ഓരോ കുഴികളിലും നിക്ഷേപിക്കുന്നു. കാലമാകുമ്പോൾ ചെപ്പേട്ടുകൾ വെളിച്ചം കാണുന്നതാണ്. പൈതൃകമന്ദിരത്തിനുശേഷമുള്ള ആചാര്യസത്യവാഗീശ്വരന്റെ ജീവിതത്തേയും ചേർത്ത് പതിനേഴ് ചെപ്പേട്ടുകളെ ഞാൻ നിക്ഷേപിക്കുകയാണ്. വരുംകാലത്തിലെ മനുഷ്യരുടെ മുമ്പിൽ ആചാര്യസത്യവാഗീശ്വരന്റെ കരുണാർദ്രമായ ചിന്തകളും ആത്മീയമായ കണ്ടെത്തലും സത്യനിഷ്ഠമായ ജീവിതവുമാണ് തെളിയേണ്ടത്. ആചാര്യസത്യവാഗീശ്വരന്റെ ആത്മവേദനകൾ കാലത്തിന്റേയും

മനുഷ്യത്വത്തിന്റേയും വേദനകളാണ്.

എന്റെ നിയോഗം അവസാനിക്കുകയാണ്. ജനനവും മരണവും ഇല്ലാത്ത പുനർജ്ജനിഗുഹ എന്നേയും സ്വീകരിക്കും. എന്റെ വാക്കുകളും കാലത്തിന്റെ കല്പനകളായി ഭൂമിയിലേക്ക് ഇറങ്ങിച്ചെല്ലും.

മഹാനായ അച്ഛന്റെ അനന്തരാവകാശിയാണ് ഞാൻ. ദുരൂഹമായ ആ ജീവിതത്തെ വെളിപ്പെടുത്തിയും അജ്ഞാതമായ ആത്മീയസംഘർഷത്തെ വ്യാഖ്യാനിച്ചും ഞാൻ ധന്യനാകുകയാണ്.

സനാതനപുരം പുകക്കുഴലുകളുടേയും സിമന്റ് വാർപ്പുകളുടേയും വനാന്തരമായി തീരുന്നു. യന്ത്രങ്ങളുടെ അധീശത്വം മനുഷ്യന്റെ വിവേകത്തേയും വ്യക്തിത്വത്തേയും സ്വത്വത്തേയും നിയന്ത്രിക്കുകയാണ്. കാരുണ്യം വിദ്വേഷവും സത്യം അസത്യവുമാകുകയാണ്. കർമ്മശേഷി തടംകെട്ടുന്നതോടെ അകാലമരണങ്ങൾ സ്വാഭാവിക സംഭവങ്ങളാകുന്നു. സത്യം അറിയാത്ത മനസ്സുകൾ ജനനീദാസന്റെ ദുർവ്യാഖ്യാനങ്ങളെ പൗരാണികസ്വപ്നങ്ങളായി സങ്കല്പിക്കുകയാണ്. അങ്ങനെ ആത്മാന്വേഷണമില്ലാതെ സാമ്പ്രദായികരീതികളെ അവർ പിന്തുടരുകയാണ്.

ആചാര്യസത്യവാഗീശ്വരനെ സ്വീകരിച്ച പുനർജ്ജനിപുഴ സൗമ്യഭാവങ്ങളോടെ എന്നേയും വരവേൽക്കുന്നു. ഞാനും കാലത്തിനും ചുറ്റുപിരിയുന്ന ജന്മങ്ങൾക്കും അതീതനാകുകയാണ്.

www.ingramcontent.com/pod-product-compliance
Lightning Source LLC
LaVergne TN
LVHW101416051026
849519LV00005BC/1775